I0718328

mekong dòng sông nghẽn mạch

ký sự

MEKONG
DÒNG SÔNG NGHẼN MẠCH
Ký sự Ngô Thế Vinh

Ấn bản Song ngữ Việt-Anh
Đọc bản thảo: Trần Thị Nguyệt Mai
Dàn trang: Lê Giang Trần
Kỹ thuật: Lê Hân, Nguyễn Thành
Văn Học Press & Việt Ecology Press 2021

Hình bìa: Đập Thủy Điện Mạn Loan
Hàng chữ Hán phía trên đập:
漫 湾 电 厂 – Mạn Loan Điện Xưởng
[photo by Ngô Thế Vinh 2002]
Mẫu bìa: Khánh Trường 2010
Lập bìa: Lê Giang Trần 2021

NGÔ THẾ VINH

MEKONG
DÒNG SÔNG NGHẼN MẠCH

Ký Sự

VĂN HỌC PRESS & VIỆT ECOLOGY PRESS 2021

TÁC GIẢ - TÁC PHẨM

Tác giả trên khúc sông Lancang-Mekong, xa phía sau là nơi sắp xây con đập Cảnh Hồng / Jinghong 1.350 MW, là con đập dòng chính thứ ba, sau hai con đập Mạn Loan và Đại Chiếu Sơn. [photo by Nguyễn Văn Hưng, 09.2002]

Ngô Thế Vinh, sinh năm 1941 tại Thanh Hóa, nguyên quán Hà Nội. Tốt nghiệp Đại học Y Khoa Sài Gòn 1968. Trong ban biên tập, nguyên tổng thư ký rồi chủ bút báo sinh viên Tình Thương trường Y khoa Sài Gòn từ 1963 tới 1967. Nguyên Y sĩ trưởng Liên Đoàn 81 Biệt Cách Dù. Tu nghiệp ngành Y khoa Phục hồi tại Letterman General Hospital San Francisco. Sau 1975, tù hơn ba năm qua các trại tù cải tạo. Tới Mỹ cuối 1983, bác sĩ nội trú và thường trú các bệnh viện Đại học SUNY Downstate, New York. Tốt nghiệp ngành Nội khoa, bác sĩ điều trị và giảng huấn tại một bệnh viện miền nam California.

Tác phẩm đã xuất bản:

Tiếng Việt:
- *Mây Bão* [Sông Mã, Sài Gòn 1963, Văn Nghệ, California 1993]
- *Bóng Đêm* [Khai Trí, Sài Gòn 1964]
- *Gió Mùa* [Sông Mã, Sài Gòn 1965]

- *Vòng Đai Xanh* [Thái Độ; Sài Gòn 1970; Văn Nghệ, California 1987; Văn Học Press, California 2018]
- *Mặt Trận Ở Sài Gòn* [Văn Nghệ, California 1996]
- *Cửu Long Cạn Dòng Biển Đông Dậy Sóng* [Văn Nghệ, California 2000, tái bản 2001; Nxb Giấy Vụn Việt Nam 2014]
- *Mekong – Dòng Sông Nghẽn Mạch* [Văn Nghệ, California 3/2007, Văn Nghệ Mới 12/2007, Nxb Giấy Vụn, Việt Nam 2012]
- *Audiobook Mekong – Dòng Sông Nghẽn Mạch* [Văn Nghệ Mới, California 2007; Việt Ecology Press & Nhân Ảnh 2017]
- *Chân Dung Văn Học Nghệ Thuật và Văn Hóa,* [Việt Ecology Press 2017]
- *Y Sĩ Tiền Tuyến Nghiêm Sỹ Tuấn, Người Đi Tìm Mùa Xuân,* [Tập San Y Sĩ Việt Nam Canada, Việt Ecology Press 2019]

Tiếng Anh:
- *The Green Belt* [Ivy House 2004]
- *The Battle of Saigon* [Xlibris 2005]
- *Mekong – The Occluding River* [iUniverse 2010]
- *The Nine Dragons Drained Dry, The East Sea in Turmoil* [Việt Ecology Press & Nxb Giấy Vụn, Vietnam 2016]

Song ngữ Việt-Anh:
- *Mặt Trận Ở Sài Gòn / The Battle of Saigon* [Văn Học Press & Việt Ecology Press 2020]
- *Vòng Đai Xanh / The Green Belt* [Văn Học Press & Việt Ecology Press 2020]
- *Mekong Dòng Sông Nghẽn Mạch / Mekong The Occluding River* [Văn Học Press & Việt Ecology Press 2021]

MỤC LỤC

LỜI DẪN NHẬP

"Cửu Long Cạn Dòng Biển Đông Dậy Sóng", dữ kiện tiểu thuyết, xuất bản lần đầu tiên năm 2000, tái bản năm 2001, 2014. Trong khoảng thời gian ấy, tác giả đã thực hiện một số chuyến đi "quan sát thực địa" từ Vân Nam Trung Quốc xuống các quốc gia Lào, Thái, Cam Bốt và Đồng Bằng Sông Cửu Long Việt Nam.

"Mekong Dòng Sông Nghẽn Mạch" bao gồm những hình ảnh và các trang bút ký sống động của tác giả viết về các chuyến đi ấy.

Trình tự các bài viết – thay vì theo thời gian các chuyến đi, sẽ được sắp xếp theo vị trí địa dư từ thượng nguồn xuống tới vùng hạ lưu. Duy chuyến viếng thăm quốc gia Tây Tạng đầu nguồn sông Mekong, nay chỉ còn là một vùng tự trị của Trung Quốc, cho dù được hoạch định rất sớm và từ lâu nhưng vẫn chưa thực hiện được do một số điều kiện khách quan và cả sự nhạy cảm về chánh trị khi mục đích chuyến đi không phải là "du lịch".

Cũng qua các thông tin có được ấy, để thấy rằng sự suy thoái của con sông Mekong là do những bước "khai thác tự hủy" như một phản ứng dây chuyền với tàn phá sinh cảnh, làm cạn kiệt nguồn tài nguyên, gây ô nhiễm môi trường... tất cả đã và đang diễn ra nhanh và sớm hơn dự kiến của nhiều người. Điển hình là vùng Đồng Bằng Sông Cửu Long, sông Cửu thì đang cạn dòng, thêm ngập mặn, ngày càng ô nhiễm và nguồn thủy sản thiên nhiên từ sông vốn rất phong phú cách đây ba thập niên thì nay hầu như không còn đáng kể...

Thế rồi chỉ hai ngày trước khi bước sang năm 2007, một sự kiện đã gây chấn động cho toàn thể các quốc gia Đông Nam Á và các nhà hoạt động bảo vệ môi sinh khi Tân Hoa Xã loan tin, ngày 29/12/2006, lần đầu tiên Bắc Kinh đã hoàn tất hai chuyến tàu tải 300 tấn dầu hỏa xuất phát từ cảng Chiang Rai bắc Thái lên tới một giang cảng tỉnh Vân Nam. Tiếp theo chuỗi những con đập thủy điện khổng lồ Vân Nam đã và đang gây tác hại trên đời sống của hơn 60 triệu cư dân hạ nguồn, thì sự cố này được coi như một đòn giáng chí tử thứ hai trên sinh mệnh của con sông Mekong, khi dòng sông được khai thác sử dụng như một thủy lộ chiến lược vận chuyển dầu khí từ Trung Đông tiếp tế cho các tỉnh vùng kỹ nghệ tây nam Trung Quốc thay vì phải đi qua eo biển Malacca.

Cho đến nay, rõ ràng là không có giải pháp nào để cứu lấy dòng sông khi mà mọi quốc gia trong lưu vực – nhất là Trung Quốc, chỉ muốn tự do khai thác con sông theo ý của mình chỉ để phục vụ cho quyền lợi ngắn hạn cục bộ – cả theo cái ý nghĩa hủy hoại, mà bất kể tới hậu quả dây chuyền ảnh hưởng tác hại tới các quốc gia láng giềng và về lâu về dài, tới sinh mệnh của cả một dòng sông ra sao.

Kêu gọi thể hiện *"Tinh Thần Sông Mekong"* như một mẫu số chung cho mọi quốc gia trong lưu vực với mối quan tâm bảo vệ dòng sông trong toàn bộ các kế hoạch khai thác và phát triển – nhưng đó phải là những bước hợp tác phát triển bền vững.

NGÔ THẾ VINH

Đồng Bằng Sông Cửu Long 08/2006 - California 01/2007

LỜI DẪN CHO KỲ TÁI BẢN I

Mekong, Dòng Sông Nghẽn Mạch ra mắt tháng 03/2007, sau 9 tháng sách có nhu cầu tái bản. Anh Từ Mẫn nguyên giám đốc nhà xuất bản Lá Bối ở Sài Gòn trước 1975 rồi nhà xuất bản Văn Nghệ ở hải ngoại, cho dù đã nghỉ hưu nhưng vì lòng yêu sách, anh vẫn nhận giúp phát hành cuốn sách một cách hiệu quả. Không những thế, anh còn đọc cuốn sách một cách rất chuyên nghiệp, ghi lại một số lỗi ấn loát để có được một ấn bản hoàn chỉnh hơn. Riêng họa sĩ Khánh Trường, hơn một lần vượt qua dốc tử sinh như một phép lạ, cũng đã trình bày một mẫu bìa mới rất mỹ thuật cho kỳ tái bản lần này.

Họa sĩ Babui 75 Mamburao sau khi đọc cuốn sách, đã gửi cho 5 bức ký họa rất ý nghĩa về các bước suy thoái của con sông Mekong và Đồng Bằng Sông Cửu Long – những bức ký họa sắc sảo ấy cũng được đưa vào cuốn sách kỳ tái bản. Nhà báo Tưởng Năng Tiến đã có gợi ý độc đáo về một cuốn sách "tân giáo khoa thư" khoảng 50 trang, hình ảnh đẹp với bìa cứng in một triệu ấn bản gửi tặng tới các em đang sinh sống ở vùng Đồng Bằng Sông Cửu Long – với lý lẽ rất thuyết phục là các em phải được thông tin và không ai khác hơn là chính các em sẽ có ý thức bảo vệ một dòng sông vốn là mạch sống và là tương lai của thế hệ các em. Làm thế nào để ý tưởng đẹp ấy trở thành hiện thực thì chắc phải có sự đóng góp công sức của rất nhiều người.

Và cũng không thể không nói tới những bài điểm sách giới thiệu và cả phê bình trên báo chí, các cơ quan truyền thông kể cả trên internet khiến cuốn sách tuy mới xuất bản nhưng đã được phổ biến rộng rãi tới đa số bạn đọc. Với tất cả, tác giả xin gửi lời trân trọng cám ơn.

Cùng với bản in *Mekong Dòng Sông Nghẽn Mạch* lần này là một audiobook với giọng đọc thuần Nam bộ của Ánh Nguyệt, nhạc đệm của Đoàn Văn nghệ Dân tộc Lạc Hồng, phần hòa âm do Tuấn Thảo phụ trách. Và một ấn bản tiếng Anh dự trù sẽ được hoàn tất trong một tương lai gần.

Kể từ sau hội nghị về Môi Sinh và Phát Triển Rio de Janeiro 1992, Liên Hiệp Quốc đã quyết định chọn ngày 22 tháng 03 hàng năm là Ngày Nước Thế Giới [World Water Day] với chủ đề cho năm nay 2007 là "Nạn Khan Hiếm Nước" đang diễn ra trên toàn cầu với những con sông đang cạn dòng trong đó có Lưu Vực Lớn Sông Mekong hay còn có tên gọi khác là Tiểu Vùng Mekong Mở Rộng [GMS/ Greater Mekong Subregion] không là một ngoại lệ.

Năm 2007 là đúng nửa thế kỷ [1957-2007] Liên Hiệp Quốc thành lập Ủy Ban Mekong [Mekong Committee] và nay với hóa thân là Ủy Hội Sông Mekong [Mekong River Commission] vẫn chỉ gồm 4 quốc gia vùng hạ lưu: Thái Lan, Lào, Cam Bốt và Việt Nam; trong khi Trung Quốc thì vẫn hoàn toàn đứng ngoài và tận dụng khai thác khúc thượng nguồn mà không kể gì tới ảnh hưởng hủy hoại môi sinh nơi các quốc gia khác ven sông.

Để đánh dấu thời điểm ý nghĩa ấy, báo Thế Kỷ 21 số tháng 07/2007, đã là một số chủ đề phong phú về sông Mekong và Đồng Bằng Sông Cửu Long.

Kinh nghiệm của người xưa về *"thượng nguồn tích thủy hạ điền khan"* tưởng như là hiển nhiên nhưng vẫn cứ bị Bắc Kinh và cả một số ít người nhân danh khoa học phủ nhận. Nhưng rồi ra thời gian sẽ cho chúng ta "một bài học" và sẽ là quá trễ nếu hệ sinh thái con sông Mekong đã suy thoái tới mức không còn có thể đảo nghịch. Nói tới sông Mekong và Đồng Bằng Sông Cửu Long trước nguy cơ là còn thời gian phấn đấu để "giảm thiểu tổn thất" nhưng đó là khoảng thời gian chúng ta phải chạy đua với vòng quay của chiếc kim đồng hồ. Thời gian ấy chính là cơ hội nhưng sẽ không kéo dài mãi.

Khi cuốn sách sắp lên khuôn, có tin giờ chót gây chấn động khi báo The Nation Bangkok [ngày 04/11/2007] loan tin Bộ Năng Lượng Hoàng Gia Thái công bố kế hoạch xây một đập thủy điện khổng lồ 1.800 MW [lớn hơn đập Mạn Loan Vân Nam 1.500 MW] chắn ngang dòng chính sông Mekong phía đông bắc tỉnh Ubon Ratchathani, tiếp sau kế hoạch chuyển dòng lấy nước sông Mekong cũng của Thái Lan từ thập niên 90. Nhưng không phải chỉ có một, mà còn có thêm 5 dự án đập thủy điện hạ lưu khác đang được phục hoạt, chắc chắn sẽ gặp sự chống đối của các nước lân bang, trong đó Việt Nam sẽ bị ảnh hưởng nghiêm trọng nhất vì ở cuối nguồn; nhưng sự thể sẽ ra sao khi không một quốc gia nào có quyền phủ quyết. Rồi ra tiếng nói sau cùng để bảo vệ "Mạch Sống Mekong" phải là từ chính những cư dân ven sông.

Ngô Thế Vinh

California 12/2007

NHỮNG CHỮ VIẾT TẮT

ACV	Air Cushion Vehicle
ADB	Asian Development Bank
AFP	Agence France-Presse
AIDS	Acquired Immune Deficiency Syndrome
BBC	British Broadcasting Corporation
CIA	Central Intelligence Agency
CPP	Cambodian People's Party
CPT	Communist Party of Thailand
DEA	Drug Enforcement Administration
ĐBSCL	Đồng Bằng Sông Cửu Long
ĐHAG	Đại Học An Giang
EIA	Environmental impact assessment
FCCC	Foreign Correspondents Club of Cambodia
FEER	Far Eastern Economic Review
FULRO	Front Unifié de Lutte des Races Opprimées
FUNCINPEC	Front Uni National pour un Cambodge Indépendant, Neutre, Pacifique et Coopératif
GMS	Greater Mekong Subregion
HIV	Human Immunodeficiency Virus
HYV	High Yield Variety
ICF	International Crane Foundation
IMC	Interim Mekong Committe

INBO	International Network of Basin Organizations
IRN	International Rivers Network
IRRI	International Rice Research Institute
IUCN	International Union for Conservation of Nature
JICA	Japan International Cooperation Agency
KCM	Kong-Chi-Mun [project]
KIN	Kok-Ing-Nan [project]
KNP	Khmer National Party
Lao PDR	Lao People's Democratic Republic
MEREM	Mekong Resources Economic Management
MRC	Mekong River Commission
NGO	Non-governmental organization
NTA	National Tourism Authority
ODA	Official Development Assistance
ON	Oryza Nirvana
OR	Oryza Rufipogon
PATA	Pacific Asia Tourism Association
R&D	Research and Development
RFI	Radio France Internationale
TCTN	Tràm Chim Tam Nông
TCU	Technical Coordination Unit for the Tonle Sap
UNCHS	United Nations Centre for Human Settlements
UNDP	United Nations Development Programme
UNESCO	United Nations Educational, Scientific and Cultural Organization
USAID	U.S. Agency for International Development
VOA	Voice of America
WAR	Wildlife At Risk
WB	World Bank
WTO	World Trade Organization
WWF	World Wildlife Fund

TƯỜNG TRÌNH TỪ VÂN NAM
ĐẾN VỚI CON ĐẬP MẠN LOAN

Everybody Lives Downstream
Mọi người đều sống dưới nguồn
(World Water Day 22/03/1999)

Vào Trung Quốc đã trở thành dễ dàng trong những năm gần đây, và càng dễ dàng hơn nếu du lịch theo nhóm có hướng dẫn với lộ trình định sẵn. Nhập cảnh Trung Quốc với lý do cá nhân lại là một vấn đề khác. Cho dù là đổi mới, dẫu sao Trung Quốc vẫn còn là xứ sở của toàn trị và công an, rất kỵ với nhà báo, nhà văn hay bất cứ nghề nghiệp nào liên quan tới truyền thông và kể cả các tu sĩ truyền giáo.

Cho dù chủ đích là một chuyến du khảo / *field trip* về khúc thượng nguồn con sông Mekong và các con đập Vân Nam nhưng chọn lựa dễ dàng nhất vẫn là lý do du lịch và nghề nghiệp thì chắc chắn không phải là nhà báo. Tôi cũng hiểu rằng nếu phải ghi lộ trình chi tiết thì cũng nên tránh nhắc tới địa danh rất "nhạy cảm" như Tây Tạng.

Đặt chân vào Trung Quốc, trở ngại trước mắt là hàng rào ngôn ngữ. Từ 4 tháng trước, qua giới thiệu của anh Trần Huy Bích với anh Trương Khánh Tạo ở Oklahoma, tôi đã được anh Tạo sốt sắng giới thiệu với anh Hoàng Cương người bạn thân thiết hoạt động cách mạng còn kẹt lại Côn Minh từ năm 1946. Hơn nửa thế kỷ sống ở Vân Nam, thông thạo tiếng Trung Hoa, anh Cương sẵn sàng giúp khi tôi qua vào tháng 9. Nhưng gần tới ngày đi thì được tin anh Cương vì lý do riêng phải về Việt Nam và sẽ không có mặt ở Vân Nam. Không dễ dàng để thay đổi lịch làm việc ở bệnh viện, tôi vẫn phải thực hiện chuyến đi theo dự định, với thái độ sẽ *"phản ứng theo hoàn cảnh"*. Cũng nghĩ rằng với các hàng rào ngôn ngữ ấy, tôi vẫn thực hiện các chuyến đi Lào và Cam Bốt như ý muốn.

Trước chuyến đi, thật là xúc cảm khi được tin anh Trương Khánh Tạo đã không còn nữa. Rất riêng tư, những dòng chữ viết về chuyến đi Vân Nam này xin được gửi tới anh Trương Khánh Tạo và gia đình Anh như một tỏ lòng tưởng nhớ.

CÔN MINH NGÀY NAY

Bằng chuyến bay của China Southern từ Los Angeles ghé Quảng Châu, vốn đã là một thành phố lớn và hiện đại trong số các tỉnh miền nam của Trung Quốc, từ đây phải đổi máy bay để tới Côn Minh, thủ phủ của Vân Nam.

Trung Quốc là một đất nước vĩ đại được hiểu theo nhiều ý nghĩa. Chỉ riêng tỉnh Vân Nam cũng đã lớn hơn Việt Nam, diện tích 394.000 km² dân số chỉ có 35 triệu (so với Việt Nam 340.000 km², dân số đông hơn gấp đôi).

Từ cửa máy bay nhìn xuống, Côn Minh mang vóc dáng của một thành phố lớn Âu Mỹ.

Chẳng còn đâu hình ảnh Côn Minh như *"một thị trấn Đông Phương hẻo lánh im ngủ"* như ghi nhận của viên tướng không quân huyền thoại Claire Chennault của phi đoàn Flying Tigers từng trú đóng ở đây hồi Thế chiến thứ Hai.

Phải từng được sống ở một Côn Minh cũ, trở lại thăm mới thấy được sự đổi thay toàn diện và triệt để như thế nào:

"Côn Minh nơi chúng tôi đã ở đó 50 năm về trước, ngày nay đã hoàn toàn đổi khác, nhà cửa, phố xá hẹp cũ đã không còn nữa thay thế bằng những tòa lâu đài đồ sộ và đường sá rộng thênh thang, có đường riêng cho người đi bộ, đường riêng cho người đi xe đạp và nhiều cây cầu lớn bắc ngang qua đường, dưới cầu có đường hầm cho khách bộ hành qua đường và biến thành khu chợ to lớn dưới hầm.

Có thể nói thành phố Côn Minh 50 năm về trước đã bị san bằng để xây dựng thành một thành phố tân kỳ kiểu Âu Mỹ khiến ngày đầu tiên đến Côn Minh, khi chưa tìm được bạn cũ, tôi không tìm ra được những nơi trước đây tôi có nhiều liên hệ. Khí hậu Côn Minh ôn hòa, suốt năm không nóng không lạnh quá. Tôi nhớ lại hồi xưa anh Tam (Nhất Linh) đã nói với tôi rằng: nếu được về hưu, anh sẽ chọn Côn Minh thay vì Đà Lạt."

Đó là cảm tưởng của anh Trương Khánh Tạo khi trở lại thăm Côn Minh.

Sự thực thì sự đổi thay mau chóng ấy mới chỉ trong vòng một thập niên gần đây thôi, *từ ngày có nguồn thủy điện dồi dào của con đập Manwan.* Người tài xế đã nói với tôi như vậy.

Một góc phố cổ Côn Minh đối nghịch giữa truyền thống và canh tân.

Thủy điện từ con đập Mạn Loan đang thắp sáng cả Côn Minh như một Little Chicago của Vân Nam.

Cổng vào trường Đại học cổ kính Vân Nam, thủ phủ Côn Minh.

Mỗi khi vào trường mọi người phải leo lên 99 bậc thang đá, cảnh trí vẫn như mô tả trong hồi ký gia đình "Nguyễn Tường Bách và Tôi" của Hứa Bảo Liên.

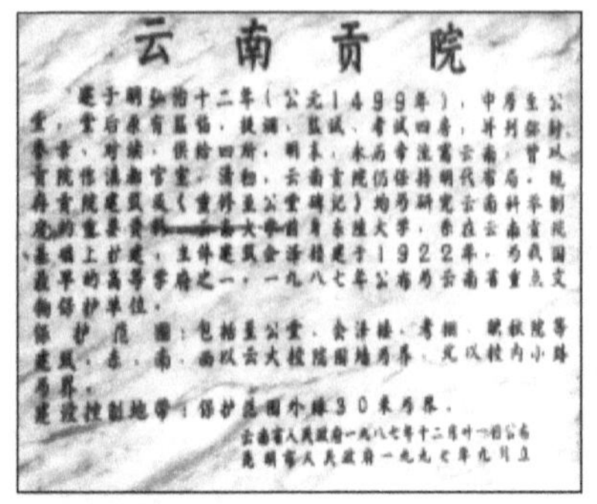

云 南 贡 院

建于明弘治十二年（公元1499年），中厅主公堂，堂后东有区临、提调、监试、考试四房，并列保射、誊录、对读、供给四所。明末，永历帝流寓云南，曾以贡院作滇南官室。清初，云南贡院仍保持明代格局。现存贡院建筑及《重修至公堂碑记》地为研究云南科举制度的重要资料——云南大学前身东陆大学，系在云南贡院基础上扩建，主体建筑会泽楼建于1922年，为民国最早的高等学府之一。一九八七年公布为云南省重点文物保护单位。

保护范围：包括至公堂、会泽楼、考棚、贴枕院等建筑，东、南、西以云大校院围墙为界，北以校内小路为界。

建设控制地带：保护范围外缘30米为界。

云南省人民政府一九八七年十二月十一日公布
昆明市人民政府一九九七年九月立

Lịch sử hình thành Đại học Vân Nam có gốc từ một trường thi từ thế kỷ 1.

Kiến trúc cổ kính của Đại học Vân Nam đang từng phần được san bằng để thay thế bằng những công trình kiến trúc hiện đại.

Trích dẫn không phải tư tưởng Mao Trạch Đông mà là Albert Einstein

Foreign Language Association Yunnan University

Wu là người Vân Nam đầu tiên tôi tiếp xúc, 28 tuổi một thanh niên khỏe mạnh, là tài xế đón khách ở phi trường, nói tiếng Anh lưu loát và có vẻ hiểu biết, đưa tôi từ phi trường về Holiday Inn Côn Minh, một khách sạn mới 4 sao 242 buồng theo tiêu chuẩn Mỹ. Nơi mà tôi hy vọng không phải gặp ngay trở ngại ngôn ngữ và cũng từ đây có thể tìm ra một người tài xế của một travel agency biết chút ít tiếng Anh.

Ở cao độ 2.000 mét trên mặt biển, từ một Côn Minh cũ kỹ, bụi bặm và cả rác rưởi thì nay là một Côn Minh rất khác như anh đã thấy, Wu nói với chúng tôi. Trên đường về khách sạn, vào bên trong thành phố, nếu không còn nhiều xe đạp, thì đó là hình ảnh một thành phố hiện đại như ở Mỹ. Đường rộng và đẹp với những vồng hoa tươi đủ màu. Sự sạch sẽ trên các đường phố là điều đáng ngạc nhiên.

Wu hãnh diện giải thích. Chính người dân Côn Minh tự thấy rằng đây là thành phố của họ, nên họ yêu mến muốn giữ gìn và làm đẹp cho nó.

Đủ ăn đủ mặc cho 1,2 tỉ người có lẽ là một giai đoạn đã vượt qua. Đó là cảm tưởng tôi có được sau những ngày ở Vân Nam. Không thấy bóng dáng hành khất. Rải rác trên đường phố là hình ảnh các công nhân vệ sinh khỏe mạnh trong đồng phục bảo hộ lao động, họ vẫn dùng chổi quét và kẹp nhặt từng cọng rác. Những ngày sau này, cũng hình ảnh những công nhân quét đường ấy thấp thoáng trên những khúc xa lộ mới rất xa thành phố nhưng luôn luôn được giữ sạch tới láng nhẫy.

Chỉ qua những trao đổi ngắn trên đường đi, tôi đã có quyết định rất nhanh là chọn Wu và chiếc xe Mitsubishi của anh ta cho những ngày ở Côn Minh. Ngay suốt nửa ngày còn lại hôm đó, Wu đưa chúng tôi đi thăm thủ phủ Côn Minh, thăm cả một vài góc phố hiếm hoi của một Côn

Minh cũ với những căn nhà mái cong mang nhiều dấu vết rêu phong của thời gian. Không xóa hết, có lẽ đây là phần người ta còn muốn giữ lại như một tương phản giữa truyền thống và canh tân.

Tới thăm Đại học Vân Nam, cảnh trí vẫn y như vậy, giống như mô tả trong hồi ký gia đình, *"Nguyễn Tường Bách và Tôi"* của Hứa Bảo Liên:

> *"Đây là một trường đại học lớn nhất của tỉnh này, chiếm cả một ngọn đồi lớn. Trên đồi toàn là những cây thông cây bách cao lớn, những con sóc nhảy từ cây nọ sang cây kia nhanh như cắt. Mỗi khi vào trường mọi người phải leo lên 99 bậc thang đá. Trong trường có nhiều kiến trúc đẹp và kiên cố toàn dùng những miếng gạch đỏ xây thành."*

Vẫn có đó những bước nhảy chân sóc nhanh như cắt ấy, vậy mà đã hơn nửa thế kỷ bão táp đã qua đi của một thời kỳ cách mạng Việt Nam với những tháng ngày bôn ba của những tên tuổi như Nhất Linh, Hoàng Đạo, Nguyễn Tường Bách.

Nhưng sự nguyên vẹn của Đại học Vân Nam cũng chẳng còn tồn tại được bao lâu nữa vì trước mắt, những tòa nhà cổ xưa từ mấy trăm năm cũng đang từng phần bị phá đi để thay thế bằng những công trình kiến trúc hiện đại.

Thời gian của chuyến đi Vân Nam thì hạn hẹp, với mục đích rõ ràng là đến với khúc thượng nguồn con sông Lan Thương (*Lancang Jiang* – tên Trung Hoa của con sông Mekong), tôi tiếp tục tìm hiểu xem chính Wu hay các mối liên hệ của anh ta có giúp tôi được gì không trong thực hiện mục đích chuyến đi này.

Rừng Đá — Thạch Lâm Vân Nam cùng tuổi với rặng Hy Mã Lạp Sơn.

Rừng thay vì cây xanh nhưng lại là những cây đá.

Một địa hình kỳ lạ với đủ hình dáng gợi trí tưởng tượng phong phú của người dân Vân Nam.

Voi con trên Rừng Đá vạn cổ nguyên là từ đáy biển nhô lên.

Qua câu chuyện trao đổi, được biết thêm về Wu, người gốc Hán tốt nghiệp đại học 4 năm, là giáo viên dạy toán, một vợ một con nhưng lương ít. Với cơ hội của một Trung Quốc mở cửa, Wu bỏ nghề giáo chuyển sang nghề lái taxi, lại có vốn liếng tiếng Anh nên có thể đồng thời hướng dẫn khách du lịch. Lương nay đã tăng gấp 6 lần so với nghề nhà giáo, khoảng 600 đôla / tháng, có thể mua nhà trả góp thay vì thuê và sẽ hoàn toàn sở hữu căn nhà sau 20 năm.

Wu tự tin, bày tỏ mạnh dạn về các vấn đề chánh trị và xã hội của Trung Quốc. Chẳng hạn: Đài Loan dứt khoát là một tỉnh của Trung Quốc, không còn gì để phải tranh cãi. Mao Trạch Đông thì vẫn được kính trọng. Đặng Tiểu Bình được nhân dân Trung Quốc biết ơn vì mở ra một thời kỳ phát triển và thịnh vượng cho nước Trung Hoa. Thế còn chủ tịch Giang Trạch Dân? Cũng vậy thôi, ông ta quá mềm yếu / *too soft* nhất là với Mỹ khiến nhân dân Trung Quốc giận dữ. Như vụ để cho máy bay Mỹ đáp xuống đảo Hải Nam thay vì phải bắn rơi. Dẫu sao, bù lại, Trung Quốc biết được thêm nhiều về kỹ thuật hàng không do thám của Mỹ.

Không quá ngây thơ để không nghĩ rằng những tài xế taxi hay hướng dẫn du lịch lại chẳng liên hệ gì tới công an, do đó tôi chỉ đưa ra những câu hỏi hồn nhiên chứ dứt khoát không để mở ra cuộc tranh luận.

Bữa ăn tối hôm đó Wu đưa chúng tôi tới một nhà hàng nổi tiếng về món *"Bún Qua Cầu"*, đơn giản chỉ là một tô nước dùng nóng sôi ngậy một lớp mỡ, khi ăn thì thả bún và những lát thịt thái mỏng vào, thêm một muỗng ớt đỏ, giống như món lẩu nhưng không có một bếp lò trước mặt. Đó là một bữa ăn nóng theo đủ cả ý nghĩa của chữ ấy. Các cô tiếp viên gốc Hán nhưng lại mặc theo trang phục rực rỡ của sắc tộc Di. Khách tới thăm Vân Nam không thể không nghe cái giai thoại thơ mộng và được giới thiệu đến với món ăn này.

Vào đời nhà Thanh, có chàng hàn sĩ quyết tâm đèn sách để chờ ngày về kinh đô dự thi. Chàng rời gia đình, dọn ra một hòn đảo nhỏ trên hồ để tập trung vào việc học. Hàng ngày, người vợ trẻ từ nhà phải vượt một cây cầu tre dài qua tận bên đảo đem bữa ăn đến cho chồng nhưng tới nơi thì thức ăn đã nguội lạnh. Tình cờ một hôm người vợ khám phá ra rằng nếu như có đổ một lớp mỡ dày trên tô canh từ nhà thì vẫn giữ được thức ăn nóng cho tới khi gặp chồng. Tuy được giới thiệu là *"ngon tuyệt"* nhưng chúng tôi không thể nào theo kịp Wu để có thể dứt điểm một *"tô xe lửa ngậy mỡ động vật"* như vậy. Nhiều dầu mỡ và cay nóng là đặc tính của các món ăn Vân Nam.

Đêm hôm đó cũng là đêm đầu tiên ở Vân Nam, nhìn ra từ tầng lầu 9 của khách sạn *Holiday Inn*, trước mắt là cả một *"Côn Minh rực sáng"* dĩ nhiên với nguồn điện từ con đập Manwan, đập thủy điện đầu tiên trong chuỗi 14 con đập bậc thềm trên khúc thượng nguồn con sông Mekong. Côn Minh ngày nay như biểu tượng phát triển của Vân Nam, nhưng bằng cái giá nào phải trả cho cư dân nơi Đồng Bằng Sông Cửu Long và các quốc gia hạ nguồn thì vẫn còn là một ẩn số.

RỪNG ĐÁ VẠN CỔ

126 km theo quốc lộ 320 hướng đông nam, hai bên đường mướt một màu xanh với những vườn cây trái, với cả những con lạch nhỏ và suối. Đủ loại trái cây tươi mới hái từ trong vườn ra, còn dính theo cả lá cành được bày ra ven lộ bán cho du khách: những trái lê, đào, hồng giòn, măng cụt. Đất Vân Nam nổi tiếng về cây trái: đào Vân Nam có tiếng là thơm ngọt, tôi chưa bao giờ thấy được những trái lê bát lớn và đẹp đến như vậy với lớp vỏ xanh mượt mà. Đây sẽ là món quà thật quý từ Vân Nam nhưng trái cây lại là thứ quốc cấm không được phép đem vào Mỹ. Wu bảo đất ở cao nguyên

Vân Nam tốt cho cây trái nhưng lại không tốt cho lúa nên muốn có gạo ngon thì phải nhập từ Thái Lan.

Đường xe lửa cũ từ Côn Minh xuống tới Hà Nội Hải Phòng làm từ thời Pháp (1904-1910) nay được thay thế bằng hệ thống đường rầy mới.

Song song với quốc lộ lúc nào cũng hai chiều tấp nập những xe vận tải lớn Dong Feng / *Gió Đông* chế tạo tại Trung Quốc. Từ thủ phủ Côn Minh về hướng đông đi Thượng Hải, người ta đang làm thêm một công trình cầu đường với xa lộ 8 lanes để đáp ứng nhu cầu giao thông và nổ bùng kinh tế của Côn Minh. Cách khoảng hai bên đường, là những trạm xăng của Petro-China rộng thênh thang có từ 20 tới 30 cây xăng mỗi trạm. Liệu có bao nhiêu thùng dầu ấy có gốc gác từ những túi dầu Biển Đông quanh các quần đảo Hoàng Sa và Trường Sa. China Telecom và China Mobile là hai công ty khổng lồ đang cạnh tranh cung ứng điện thoại di động được sử dụng tràn ngập bởi 1,2 tỉ người dân Trung Quốc.

Khu Rừng Đá, cùng tuổi với rặng Hy Mã lạp Sơn, và cả vùng cao nguyên Tây Tạng *(cao nguyên Tây Tạng là nơi phát xuất các con sông lớn như mạch sống cho toàn vùng châu Á trong đó có con sông Mekong).* Có cùng một lịch sử địa chất, khoảng 300 triệu năm trước do va chạm của hai khối tiền lục địa tạo nên các cơn địa chấn với sức ép khổng lồ dồn lên phía bắc tạo nên một địa hình mới nổi bật với sự hình thành dãy Hy Mã Lạp Sơn và cả vùng cao nguyên Trung Á. Khu Rừng Đá rộng 80 mẫu tây như một kỳ quan của tỉnh Vân Nam. Nguyên là một vùng đáy biển bị dồn lên cao, nước biển rút ra để trơ lại một vùng núi nham thạch bị nước, gió và thời gian xói mòn tạo nên một địa hình kỳ lạ với vô số những chỏm đá cao và những rãnh cắt ngang. Rừng thay vì cây xanh nhưng lại là những cây đá chi chít với đủ hình dạng gợi trí tưởng tượng phong phú của người dân Vân Nam với những tên gọi thơ mộng: vũng gươm, voi con, nấm bất tử.

Vân Nam xứ sở của những giai thoại. Tới với Rừng Đá không thể không được nghe kể câu chuyện về một chàng trai tuấn tú tên Ahei vào trong khu Rừng Đá để tìm cách giải thoát cô gái trẻ đẹp Ashima đang bị giam cầm. Nhưng tên phù thủy độc ác đã tạo nên một cơn lũ cuốn Ashima băng ra khỏi hang đá, và từ đó Ashima vĩnh viễn xa Ahei nhưng linh hồn nàng thì vẫn trở về với Thạch Lâm như một âm thanh vang vọng. Một mình đi vào khu rừng đá là như lạc vào một mê lộ không dễ mà tìm ra lối về.

Vào mùa này, du khách đa số là người Hoa. Cuộc sống bắt đầu sung túc họ có nhu cầu du lịch, đi thăm một đất nước mênh mông với bao nhiêu là danh lam thắng cảnh, mà chưa cần phải khó khăn xin visa đi du lịch nước ngoài. Mỗi toán chừng 20 người đi theo một cô hướng dẫn tay cầm một cây cờ màu để nhận diện. Toán chúng tôi chỉ có 3 và Wu thì đã quá quen thuộc với từng đường đi nước bước trong khu rừng đá như với đường chỉ tay của chính mình.

Tràn ngập quanh khu Rừng Đá là các cô sinh viên gốc Hán má phấn môi son, bận trang phục đầy màu sắc của sắc tộc Di, sẵn sàng làm người mẫu đứng chụp hình với du khách hay làm người hướng dẫn.

Thương mại hóa cao độ các tụ điểm du lịch là một hiện tượng thấy được ở khắp nơi từ khu đền đài Angkor Siem Reap tới Rừng Đá Shilin Vân Nam. Màn trình diễn *high-tech "âm thanh và ánh sáng"* thật hoành tráng bên hồ sen bên ngoài khu rừng đá mỗi đêm kết hợp với kỹ thuật tia laser diễn lại truyền thuyết nàng Ashima được kể là một show rất ăn khách nhưng chúng tôi không có nhiều thời gian ở lại qua đêm chỉ để xem một màn show như thế.

Trên đường trở lại Côn Minh cùng ngày, tôi bảo đùa Wu là hướng dẫn đoàn du khách mà quên không mang theo một cây "hồng kỳ" và cũng hỏi Wu có biết hát bài *"Đông Phương Hồng"*. Không chờ được yêu cầu, Wu hát giọng rất mạnh và nồng nàn, gợi nhớ tới các đoàn *"Hồng Vệ Binh"* của thập niên 60, nhưng lúc đó thì Wu chưa được sinh ra.

Qua hai ngày tiếp xúc và thử thách, Wu chứng tỏ rất có khả năng và có thể tin cậy được. Tôi trở lại hỏi Wu về nguồn điện của thủ phủ Côn Minh, về con đập Manwan. Wu cũng chỉ được biết Manwan như một địa danh cách Côn Minh khoảng 500 km về hướng nam, giữa con đường đi xuống Cảnh Hồng. Đường núi có vài đoạn hư xấu chưa được sửa chữa nhưng vẫn có thể đi được nếu thời tiết không mưa bão.

Với chiếc Mitsubishi chỉ có 4 máy đã chạy hơn 100 ngàn miles, tôi hỏi Wu làm cách nào thuê được một chiếc xe giống như loại xe Jeep có thể leo núi thì hắn trả lời vẻ tự tin: chiếc xe tuy cũ nhưng lại tốt hơn cả các loại xe mới hiện nay và dư sức để chạy gấp 2 chặng đường tới Manwan chỉ cần đổ đủ xăng nhớt.

Chừng đó đủ cho tôi quyết định ngay sáng sớm ngày mai, chúng tôi sẽ khởi hành đi Manwan.

CON ĐẬP ĐẦU TIÊN, CON ĐẬP LỊCH SỬ

Manwan (tên Hán Việt: Mạn Loan) là con đập thủy điện lớn đầu tiên của tỉnh Vân Nam với công suất 1.500 Megawatt nằm ngay khúc giữa con sông Lan Thương. Cũng là con đập thủy điện lớn đầu tiên điều hành theo phương thức liên doanh / *Joint Venture* giữa trung ương và chánh quyền địa phương, với số vốn đầu tư lên tới hơn nửa tỉ mỹ kim (3.800 triệu nhân dân tệ – yuan).

Phải nói là con đập Manwan đã đóng một vai trò quyết định trong kế hoạch điện khí hóa, kỹ nghệ hóa, đô thị hóa cả một vùng tây nam Trung Quốc từ kém phát triển đã mau chóng tiến kịp và sánh vai với các tỉnh trù phú miền đông và đông bắc.

Tuy đã có kế hoạch từ những năm 1970, nhưng vì thiếu ngân sách nên mãi tới tháng 05/1986, công trình đập Manwan mới chính thức được khởi công và việc *đổi dòng / river diversion* con sông Mekong được hoàn tất vào tháng 10/1987. Con đập cao tới 99 mét chắn ngang khúc sông giữa hai ngọn núi với bức tường thành cao tới 35 tầng. Đơn vị phát điện đầu tiên bắt đầu sản xuất điện từ ngày 30/06/1993 và chỉ hai năm sau đó, ngày 28/06/1995, tất cả 5 đơn vị phát điện cùng hoạt động đúng theo như giai đoạn I của dự án.

Tưởng cũng nên nhắc lại ở đây một sự kiện đáng ghi nhớ và gây nhiều tranh cãi là vào giữa năm 1993, xảy ra *một hiện tượng được coi là bất thường*: mực nước con sông Mekong phía hạ lưu đột ngột tụt thấp xuống mà không vào mùa khô. Chỉ lúc đó người ta mới được biết là Trung Quốc đã xây xong con đập Manwan và đó là thời điểm bắt đầu lấy nước từ con sông Mekong vào hồ chứa nhưng họ cũng chẳng thèm thông báo gì cho các quốc gia dưới nguồn. Chỉ riêng với con đập Manwan mà đã giữ tới 20% nguồn nước trên dòng chính khúc sông Mekong chảy qua Vân Nam.

Sau biến cố đó phải nói là càng ngày càng có mối lo âu về ảnh hưởng của chuỗi đập bậc thềm Vân Nam. Mối quan tâm đó càng ngày càng gia tăng do nguyên nhân thiếu hẳn nguồn thông tin cung cấp bởi Trung Quốc.

Thiết kế và xây dựng xong con đập Manwan đầu tiên được kể là *"một hoàn tất có tính cách lịch sử"*, đã khiến cho Phân bộ Điện lực Vân Nam thấy rõ tiềm năng thủy điện phong phú của con sông Mekong là rất phù hợp cho những nhà máy thủy điện khổng lồ khác có công suất lớn với mạng lưới dẫn cao thế / *extra high voltage*.

Con đường Tốc hành / Express Way 320 từ thủ phủ Côn Minh tới cổ thành Đại lý.

Vân Nam có đông người Hồi giáo, người Hán gọi họ là Hui vẫn được coi là cội nguồn bất an của Trung Quốc.

Rời xa lộ tốc hành Express Way sang quốc lộ 214 hướng về phương nam.

Theo những khúc đường sỏi đá gập ghềnh hướng về con đập Mạn Loan.

Tiến tới xây dựng thêm các đập thủy điện bậc thềm / *Mekong Cascades* trên sông Mekong là tạo sức bật cho các bước phát triển kinh tế và xã hội không chỉ riêng cho tỉnh Vân Nam mà còn hoàn tất một *"chiến lược chuyển điện từ Vân Nam tới các tỉnh khác của Trung Quốc"*.

Kể từ khi hoàn tất công trình Manwan, ban lãnh đạo nhà máy đã đề ra nguyên tắc chỉ đạo cho tập thể công nhân đập Manwan, đó là *"lao động cật lực, cố gắng hiệp đồng, kỷ luật nghiêm ngặt, chi li nhưng thực tiễn tiến tới một xí nghiệp hàng đầu"*.

Tuy bước khởi đầu có những khó khăn: do thiếu kinh nghiệm, trang thiết bị không đạt tiêu chuẩn nhưng rồi tất cả đã được vượt qua để Manwan *"đạt thành công trên nhiều phương diện cả về kỹ thuật vật chất, văn hóa và ý thức hệ"* [sic].

Tháng 12/1996, nhà máy thủy điện Manwan được Đảng ủy và chánh quyền Vân Nam phong danh hiệu *"Đơn vị tiên tiến cấp Tỉnh"*, đồng thời cũng được Văn phòng Phân bộ Điện lực Vân Nam chọn là đơn vị tiên tiến trong 5 năm liền. Tháng 04/1998, Manwan lại được nhận danh hiệu từ Bộ Điện lực Trung Quốc là *"một trong 400 đơn vị tiên tiến toàn quốc trong nỗ lực trồng cây gây rừng / afforestation"*. Tháng 03/1999, Manwan được Tổ hợp Năng lượng Nhà nước công nhận là *"xí nghiệp sáng tạo hàng đầu / nhà máy thủy điện hàng đầu"*; đây là một vinh dự hiếm hoi vì là nhà máy thủy điện lớn đã đạt mức hoạt động an toàn và liên tục trong nhiều năm với những trang thiết bị chế tạo trong nước.

Bước vào thế kỷ 21, trước những cơ hội và thử thách, nhà máy thủy điện Manwan sẽ phấn đấu để hiện đại hóa, tự động hóa / *automation* phát triển đạt tới tiêu chuẩn quốc tế của những nhà máy thủy điện hiện đại khác trên thế giới nhằm đáp ứng nhu cầu của thị trường năng lượng trong tương lai.

Ngày thứ ba ở Vân Nam đã thực sự là một ngày đáng ghi nhớ. Buổi sáng sớm khởi hành từ Côn Minh để đi khoảng 500 cây số đường bộ về hướng nam, đi về nơi hoang dã để tìm kiếm một địa danh mà chính người tài xế hướng dẫn cũng chưa hề đặt chân tới.

Ra khỏi Côn Minh đi một đoạn theo Con Đường Tốc Hành / *Express Way* về hướng tây. Đây là một xa lộ mới nối Côn Minh với cổ thành Đại Lý, do chánh quyền trung ương tặng nhân dân tỉnh Vân Nam nhân dịp Expo 99 (1999 Kunming International Horticultural Exposition). Đây là xa lộ rất tối tân có cả bảng hiệu giao thông tiếng Anh với con đường hầm xuyên núi dài ngót 4 cây số không thua bất cứ một xa lộ nào đẹp nhất của Mỹ. Từ Côn Minh tới Đại Lý, thay vì phải 12 giờ ngồi xe trên con lộ cũ, với con đường mới rút ngắn chỉ còn từ 4-5 tiếng. Là một con đường ngoạn cảnh / *scenic route* thật đẹp với núi đồi và thung lũng một màu xanh, qua các làng mạc với những căn nhà tường gạch đỏ mái xám cong, thỉnh thoảng lại vượt nhô lên nóc của một ngôi thánh đường Hồi giáo. Vân Nam rồi Tân Cương vẫn là những tỉnh có đông người gốc Hồi giáo, người Hán gọi họ là *Hui*, có gốc gác từ thế kỷ thứ 13 khi quân Mông Cổ xâm lăng Trung Quốc, với thường xuyên những cuộc nổi dậy, họ được coi là cội nguồn bất an của Trung Quốc. Theo Wu thì người Hui buôn bán giỏi lại được miễn các sắc thuế nên cuộc sống khá sung túc.

Đường tốt, xe chạy với tốc độ cao, buổi sáng hôm đó chưa quá nửa đoạn đường đã phải chứng kiến 3 tai nạn, một chết người của chiếc xe vận tải lớn Đông Phong với máu me trên mặt lộ và vô số mảnh kính vỡ.

Tài xế của những xe tải nặng này thường rất trẻ, mới ngoài 20, chạy vượt nhau cứ như là xe đua cho dù cũng đã có các trạm cảnh sát giao thông chặn bắt cho giấy phạt và cả treo bằng lái.

Chạy khoảng hơn 150 km của chặng đường dài ngót 400 km trên *Con Đường Tốc Hành* thuộc xa lộ 320 về hướng Đại Lý, sau đó xe rẽ sang quốc lộ 214 đi về phương nam, hướng tới con đập Manwan. Bây giờ thì tôi biết được ý nghĩa của những con số chỉ danh cho những con lộ Vân Nam: số 3 của quốc lộ 320 chỉ hướng đông tây, số 2 của quốc lộ 214 chỉ những con đường hướng bắc nam. Cả những ký hiệu chữ trên các bảng số xe: chữ A là từ Côn Minh, L Đại Lý, K Cảnh Hồng, J Tư Mao.

Ngược chiều với chúng tôi bây giờ là chiếc xe hàng mang biển số K Cảnh Hồng vấy đầy những bụi đỏ chở đầy khách đi Đại Lý; nếu suôn sẻ, cuộc hành trình của họ cũng phải qua một ngày với một đêm.

Trên đường về phương nam, mỗi khi tới một ngã ba, Wu phải dừng xe để hỏi đường. Dân địa phương có người không biết đến tên Manwan, có người biết thì cũng không rõ ở đâu. Wu nói thông thạo thổ âm địa phương, lại kiên nhẫn nên rồi cũng lần dò ra đường đi. Xe chạy qua những làng mạc, những thửa ruộng lúa chín vàng. Mỗi gia đình nay được sở hữu một khoảnh ruộng riêng, chẳng cần thi đua bình bầu nhưng ai cũng làm hết sức mình. Xây được nhà mới, có thêm được chiếc tủ lạnh hay TV hay không là do chính bàn tay tạo dựng của họ. Trẻ con thì ăn mặc lành lặn cắp sách tới trường đi học, không có cảnh trẻ đi chân đất như ở Đồng Bằng Sông Cửu Long. Trai hay gái thì tôi hiểu rằng đây là *"những đứa con độc nhất"* trong mỗi gia đình. Mà người Trung Quốc như từ bao giờ, vẫn thích đông con. Vợ chồng Wu cũng chỉ có một con gái. Tôi hỏi điều gì sẽ xảy ra nếu vợ anh muốn có một đứa con thứ hai. *Không thể nào có được, hoặc nếu muốn thì phải trả giá rất đắt cho lựa chọn ấy.* Kiểm soát dân số để phát triển, cưỡng chế cả 1,2 tỉ người Trung Quốc *"mỗi gia đình chỉ có một con"* không phải là điều dễ làm nếu không phải là một nhà nước toàn trị. Vẫn còn thấy vài đứa trẻ được quàng khăn cổ đỏ, nhưng trên lưng thì lại mang backpack "Mickey mouse", Wu giải thích đó là số học sinh xuất sắc. Hình như những gì đang diễn ra ở Việt Nam chỉ là một phó bản hạng hai rập khuôn Trung Quốc nhưng lại chậm hơn 20 năm. Và không thể không nhớ lại câu phát biểu của ông Lê Khả Phiêu, Tổng bí thư Đảng Cộng sản Việt Nam, đã làm nhiều người Việt phải chau mày: *"Nếu Trung Quốc thành công trong đổi mới, chúng ta sẽ thành công. Nếu Trung Quốc thất bại, chúng ta sẽ thất bại".* [FEER, ngày 22/06/2000].

Đến xế trưa, được kể là qua được một nửa chặng đường, một đoạn đường tương đối dễ đi. Bây giờ mới là lúc xe leo đèo, trước mặt chỉ còn là một con đường "độc đạo", cứ hết lên triền cao lại xuống lũng sâu. Đường thưa xe nhưng là đường chạy hai chiều, hẹp và vòng vèo, giống như đoạn đường từ Vang Vieng đi Luang Prabang ở Lào.

Đường thì hẹp nhưng xe nào cũng muốn thênh thang chạy giữa con lộ, như không hề biết có xe ở phía trước, nhưng khi đối đầu nhau rồi thì chỉ còn là gang tấc. Yếu bóng vía mà lại còn nhìn xuống lũng sâu thì chẳng còn bụng dạ nào để muốn đi tiếp cuộc hành trình chưa biết bao giờ sẽ tới ấy.

Wu tay lái thật cứng mỗi khi phải đối đầu với những tình huống thật sít sao, hắn bảo an toàn trước đã, nói như cũng để trấn an khách. Tin cậy ở Wu nhưng tôi cũng hiểu rằng không thể có an toàn chỉ ở một phía. Không lẽ đã qua được những năm thử thách của chiến tranh trận mạc, nay lại để bị sa vực vì một trận Gió Đông, tôi muốn nói tới những chiếc xe tải nặng Dong Feng chạy rất vong mạng trên các ngả đường Vân Nam.

Họa đồ 7 con đập bậc thềm Vân Nam.

Từ xa trên triền núi cao nhìn xuống hồ chứa đập Mạn Loan.

Cổng vào đập thủy điện Mạn Loan Vân Nam với hàng chữ Yunxian – Manwanzhen (Vân Huyện – Mạn Loan Trấn).

Những bước tới gần với con đập Mạn Loan.

Hoàng hôn bên chân đập thủy điện Mạn Loan (ngày 7/9/2002)

Đập Mạn Loan / Manwan, đập thủy điện đầu tiên của Trung Quốc trong chuỗi 14 con Đập Bậc Thềm Vân Nam chắn ngang dòng chính sông Mekong.

Một trong những turbines khổng lồ 675 tấn của đập thủy điện Mạn Loan đang được trục lên (ảnh của Phân bộ Thủy điện Vân Nam)

Hồ chứa đập Mạn Loan với nước trong xanh, do phù sa đã lắng xuống đáy hồ, ngoài thủy điện, còn có thêm kế hoạch nuôi trồng thủy sản trong hồ chứa. Đồng Bằng Sông Cửu Long Việt Nam đang mất đi một số lượng lớn phù sa do những hồ chứa của chuỗi đập thủy điện khổng lồ Vân Nam trên dòng chính sông Lancang – Mekong. (ảnh của Phân bộ Thủy điện Vân Nam)

Khúc sông Mekong không còn cuộn sóng và như kiệt sức sau khi chảy qua những turbines khổng lồ của con đập Mạn Loan ngày 07/09/2002

Bầu trời vần vũ mây đen, có mưa lớn ở phía trước, xe phải chạy thật chậm lại khi qua những đoạn đường đá lở. Bây giờ thì mới thực sự thấy xót cho chiếc xe của Wu. Là xe chạy trong thành phố chứ không phải để leo núi, để phải cán lốp xe trên những tảng đá sắc hay sụp trên các ổ gà sâu đến đụng sàn. Chắc Wu cũng không hề tiên liệu phải chạy qua những chặng đường tồi tệ như thế. Wu khoe thành tích đã từng chạy qua những đoạn đường dài xấu hơn nhiều, đã từng đưa du khách người Pháp người Đức cũng bằng chiếc xe này chạy 10 ngày đêm từ Côn Minh tới thủ đô Lhasa Tây Tạng. Tuổi trẻ, tự tin, lạc quan – phải chăng đó là tương lai của Trung Quốc?

Lại thêm bình xăng gần như trống trơn, kim đụng chữ E nhưng Wu thì vẫn tự tin bảo rằng còn dư xăng để chạy một chặng đường xa nữa. Ở cao độ 2.500 mét, chiếc xe nhỏ vẫn vòng vèo leo dốc. Đâu phải trên đường bằng, xe lên dốc sẽ tiêu thụ xăng nhiều hơn. Tôi bảo Wu như vậy. Không bướng bỉnh nhưng Wu vẫn tìm một lối giải thích lạc quan: nhưng khi xe đổ dốc sẽ tiêu thụ nhiên liệu ít hơn. Đó chỉ là lý luận của một thầy giáo dạy Toán, mà toán thì chỉ có thuần lý chứ không phải là đời sống thực. Nhưng rồi Wu có lý, xe cũng bò tới được một trạm xăng nhỏ, phải trả một giá đắt hơn nhưng mọi người thì yên tâm với một bình xăng đầy.

Như *Đi Về Nơi Hoang Dã* chỉ thấy một màu xanh um của những khu rừng mưa / *rainforest* trên các triền núi và cũng hiểu vì sao ít có người dân Vân Nam biết tới con đập Manwan. Những cột điện thật lớn với hàng dây cáp cao thế giăng qua những sườn núi là dấu hiệu cho thấy chúng tôi đã tới gần con đập. Đồng hồ chỉ cây số cho biết cũng còn khoảng 40-50 km nữa. Vẫn còn những đoạn đường vỡ mà chiếc xe phải vất vả vượt qua.

Xe chạy qua một thác nước nhỏ rào rào đổ xuống từ triền núi cao, những hạt bụi nước trắng chỉ đủ làm ướt mặt con lộ. Từ đây, nhìn xuống thung lũng chạy giữa hai dãy núi là thấy cả một hồ chứa lớn của con đập Manwan phản chiếu ánh nắng lấp lánh. Còn quá xa để nhìn thấy chi tiết đâu là con đập.

Qua một làng núi nhỏ, xe bắt đầu đổ dốc theo một con đường hẹp để đi vào một thung lũng. Wu lại phải dừng lại trước một khóm nhà để hỏi đường và được biết là đi đúng hướng. Ngăn cách bởi những bụi rậm, nhưng khi nghe tiếng nước rì rào chảy là biết tới gần dòng sông. Rồi con sông hiện ra, nhìn ngược dòng chảy tuy còn khá xa nhưng đã có thể thấy được bóng dáng của con đập.

Còn phải qua một cây cầu sang bên tả ngạn mới thực sự đi vào khu công trường của nhà máy thủy điện Manwan. Ngay nơi đầu cầu là một cột mốc lớn với 2 hàng chữ:

YUNXIAN – MANWANZHEN
[Vân Huyện – Mạn Loan Trấn].

Hai bên đường là những căn nhà nhỏ, nhà ở xen lẫn vài tiệm tạp hóa và mấy quán ăn.

Nơi cổng vào có trạm lính canh, trên bức tường thành là một bảng hiệu uy nghi với hai hàng chữ Hán và Anh sáng chói "YUNNAN MANWAN POWER GENERATING Co. Ltd".

Nơi mặt tiền là những tòa nhà công sở nhiều tầng lớn khang trang; sâu hơn vào phía trong là câu lạc bộ công nhân, khu cư xá nhân viên gồm những tòa nhà 3-4 tầng trên lưng đồi. Có cả một nhà nghỉ điều hành như khách sạn dành cho khách vãng lai. Sự tháo vát của Wu khiến chúng tôi không có vẻ ngỡ ngàng của những khách lạ. Wu không gặp khó khăn gì để thuê 2 phòng trong khách sạn, phòng trên lầu 4, qua cửa sổ phía sau có thể nhìn xuống một khúc sông Mekong.

Đường vào cổ thành Đại Lý nguyên là nước Nam Chiếu với hơn 1 triệu sắc dân Bạch / Bai

Một cổng thành của Cổ thành Đại Lý với chiều dày 3000 năm lịch sử

Trong Cổ thành Đại Lý, những con lừa tải thong dong trên đường phố bên những chiếc xe hơi.

Cạnh đó một Đại Lý Mới bừng bừng phát triển trong một Trung Quốc đang canh tân.

Sắc dân Bạch với lịch sử hơn 3 ngàn năm, Chùa Ba Ngôi được xây từ thế kỷ thứ 9.

Các cô gái Hán trong y phục sặc sỡ của dân Bạch chụp hình với du khách.

Ngư ông sắc tộc Bạch / Bai thắt vòng trên cổ chim cốc trước buổi săn cá trên hồ Nhĩ hải.

Đàn chim cốc Cormorants đang vùng vẫy săn cá trên hồ Nhĩ Hải chủ ý chỉ để mua vui cho du khách.

Không biết sẽ được lưu lại nơi đây bao lâu, tuy còn rêm mình sau một chặng đường dài nhưng tôi vẫn bảo Wu lái xe đưa chúng tôi đi một vòng. Trong ráng chiều, ánh sáng không phải là lý tưởng cho những bức hình đẹp nhưng với tôi thì đây là cơ hội hiếm hoi và duy nhất để thu hình con đập – một nơi mà trước khi đi, tôi không nghĩ là có thể đặt chân tới. Xe chạy dọc theo bờ sông bên hữu ngạn, khoảng 4-5 giờ chiều có lẽ vào giờ nghỉ nên khá vắng, cơ hội là khoảng trống ấy, nên tôi đã chụp hình rất nhanh và tối đa với cả 2 cuộn phim các *landmarks* của khu đập Manwan.

Bên một bờ sông cao, phía dưới là dòng sông nước chảy, tôi cố gắng tới gần nhất chân con đập. Người bạn đồng hành luôn luôn là "cái thắng an toàn" không muốn tôi dừng lâu hơn nữa ở một nơi chắc chắn *"không phải là tụ điểm du lịch"* để mà xông xáo chụp nhiều hình như vậy.

Tôi hiểu rất rõ một điều là cho dù với Trung Quốc đã mở cửa nhưng bản chất vẫn là *"một nhà nước toàn trị"*. Vẫn có những hạn chế về thông tin và truyền thông trong đó vấn đề thu thập các hình ảnh, nhưng mức độ nghiêm ngặt tới đâu thì cũng rất biến thiên tùy theo thời gian, địa điểm và nhân sự, phải kể cả sự may mắn của mỗi nhà báo. Chính thức không được chụp hình là các căn cứ quân sự rồi tới các hải cảng, phi trường, nhà ga và cả những cây cầu trọng điểm. Với con đập thủy điện như Manwan thắp sáng cả Vân Nam, được quân đội bảo vệ, hiển nhiên phải được coi như một căn cứ quân sự chiến lược.

Biết là như vậy nhưng chính những con đập thủy điện, những cây cầu trên khúc sông Mekong nơi thượng nguồn với tôi lại là mục tiêu chính của chuyến đi Vân Nam lần này. Nên ngoài hành lý rất gọn nhẹ, hành trang chính là hai chiếc máy hình với rất nhiều phim vận tốc cao. Cũng phải kể thêm cả sự lạc quan nhưng đồng thời cũng chuẩn bị cho những tình huống tệ hại nhất: có thể sẽ ra về với tay không và cả những hệ lụy có thể xảy ra với những gán ghép thì sẽ rất hàm hồ. Với 2 cuộn phim, tôi nghĩ là đã tạm đủ cho những giờ đầu tiên đến với con đập Manwan ấy.

HOÀNG HÔN TRÊN SÔNG MEKONG

Trở lại khách sạn, được chỉ đường tới Câu Lạc Bộ Công Nhân, nơi chúng tôi có thể dùng bữa ăn chiều. Khu nhà ăn tập thể sạch sẽ khang trang. Vào giờ ăn, công nhân hay kỹ sư, tất cả đều rất trẻ và ngồi chung bàn; sự khác nhau về nghề nghiệp có thể nhận ra được trên nét mặt của họ. Thêm một người bước vào phòng ăn, tay cầm một chiếc tô bằng sắt tráng men trắng, khuôn mặt trẻ ánh mắt thông minh với cặp kính cận.

Như một flashback, chiếc tô bằng sắt tráng men đi lãnh cơm bỗng chốc gợi lại cho tôi cảm xúc của những ngày tù cải tạo ở quê nhà, cũng ba năm chứ ít sao. Tôi bảo Wu nên ra ngoài kiếm một quán ăn nhỏ nào đó dưới phố.

Đó là một quán không bảng hiệu, chỉ vỏn vẹn có mấy chiếc bàn và ghế gỗ nhưng phía sau nhà là nhìn sâu xuống một bãi cát và nước con sông Mekong. Con sông vẫn rì rào chảy, nhưng không còn cuộn sóng và như kiệt sức sau khi bị giam hãm trong hồ chứa và rồi chảy qua những turbines khổng lồ 675 tấn của con đập Manwan.

Phía bên kia bờ sông là núi cao với rừng xanh còn phủ kín. Mặt trời bắt đầu khuất sau đỉnh núi. Lại một hoàng hôn khác trên sông Mekong. Hôm nay, cũng là lần đầu tiên chúng tôi được ăn những món thổ sản của cao nguyên Vân Nam: món nấm xào, măng tre nướng, bọng ong chiên và dĩ nhiên không thiếu món cá tươi mới câu từ dưới con sông Mekong.

Khúc Sông Lan Thương nhiều ghềnh thác phía dưới địa điểm sẽ khởi công xây đập thủy điện Cảnh Hồng / Jinghong.

Tương lai ra sao với người Thái trên rẻo cao nơi khúc sông dưới đập Cảnh Hồng vẫn chưa có lời giải đáp.

Lưới cá trên khúc sông Lan Thương không xa nơi sẽ khởi công xây đập thủy điện Cảnh Hồng.

Mớ cá nhỏ thu hoạch trên khúc sông Lan Thương, thế còn những con cá lớn quen thuộc của sông Mekong nay ở đâu?

TỪ MANWAN TỚI ĐẢNG ỦY CÔN MINH

Bề ngoài thì như bình thản, nhưng tôi không cảm thấy an tâm để lưu lại lâu hơn trong khu vực Manwan và có quyết định rời Manwan sáng sớm hôm sau. Wu thì lại quá nhiệt tình nghĩ rằng có thể tổ chức cho chúng tôi vào thăm bên trong nhà máy vì nghe nói vẫn có những tour có hướng dẫn như vậy.

Sau bữa sáng nơi một quán ăn ngay trước cửa cơ quan, mà chủ nhân là người Hồi giáo (biết được như vậy do hàng chữ Ả Rập trên tấm bảng hiệu). Tôi và Wu trở vào khu hành chánh Manwan, tới được nơi cần tới. Cô trưởng phòng khi biết khách thăm là người ngoại quốc thì cô yêu cầu đợi để hỏi ý kiến cấp trên. Mươi phút sau thì một bà mặc áo ngắn, dáng khắc khổ, mà tôi nghĩ là *phòng tổ chức* bước vào nói chuyện khá lâu với Wu. Bà cho biết những chuyến tham quan như vậy là cho khách nội địa. Vì đây là lần đầu tiên có khách ngoại quốc, bà ta yêu cầu chờ để lên xin ý kiến của Đảng ủy. Wu đã đẩy tôi vào một tình huống thật khó xử và quả thật là thiếu khôn ngoan để dấn thân vào một *"guồng máy"* bất trắc như vậy. Bà phòng tổ chức vừa bước ra, tôi lấy cớ bảo Wu là sẽ không đủ thì giờ cho thêm một chuyến viếng thăm, nhưng rồi cả hai chúng tôi được giữ lại và yêu cầu chờ. Thật là tiến thoái lưỡng nan, tôi vẫn cố giữ vẻ thản nhiên nhưng cảm giác thì cứ như *"gái ngồi phải cọc"* và đồng thời phải chuẩn bị cho tình huống phải trả lời vô số những câu hỏi.

Thời gian như chậm lại, nhưng rồi bà phòng tổ chức cũng trở lại, lần này thì rất lịch sự bà nói chuyện trực tiếp với tôi qua thông dịch của Wu. Rằng Đảng ủy Manwan không trả lời là không, nhưng nếu có lý do thăm viếng chính đáng tôi phải xin phép Đảng ủy Phân bộ Điện lực từ Côn Minh.

Sông Mekong bắt đầu được sử dụng như một thủy lộ chuyên chở dầu khí từ Trung Đông vào Vân Nam mà không phải qua eo biển Malacca (Tân Hoa xã - 29/12/2006)

Tàu chở hàng xuống từ giang cảng Tư Mao / Simao phía bắc Cảnh Hồng.

Kế hoạch phá đá khai sông, mở đường cho những con tàu hàng đi về phương nam xuống tới Chiang Rai bắc Thái và Vạn Tượng Lào.

Những đoàn xe tải chờ bốc hàng từ những chiếc tàu tới giang cảng Cảnh Hồng.

Bị khước từ nhưng lại cảm thấy nhẹ nhõm, vì với red tape ấy, với hệ thống quan liêu giấy tờ ấy, tôi có thể rời Manwan mà không gặp phiền hà và cũng không hề có ảo tưởng là sẽ trở lại thăm Manwan bằng một giấy phép chính thức của Đảng ủy Côn Minh.

CÙNG BẦY CHIM CORMORANTS TRÊN HỒ NHĨ HẢI

Từ Manwan bằng đường bộ lên tới cổ thành Đại Lý cũng đã sẩm chiều. Đại Lý vẫn được so sánh như một tiểu Kathmandu của Nepal, nơi có nhiều thắng cảnh và di tích lịch sử của hơn 1 triệu sắc dân Bạch / *Bai* với gốc rễ văn hóa lâu đời từ hơn 3 ngàn năm. Từ thế kỷ thứ 7, đã có một nước Nam Chiếu / *Nanzhao* rất hùng mạnh từng đánh bại quân nhà Đường vào thế kỷ thứ 8. Sang thế kỷ thứ 10 trở thành vương quốc Đại Lý / *Dali* cho tới thế kỷ 14, thời Nguyên Mông / *Mongol Yuan* thì không chỉ Đại Lý mà toàn vùng Vân Nam mới trực thuộc vào nước Trung Hoa.

Vẫn còn đó những kiến trúc cổ xưa như Chùa Ba Ngôi được xây cất từ thế kỷ thứ 9, những ngôi nhà đá cổ với cả những con đường đá quanh co. Nhưng thực sự đã không còn nguyên vẹn một cổ thành Đại Lý, bức tường thành kiên cố bằng đá không còn nữa, các cổng thành gốc đã bị phá đi thì nay được mô phỏng xây dựng lại nhưng với bên trong lại có những gian hàng bán nữ trang và đồ lưu niệm cho du khách. Đi bộ từ Cửa Bắc tới Cửa Nam của Cổ Thành, qua những đường phố nhỏ với đường lát gạch, hai bên đường là những quán ăn, tiệm Café Internet và luôn luôn tấp nập với các đoàn du khách được hướng dẫn bởi những cô gái gốc Hán má phấn môi son không khác với những cô tiếp viên hàng không nhưng lại với y phục rực rỡ của sắc dân Bạch.

Cô giáo sư tiến sĩ Mika thuộc TT Nghiên Cứu Đông Nam Á Đại học Anh quốc tới nghiên cứu về sắc tộc Akai thuộc dân thiểu số Hani trong vùng Tây Song Bản Nạp.

Cảnh Hồng là thủ phủ của Vùng Tự Trị Tây Song Bản Nạp, sắc tộc đa số là người Thái /Dai nhưng nay là người Hán.

Do hậu quả dây chuyền của cuộc khủng hoảng kinh tế Thái Lan 1998, nhiều cao ốc đang xây bị bỏ dở dang và trở thành hoang phế.

Cây cầu cũ Cảnh Hồng Made in USSR 1977 như một sản phẩm kỹ thuật hạng hai, nay bất dụng, chỉ dành cho xe đạp và người đi bộ.

Cây cầu mới Cảnh Hồng Made in China lộng lẫy như một con công đang dang cánh múa.

Phía tây Đại Lý là trùng điệp núi non, phía đông là hồ Nhĩ Hải / Erhai Lake. Nhĩ Hải là hồ nước ngọt lớn thứ hai của Vân Nam đổ vào con sông Mekong qua một phụ lưu là con sông Xi'er. Được coi như một "tiên cảnh" của sắc tộc Bạch, là một hồ rất sâu có tới hơn 40 loại cá khác nhau nổi tiếng nhất là loại *"cá quậy / bow fish"* giống như cá chép có đặc tính ngậm đuôi vào miệng rồi bung ra nhảy cao trên mặt nước.

Vân Nam rất xa biển nên người dân Vân Nam thích đặt tên biển cho những hồ lớn của họ. Đại Lý mưa tầm tã từ nửa đêm kéo dài tới sáng hôm sau. Nhưng rồi mặt trời cũng ló dạng. Khí hậu đủ tốt cho một nửa ngày đánh cá bằng chim cốc / *cormorants* trên hồ Nhĩ Hải.

Chiếc xe phải len lách giữa những thửa ruộng trên một con đường đất đá để tới được làng đánh cá nhỏ bên bờ tây của hồ Nhĩ Hải, gặp bác ngư dân sắc tộc Bạch da sạm nắng tuổi cũng gần 60, bác sống với đàn chim cốc cũng phải tới hai chục con đã được thuần hóa.

Có khách tới, bầy chim được tự do ra khỏi những chiếc lồng, tung tăng duỗi chân duỗi cánh hân hoan. Thay vì đeo vào cổ chim những chiếc vòng, rất nhanh và thành thạo người đàn ông dùng mớ lạt, buộc cổ từng con chỉ vừa đủ chặt để ngăn chúng nuốt xuống những con cá lớn bắt được, rồi ra lệnh cho đàn chim tung mình xuống nước và bơi theo ghe ra hồ.

Gần bờ, nước hồ ô nhiễm đặc sánh lại với rong rêu, cũng không ngạc nhiên khi thấy rãnh nước thải từ thành phố chảy qua các ruộng lúa rồi đổ thẳng xuống hồ. Phải xa bờ, nước hồ mới trở lại trong xanh. Như những người bạn thiết, bầy chim cốc và ngư ông hoạt động nhịp nhàng. Cảnh tượng thật kỳ lạ chỉ bằng khẩu lệnh với những âm thanh sắc ngắn là cả một bầy chim từng đợt từng đợt vỗ cánh rồi cùng ngụp lặn sâu dưới mặt nước. Phải một lúc sau mới thấy từng con trồi lên, con chim nào với chiếc cổ phồng to phía trên nút lạt thắt là dấu hiệu bắt được cá lớn, ngư ông chỉ cần tới gỡ mỏ từng con và thu hoạch. Mẻ cá đầu tiên của một chú chim cốc là hai con cá chép chỉ nhỏ hơn nửa bàn tay.

Bầy chim tỏ ra rất thân thiện, nhảy lên ghe, đậu trên mái chèo hay trên tay khách. Cảnh trí thiên nhiên hữu tình, chủ khách và bầy chim thực sự giao hòa. Tỏ tình thân, người đàn ông gốc Bạch mời tôi điếu thuốc hút. Cũng đã 30 năm rồi, lần đầu tiên tôi đã lại vui vẻ đón nhận và cả thưởng thức điếu thuốc thơm Vân Nam trên mặt hồ Nhĩ Hải.

Cách đây ngót 8 thế kỷ (1278), Marco Polo trên Con Đường Tơ Lụa Phương Nam / Southern Silk Route đặt chân tới đây và ghi nhận cá ở hồ Nhĩ Hải là "nhất thế giới". Sau đó Marco Polo đã vượt qua sông Mekong phía tây Vân Nam để ra khỏi Trung Hoa.

Sáu thế kỷ sau Marco Polo (1868), đoàn thám hiểm Pháp với Doudart de Lagrée / Francis Garnier khởi hành từ Sài Gòn bằng cuộc hành trình gian truân ngược dòng sông Mekong kéo dài hai năm. Cuối cùng Francis Garnier cũng tới được hồ Nhĩ Hải phía đông khu cổ thành Đại Lý. Nhưng Francis Garnier đã bị vị Sultan, vua Hồi, từ chối tiếp kiến và buộc đoàn phải rời Đại Lý ngay sau đó.

Hơn 130 năm sau Francis Garnier, chúng tôi đang trở lại với sinh cảnh đẹp đẽ nhưng quá mong manh và có lẽ là những năm tháng cuối cùng của hồ Nhĩ Hải với nước hồ ngày càng ô nhiễm, đổ thoát ra bằng một phụ lưu lớn là con sông Xi'er để rồi cuối cùng cũng đổ dồn vào dòng chính con sông Mekong.

Tận dụng nguồn than trắng với các con đập thủy điện "bỏ túi" trên sông Liusha tức Cát Vàng, thuộc Tây Song Bản Nạp.

Một phụ lưu sông Lan Thương của tỉnh Vân Nam Trung Quốc.

Trâu sắt thay trâu cày trên những cánh đồng vùng Tây Song Bản Nạp / Xishuangbanna Vân Nam.

Từ Vân Nam xuống tới Thái, Lào, Cam Bốt và Việt Nam người ta vẫn cứ tiếp tục phá những khu rừng mưa / rainforest.

Tương truyền rằng hàng năm cứ vào khoảng tháng Tư, đoàn cá Pla Beuk về tụ hội tại nơi vũng sâu Luang Prabang phía bắc Vạn Tượng để tuyển chọn xem con nào sẽ tiếp tục vượt thêm hơn 2.000 km bơi ngược dòng lên hồ Nhĩ Hải để đẻ trứng, con nào sẽ hy sinh làm mồi cho ngư dân làng Chiang Khong trong ngày hội thi cá Pla Beuk.

Pla Beuk / *Pangasianodon gigas* là loại cá bông lau khổng lồ chỉ có trên sông Mekong có con dài tới 3 mét nặng tới hơn 300 kg. Ngư dân Thái và Lào sống hai bên bờ con sông Mekong vẫn tin rằng cá Pla Beuk là loại linh ngư đem tới cho họ vận may trong mỗi mùa chài lưới. Từ 10 năm nay, khi hoàn tất con đập thủy điện Manwan (1993) trên dòng chính sông Mekong như một nút chặn, đã chẳng còn một con cá Pla Beuk nào lên tới được hồ Nhĩ Hải để đẻ trứng.

Sau hai điếu thuốc, chủ và khách đều hân hoan. Lão ngư ông cao hứng bảo sẽ hát cho chúng tôi nghe một bài tình ca có tự lâu đời của sắc dân Bạch. Tuy không hiểu được lời ca nhưng những nốt nhạc thì rất du dương trầm bổng. Theo Wu thì bài hát kể lại mối tình thơ mộng và say đắm của đôi trai gái sắc tộc Bạch, cùng chèo thuyền trên hồ Nhĩ Hải cảnh sắc hữu tình, dưới bầu trời xanh, bên dãy núi cao, trên biển nước mênh mông, mỗi nốt nhạc lời ca là tiếng lòng thổn thức của họ. Ở tuổi gần 60, da sạm nắng và gầy khắc khổ, nhưng người đàn ông đã hát với tất cả vẻ đam mê như đang sống lại với mối tình đầu của tuổi thanh xuân ngày nào. Bầy chim cốc vẫn bơi sát theo thuyền, mấy con nhảy đỗ trên ghe thì nghển cổ như để lắng nghe chủ hát.

Tôi hỏi về mức thu hoạch cá với đàn chim cốc. Ông nói đã sống với nghề săn cá bằng chim cốc từ 40 năm và chỉ cách đây hơn 10 năm thôi, vẫn có được những mẻ cá lớn nhưng về sau này thì không, lượng cá không hiểu tại sao ít hẳn đi, nhưng đàn chim cốc thì vẫn nuôi sống gia đình ông chủ yếu bằng tiền của du khách.

Người Bạch / Bai từ vương quốc
Đại Lý / Dali - một em bé Bạch
đang ngồi học chữ Hán.

Cô gái sắc tộc Di nhưng cũng có
thể là người Hán với trang phục
sắc tộc để hấp dẫn khách du lịch.

Thiếu nữ người Thái / Dai Vùng
Tự Trị Tây Song Bản Nạp.

Trong phiên chợ đêm ở Đại Lý chỉ
có một sắc tộc là giới cần lao.

Như từ bao giờ Vân Nam là một cộng đồng đa sắc tộc.

Với người sắc tộc Akai vùng Tây Song Bản Nạp thì đường biên giới giữa các quốc gia chỉ là một "không gian ảo"

Trước khi rời Đại Lý, chúng tôi cũng tìm đến thăm Mekong River Culture & Art Center trên đường Wenxian. Thực ra đó chỉ là một thứ motel với vườn cây và hồ cá. Bảo đó là trung tâm văn hóa của con sông Mekong thì thực là quá đáng bởi vì ngoài mấy chục phòng cho thuê, chỉ có thêm ở đó vài ba lớp hội họa, lớp thảo bút tự / *calligraphy*, lớp nhạc và lớp thể dục Tai Chi. Tác phẩm trưng bày là mấy bức tranh sơn dầu màu còn thô sượng, vài bức tượng nặn dở dang, khó có thể gọi đó là nghệ thuật. Những trang văn và thơ thì chưa xuất bản để được đọc, cảnh trí của trung tâm này chẳng có liên hệ gì tới con sông Mekong – ngoài một cái tên, để phải đi hơn nửa vòng trái đất tìm tới.

LƯỚI CÁ TRÊN SÔNG MEKONG

Hai ngày nữa cũng không có chỗ cho chuyến bay từ Đại Lý xuống Cảnh Hồng, chúng tôi quyết định trở lại Côn Minh bằng đường bộ, từ đây mỗi ngày có nhiều chuyến bay đi Cảnh Hồng, là thủ phủ của vùng tự trị Tây Song Bản Nạp / *Xishuangbanna* gồm nhiều sắc tộc đa số là Thái / *Dai*, vốn được coi như một *"tiểu quốc Thái Lan"* trong một đất nước Trung Hoa.

Ngoài khả năng thông dịch, Wu cũng không biết gì nhiều hơn chúng tôi về vùng tự trị phía nam. Không có Wu đi cùng, chúng tôi lại đứng trước một tình huống mới.

Tới Cảnh Hồng, từ phi trường Banna về Xishuangbanna Sightseeing Hotel, cho dù là khách sạn 3 sao cũng chỉ gặp toàn người nói tiếng Hoa. Phải chờ cho tới buổi chiều khi gặp được cô *manager*, có lẽ người Hồng Kông biết chút tiếng Anh, chúng tôi mới có thể liên lạc với một hãng du lịch.

Bên kia đầu dây là Oliver, nói tiếng Anh như một người Hoa sinh đẻ ở Mỹ. Chỉ nửa giờ sau, hắn đích thân tới làm việc với chúng tôi ngay tại phòng khách sạn và cùng hoạch định chương trình cho ba ngày tới: bằng thuyền máy chúng tôi sẽ ngược dòng sông Mekong lên tới địa điểm xây đập Cảnh Hồng, lên thăm một khu cư dân sắc tộc, ngày hôm sau bằng xe tới với các con đập thủy điện phụ lưu dọc theo con sông Cát Vàng, thăm giang cảng Tư Mao và có thêm cả một buổi mai lưới cá trên sông Mekong. Chủ yếu là tới với sinh cảnh của con sông Mekong và những con đập.

Một chương trình không giống với bất cứ một *Tour Route* nào mà Oliver vẫn phục vụ du khách. Dĩ nhiên có một cái giá phải trả cho một chọn lựa như vậy. Và người hướng dẫn là một thanh niên 22 tuổi sắc tộc Di / *Yi* với một *funny name: Potato.* Người Di không có tên họ nên hắn được bố mẹ chọn cho tên *Củ Khoai* mà hắn cũng rất thích. Là người thiểu số nhưng rất thông minh, lại chịu khó, hắn đang đi làm để dành tiền để có thể lên học đại học ở Côn Minh. Tối nào *Potato* cũng vào thư viện đọc sách báo, sau nửa đêm thì học thêm tiếng Anh qua các đài VOA hay BBC. Mỗi ngày với hắn là một ngày mới, học thêm một điều mới: ngày thứ hai đang trên sông nước, Potato quay sang hỏi tôi có biết một tên khác của con sông Mekong, rồi hắn thích thú tự trả lời: *Danube of the East.* Hắn mới học được chữ đó trong thư viện buổi tối hôm trước.

Sau Côn Minh, lại thêm một ngạc nhiên nữa khi tới với thị trấn Cảnh Hồng. Chỉ mới 5 năm gần đây thôi, từ 1998, một Cảnh Hồng cũ đã bị san bằng để thay thế bằng một thành phố hoàn toàn mới, với khách sạn nhiều tầng, các cửa hàng bách hóa, có cả thư viện và nhà sách lớn, với những con đường trải nhựa rộng với hai hàng cây xanh và dĩ nhiên là đông đảo người gốc Hán từ các nơi đổ tới. Một năm sau đó, 1999, cây cầu mới lộng lẫy Cảnh Hồng từ xa nhìn như một con công dang cánh múa do Công ty Xây dựng Cầu đường Thượng Hải hoàn tất như một điểm nối quan trọng của mạng lưới giao thông thuộc Lưu Vực Lớn Sông Mekong (Greater Mekong Subregion).

Chỉ mới ba tuần lễ trước đây thôi, những cơn mưa lớn Vân Nam đã gây lụt lội và làm chết 12 người. Đây cũng là thời gian người bạn ở Nong Khai, một thị trấn đông bắc Thái ngay phía bên kia sông là Vạn Tượng, đã Email cho biết: *"là đang chạy lụt, mực nước sông Mekong lên cao vì cả tuần nay nước đổ ào ào xuống từ Vân Nam. Nước đã lên đến mé đường chạy dọc theo bờ sông. Xe cảnh sát chạy khắp phố báo động, nhiều cửa tiệm đã chất đầy bao cát ở cửa ra vào, hoặc chở các hàng hóa đi Udon Thani tránh lụt."*

Nay mực nước đã lại xuống thấp, những khối đá lớn nhỏ ven sông đã lại trồi lên. Sông sâu nhưng cũng phải thông thuộc nếu không có thể vỡ ghe vì va vào những tảng đá ngầm. Chiếc ghe máy chạy ngược dòng sông về hướng bắc, nơi sẽ xây con đập thủy điện Cảnh Hồng. Nước sông đỏ màu phù sa, vẫn chảy xiết với cả những vùng nước xoáy. Hai bên bờ sông là núi non. Trong tầm mắt nhìn thấy được, không còn đâu là những khu rừng mưa / *rainforest* nay được thay thế bằng những rừng cao su xanh ngút ngàn. Để thay thế cho những khu rừng mưa bị tàn phá, người ta trồng thay vào đó bằng những loại cây kỹ nghệ tương đối mọc nhanh như cây cao su, cây khuynh diệp (Eucalyptus)... tuy được mệnh danh là rừng-tái-sinh (reforestation) nhưng đó thực sự không phải là rừng mà chỉ là vùng đất nguyên là rừng nay trở thành vùng trồng thuần một loại cây kỹ nghệ / *industrial monoculture tree plantation.* Kế hoạch trồng cây kỹ nghệ này bắt đầu từ Thái Lan, rồi Vân Nam Trung Quốc sau đó lan nhanh sang Lào, Cam Bốt và Việt Nam. Thực ra ai cũng hiểu rằng những khu rừng cây kỹ nghệ ấy không thể nào thay thế cho những khu rừng nguyên sinh, nếu không muốn nói tới những ảnh hưởng của một hệ sinh thái bất thường tác hại trên nước, trên đất, biến sinh cảnh trở nên cằn cỗi đối với cư dân sinh sống trong vùng...

Nhìn những búi cỏ rác khô và cả những túi rác ni-lông đủ màu còn vướng trên những cành cây cao mới thấy được đỉnh lũ phải cao hơn mực nước hiện nay từ 3 tới 4 mét. Những túi ni-lông chưa bị phân hủy, cũng để thấy rằng con sông Mekong đang là cống rãnh của các chất phế thải kỹ nghệ và cả rác rưởi của tiện dụng gia cư. Con sông vẫn chảy xiết giữa hai bên là núi cao lại thưa thớt dân cư; những hẻm núi cao dốc ấy là địa hình lý tưởng để mà xây thêm những đập thủy điện. Dự án đập Cảnh Hồng / *Jinghong* đã có cùng thời với con đập Mạn Loan / *Manwan*, dự trù sẽ được khởi công vào năm 2005. *Dù vào thời điểm nào, thì sớm muộn chuỗi đập Bậc Thềm Vân Nam trên dòng chính sông Mekong cũng sẽ được Trung Quốc từng bước hoàn tất do những lợi lộc vô hạn đem lại và sẽ không có thế lực nào có thể cản trở được họ. Điều ấy là chắc chắn.*

Không phải bây giờ mà ngay giữa mùa nước cao ấy, Mika cô gái Nhật Bản đã trải qua 4 ngày 4 đêm trên một chiếc tàu hàng lớn với 5 người đàn ông lạ khác để đi ngược dòng sông Mekong từ Bắc Thái lên tới Cảnh Hồng. Nhỏ nhắn và xinh xắn như một cô nữ sinh trung học nhưng cô ấy lại là một giáo sư tiến sĩ của một đại học bên Anh thuộc Trung Tâm Nghiên Cứu Đông Nam Á / *Centre of South East Asian Studies* và dĩ nhiên phải gan cùng mình để chọn một cuộc hành trình nhiều hiểm nguy và gian truân như thế. Vì là tàu hàng cấm chở khách nhưng qua giới thiệu của một người quen, cô được phép lên tàu như một thân quyến của giang đoàn. Qua các trạm kiểm soát, cả năm người đàn ông ấy ai cũng sẵn sàng nhận cô làm vợ. Họ phải vất vả đi theo tàu xa gia đình hàng tháng trời, Mika đến với họ như một cơn gió mát nhưng cô lại cảm thấy an toàn vì người đàn ông nào cũng thấy có nghĩa cả bảo vệ cho cô. Chúng tôi lần đầu tiên gặp Mika trong một phiên chợ đầy màu sắc với những bộ y phục cổ truyền của sắc dân Akai thuộc nhóm tộc thiểu số Hani. Phiên chợ đối với họ không phải chỉ để trao đổi hàng hóa mà còn là nơi phát triển các mối tương giao xã hội. Sắc dân Akai không chỉ sinh sống ở vùng tự trị Tây Song Bản Nạp / *Xishuangbanna* mà còn cả ở Bắc Thái và Lào. Đề tài khảo sát của Mika là *Transnational Migration of Ethnic Minority Akai,* đối với sắc dân này thì đường ranh giữa các quốc gia chỉ là một thứ biên giới ảo / virtual border. Cùng chia sẻ mối quan tâm về các sắc dân thiểu số, chúng tôi có nhiều điều để trao đổi và cũng nghĩ rằng vấn đề người Thượng ở Tây nguyên Việt Nam có thể là một đề tài nghiên cứu của Mika trong tương lai.

Hôm nay Mika đã cùng xuống thuyền với chúng tôi trong chuyến du khảo trên sông Mekong. Nước sông Mekong vẫn rào rào chảy xiết, cả rất xoáy và sủi bọt khi vòng qua những ghềnh đá. Bây giờ thì Mika mới bắt đầu biết sợ, cô không thể tưởng tượng được rằng mình đã trải qua hơn 4 ngày đêm lại ngược dòng trên con nước lớn cuộn sóng ấy.

Bây giờ mới tận mắt thấy xuôi dòng sông Mekong là những con tàu lớn chở hàng từ cảng Tư Mao / *Simao* xuống tới tận Bắc Thái và Lào, xuống xa tới Vạn Tượng. Vào tháng 04/2001, Trung Quốc đã ký một thỏa ước về thủy vận trên sông Mekong nhưng chỉ với 3 quốc gia Miến Điện, Thái Lan và Lào với kế hoạch vét lòng sông, cả dùng cốt mìn chất nổ phá tung những khối đá trên các đoạn ghềnh thác, các đảo nhỏ trên sông để khai thông mở rộng đường sông cho tàu lớn trọng tải từ 500-700 tấn có thể di chuyển từ cảng Tư Mao Vân Nam xuống Chiang Khong, Chiang Saen (Thái Lan) xuống thẳng tới Vạn Tượng thủ đô nước

Lào. Trong khi Việt Nam và Cam Bốt là hai quốc gia cuối nguồn, trực tiếp chịu ảnh hưởng của kế hoạch ấy thì bị gạt ra ngoài. Hậu quả ra sao thì chưa ai lượng giá được nhưng chắc chắn nhịp độ thiên nhiên điều hòa của dòng chảy sẽ bị rối loạn có ảnh hưởng dây chuyền trên toàn hệ sinh thái sông Mekong. Mặt trời bắt đầu hồng lên trên đỉnh núi cao nhưng vẫn còn mờ sương. Ngược dòng chảy mạnh, chiếc ghe chạy chậm hẳn lại. Nhưng rồi cũng lần lượt ghé vào từng ghềnh đá nơi có đặt lưới từ đêm qua.

Cả thảy 12 chiếc lưới được đặt hai bên bờ ở những khúc sông khác nhau gần nơi sẽ xây con đập Cảnh Hồng. Mỗi chiếc lưới nay được chính tay chúng tôi kéo lên. Mỗi mẻ lưới đều có cá nhưng là những con cá nhỏ, nhỏ hơn cả những con cá lưới được trên khúc sông Vạn Tượng ở Lào hay nơi khúc sông Tonle Sap ở Nam Vang. Cũng có mẻ lưới thật nặng không phải cá lớn mà do lưới mắc vào ghềnh đá. Tóm lại đây là một vụ thu hoạch nghèo nàn. Không nói tới những con cá hiếm quý như Pla Beuk, Dolphin nhưng ngay cả những con cá lớn quen thuộc của sông Mekong nay ở đâu? Tôi thì vẫn lạc quan tin rằng còn quá sớm để bảo rằng đó đã là hình ảnh của quá khứ.

ĐƯỜNG LÊN TƯ MAO

Tư Mao / *Simao* cách thị trấn Cảnh Hồng 165 km về hướng đông bắc, được coi như cửa ngõ để đi về phương nam xuống vùng tự trị Tây Song Bản Nạp. Con đường đèo tuy hẹp nhưng khá tốt.

Potato thuê được một cô tài xế gốc Hán tóc ngắn tuổi mới ngoài 20, tay lái quá vững lại quen thuộc đường đi nên cô ấy vẫn không giảm tốc độ ở cả những khúc đường vòng. Chiếc xe vẫn chạy giữa một màu xanh của núi đồi, qua các thung lũng với sông và lạch.

Giữa con đường độc đạo ấy nơi lưng đèo gặp phải một trạm kiểm soát với những người lính Hồng quân còn rất trẻ. Họ kỷ luật lễ phép nhưng vẻ mặt thì quá lạnh lùng và cảnh giác.

Cũng hình ảnh người lính Hồng quân ấy từ 28 năm nay đang ghì súng trên quần đảo Hoàng Sa của Việt Nam.

Truyền hình của nhà nước Trung Quốc luôn luôn có một kênh đài chỉ để phô trương sức mạnh quân sự của Hoa Lục.

Mọi người phải xuống xe để họ xét và giở xem từng trang cuốn sổ thông hành. Tuy mang thông hành Mỹ nhưng Potato lại giới thiệu chúng tôi là người Việt và Mika là người Nhật Bản. Họ yêu cầu được khám và lục soát xe từ trước ra sau; vì đây là con đường từ Thụy Lệ / *Ruili* một thị trấn biên thùy hoang dã giữa cực tây nam Trung Hoa và Miến Điện, được coi như trục vận chuyển thuốc phiện từ khu Tam Giác Vàng vào Vân Nam. Những gì sẽ xảy ra nếu họ tìm ra được dù chỉ một chút ma túy trên chiếc xe của chúng tôi? Họ để chúng tôi đi sau khi không tìm thấy gì ngoài mấy thùng hàng khô nơi cốp xe sau của cô tài xế.

Cuối cùng chúng tôi cũng tới được thị trấn Tư Mao, địa danh rất nổi tiếng về các loại danh trà của Vân Nam, nằm trên hai con đường lịch sử: Con Đường Tơ Lụa Phương Nam / *Southern Silk Road,* như một hành lang doanh thương có từ thời Marco Polo sang tới tận La Mã và Con Đường Mã Trà / *Tea-Horse Road* nơi xưa kia xuất phát các đoàn xe ngựa thồ chở trà lên tận Tứ Xuyên và cả Tây Tạng. Nay thì người ta đang mở thêm một xa lộ có tên là Xa Lộ Vân Nam – Miến Điện dài 910 km từ Côn Minh tới Thụy Lệ, như một nhánh quan trọng trong mạng lưới giao thông Giang cảng Tư Mao trên bờ sông Mekong nhưng lại cách thị trấn ngót 80 cây số. Trời sẩm tối đường lại xấu nên chúng tôi quyết định trở lại Cảnh Hồng sau khi thăm mấy đường phố chính và cả thưởng thức mấy chung trà Pu'er nổi tiếng của Tư Mao. Về tới Cảnh Hồng, chúng tôi đã phải ở lại thêm một ngày nữa và phải ngủ gần qua đêm ngoài phi trường vì một trận bão lớn đang thổi vào Côn Minh.

HỒ ĐIỀN TRÌ / DIAN CÔN MINH VÀ CON SÔNG HỒNG

Những chuỗi hồ lớn nhỏ chạy dài xuống tới Hà Khẩu / *Hekou* biên giới phía bắc của Việt Nam đã tạo nên một địa hình rất đặc biệt của cao nguyên Vân Nam. Điền Trì / *Dian* là một biển hồ lớn nhất phía nam Côn Minh, đã từng được Marco Polo khi tới thăm thủ phủ Côn Minh vào thế kỷ thứ 13 mô tả như *"một hồ lớn cả trăm dặm và lưới được rất nhiều cá"*. Hồ có chiều dài hơn 40 km, diện tích 300 km² (gần bằng nửa diện tích đảo quốc Singapore), phía tây là núi đồi, phía đông hồ, địa hình bằng phẳng, nguyên là khu chài lưới thịnh vượng nhưng do ô nhiễm từ các khu kỹ nghệ bờ đông nam nên đã không còn nhiều cá và thực sự không còn một nền ngư nghiệp. Không sao xử lý được nước thải, không giải quyết được khối nước đã quá ô nhiễm trong Hồ Lớn Điền Trì – Wu thuật cho chúng tôi nghe về một kế hoạch táo bạo của chính quyền Vân Nam: dự trù chi phí 2 tỉ yuan để khai thông một đường dẫn cho thoát nước ra sông Hồng chảy qua Việt Nam rồi đổ ra Biển Đông, sau đó thay thế bằng nước con sông Dương Tử dẫn vào hồ. Tuy chưa thể kiểm chứng được là có bao nhiêu phần trăm sự thật trong kế hoạch đầy sáng tạo nhưng độc ác của các *"công trình sư Đại Hán"* ấy. Làm sao kiểm chứng được khi các kế hoạch luôn luôn bị "bưng bít, giấu nhẹm" bởi nhà nước

Trung Quốc, nhưng có thể chắc chắn một điều Wu người giáo viên trung học ấy không đủ giàu tưởng tượng để bịa đặt ra điều đó.

Đổ tất cả ô nhiễm của hồ Điền Trì vào con sông Hồng như một đường cống rãnh, hậu quả sẽ ra sao trên bao nhiêu triệu cư dân Việt Nam nơi đồng bằng châu thổ đang sống bằng nguồn nước con sông Hồng và đây là điều sẽ được ai quan tâm tới? Nhà cầm quyền Hà Nội được biết gì về một kế hoạch *"giải quyết môi sinh"* theo lối ném bùn sang ao của chánh quyền Vân Nam?

Với tất cả "sự dè đặt" nhưng không thể không ghi lại sự kiện trên và hiển nhiên những bước tiếp theo là trách nhiệm của chánh quyền Hà Nội phải làm sáng tỏ vấn đề qua những *"điều tra và kiểm chứng"*, với sự góp sức của các nhà báo bên trong cũng như bên ngoài nước và của các nhà hoạt động môi sinh. Nếu như đó là sự thật – chỉ mong là không, thì hàng bao nhiêu triệu cư dân Việt đang sống trong vùng châu thổ sông Hồng sẽ nghĩ sao và phản ứng ra sao? Wu thực sự không ở tầm vóc để chúng tôi phải mở ra một cuộc tranh luận môi sinh và anh ta thì lúc nào cũng rất kiêu hãnh về những công trình đem lại thịnh vượng cho nước Trung Hoa.

MỘT CHÚT RIÊNG TƯ

Ngày cuối cùng ở Vân Nam, cùng vợ và đứa con gái nhỏ Wu nhất quyết mời cho được chúng tôi tới ăn tối tại nhà hàng *Old House* lớn như một hí viện rất nổi tiếng của Côn Minh gần bên *World Horti-Expo Garden*. Sau hơn hai tuần lễ giao tiếp, không còn là mối liên hệ của những dịch vụ, đối với gia đình Wu chúng tôi trở thành những người bạn thân. Ở cái tuổi chưa đầy 30, Wu có trước mặt một tương lai. Wu không phải là tên thật của anh, nhưng được tôi chọn cũng vì sự an sinh của anh và gia đình. Cũng vì sự riêng tư, tôi đã không đưa vào bài viết Tường Trình Từ Vân Nam về người bạn đồng hành đã chia sẻ với tôi những kinh nghiệm của suốt một chuyến đi kể cả những giây phút căng thẳng, nhưng giữa chúng tôi thì đó là những ngày khó quên.

Buổi tối hôm ấy, trên tầng lầu 4 của nhà hàng Old House có những buổi tiệc mừng sinh nhật rất lớn với cả màn thổi nến và hàng trăm người cùng đứng lên hát bài Happy Birthday to You bằng tiếng Anh và sau đó là một điệp khúc bằng tiếng Hoa. Lạc quan thì bảo rằng đó là dấu hiệu của bước toàn cầu hóa / *globalization* theo cái nghĩa Mỹ Hóa / *Americanization*, và cũng để cố quên đi cái hình ảnh một nước Mỹ đang Hán Hóa / *Sinicization* với khắp các tiệm bách hóa từ New York tới San Francisco mỗi ngày một đầy ngập thêm những món hàng Made in China.

CHỈ CÓ MỘT LỰA CHỌN: SỰ PHÁT TRIỂN

Khi chiếc Boeing 777 vừa rời Quảng Châu trên đường trở về Mỹ, không hiểu sao một hình ảnh chẳng có gì đặc biệt lại hiện ra rất rõ nét trong trí tôi lúc đó: một tấm bảng hiệu thật lớn trên một con đường quê an bình của Vân Nam, với một bên là làng mạc, một bên là những thửa ruộng lúa vàng, bên cạnh hình ông già Đặng Tiểu Bình là một hàng chữ ngắn thật lớn: Chỉ Có Một Lựa Chọn: Sự Phát Triển. Đó là một thông điệp rất rõ ràng ông Đặng Tiểu Bình gửi tới nhân dân Trung Quốc. Không phải chỉ có phát triển mà phát triển với tốc độ rất nhanh với hình ảnh Trung Quốc bước vào thế kỷ 21 đang vươn lên như một siêu cường.

Với một số ít người thuộc thế hệ lớn hơn, họ nhìn cái dấu mốc phát triển của Trung Quốc lùi về một thời điểm xa hơn nữa: ngày ông Nixon tổng thống Mỹ đầu tiên tới gõ *"cánh cửa sắt khép kín"* của Trung Quốc để gặp được chủ tịch Mao Trạch Đông mở ra một kỷ nguyên mới cho nước Trung Hoa.

Phải chứng kiến sự đổi thay mau chóng của cả một vùng tây nam kém phát triển như tỉnh Vân Nam, không phải chỉ ở những thành phố, dấu hiệu của phát triển và xây cất còn thấy rất rõ cả ở *"những thị trấn giữa đàng"* hai bên quốc lộ. Ruộng lúa thì xanh mơn mởn. Điện tới được cả những căn nhà ở vùng rất hẻo lánh trên các rẻo cao và không phải là không thường gặp trước mỗi hiên nhà ấy một đĩa bắt sóng mới biết trong nhà đã có TV.

Không phải đi theo *Tour Route* để bảo rằng đó là những hình ảnh mà nhà nước Trung Quốc muốn phô trương. Nói chung, từ thành thị tới thôn quê là hình ảnh những người dân Trung Quốc mặc lành lặn và no đủ. Lo được điều cơ bản ấy cho 1,2 tỉ dân mà vẫn cứ phát triển, đó phải được kể là một kỳ công nhưng có thể lý giải được vì họ:

- Có chất xám của trí tuệ, có kỹ thuật cao.

- Có lực lượng lao động cần cù và chịu khó.

- Có kỷ luật dù tự nguyện hay không trong một chánh quyền toàn trị.

- Có lòng tự hào và yêu đất nước Trung Hoa của họ.

Hiển nhiên đất nước ấy không thiếu những khiếm khuyết như bất cứ xã hội nào khác, nhưng trải qua bao kinh nghiệm bi thương của rất nhiều máu và nước mắt, người dân Trung Quốc ngày nay đã đứng vững trên hai chân của họ để đi về tương lai.

Từ Trung Quốc, nhìn về Việt Nam nhỏ hơn cả tỉnh Vân Nam, một đất nước đang vỡ ra từng mảnh, nhìn về Hoa Kỳ ngoài sức mạnh quân sự nhưng ngày càng cô lập và mất quyền lãnh đạo thế giới, cứ theo lẽ thịnh suy, thế kỷ 21 sẽ là thế kỷ của Trung Quốc. Ở mỗi thời kỳ, mỗi dân tộc sẽ phải cam chịu hay có một số phận xứng đáng với sự lựa chọn và cách sống của họ.

Côn Minh — Mạn Loan
Cảnh Hồng — Tư Mao — Đại Lý
09/2002

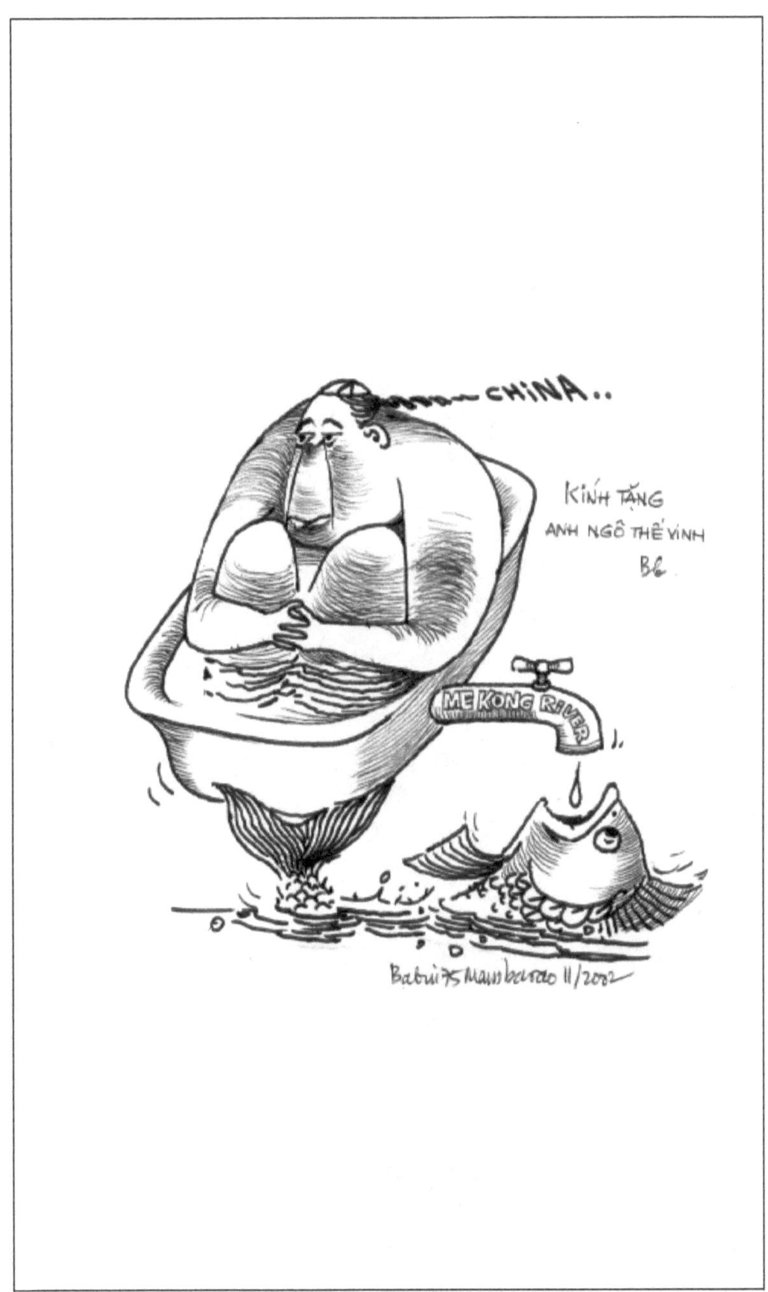
CHINA..
KÍNH TẶNG
ANH NGÔ THẾ VINH
Ba
MEKONG RIVER
Babui 75 Mansborao 11/2002

SOS
MEKONGRIVER

LÀO PDR.COM
ĐI RA TỪ LÃNG QUÊN

*Từ một Xứ Sở Bị Lãng Quên, Lào đang muốn
trở thành Xứ Kuwait Thủy Điện của Đông Nam Á.*

MỞ LẠI HỒ SƠ LÀO TRƯỚC CHUYẾN ĐI

Từng bị mang tên là *"Xứ Sở Bị Lãng Quên – Forgotten Country"*, gần đây Lào lại đang được biết tới không chỉ qua Du Lịch Sinh Thái – *Ecotour* với hơn 600 ngàn du khách / năm nhưng còn được chú ý nhiều hơn nữa do tin tức từ bên ngoài về những biến động chánh trị ở Lào. Dĩ nhiên phải từ bên ngoài vì không có tự do báo chí hay đúng hơn không có sinh hoạt báo chí ở Lào. Hai tờ tuần san / bán tuần san *Le Rénovateur* – Đổi Mới [tiếng Pháp] và *Vientiane Times* – Vạn Tượng Thời Báo [tiếng Anh] là của nhà nước Lào chủ yếu dành cho người nước ngoài.

Bây giờ là tháng 12, thời điểm tốt về thời tiết để viếng thăm Lào (khoảng giữa tháng 11 tới tháng 3): sau đó khí hậu quá khô nóng rồi tiếp theo là Mùa Mưa. Nhưng xem ra thời điểm lúc này lại không tốt về dự báo tình hình chánh trị ở Lào với dồn dập những tin tức:

- Các vụ nổ bom từ Vạn Tượng tới Pakse làm rung chuyển nước Lào. Tướng lưu vong Vang Pao người Hmong phủ nhận trách nhiệm (AFP, 26/07/2000).
- Vụ nổi dậy vũ trang bị giấu nhẹm ở vùng núi non Muong Khoun, Lào (AFP, 04/08/2000).
- Tin Bộ trưởng Tài chánh Khamsai con trai ông Hoàng Đỏ Souphanouvong ty nạn chánh trị bị Lào phủ nhận (AFP, 05/08/2000).

Rồi tiếp theo những tin như:

- Vụ tấn công biên giới Lào Thái với cờ Hoàng Gia Lào; người Mỹ gốc Hmong mất tích trên đường tới Lào; người Hmong đốt chợ ở cây số 52 trên quốc lộ 13 phía bắc Vạn Tượng; đoàn xe chở quân đội Cộng sản Việt Nam di chuyển qua thủ đô Vạn Tượng...
- Bà Ngoại trưởng Albright khẳng định Mỹ không hậu thuẫn phong trào kháng chiến ở Lào, tòa đại sứ khuyên không nên du lịch đường bộ lên phía bắc Vạn Tượng.

Rồi là cả một bài viết dài đọc được trên Internet viết về *"Những Biến Chuyển Tại Lào"* với đầy bất ổn.

Chuyến đi của tôi tới với con Sông Mẹ / Mae Nam Khong (tên Lào Thái của con sông Mekong) trong bối cảnh chánh trị địa dư như vậy – không qua Guide Tour, không với tính cách một du khách. Hành trang đem theo phải kể cả những dữ kiện đầy ắp của cuộc hành trình 2 năm 24 ngày của Đoàn Thám Hiểm Pháp Doudart de Lagrée / Francis Garnier (Mekong Expedition of 1866 - 1868) cách đây hơn một thế kỷ.

Từ nước Mỹ ngay sau Lễ Tạ Ơn – Thanksgiving Day, đang là không khí rộn rã chuẩn bị mừng Giáng Sinh và đón mừng năm mới 2001, năm đích thực đầu tiên của Thế Kỷ 21. Một ngày trước chuyến đi, tôi còn nhận được lời khuyên "bảo trọng" của người bạn làm báo am hiểu tình hình xứ Lào.

TỪ BANGKOK SANG VẠN TƯỢNG

Thái Lan đang rộn rịp mùa bầu cử. Trong chánh trị người dân Thái phân hóa nhưng lòng tôn kính của họ đối với nhà vua luôn luôn là một. Cả nước Thái đang hân hoan làm lễ mừng sinh nhật thứ 72 của quốc vương Bhumibol. *The King's 72nd Celebration* là dòng chữ có thể đọc được trên tất cả thân tàu của các chuyến bay hãng hàng không Hoàng Gia Thái.

Tới Bangkok lúc 2 giờ sáng, phi trường Don Mueang vẫn tất bật nhộn nhịp 24 giờ. Sáng hôm sau bằng chuyến bay Thai Royal International 747 với các cô tiếp viên đẹp mịn như tơ *(Smooth as Silk, First Time and Every Time)* đi Vạn Tượng. Máy bay đầy ắp du khách, cả những Lào kiều từ Mỹ từ Úc lần đầu tiên về thăm quê hương 25 năm sau. Chỉ một giờ bay để đặt chân tới phi trường quốc tế Wattay khang trang và xinh xắn, mới được Nhật Bản xây xong. Không còn những bảng hiệu tuyên truyền kiểu *"Nông Công Binh Đoàn Kết Bảo Vệ Chủ Nghĩa Xã Hội"*. Vạn Tượng cuối năm 2000 đã khác xa với những trang sách của Graham Greene trong Người Mỹ Trầm Lặng (1955).

Từ những thập niên 1930, để kiện toàn bộ máy thư lại, chánh quyền bảo hộ Pháp đã đưa rất nhiều gia đình công chức Việt Nam sang Lào, đông tới mức (ngoại trừ kinh đô Luang Prabang) số người Việt tại các thành phố lớn như Vạn Tượng, Savannakhet, Xieng Khouang, Pakse đã trở thành đa số. Các bang hội người Hoa là cộng đồng di dân lớn thứ hai.

Thủ đô Vạn Tượng trên đà phát triển nhưng vẫn là một thị trấn nhỏ với những ngôi biệt thự cũ thời Pháp ẩn khuất dưới tàn cây xanh ngày càng ít đi. Sở Ngân Khố cũ trên đường Fa Ngum chỉ còn bốn bức tường vàng với mái đổ nát, rất tương phản không xa đó là Tòa Nhà Trắng uy nghi của chủ tịch nhà nước Lào.

Nhưng từ cái nền phẳng xanh ấy của Vạn Tượng bắt đầu vươn lên những tòa nhà mới cao tầng, các *buildings*, nổi bật nhất vẫn là các khách sạn 4 sao hàng trăm buồng, nhìn xuống những đường phố tấp nập xe cộ, xe gắn máy Honda, xe Tuk Tuk ba bánh, xe hơi nhỏ và cả những taxi của công ty Lavi là một liên doanh Lào-Việt.

Vội vã với *"Đổi Mới"*, Vạn Tượng từ một thị trấn im ngủ đã như một nàng công chúa choàng thức dậy để đón những hoàng tử đang đổ tới từ Thái Lan.

Tấp nập nhất là khu trung tâm quảng trường Nam Phou (với vòi nước phun chỉ có vào ban đêm) với đủ thành phần du khách thuộc nhiều quốc gia nhưng đông nhất vẫn là Tây ba-lô.

MAE NAM KHONG – SÔNG MẸ CẠN DÒNG

Bây giờ mới giữa tháng Chạp – vừa hết Mùa Mưa, chưa vào cao điểm Mùa Khô (khoảng tháng 4, tháng 5) vậy mà khúc sông Mekong chảy qua Vạn Tượng như đã khô cạn với ngổn ngang những cồn và bãi. Bên tả ngạn phía Lào, từ lầu ba khách sạn Lane Xang nhìn xuống chỉ thấy xanh rờn các bãi trồng bắp, trồng chuối lan ra tới 1/3 sông trước khi tới được dòng nước như con sông nhỏ, rồi là cả một giồng cát lớn giữa sông ngăn đôi với một dòng chảy khác bên hữu ngạn phía Thái Lan.

Quốc Tự Thạt Luổng / Pha That Luang thủ đô Vạn Tượng biểu trưng chiều dày lịch sử và niềm hãnh diện của người dân Lào.

Đài Chiến Thắng Patuxai và Du Lịch Lào năm 2000.

Tòa Nhà Trắng nhìn từ đường bờ sông Fa Ngum và là dinh Tổng Thống Lào.

Sang năm 2000, vẫn còn đó trên đường Fa Ngum cạnh Tòa Nhà Trắng là một Sở Ngân Khố từ thời Pháp nay đã đổ nát.

Thư Viện Quốc Gia Vạn Tượng / Bibliothèque Nationale từ thời Pháp và tiếng Pháp vẫn còn đậm dấu ấn trên đất nước Lào.

Vang Bóng Một Thời: tòa Đại Sứ Pháp ở Vạn Tượng nay chỉ còn là một biệt thự khiêm cung trên đường Setthathilath.

Vạn Tượng năm 2000 không còn im ngủ, vươn lên từ những tàn cây xanh là các khách sạn sang trọng, những tòa nhà cao tầng.

Hơn 600 ngàn du khách phần lớn đổ tới từ ngả Thái Lan, ngoài du lịch sinh thái có cả Tây ba-lô với Sex Tour, Drug Tour. Tỉ lệ nhiễm bệnh HIV càng ngày càng gia tăng ở Lào.

Tượng đài vua Sisavang Vong uy nghi vẫn còn nguyên vẹn nơi thủ đô Vạn Tượng cho dù chế độ quân chủ Lào đã bị "bức tử".

Vẫn có một Nhà Thờ Công Giáo Thánh Tâm cho số người Việt Thiên Chúa Giáo ở Vạn Tượng.

Khúc sông Mekong cạn dòng chảy qua Vạn Tượng năm 2000.

Cây cầu Hữu Nghị Mittaphab 1994-2000 vẫn soi bóng trên dòng sông Mekong đang cạn dần; thế hệ Lào năm 2000 trước ống kính tác giả với dấu hiệu "chiến thắng".

Đây đâu phải là hình ảnh đích thực của Con Sông Mekong Dũng Mãnh lớn thứ ba của Châu Á và lớn thứ 11 của thế giới? [như mạch sống của người dân Lào, Cam Bốt cũng như của hàng bao triệu cư dân Việt nơi ĐBSCL].

Nang Ouane sinh ra và lớn lên ở Vạn Tượng. Chị là người có học hiểu biết, ngoài tiếng Lào, tiếng Việt chị còn nói được tiếng Pháp, tiếng Anh. Là chuyên viên cao cấp ngành ngân hàng trong số rất hiếm những người Lào học thức còn ở lại sau ngày đội quân Pathet Lào từ các khu hang động Sầm Nứa xuống tiếp thu thủ đô Vạn Tượng. Chị vẫn sống bình dị đời một công chức với tương lai là đàn con 7 đứa trai gái học rất giỏi đã có bốn đi du học ngoại quốc. Đứa con gái lớn của chị tốt nghiệp ngành điện toán ở Úc, nay là người sáng lập mạng lưới Internet phát triển rất nhanh trên đất Lào.

Sáng nay từ nhà trên đường tới sở làm, Ngân Hàng Ngoại Thương cũng trên đường bờ sông Fa Ngum, Nang Ouane vận một chiếc váy dệt theo lối y phục cổ truyền của phụ nữ Lào, chị có một vẻ đẹp hiền thực và giọng nói thật thanh thoát:

- Chỉ mới sáu bảy năm trở lại đây thôi con sông Mekong mới khô cạn đến như vậy. Trước đây khúc sông chảy qua Vạn Tượng lúc nào cũng đầy nước, chỉ có khác là mực nước cao thấp trong Mùa Mưa và Mùa Khô chứ đâu có trơ bờ bãi như bây giờ mà mưa thì vẫn vậy.

Thời điểm chị nói trùng hợp với năm hoàn tất con đập Manwan (1993) cao 35 tầng trên thượng nguồn – con đập đầu tiên công suất 1500 MW trong dự án một chuỗi 14 con đập bậc thềm khổng lồ Vân Nam của Trung Quốc (chỉ riêng con đập Manwan này cũng thừa đủ để cung cấp điện cho toàn vùng Vân Nam Quế Châu). Cũng vào năm đó, một hiện tượng được coi là bất thường khi mực nước con sông

Mekong đột ngột tụt thấp xuống mà không vào Mùa Khô, chỉ lúc đó thì người ta mới biết là Trung Quốc bắt đầu lấy nước vào hồ chứa con đập Manwan.

Dòng chảy của con sông Mekong nơi hạ lưu sẽ ra sao khi cả chuỗi 14 con đập bậc thềm Vân Nam (khởi đầu 7 nay 14) được hoàn tất trong hai thập niên đầu của thế kỷ 21. Nước trong các hồ chứa không chỉ để chạy các turbines mà còn được dùng để tưới cho những vùng ruộng đất mênh mông vốn khô cằn của Trung Quốc.

Qua Thong Dien, người tài xế Lào gốc Việt cho biết thêm:

- Em từ vùng giải phóng Xieng Khouang theo gia đình lên sống ở Vạn Tượng từ 1976. Nhà gần sông tụi em thường ngày ra chơi. Em nhớ rõ là hồi đó con sông Mekong rất nhiều nước kể cả Mùa Khô (trong dịp Tết Pimay); còn Mùa Mưa thì khỏi nói con sông nước chảy mạnh là thế nào. Nhưng chỉ có năm bảy năm gần đây thôi khúc sông mới cạn như vậy, bây giờ mới tháng 11-12 mà sông đã thiếu nước. Hai mùa mưa nắng thì vẫn thế mà không biết nước chảy đi đâu hết!

Rồi đưa tay chỉ xuống những bãi trồng bắp trồng rau dọc theo con đường Fa Ngum trải dài xuống tới mé sông cạn, Thong Dien tiếp:

- Chỗ ấy trước kia là sông nước chứ đâu có đất mà trồng trọt và cả cất nhà lên như vậy.

Theo tầm tay Thong Dien thì dưới những bụi chuối xanh um còn có ẩn hiện cả mấy túp nhà lá, anh nói tiếp:

- Đất phù sa quá tốt nay đem trồng rau trồng bắp hay cả trồng chuối thì cứ gọi là "vô tư".

Ngữ vựng tiếng Việt của tôi tuy không gọi là giàu nhưng cũng không thể bảo là nghèo nàn, hai chữ "vô tư" theo cách dùng của anh tài xế người Lào gốc Việt này rất mới đối với tôi. Vô tư tự nó có nghĩa tốt, không thiên vị, nhưng với

Thong Dien thì hẳn phải có một ý nghĩa rất khác. Từ nay với tôi, Thong Dien sẽ có tên là anh tài xế Vô Tư. Người Lào và cả nhà nước Lào hầu như vẫn vô cảm trước hiện tượng một con sông Mekong đang ngày một cạn dòng.

Thời gian ở Lào, tôi chưa hề được nghe một ai nhắc tới những con đập bậc thềm Vân Nam. Không lẽ một khúc sông Mekong cạn kiệt như vậy mà lại là nguồn nước cho Biển Hồ và hai con Sông Tiền Sông Hậu nơi Đồng Bằng Châu Thổ?

Trong trí tưởng tôi hiện ra hình ảnh đối nghịch của khúc Sông Tiền hoành tráng đẫm phù sa mênh mông trải rộng tới hơn 3 km, từ bao thế kỷ vẫn ôm ấp và không ngừng bồi dưỡng cho hàng trăm cù lao lớn nhỏ như cù lao Rồng, cù lao Phụng, cù lao Quy và cù lao Thới Sơn với rượi mát những khu nhà vườn...

Một mai khi cạn nguồn phù sa và nước ngọt để chỉ còn cường triều nước mặn thì đó sẽ là buổi hoàng hôn của nền Văn Minh Miệt Vườn. Và cũng để rồi sẽ có một ngày nào đó – đây đó trên khúc sông Mekong sẽ:

Sông kia rày đã nên đồng
Chỗ làm nhà cửa, chỗ trồng ngô khoai
Vẳng nghe tiếng ếch bên tai
Giật mình còn tưởng tiếng ai gọi đò...
[Tú Xương]

CÁ TRÊN KHÚC SÔNG MẸ

Những ngày ở Vạn Tượng, buổi sáng sớm mai trời còn mát tôi đã có mặt đi bộ dọc bờ sông Mekong theo con đường Fa Ngum – giống như đường bờ sông Sài Gòn.

Kể từ 1994 khi có cây cầu Mittaphab bắc ngang qua sông Mekong, không còn cảnh huyên náo thuyền bè tấp nập từ Lào với thúng mủng trống trơn trên đường sang bến cảng

Nong Khai phía Thái Lan để khi trở về thì chất đầy hàng hóa từ thời kỳ "Đổi Mới".

Nay chỉ còn thưa thớt trên sông những chiếc thuyền chài nhỏ mà tôi theo dõi từ sáng sớm cho tới khi vào bờ. Để tận mắt thấy từ trên mỗi chiếc ghe, con cá lớn nhất lưới được không hơn một bàn tay, phần còn lại là mớ cá vụn. Không ai có cái xa xỉ thả lại xuống sông những con cá nhỏ ấy để chờ một mẻ lưới lớn hơn ở mai sau (vì đây là nguồn protein trong ngày của một gia đình).

Bác ngư dân già vẻ ẩn nhẫn nói:

"Sông ngày càng cạn và cá thì ít đi. Nước con sông Mekong vẫn còn đỏ phù sa nhưng dòng chảy thật chậm. Không có bên lở bên bồi mà chỉ có những bờ bãi hai bên bờ cứ kéo dài ra. Vậy mà người ta còn đưa xe ủi đất tới đắp cao thêm bờ đê, không lẽ để ngăn cả chút gió mát từ dòng sông đã mất hết vẻ dũng mãnh và đang cạn dần."

ĐẬP NAM NGUM 30 NĂM SAU

Nếu Quốc Tự Thạt Luổng / Pha That Luang như một biểu tượng cho lịch sử nước Lào thì đập Nam Ngum cũng là niềm hãnh diện khác của tiến bộ và phát triển của người dân Lào. Hình đập Nam Ngum được in trên bưu thiếp, con tem, trên đồng bạc 50 kip (sau này không còn lưu hành nữa vì nạn lạm phát phi mã ở Lào).

Là con đập thủy điện đầu tiên được xây dựng và hoàn tất rất sớm ngay giữa những năm giông bão của cuộc Chiến Tranh Việt Nam bằng tiền vay của Ngân Hàng Thế Giới và nhiều nước khác. Mỹ cũng đổ tiền thêm vào giúp Lào sớm hoàn tất con đập để có thêm nguồn điện cung cấp cho căn cứ không quân chiến lược Udon lúc đó đang nhộn nhịp hoạt động ở vùng đông bắc Thái.

Năm 1971, đập Nam Ngum hoàn tất giai đoạn một, đánh dấu một thời điểm lịch sử khi hai vua Lào Savang

Vatthana và Thái Bhumibol Adulyadej cùng gặp nhau trên một con phà lộng lẫy chăng đầy hoa đèn giữa dòng chính sông Mekong *"để cùng bấm nút nhấn, cùng một lúc điện và đôla chảy ngược chiều nhau về hai quốc gia Thái Lào".*

Phải đi suốt 420 km đường bộ từ Vạn Tượng tới Luang Prabang, vượt hơn 170 km đường đèo với núi cao và lũng sâu, để thấy tính đa dạng các sắc tộc Lào (Lao Lum – Kinh, Lao Theung – Thượng, Lao Soung – Núi) và còn thấy được ánh sáng điện từ con đập Nam Ngum vươn xa tới đâu – tới những thôn bản trên các rẻo cao xa xôi hẻo lánh nhất.

Ở một chừng mực nào đó, với từng bước phát triển hài hòa, cùng lúc quan tâm tới bảo vệ sinh cảnh môi trường, thì không thể phủ nhận là đập Nam Ngum đã thực sự cải thiện đem lại ánh sáng cuộc sống văn minh tới người dân Lào.

Với người Lào hiểu biết tiến bộ, thấy được tiềm năng tài nguyên thiên nhiên của Lào, họ không muốn kìm hãm đất nước họ mãi dừng lại như *"một thứ viện bảo tàng các di tích của thời kỳ đồ đá đồ đồng"* để mua vui cho du khách.

Hồ chứa đập Nam Ngum trải rộng trên một diện tích hơn 250 km² (lớn hơn 1/3 toàn diện tích đảo quốc Singapore), như một thắng cảnh thiên nhiên có vẻ đẹp hùng vĩ với cảnh trí núi non và hàng trăm những hòn đảo lớn nhỏ, tuy không còn thú lớn nhưng vẫn là nơi trú ngụ của khỉ, chút, các loài chim và rắn nước.

Còn phải kể tới một cảnh trí lạ mắt khác là vô số những ngọn cây cao hơn 50 mét tua tủa vươn lên khỏi mặt nước do rừng cây chưa kịp khai quang đã bị dìm sâu dưới đáy hồ. Cây không chỉ làm rách lưới ngư dân nhưng còn có thể làm vỡ thuyền bè đụng phải khi di chuyển trên mặt hồ.

Các tay lái gỗ Thái không chỉ phá những khu rừng mưa ở Lào mà còn thuê toán người nhái với cưa máy tiếp tục khai thác những cây gỗ quý còn lại dưới hồ.

Trước khách sạn nổi tiếng Lane Xang bên kia đường Fa Ngum dưới sông vẫn có những chiếc ghe chài

Ngư ông và con cá lớn nhất bắt được trên khúc sông Vạn Tượng (hình dưới), một ngư dân khác từ dưới ghe đang chỉ mớ cá vụn lưới được sau nửa ngày trên sông (hình phải)

Đám thợ lặn kể lại rằng họ còn bắt gặp những chiếc xe bò và khung nhà của dân làng Na Bon phải bỏ lại khi thác nước đổ ập vào thôn bản của họ. Do làm bằng gỗ tốt nên những nông cụ ấy sẽ còn đó cả trăm năm nhưng mỗi ngày một dìm sâu trong lớp chất lắng từ núi và đảo không ngừng đổ xuống mỗi năm và đang làm cạn hồ.

Nam Ngum trở thành tụ điểm du lịch hấp dẫn với các quán ăn, với thuyền máy du ngoạn trên hồ. Nơi bờ hồ phía nam, nhóm doanh nhân Mã Lai có kế hoạch đầu tư mở khách sạn 4 sao Dansavanh Nam Ngum Resort 200 buồng, với bãi tắm, sân golf và cả Sòng-Bài-Sinh-Thái / *Eco-Casino* – thêm một hình thức đĩ điếm hóa / prostitution từ "sinh thái" của đám con buôn. Không phải là vô lý khi gặp một giáo sư đại học Stanford đang viếng thăm Lào đã có nhận xét và phát biểu:

- Đến một lúc nào đó người dân Lào trở thành "công dân hạng hai – second-class citizen" ngay trên đất nước họ.

Cá trong hồ là nguồn lợi tức cho ngót 4 ngàn ngư dân quanh vùng với lượng cá đánh được trước đây lên tới 850 ngàn tấn mỗi năm nhưng cá ngày càng ít đi do lối đánh cá *"lùng và diệt"* bất kể cá lớn nhỏ với lưới, súng hơi và cả điện xoẹt.

Để bù lại, người ta bắt đầu trồng thêm chuối trên các đảo: những trái chuối ngự vàng óng thơm ngon bán rẻ cho khách không phải từng nải mà là từng buồng. Buổi sáng khi ghe chài ra hồ cũng là lúc mấy chiếc ghe khác từ ngoài đảo đưa chuối vào bờ.

Cũng chẳng thể ngờ rằng ngay từ 1975 người Cộng Sản Lào đã có *"vận dụng sáng tạo"* là dùng hai đảo lớn giữa Biển Hồ để biến thành "trại lao cải – *re-education camp*" cho những thành phần xã hội mà họ gọi là "cặn bã của tư bản" bao gồm gái điếm, trộm cắp, thiếu niên du đãng... có lẫn tù chánh trị hay không trong đám tù hình sự đó thì chỉ có chính nạn nhân mới tự biết.

Ngồi trên chiếc tàu sắt thô sơ chạy bằng máy dầu cặn, vỏ tàu sắt thì vẫn an toàn hơn tàu gỗ khi chọn đi vào vùng hồ còn tua tủa những ngọn cây gỗ trắc – cứ như trận địa Bạch Đằng Giang của Ngô Quyền đánh quân Nam Hán thuở nào.

Tenoi Laxami là tài công cũng là chủ tàu, vẻ hiền lành như mọi người dân Lào. Tuổi chỉ mới ngoài 30, khi các kỹ sư Nhật Bản bắt đầu tới khảo sát khu xây đập Nam Ngum thì Laxami chưa chào đời. Anh không phải gốc dân làng Na Bon nên không biết những thôn bản nằm dưới đáy sâu hồ ra sao nhưng cảnh quan của đập Nam Ngum ngày nay thì lại quá thân thuộc với anh từ tấm bé.

Với số câu tiếng Lào mới học chỉ đủ cho xã giao du lịch nhưng tôi có thêm được Thong Dien, tài xế người Lào gốc Việt đã rất hoạt bát thông dịch. Vượt được hàng rào ngôn ngữ rồi thì tôi cũng có nhiều điều để giúp Laxami và Thong Dien hiểu thêm về lịch sử những giai đoạn hình thành con đập Nam Ngum.

*

Buổi sáng 9 giờ, trên mặt hồ phía tây vẫn phủ dày một lớp sương mù. Giờ này thì Tây ba-lô – những con cò ăn đêm ấy, chắc còn đang ngủ. Quán Nam Ngum cũng mới mở cửa. Sabai dee! Mấy cô gái Lào tóc đen láy búi cao trên chiếc cổ trắng ngần cũng mới tới quán và bắt đầu bắc nước sôi lên bếp.

Thong Dien kêu ly "cà phê sữa nóng – *kafeh hawn*", riêng tôi thì kêu ly *"kafeh dam baw sai nâm tan* – cà phê đen không đường"*. Bánh mì baguette, cà phê sữa do người Pháp du nhập nay trở thành rất phổ biến và được mọi người dân cả ba nước Đông Dương ưa chuộng.

Một nhà thủy tạ trắng 2 tầng vươn lên giữa hồ, nơi để du khách có tầm nhìn toàn cảnh con đập và đứng chụp hình. Laxami nói:

- Nhà thủy tạ ấy vốn cao 3 tầng nhưng nay chỉ còn 2 do mực nước hồ dâng cao, chỉ mới đây thôi.

Tôi chợt hiểu rằng từ 1971, sau ngót 30 năm một phần hồ bị chất lắng từ núi đổ xuống làm cho cạn, cộng thêm với kế hoạch tăng công suất đập thủy điện Nam Ngum từ 30 tới 150 MW nên mực nước trong hồ dâng cao hơn.

Thấp thoáng từ xa là những chiếc ghe chài. Họ ra hồ từ sáng sớm. Laxami nói:

- Số cá đánh được ngày càng ít đi. Cách đây mấy năm, công chúa Thái Lan Maha Chakri Sirindhorn có tới đây làm lễ thả xuống hồ hơn một trăm con cá Pla Beuk (loại catfish khổng lồ hiếm quý của sông Mekong, được các nhà ngư học Thái gây giống nhân tạo) nhưng cho tới nay chưa ngư dân Lào nào lưới được một con cá Pla Beuk trong hồ.

Là loại cá của sông sâu với dòng chảy, mỗi năm vượt hàng ngàn dặm lên thượng nguồn để đẻ trứng, nay đem thả trong hồ liệu có bao nhiêu con cá Pla Beuk trong số đó còn sống sót?

Tàu chậm lại để tiến gần tới một ghe nhỏ của cặp vợ chồng ngư dân già. Mươi con cá mỏng manh bằng lòng bàn tay mới lưới được nằm phơi bụng trong lòng thuyền. Laxami bảo nếu đem mớ cá ấy ra chợ bán cũng được 7000 kip – chưa tới một đôla nhưng đủ cho hai vợ chồng sống qua ngày với bữa ăn chủ yếu là một chõ xôi nếp với muối ớt đâm Padaek.

Nghe nói mấy tháng nữa nhà nước ra luật cấm đánh cá bằng lưới mắt nhỏ và điện xoẹt để bảo vệ nguồn cá trong hồ.

Đập Nam Ngum năm 2000 - nguyên là con đập thủy điện đầu tiên của nước Lào, tấm biểu ngữ giăng ngang con đập đánh dấu 25 năm thống nhất nước Lào.

Những mớ cá lưới được từ hồ con đập Nam Ngum 2000.

Cá trong đập Nam Ngum ngày càng ít đi, người ta bắt đầu trồng chuối trên các đảo. Buổi sáng mai, khi có những chiếc ghe ra hồ đánh cá, thì vài chiếc ghe khác chở chuối từ ngoài đảo vào bờ.

Cũng vẫn là con sông Nam Ngum / một phụ lưu của sông Mekong / nhưng là phía dưới con đập; con sông như một động mạch bị kẹp, cá không thể lội ngược về nguồn để để trứng. Cảnh một góc ngổn ngang của con đập Nam Ngum 30 năm sau.

Người ta vẫn tiếp tục phá những khu Rừng Mưa ở mức độ tự sát.

Cả những khúc mộc lan từ những khu Rừng Mưa dù có lệnh cấm vẫn cứ bị chặt về đứng bày bán ở đường phố Vạn Tượng.

Ra luật và thi hành vẫn còn là một khoảng cách đại dương trên xứ Lào (cấm thuốc phiện, cấm phá rừng, bảo vệ nguồn cá...).

Với Laxami thì cái gì thuộc hồ Nam Ngum cũng có một lịch sử, một giai thoại. Chỉ dãy núi xanh sẫm chạy dài bên hữu ngạn, Laxami nói:

- Đó là Pu Mụt – núi tối, do núi luôn luôn có màu tối sẫm cho dù ngày nắng, đó như trạm dự báo thời tiết cho ngư dân đi hồ: mưa gió hay bão táp bao giờ cũng đến trước với rặng núi tối, tới trước rất lâu trước khi lan ra khắp mặt hồ.

Laxami tiếp:

- Ngày gió lớn, sóng trên hồ cao tới hơn 1 mét đủ để lật ghe thuyền nhỏ, đã có một ngư nhân gốc Việt, ông Trần cách đây ít lâu bị lật ghe chết mất vợ và con, sau đó ông ta bỏ nghề về sống ở Vạn Tượng nhưng thỉnh thoảng vẫn trở lại thăm.

Rời dãy núi tối, con tàu đi qua những đảo lớn nhỏ với những cái tên thơ mộng khác: Pu Padang Nang Non / *cô gái đang ngủ,* Pu Kao Nang / *núi chín cô,* Pu Eng / *rặng núi cong* và Pu Huot / *núi chõ xôi...*

Nhà khách Santiphap – Hòa Bình, là một khu nhà gỗ trên đảo dành cho khách du lịch có thú quạnh hiu chọn qua đêm giữa cái mênh mông của Biển Hồ.

Laxami đã không tìm được một cái tên tượng hình thơ mộng nào cho hai hòn đảo có trại cải tạo: Đỏn Thao (đảo chàng) và Đỏn Nang (đảo nàng) – như một thứ ổ tội ác – Lao Sodom, với cả đồn công an trên đó.

Nghe nói trên đó có giam cả viên chức ngụy?

Lớn lên từ vùng giải phóng Cánh Đồng Chum, cách mạng và ngụy là từ ngữ quen thuộc của Thong Dien. Laxami trả lời thật đôn hậu:

- Ngụy hay không nhưng đã là người tốt thì giống nhau!

Một dân tộc Lào nổi tiếng hiền lành như vậy mà đã dứt chế độ quân chủ của họ với vua, hoàng hậu và hoàng thái tử đều chết trong trại cải tạo nơi vùng hang động Sầm Nứa.

Trở lại với con đập Nam Ngum, đã 30 năm rồi, người dân nghĩ sao về con đập?

Laxami phát biểu giản dị và công bằng:

- Chẳng thể nào vui được nếu là dân làng Na Bon mất hết nhà cửa ruộng vườn quê cha đất tổ của họ. Nhưng nói chung dân trong vùng được hưởng tiện nghi có điện, hồ có cá, thêm lợi tức do du khách đem tới và hàng ngày gặp gỡ, chúng tôi cũng được tiếp xúc với tiến bộ và văn minh.

Nhưng rồi Laxami hiểu rằng đến một ngày nào đó hồ Nam Ngum cũng sẽ bị cạn vì đất núi đổ xuống. Anh cũng không giấu được vẻ lo sợ khi kể lại:

- Các ông già bà cả thì còn sợ rằng làm con đập như vậy là xúc phạm tới thần linh [phi] có thể bị trừng phạt.

Laxami muốn nói tới một trận động đất với cả cơn hồng thủy sẽ cuốn trôi hết làng mạc và dân cư trong vùng.

Tin hay không tin ở thần linh thì *"động đất do hồ chứa / reservoir triggered seismicity"* cũng không phải là không có cơ sở khoa học.

TỪ NAM NGUM
TỚI ĐIỆN KHÍ HÓA NƯỚC LÀO

Sang đầu thế kỷ 21, theo Bộ Điện Lực Lào thì vẫn còn 19 huyện trong tổng số 121 huyện trên toàn quốc phải sống trong cảnh không điện. Đó là những làng mạc xa xôi hẻo lánh gần biên giới, giao thông khó khăn nên dân chúng vẫn phải sống trong cảnh tối tăm cho dù Lào là nước xuất cảng điện sang các nước láng giềng.

Là một xứ sở núi non, ngoài con sông Mekong vẫn được coi là dũng mãnh với các phụ lưu, Lào còn có vô số những con sông nhỏ; do đó Bộ Điện Lực Lào đang có kế hoạch phát triển thêm các đập thủy điện 'bỏ túi' trên những khúc sông nhỏ nhằm đem lại tiện nghi ánh sáng cho người dân Lào.

Từ 1975 nhà nước Lào đã sở hữu 3 đập thủy điện: Nam Ngum 30 MW thuộc tỉnh Vạn Tượng, Nam Dong 1 MW tỉnh Luang Prabang và Selabam 2 MW tỉnh Champasak. Nguồn thủy điện ấy chủ yếu chỉ để phục vụ các thành phố lớn.

Chánh phủ Lào đã vay thêm ngoại tệ để tăng công suất cho các nhà máy thủy điện đã có sẵn và xây thêm 2 con đập mới. Cho tới năm 2000, Công Ty Điện Lực Công Cộng Lào đã có 5 đập thủy điện với công suất tổng cộng lên tới 270 MW. Đập Nam Ngum tăng từ 30 tới 150 MW, đập Selabam từ 2 tới 5 MW, riêng đập Nam Dong thì vẫn giữ công suất 1 MW. Có thêm 2 đập thủy điện mới Sexet 45 MW ở tỉnh Savannakhet và Nam Leuk 60 MW ở tỉnh Bolikhamsay. [Lào vẫn còn phải sử dụng 2 nhà máy nhiệt điện chạy bằng xăng dầu: một ở Vạn Tượng công suất 8 MW, một ở Luang Prabang 1 MW]. Dĩ nhiên trên đất nước Lào còn những đập thủy điện lớn khác như: Houay Ho 150 MW, Nam Theun Hinboun 210 MW... nhưng là của công ty ngoại quốc hay liên doanh với chánh phủ Lào dưới dạng BOOT (Build/ xây, Own/ sở hữu, Operate/ khai thác, và Transfer/ chuyển nhượng).

Trong mấy năm qua Lào đã xuất cảng 644 triệu KWH sang các nước láng giềng Thái Lan và Việt Nam nhưng vẫn phải nhập cảng 163 triệu KWH cho các vùng xa xôi gần biên giới do địa hình khó khăn để thiết lập đường dây cáp cao thế vận chuyển điện. Như điện tỉnh Sầm Nứa là từ con đập thủy điện Hòa Bình.

Phải kêu gọi dân chúng Lào tiết kiệm điện để xuất cảng vẫn là một khẩu hiệu trên một đất nước được mệnh danh là *"xứ Kuwait thủy điện của Đông Nam Á"*.

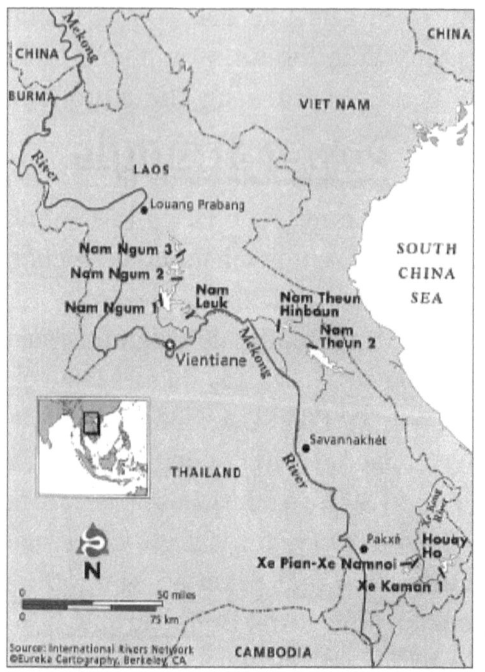

Những đập và dự án đập thủy điện của Lào – được mệnh danh là "Xứ Kuwait thủy điện Đông Nam Á"
- International Rivers Network / IRN 02/99

Quốc lộ 13, 106 km đi Pamong – một địa danh gây nhiều tranh cãi trong kế hoạch xây con đập Pamong trên dòng chính vùng hạ lưu sông Mekong

160 KM ĐƯỜNG BỘ LÊN VANG VIENG

Rời đập Nam Ngum theo đường số 5 ra quốc lộ 13, cảnh trí hai bên bờ sông một màu xanh tươi bát ngát. Hai bên đường rải rác những căn nhà gạch mới – không còn là nhà sàn, đang được xây cất, do tiền từ ngoại quốc gửi về. Thong Dien chỉ mấy con trâu đang lội qua sông, nói:

- Những con trâu mập thế kia mà sao xuống nước vẫn cứ nổi, em từng chăn trâu và để trâu lội qua sông cứ gọi là "vô tư"...

Đến đây thì chữ vô tư lại có nghĩa khác, của một trạng từ. Đi một ngày đàng học một sàng khôn. Ngữ vựng tiếng Việt của tôi hẳn được giàu thêm qua một chuyến đi Lào.

Đường lên Vang Vieng, cảnh rất thường gặp là mấy cô thiếu nữ Lào xinh đẹp bận váy thay vì quần Jeans chạy xe Honda, thỉnh thoảng còn gặp một đầu máy kéo chở đầy người đi chợ như một phương tiện giao thông khác của người dân Lào – cảnh tượng giống như ở Vân Nam.

Heo, gà, vịt, ngan, kể cả gà tây turkeys với mào đỏ rực được thả chạy rong trên đường. Thong Dien tiếp:

- Trâu bò ở đây mập mạp khỏe mạnh lại rất ít phải lao động, cũng nhàn nhã như người dân Lào, rơm cỏ lại nhiều cứ gọi là ăn uống "vô tư".

Nếu bánh mì baguette với cà phê sữa đặc như dấu ấn ảnh hưởng của văn hóa Pháp thì hẳn những chú gà tây *turkeys* sống sót trong dịp lễ Thanksgiving trước đây nơi Cây Số Sáu [*Six Clicks City*] có lẽ là di sản duy nhất tốt đẹp ngoài rất nhiều bom đạn chưa nổ mà người Mỹ còn để lại trên xứ Lào.

Trên khúc đường đèo đầy nắng gió, thỉnh thoảng lại gặp mấy cô gái Hmong rất trẻ mà đã làm mẹ với địu con trên lưng. Những đứa trẻ nhỏ xíu thiếu cân ấy nếu sống sót qua được 5 tuổi giữa thiên nhiên khắc nghiệt, chúng sẽ rất sớm trở thành những chiến sĩ của rừng xanh. Dưới trướng của ông tướng Vang Pao, giữa cuộc Chiến Tranh Việt Nam đã không thiếu những tay súng Hmong còn ở tuổi vị thành niên nhưng rất can trường xông tới phía trước làm bia đỡ đạn để rồi họ cũng bị người Mỹ bỏ rơi lại phía sau trên những Núi Đồi Bi Thảm.

Trên một thửa ruộng trơ gốc rạ gần chân núi là cảnh mấy nông dân Lào đang dùng đầu máy để cày lật những luống đất. Sau điện khí hóa với các đập thủy điện, bước đầu kỹ nghệ hóa với nhà máy xi măng, nhà máy Pepsi và Bia Lào (rất nổi tiếng) nay tới bước cơ giới hóa nông nghiệp là nét phát triển mới của xứ Lào. Vang Vieng, vốn là một thị trấn rất nhỏ vùng cao nằm phía bờ đông của con sông Nam Song với phía tây là rặng núi đá chập chùng như một bức trường thành có nhiều hang động và đang trở thành một tụ điểm càng ngày càng thu hút nhiều du khách. Dân trong vùng chủ yếu là người Hmong, người Yao. Nguyên là một địa danh nổi tiếng trong thời kỳ Chiến Tranh Việt Nam, với một đường bay ngắn STOL (Short Take-Off and Landing) đã từng hoạt động tấp nập trong cuộc chiến tranh bí mật của CIA ở Lào, được biết tới với cái tên Lima Site 6. Nay vẫn còn đó một phi đạo trống trải với các bồn xăng bỏ hoang phế.

Vang Vieng mùa này đang tấp nập du khách. Họ tới đây để leo núi thăm hang Tham Chang, rồi tắm suối, bơi sông, chèo thuyền và cả hút thuốc phiện rất dễ kiếm trong các thôn bản người Hmong với giá thật rẻ. Những cô gái Lào bụi đời cặp đôi với các ông Tây ba-lô không còn là cảnh hiếm thấy. Gần khu chợ, đã kịp thời mọc lên vô số những nhà khách/ *guesthouses* rẻ tiền từ 1 đôla một đêm. Nhưng cũng không thiếu khu nghỉ mát sang trọng Vang Vieng Resort với bungalows kiểu Anh chủ yếu phục vụ những doanh nhân Tàu Đài Loan, Hong Kong, Singapore đang kiếm tiền như nước trên đất Lào.

Cả một dòng suối trong như thủy tinh chảy ra từ chân ngọn núi đá, nơi lý tưởng để thả mình vào thư giãn. Nhìn từ xa con sông Nam Song thì vẫn cứ là một màu trong xanh và lung linh trong ánh nắng. Một đất nước chỉ bằng 1/3 diện tích tiểu bang Texas, không chỉ với nạn phá rừng tự sát và khai thác thủy điện khắp nơi, rồi ra với ngót 1 triệu du khách mỗi năm trong thập niên tới, thì mọi con suối, mọi dòng sông và sinh cảnh thiên nhiên núi non vốn trinh nguyên của Lào sẽ mau chóng trở thành quá khứ. Giống như Việt Nam, Lào đang "Đổi Mới" với cái giá rất cao phải trả về môi sinh cho các thế hệ tương lai.

Không chỉ ở Vạn Tượng hay Luang Prabang, ngay tại thị trấn rất nhỏ Vang Vieng này, các quán Café Internet lúc nào cũng đông khách ngoại quốc. Quản lý mạng lưới Internet này là đám thanh niên sinh viên Lào rất năng động và nói được tiếng Anh.

Tim, tên người Mỹ gốc San Francisco, được giới thiệu như một "nhà văn – writer" làm "part time" trong một quán Café Internet đã nói với tôi:

- Thật hết sức ngạc nhiên (amazing – chữ của Tim) chỉ mới hai năm trước đây thôi, Internet còn bị coi là illegal ở Lào, vậy mà bây giờ thì Café Internet tự do mọc ra khắp nơi.

Vào một quán Internet như vậy với cà phê miễn phí, lên lưới tính theo giờ giá rất phải chăng (rẻ hơn cả ở Mỹ), lại có post cards đẹp với tem hộp thư gửi tại chỗ và những chiếc T-Shirt với hàng chữ LaoPDR.com.

Từ nay nước Cộng Hòa Dân Chủ Nhân Dân Lào – *Lao People's Democratic Republic* đã có một địa chỉ trên thế giới ảo – *virtual world* để bước vào Thế Kỷ 21 – Thế Kỷ Toàn Cầu Hóa.

LUANG PRABANG CON ĐƯỜNG VƯƠNG GIẢ

Từ Kasi cũng theo quốc lộ 13 về hướng bắc là hơn 170 km đường đèo hẹp dốc và ngoằn ngoèo, cũng để thấy được đủ cảnh trí của núi cao và lũng sâu.

Vào đầu thập niên 1940, người Pháp bước đầu hoàn tất con đường nối Vạn Tượng với cố đô Luang Prabang (Old Royal Route) nhưng sau đó thì bị hư hại hoàn toàn trong thời gian chiến tranh, đến thập niên 1960 được Mỹ sửa chữa lại nhưng sau 1975 lại bị đứt đoạn hư hỏng.

Phải mãi đến năm 1996, với sự giúp đỡ của Việt Nam, đoạn đường này mới được phục hồi sau rất nhiều gian khổ của những toán công nhân làm đường Việt Nam và cả cái giá cao phải trả về nhân mạng (ít nhất có khoảng 20 người bị phiến quân phục kích giết, chưa kể số tai nạn lao động).

Ngày nay để đi từ Vạn Tượng tới Luang Prabang nếu là một chuyến đi suôn sẻ chỉ trong một ngày thay vì ba ngày đường như trước kia.

Cũng vẫn quốc lộ 13, khúc từ Luang Prabang tới Côn Minh lại do các toán công binh cầu đường Trung Quốc đảm trách. Như ảnh hưởng *"vùng da beo"* Lào được sự giúp đỡ từ nhiều quốc gia nhưng đáng kể nhất là Việt Nam, Trung Quốc và Nhật Bản. Phải thấy sự lớn lao của Cung Văn Hóa ở trung tâm thủ đô Vạn Tượng do Trung Quốc xây tặng rồi tới Viện Bảo Tàng Kaysone Phomvihane ở "Cây Số 6" do Việt Nam vừa hoàn tất với tổn phí hơn 4 triệu đôla tài trợ không bồi hoàn mới thấy nét phô trương tranh giành ảnh hưởng của hai quốc gia láng giềng này trên đất Lào.

Con Đường Vương Giả nối Vạn Tượng với Luang Prabang được người Pháp hoàn tất lần đầu tiên vào thập niên 1940.

Cơ giới hóa nông nghiệp là nét phát triển mới của Lào năm 2000; máy kéo cày ngoài thời vụ trở thành phương tiện giao thông của dân quê Lào.

Vang Vieng với căn cứ Lima Site 6 nổi tiếng trong cuộc Chiến Tranh Việt Nam, nay chỉ còn là một sân bay trống trải và những bồn xăng rỉ sét.

Vang Vieng 2000 trở thành tụ điểm Du Lịch Sinh Thái nổi tiếng.

Made in China: Cung Văn Hóa uy nghi ở Vạn Tượng, nhà máy Xi Măng Lào, Quốc Lộ 13 từ Luang Prabang tới Côn Minh... Một nước Lào xa dần Việt Nam và đang rơi vào vùng ảnh hưởng của Trung Quốc.

Café Internet, PlaNet, hotmail... cách đây hai năm còn bị cấm đoán thì nay đang phát triển mau chóng ở Lào từ Vạn Tượng tới Luang Prabang, phía bắc lên tới Nam Tha, phía nam xuống xa tới Pakse.

Tưởng cũng nên mở một dấu ngoặc về địa danh *"Cây Số 6"* – được biết tới với cái tên *"Six Clicks City"* giữa cuộc Chiến Tranh Việt Nam, là khu riêng biệt của người Mỹ như một ốc đảo với những bungalows nhà ở, trường học, hồ bơi, sân quần vợt, rạp chiếu bóng, quán ăn, tiệm rượu và cả phòng tắm hơi. Dĩ nhiên trong vòng rào kẽm gai kiên cố ấy có cơ quan USAID, tòa đại sứ Mỹ như một trung tâm quyền lực và cả một bộ phận CIA điều khiển cuộc chiến tranh bí mật ở Lào. Một nước Lào như Bernard Fall nhận định, đã không được coi là một thực thể địa dư chủng tộc hay xã hội mà thuần chỉ là một tiện nghi chánh trị.

Sau 1975 không còn người Mỹ thì cũng chính nơi đây trở thành tổng hành dinh của Chủ tịch Kaysone Phomvihane cho tới ngày ông mất 1992 và nay là Viện Bảo Tàng.

Ông Hoàng Đỏ Souphanouvong được biết tới nhiều hơn nhưng người thực sự tổ chức đảng Cộng sản Lào là Kaysone Phomvihane xuất thân trường Đại học Luật khoa Hà Nội từ 1942, đã khéo léo lãnh đạo lực lượng Pathet Lào trong suốt hơn 40 năm cho tới khi thống nhất toàn nước Lào 1975. Ngày khánh thành Viện Bảo Tàng mang tên ông 13/12/2000, tờ báo Le Rénovateur đã vinh danh ông là Chiến Sĩ Nhân Dân mà người dân Lào sẽ không bao giờ quên: *"Le soldat du peuple. Nous ne t'oublierons jamais!"*

Đoạn quốc lộ do Việt Nam làm khá tốt nhưng cũng thật là khó mà bảo rằng di chuyển trên đoạn đường ấy là an toàn. Nhân viên Liên Hiệp Quốc và của các tổ chức thiện nguyện nước ngoài vẫn được khuyên không nên dùng con đường bộ này vì nhiều đoạn mất an ninh với xe bị chận cướp và cả hành khách bị giết.

Cách đây không lâu, Luang Prabang đã bị đặt trong tình trạng giới nghiêm do vụ một sĩ quan Hmong nổi loạn bắn chết cảnh sát, viên chức nhà nước và cả phục kích giết các công nhân làm đường Việt Nam.

Có nhiều giả thuyết về một biến cố nhất thời như vậy. Bên ngoài thì nhìn như dấu hiệu lớn mạnh của phong trào chống Cộng mà người Hmong là lực lượng chủ chốt. Phía nhà nước Lào thì giải thích đây chỉ là phản ứng riêng lẻ của một sĩ quan bất mãn bị giải ngũ mà trợ cấp hưu bổng thì quá ít ỏi. Thêm cách giải thích khác của chánh quyền Vạn Tượng là đổ lỗi cho "bọn xấu" gây ra. Nguyên nhân gì đi nữa thì cũng đã có đổ máu – có cả máu của người Việt.

Không ai có thể đoan chắc điều gì khi chọn di chuyển trên Con Đường Vương Giả ấy. Làm sao mà không lên ruột khi giữa những đoạn đèo cao heo hút ấy thỉnh thoảng lại xuất hiện mấy người lính da cháy nắng đen đủi ăn mặc tùy tiện với súng AK hay súng kíp, chẳng biết thuộc phe nào làm dấu vẫy gọi cho xe dừng lại. Chuyện gì đây, chỉ để xin thuốc hút, đòi tiền mãi lộ hay còn đi xa hơn nữa. Cái gì xảy ra lúc ấy thì cũng dễ dàng ngụy trang như một tai nạn xe lật đèo và bao giờ có người biết tới thì cũng khó mà nói trước.

Cho dù viên sĩ quan Hmong ấy đã bị bắt, đi tù cải tạo ở đâu thì không ai biết nhưng các vụ tấn công lẻ tẻ trên con đường ấy vẫn cứ xảy ra, dư luận thì cho rằng có thể vẫn do số người Hmong có vũ trang được CIA bí mật hỗ trợ trong cuộc chiến tranh Việt Nam có liên can.

Chiếc xe vẫn ngon trớn đổ dốc, đang nơi một khúc quặt với cả khối đá tảng che khuất phía trước thì gặp mấy người lính có đeo súng AK và cả M16 vẫy chặn, vẫn tươi cười đưa tay vẫy gọi nhưng đồng thời tài xế Vô Tư lại nhấn lút ga cho xe chạy luôn. Đoạn đường bỏ lại phía sau vẫn yên tĩnh. Quyết định nào là đúng? Không bao giờ có được câu trả lời dứt khoát. Tôi thì nghĩ tới sự may mắn. Tỏ vẻ quá quen thuộc trên đoạn đường đèo này, tài xế Vô Tư nói:

- Em quên mua thuốc lá để trong xe, có dừng lại cũng chẳng có gì nộp cho mấy ông ấy.

LAOPDR.COM 2000 ”Đi Ra Từ Lãng Quên” - Kỷ niệm 25 năm thống nhất nhưng vẫn chưa có tự do báo chí ở Lào.

Lào Thế Hệ 2000: các em tới trường học nơi Ban Phanom

Rõ ràng Vô Tư muốn trấn an tôi rằng vụ chặn xe kia đơn giản chỉ là để xin thuốc hút. Thì cứ tin là như vậy và tôi thì không muốn là một Bernard Fall thứ hai, ngã xuống không phải trên Con Đường Phố Buồn Tênh / *Street Without Joy* ở Việt Nam mà lại là trên Con Đường Vương Giả của xứ Lào được coi là đang trong thời bình.

Đặt chân tới Luang Prabang tôi mới được cho biết là một lầm lẫn khi xe lên đèo vào sẩm tối, trở thành mục tiêu rất dễ bị theo dõi bằng đèn. Rút kinh nghiệm bằng chuyến trở về khởi hành thật sớm nhưng còn tệ hại hơn, xe lại phải đổ đèo thật chậm cũng với đèn nhưng trong một biển dày đặc sương mù với tầm nhìn không xa hơn 3 mét.

Nếu không mất an ninh thì Con Đường Vương Giả ấy sẽ là đoạn đường ngoạn cảnh – scenic route tuyệt đẹp của đất nước Lào. Đâu có thua gì cảnh trí tuyệt vời của con đường Đèo Hải Vân từ Đà Nẵng ra Huế mà Paul Theroux từng đánh giá là đẹp nhất thế giới.

VISIT LAOS YEAR 2000

Một đất nước bao gồm nhiều sắc tộc, lại giàu tính lịch sử văn hóa và nghệ thuật, cộng thêm với cảnh trí thiên nhiên nhiều núi non, rất giàu những ngọn suối và cả con sông Mekong vốn dũng mãnh như mạch sống của đất nước Lào.

Du lịch sinh thái – *Ecotour* trở nên hấp dẫn và đang nhanh chóng phát triển thành kỹ nghệ tạo sức bật cho nền kinh tế Lào. Thay cho chánh sách đóng cửa, quyết nghị của Đại Hội 4 Đảng Cách Mạng Nhân Dân Lào là cả một bước ngoặt: *"Du lịch là nguồn lợi tức và là thành tố quan trọng để mở mang xứ sở và được coi là một trong tám chương trình phát triển ưu tiên của Lào"*.

Nha Du Lịch Quốc Gia NTA (National Tourism Authority) là thành viên của Tổ Chức Du Lịch Thế Giới

WTO và Tổ Chức Du Lịch Á Châu Thái Bình Dương PATA *(Pacific Asia Tourism Association)* được thành lập cùng với mạng lưới du lịch địa phương.

Từ thập niên 1990, ngân sách của nhà nước và tiền của doanh nhân ngoại quốc đầu tư đã lên tới con số hơn 180 triệu đôla để xây dựng các tiện nghi phục vụ du lịch. Hơn 300 hướng dẫn viên du lịch và cả cảnh sát du lịch *(Tourism Police)* được đào tạo. Đặc biệt là kế hoạch kết hợp du lịch trong Lưu Vực Lớn Sông Mekong GMS / *Greater Mekong Subregion.* Số buồng khách sạn và nhà khách lên tới 5500 buồng và 11 cửa khẩu được mở ra cho khách du lịch vào Lào trong số đó có 3 nơi du khách có thể lấy visa khi tới nơi - visa on arrival.

Ngoài cố đô Luang Prabang đã được UNESCO xếp vào *Khu Di Sản Thế Giới / World Heritage Site,* Lào còn rất giàu những di tích và thắng cảnh, cả những chương trình du ngoạn chèo thuyền trên sông Ou, sông Ngum và đi xuyên rừng (hiking) ở Sepien tỉnh Champasak rất hấp dẫn du khách.

Đã có những trang nhà / *web page* quảng cáo du lịch Lào. Các sắc tộc thiểu số rất tích cực tham gia Năm Du Lịch Lào với tổ chức những ngày lễ hội truyền thống với các vũ điệu và trang phục đầy màu sắc: hội tưới nước Pimay đầu năm ở Luang Prabang, lễ hội That Luang ở Vạn Tượng, That Ing Hang ở Savannakhet, Wat Phou ở Champasak, các ngày hội pháo bông (rocket festivals) trên khắp nước Lào...

Vài con số dễ nể về du lịch Lào:

• Năm 1991, chỉ có 37.000 du khách đem lại 2,25 triệu đôla.

• Năm 1999, số du khách tăng lên gần 20 lần thu nhập lên tới ngót 100 triệu đôla, số ngoại tệ thật đáng kể cho ngân sách luôn luôn thiếu hụt của đất nước Lào.

Khi mà số du khách có triển vọng lên tới con số một triệu trong thập niên đầu của thế kỷ 21, thì nét quyến rũ của Lào như "một xứ sở của thiên nhiên nguyên vẹn nhất Đông Nam Á" sẽ mau chóng trở thành sự kiện của quá khứ.

MỘT NỀN Y TẾ THÔ SƠ CỦA LÀO

Cho dù Bộ Y tế Lào có được một tòa nhà mới uy nghi trên đường Samsenthai, nền y tế Lào với rất nhiều khẩu hiệu vẫn cứ rất là thô sơ sau 25 năm tiến lên Chủ Nghĩa Xã Hội.

Số tử vong trẻ em vẫn rất cao, tuổi thọ trung bình của người dân Lào rất thấp ngay như so với các quốc gia láng giềng.

Mahosot vẫn là bệnh viện chính của Vạn Tượng, cũ kỹ và thô sơ. Bệnh viện Setthathirath do Nhật giúp xây và trang bị thì chưa biết bao giờ hoàn tất. Các bệnh viện tuyến tỉnh và huyện thì lại càng thô sơ hơn nữa: bệnh nhiễm như lao phổi nằm chung với các bệnh tiêu hóa không làm ai thắc mắc.

Cả nước Lào với dân số hơn 5 triệu, chỉ gồm 1800 bác sĩ, với một số rất ít được tu nghiệp ở nước ngoài. Lương một bác sĩ sau 7 năm học khoảng 150 đôla / năm, chỉ đủ tiền xe di chuyển nếu phải bổ nhiệm về làm ở một nhà thương tỉnh hay huyện xa nhà.

Doanh nhân ngoại quốc, du khách và người Lào có tiền, khi có bệnh thì được chuyển qua Thái Lan. Một bệnh viện tỉnh ở Thái như Udon cách bên kia cầu Mittaphab 50 km vẫn có tiêu chuẩn hơn về mọi phương diện so với bệnh viện đại học Mahosot của thủ đô Vạn Tượng.

Lào đang theo bước Thái Lan, phát triển du lịch bằng mọi giá: chuyển từ Du Lịch Xanh – *Ecotour* sang Du Lịch Đen – *Opium Tour & Sex Tour*. Bệnh hoa liễu khá phổ biến ở Lào, số các cô gái quê nhiễm HIV ngày một gia tăng. Hiểm họa dịch AIDS là có thật, sách hướng dẫn du lịch khuyên khách tới Lào luôn luôn mang theo "condom" từ nhà thay vì dùng bọc cao su "made in Thailand" được đánh giá là thiếu phẩm chất và có tỉ lệ hơn 10% không an toàn!

Vì thiếu phương tiện phát hiện nên những con số thống kê nhiễm HIV ở Lào không hề phản ánh thực trạng. Qua cuộc khảo sát năm 1993 (vào thời điểm chỉ mới có 102 ngàn du khách/ năm) thì đã có 0,8% số người hiến máu nhiễm HIV; đến năm 1999 số du khách đã tăng lên gấp 6 lần – trong đó có rất nhiều Tây ba-lô đi tìm hút thuốc phiện và các cô gái AIDS-free ở Lào, thì dịch HIV có triển vọng sẽ tăng theo cấp số nhân.

Khu Bệnh Nhiễm quá thô sơ và nghèo nàn của bệnh viện Mahosot vẫn với tấm bảng hiệu cũ kỹ bằng tiếng Pháp *"Service des Maladies Infectieuses et Médecine Tropicale"*, đất nước Lào quả thật chưa hề được chuẩn bị để đương đầu với trận dịch HIV/AIDS do các ông Tây ba-lô đang truyền sang các cô gái Lào.

MƯỜNG LUÔNG KHU DI SẢN THẾ GIỚI

Chuông chiều ngân trong gió
Tháp núi ẩn màn sương
Lầu vua thu bóng nhỏ
Chùa bụt lạnh hơi sương
(Vân Đài 1942)

Cho dù đã được UNESCO chọn là Khu Di Sản Thế Giới nhưng cố đô Luang Prabang [Mường Luông] lại đang có những đổi thay thật mau chóng. Nhà khách, quán ăn mọc khắp nơi, thực đơn luôn luôn có phần tiếng Anh và không làm ai ngạc nhiên khi một quán ăn bình dân khác có cả thực đơn tiếng Do Thái. Trở lại thăm Hoàng Cung vẫn trên con đường Phothisarat, nay đã trở thành Viện Bảo Tàng Quốc Gia nhưng bên trong thì ngày càng trống trải. Nhiều kỷ vật của các nguyên thủ quốc gia tặng nhà vua như khẩu súng săn với báng nạm ngọc của Leonid Brezhnev, bộ đồ trà của Mao Trạch Đông... vốn được trưng bày nơi phòng khách nay đã biến mất, hỏi nhân viên hướng dẫn thì không có câu trả lời ngoài một nụ cười hiền. Chỉ có bức tranh tường (*mural*) của họa sĩ Pháp Alix de Fautereau với chủ đề *"Một Ngày Luang Prabang"* nơi Phòng Khách Sứ Thần chẳng thể gỡ đi đem bán thì vẫn nguyên vẹn.

Có thêm mấy chiếc trống đồng tuổi từ 600 tới 1000 năm tìm thấy được ở Bắc Lào. Giữa mặt trống đồng là hình mặt trời tỏa sáng, trang trí vòng quanh là các hình cá, hoa và chim. Hình chạm nổi những con ếch bên rìa trống đồng tượng trưng cho Mùa Mưa. Tất cả những hình ảnh ấy kết hợp hài hòa như biểu tượng cho *"sự sống, đất đai màu mỡ và sự phồn vinh"*.

Không xa Hoàng Cung về phía bắc trên đường bờ sông Manthatoulat là con sông Mekong tuy chưa phải Mùa Khô mà đã co thắt lại như một con sông nhỏ. Các vườn rau nơi mé sông ngày một mở rộng và mực nước thì cứ lùi dần. *"Sự sống, đất đai màu mỡ và sự phồn vinh"* ấy rồi ra sẽ trở thành quá khứ chỉ có trên mặt trống đồng. Không có ai thắc mắc về hiện tượng con sông đang cạn dòng ấy. Nhưng tôi thì hiểu rằng chỉ cách đó vài trăm cây số về phía bắc mấy con đập bậc thềm Mạn Loan [Manwan], Đại Chiếu Sơn [Dachaoshan], Cảnh Hồng [Jinghong] và sắp tới là con đập mẹ Xiaowan... trong chuỗi 8 con đập khổng lồ Vân Nam đã bắt đầu ảnh hưởng làm tụt thấp mực nước của con sông Mekong và ngăn chặn phù sa xuống hạ nguồn.

Con sông Mekong đẫm phù sa vốn là tặng dữ của thiên nhiên từ bao ngàn năm thì nay đang nhợt nhạt dần.

Hoàng Cung Luang Prabang nay trở thành Viện Bảo Tàng Quốc Gia.

Ngôi Chùa Vàng kế bên hoàng cung, cố đô Luang Prabang.

Khúc sông Mekong cạn Pak Ou, nơi gần cửa sông Ou, một phụ lưu của con sông Mekong.

TỪ TÂY BA LÔ
TỚI HENRI MOUHOT (1826-1861)

Henri Mouhot là một cái tên gần như xa lạ với đa số cư dân Lào bây giờ. Cho dù là người Pháp đầu tiên tới kinh đô Luang Prabang nhưng tên tuổi Mouhot lại được biết đến như người tái phát hiện khu đền đài Angkor.

Tuy không phải là người Tây Phương đầu tiên tới Angkor, nhưng do những trang bút ký hấp dẫn và lôi cuốn được in ra ba năm sau khi ông chết, khiến tên tuổi Mouhot gắn liền với khu đền đài Angkor. Mouhot cũng là nguồn cảm hứng cho văn nghệ sĩ sáng tác thời đó, điển hình là sự ra đời của các tác phẩm như *The Governess of the King and I* của Anna Leonowens 1870.

Gốc người Pháp nhưng Mouhot đã gặp phải sự thờ ơ của đồng hương. Ông đã phải quay sang nhờ tới người Anh. Là nhà thám hiểm và đồng thời cũng là nhà sinh học, Mouhot vừa đi vừa tìm kiếm các loài côn trùng hiếm. Tháng 12/1860, Mouhot quyết định khởi hành từ Bangkok để lại sang Lào, băng qua vùng đông bắc Thái, đi qua những bộ lạc, những vương quốc của Vua Lửa thuộc các tỉnh Korat, Loei bây giờ, nơi chưa hề có dấu chân người Tây phương nào.

Những đứa trẻ từ vùng bắc Thái sang tới Lào đã mau chóng trở nên thân thuộc với một ông Tây râu đỏ và con chó Tin Tin luôn luôn theo cùng. Bọn chúng đã biết kiếm bắt côn trùng nộp cho ông để đổi lấy chiếc vòng đồng hay thuốc lá và Mouhot nhận xét là *"lũ trẻ ấy dường như đã biết hút thuốc khi mới rời vú mẹ."*

Phải hơn 7 tháng trời lặn lội để từ Bangkok tới kinh đô Luang Prabang là một thị trấn quyến rũ như Genève và tại đây Mouhot được vua Tiantha tiếp đón trọng hậu.

"Sau 10 ngày chờ đợi cuối cùng tôi được diện kiến nhà vua với nghi lễ long trọng. Phòng tiếp tân được trang trí như

một ngày lễ hội lớn với màu sắc sặc sỡ. Nơi sảnh đường nhà vua nhàn nhã ngả mình trên một chiếc divan với bên mặt là 4 vệ sĩ cầm gươm quỳ hầu, phía sau là các hoàng thân tất cả đều rạp mình phủ phục và phía sau xa hơn nữa là các quan triều đình xoay lưng ra ngoài và úp mặt xuống nền đất."

Từ Luang Prabang như trạm xuất phát, Mouhot đã thực hiện nhiều chuyến thám hiểm khảo sát ra các vùng rừng núi xa nhưng rồi chỉ 3 tháng sau ông bị cơn sốt rừng / forest fever – có lẽ là cơn sốt rét ác tính và chết ở cái tuổi mới 35 với dòng chữ cuối cùng trên trang bút ký: *"Thương cho tôi, Chúa ôi..."* Xác Mouhot được vùi nông bên bờ sông Nam Khan, một phụ lưu của con sông Mekong với con chó Tin Tin vẫn tru lên nằm bên mộ chủ.

Phải sáu năm sau (1867) khi Đoàn Thám Hiểm Pháp tới Luang Prabang, họ mới tìm ra nơi chôn và Doudart de Lagrée với tư cách trưởng đoàn đã xây cho Mouhot ngôi mộ khang trang đầu tiên.

Ban Phanom cách cố đô Luang Prabang 5 km về hướng đông, với hơn 100 nóc gia thuộc sắc tộc Lu gốc từ Vân Nam, nổi tiếng về nghề dệt thủ công dùng để tiến vua.

Bằng một con đường đất bốc mù bụi đỏ rất khó đi lại đang từng khúc bị cắt sửa nên xe phải chạy đường vòng. Theo sách hướng dẫn thì tấm bảng chỉ đường cũng đã bị gỡ mất và cuối cùng phải nhờ tới hai em nhỏ trong Ban Phanom mới tìm ra ngôi mộ Mouhot khuất lấp dưới những tàn cây um tùm.

Khó mà tưởng tượng rằng cách đây ngót 140 năm trong cảnh hoang sơ của rừng rậm, bên dòng sông chảy xiết, nỗi hiu quạnh và can trường của Mouhot phải lớn lao đến là thế nào.

Ngôi mộ sơn trắng vuông vức bắt đầu ngả sang màu rêu phong, còn gắn 2 tấm bia đá đen cổ đã sứt mẻ từ hơn một thế kỷ trước:

Henri Mouhot 1826-1861
Doudart de Lagrée fit élever ce Tombeau en 1867
Pavie le reconstruisit en 1887

[Doudart de Lagrée xây ngôi mộ này năm 1867 và được Auguste Pavie (Lãnh sự Pháp ở Luang Prabang) trùng tu năm 1887].

Ở lần trùng tu cuối cùng năm 1990, ngôi mộ lại được gắn thêm một bảng lưu niệm bằng đá trắng gửi từ Montbéliard quê hương nơi sinh của Mouhot với dòng chữ khắc thật đơn giản nhưng ý nghĩa:

"La ville de Montbéliard fière de son enfant 1990"

(Thành phố Montbéliard hãnh diện về đứa con của mình 1990)

Mouhot biểu hiện cho thế hệ thanh niên Pháp tuổi trẻ rạng rỡ học thức sống giữa thế kỷ 19 – thế kỷ của chịu đựng và khắc kỷ đã như người lính tiền trạm trước khi Pháp áp đặt nền bảo hộ trên cả ba nước Đông Dương.

Theo bước chân Mouhot ngót 140 năm sau, là tấp nập những Tây ba-lô cũng từ Thái đổ tới Lào, không phải đi tìm các loài côn trùng hiếm mà là chất nhựa đặc quánh ứa ra từ những trái cây thuốc phiện. Không ít người tới Lào và đã không bao giờ trở về.

Henri Mouhot chết vì sốt rét, xác vùi nông bên bờ sông Nam Khan, một phụ lưu sông Mekong gần Luang Prabang. Ngôi mộ được Đoàn Thám Hiểm Pháp xây năm 1867 và trùng tu năm 1990 với thêm tấm bia từ Montbéliard nơi sinh của Mouhot, với dòng chữ đơn giản và ý nghĩa: "Thành phố Montbéliard hãnh diện về đứa con của mình"

Nhờ các em nhỏ trong Ban Phanom đi chân đất dẫn đường, tác giả mới tìm ra được ngôi mộ Mouhot, bên bờ sông Nam Khan khuất lấp dưới những lùm cây um tùm.

HANG PHẬT PAK OU

Chỉ mới đây thôi khi chưa có con đường bộ người ta phải đi thuyền máy với hơn 2 giờ đường sông từ Luang Prabang ngược dòng Mekong để tới bản Pak Ou. Pak Ou hay *"cửa sông Ou"* nơi con sông Nam Ou nước trong xanh không có phù sa đổ vào con sông Mekong. Bên kia sông là một ngọn núi đá cao đứng sừng sững. Phải bằng chuyến đò ngang để qua sông.

Với giúp đỡ ngân sách của Thụy Điển, nay khách đã có thể tới Pak Ou bằng đường bộ, qua bản Shang Hay – rất nổi tiếng về làm chum và cất rượu gạo, để tới bản Pak Ou êm đềm nằm bên tả ngạn sông Mekong.

Pak Ou Caves là tên chỉ chung hai hang Phật: Tam Ting *(Hang Dưới)* và Tam Phum *(Hang Trên)*.

Chẳng thể ngờ rằng nơi ấy có những hang đá lớn chứa cả hơn 4000 tượng Phật cổ từ hơn 300 năm trước với đủ kích thước và hình dạng mà như một kỳ công, dân Lào phải ban đêm chèo thuyền trốn giặc để đi giấu Phật khi kinh đô Luang Prabang bị ngoại xâm.

"Ký họa đầu tiên về Hang Phật Pak Ou cũng đã được tìm thấy trong tường trình về cuộc thám hiểm sông Mekong 1865- 1867 của Francis Garnier".

Khi còn thể chế quân chủ, theo truyền thống hàng năm nhà vua đều tới thăm hang Phật vào ngày tết Pimay và ở qua đêm trong một ngôi chùa hoàng gia nơi bản Pak Ou. Dân chúng cũng tấp nập dùng ghe thuyền từ Luang Prabang ngược dòng Mae Nam Khong tới hang Pak Ou hành hương, với nghi thức dùng nước hoa thơm tắm Phật. Thêm hơn 200 bậc thềm để tới được hang trên, cảm giác như bước vào một thế giới khác. Trong ánh sáng chạng vạng, không gian tĩnh lặng ẩm mát thoảng mùi rêu mốc và thời gian như ngừng lại.

Ký họa đầu tiên về Hang Phật Pak Ou đã được tìm thấy trong tường trình của Francis Garner về cuộc thám hiểm sông Mekong 1866-1868. Cửa vào hang Pak Ou nhìn từ sông Mékong năm 2000.

Khúc Giao Hưởng Tĩnh Lặng của con sông Mekong, nhìn từ Hang Phật Pak Ou.

Từ bên trong nhìn ra ngoài cửa hang là hàng dãy những tượng Phật bao phủ bụi thời gian, cả bị sứt mẻ nhưng không suy suyển, vẫn là nụ cười an tĩnh của Đức Phật lan tỏa xuống con sông Mekong còn đẫm phù sa nhưng cũng đang cạn dần.

Hang Pak Ou nổi tiếng là linh thiêng để dâng lời cầu nguyện. *"Không phải Phật tử nhưng tôi cũng đã thắp nén nhang và có bó hoa tươi cúng Phật với lời khấn nguyện cho con sông Mekong cứ mãi nguyên vẹn, vẫn mãi là mạch sống của cư dân bảy quốc gia sống hai bên bờ con sông ấy..."*

Nhưng chỉ vừa bước ra cửa hang, nhìn ngấn nước trên vách đá đã tụt xuống thật thấp thì tôi chợt hiểu rằng lời cầu nguyện ấy đã như một *"giấc-mơ-không-thể-được".*

Những bãi cát trồi lên sớm hơn, người dân quanh vùng kéo nhau tới đây sớm hơn để đãi vàng.

MỘT THOÁNG THÁI LAN / BÊN KIA CẦU MITTAPHAB

Cây cầu do Úc hoàn tất 1994 như cánh cửa mở ra để Lào tiếp xúc với thế giới bên ngoài. Từ Thái Lan qua cầu, du khách có thể đóng dấu nhập cảnh khi tới giống như tại phi trường quốc tế Wattay. Nơi đầu cầu có trạm đổi tiền, bưu điện và cửa hàng bách hóa sang trọng miễn thuế dành cho du khách. Giai thoại về một hệ thống cửa hàng bách hóa *"free duty shop"* theo tiêu chuẩn quốc tế do Singapore thiết kế nơi các cửa khẩu trên toàn xứ Lào, mà chủ nhân triệu phú đô la xuất thân nghề buôn vàng lại là một phụ nữ Lào gốc Việt rất đơn sơ hiện sống ở Pakse.

Từ trên cầu nhìn xuống dòng chảy để thấy suốt chiều dài 4661 km của dòng sông từ Tây Tạng ra tới Biển Đông, với cả chiều dày lịch sử, đã và đang soi bóng bao nền văn minh, có cả Văn Minh Miệt Vườn trên một vùng đất mới chưa đầy 300 tuổi đã lại đứng trước nguy cơ tiêu vong.

Bên kia cầu là Nong Khai một thị trấn nhỏ nằm phía cực bắc cao nguyên Isan – nguyên là cả một vùng đất rộng lớn mênh mông và khô hạn nhưng lại được bao quanh bởi con sông Mekong – một biên giới tưởng như là thiên nhiên nhưng thật ra là do thực dân Pháp Anh toa rập cắt một phần lớn đất Lào sát nhập vào Thái từ 1941. Cư dân Isan đa số là người Lào chiếm 1/3 dân số Thái – nói cùng ngôn ngữ (cũng dễ hiểu vì sao các chương trình truyền hình Thái là phần giải trí và cả thông tin thường ngày của các gia đình khá giả bên Lào). Phải kể tới số không ít những người Việt tản cư sinh sống lâu năm ở đây từ những thập niên 1940-1950 khi cuộc kháng chiến chống Pháp lan rộng ra cả ba nước Đông Dương.

Cho tới những năm 1960, cao nguyên Isan vẫn còn là vùng đất nghèo nàn. Để đáp ứng với cường độ Chiến Tranh Việt Nam gia tăng và cũng để ngăn chặn xâm nhập của cộng sản vào đất Thái, Mỹ đã ồ ạt đổ tiền vào phát triển Isan, mở mang hệ thống xa lộ tối tân, xây 4 phi trường quân sự chiến lược, nơi xuất phát các đoàn máy bay phản lực oanh kích Bắc Việt và cả những đoàn cấp cứu các phi công Mỹ bị bắn rơi. Mỹ cũng tích cực giúp Thái xây các con đập thủy điện trên phụ lưu sông Mekong điển hình là hai con đập Nam Pong và Nam Pung, nhằm điện khí hóa nông thôn, cải thiện hệ thống tiêu tưới khiến mức nông sản gia tăng vượt mức.

Như từ bao giờ, Nong Khai vẫn là cửa ngõ đi vào xứ Lào nhưng hương vị của một thị trấn tỉnh nhỏ bên sông ngày nay không còn nữa từ ngày có cây cầu Mittaphab. Đây là nơi du khách đổ tới bằng đường bộ dừng chân trước khi vượt sông qua Lào.

Các nhà khách tiện nghi, khách sạn 4 sao mọc lên, có cả Holiday Inn Mekong Royal trên đường Jomanee cao 8 tầng với 200 buồng lộng lẫy nhìn ra con sông Mekong.

Nong Khai đang vào giữa mùa bầu cử, trên đường phố tràn ngập posters với khẩu hiệu của các ứng viên vận động tranh ghế. Bác tài xế taxi người Thái có ánh mắt lúc nào cũng như đang cười, giọng hiền lành:

- Chúng tôi sẽ bầu cho ứng viên nào giàu nhất, vì họ chỉ cần danh chẳng cần tiền nên sẽ không có tham nhũng.

Không biết tự bao giờ người dân Thái đã thấm nhuần chủ nghĩa thực tiễn kiểu Mỹ. Đó cũng là lý do tại sao đảng Người Thái Yêu Thái của nhà tỉ phú Thaksin Shinawatra có triển vọng thắng phiếu dễ dàng để tiến tới lập nội các mới. Học vấn của Thaksin cũng là điều đáng nói: tốt nghiệp tiến sĩ Đại học Houston Texas trở thành người giàu có nhất Thái vì kinh doanh thành công trong ngành điện toán, được báo chí Mỹ mệnh danh là *"ông trùm kỹ thuật cao / high-tech mogul"*.

Thaksin biểu tượng cho thế hệ lãnh đạo mới tại các quốc gia đang phát triển trên đà toàn cầu hóa / *globalization* theo cái nghĩa Mỹ hóa / *Americanization*: biểu hiện rõ nét là nguyên thủ các quốc gia như Đài Loan, Chile, Mễ Tây Cơ và sắp tới là Thái Lan, Phi Luật Tân... đều được đào tạo và có học vị tiến sĩ từ Mỹ.

Thái Lan là quốc gia duy nhất ở Đông Nam Á không bị ách đô hộ của thực dân Anh Pháp vào thế kỷ 19, lại thoát khỏi nửa thế kỷ chiến tranh, được hưởng lợi từ cuộc chiến tranh Việt Nam, và còn tiếp tục được hưởng lợi sau cuộc chiến ấy do dịch vụ cung cấp gạo thực phẩm rau trái cho hai triệu người Việt hải ngoại, phải nói rằng thập niên 1980 là thời kỳ kinh tế phát triển huy hoàng nhất của Thái.

Không qua ngả phi trường quốc tế Wattay, du khách đang lũ lượt đổ tới từ Nong Khai Thái Lan băng qua cây cầu Hữu Nghị Mittaphab.

Chỉ bằng 1/3 diện tích Texas, Lào đang chuẩn bị đón 1 triệu du khách sau năm 2000.

Như từ bao giờ, người dân quê Thái chỉ lại được nhớ và nhắc tới trong mùa bầu cử. Mỗi lá phiếu đều có giá tính theo đồng baht – bản vị tiền tệ Thái. Mua chuộc không xong thì có giải pháp bạo lực. Tham nhũng và bạo lực luôn luôn là bộ đôi nguy hiểm – *Dangerous Duo* trên sân khấu chánh trị Thái. Câu nói của một giáo sư Chánh trị học Đại học Thammasat phản ánh điều ấy:

- Tại sao lại phải tiêu hơn 30 triệu baht (hơn nửa triệu đô la) để mua một ông xã trưởng trong khi chỉ cần 1/10 số tiền ấy thuê một tay súng là xong?

Cũng để trấn an người dân đi bầu, viên Tướng tổng tư lệnh quân đội Thái đã hứa là *"sẽ không có đảo chánh cho dù kết quả cuộc bầu cử ra sao."* [Sic] Nhưng nếu cần phải đổi ý thì cũng là quyền của ông Tướng ấy.

Cuộc binh biến 1932, đã như một khúc rẽ trong sinh hoạt chánh trị Thái, đã chấm dứt vương quyền độc tôn, chuyển qua chế độ quân chủ lập hiến giống như Anh Quốc, vua và hoàng gia chỉ có vai trò lễ nghi. Nhưng đến đời Bhumibol thì tình hình đổi khác, nhà vua trở thành một trọng tài được kính trọng bởi mọi phía như một "mẫu số chung" nối kết lòng người và đứng trên mọi tranh chấp.

Khi mà nhà vua là yếu tố để đoàn kết và ổn định xã hội Thái trong hơn nửa thế kỷ, thì một câu hỏi lớn được nêu ra là sau Bhumibol liệu ai là người có thể thay thế nối ngôi trong khi hoàng thái tử thì hoang đàng chỉ là một phó bản mờ nhạt của phụ thân. Đây đang là mối ưu tư của mỗi người dân Thái khi biết nhà vua năm nay đã cũng đã 72 tuổi rồi và người ta đang nghĩ tới công chúa Chakri Sirindhorn có cơ trở thành nữ hoàng đầu tiên trong lịch sử đầy biến động của Thái Lan bước sang thế kỷ 21.*

Đặt chân tới thị trấn biên thùy này, tôi không có nhiều mối bận tâm về chánh trị của xứ Thái. Tôi đến một quán ven sông và đang muốn tìm tới sự yên tĩnh của dòng sông Mekong. Tôi cũng đang nghĩ tới mấy con cá Pla Beuk – *Pangasianodon gigas*, giống cá bông lau khổng lồ nặng hơn 300 kg, nay còn hay mất nơi khúc sông dưới chân cầu Mittaphab.

Pla Beuk thì có đó cả bao ngàn năm rồi chứ đâu có phải chờ tới năm 1930, mới có con cá Pla Beuk đầu xuất hiện trên sách báo Tây phương. Và sớm hơn trước đó cả nửa thế kỷ James McCarthy (1881-1893) nhà thám hiểm Anh trong cuốn sách "Surveying and Exploring in Siam" đã có ghi nhận về cá Pla Beuk với nhiều chi tiết khi ông: *"giúp ngư dân kéo con cá Pla Beuk nặng 130 cân Anh dài 7 bộ vòng thân 4,2 bộ, là loại cá không vẩy không răng..."* McCarthy còn đề cập tới cả trứng cá Pla Beuk giống như trứng cá tầm caviar [sturgeon] rất ngon và hiếm quý từng được các vua Lào dùng như phẩm vật triều cống triều đình Huế hay Bangkok.

Vào thăm chợ Nong Khai, chủ yếu để thăm những mớ cá còn lưới được từ con sông Mekong. Không khác bao nhiêu với những ngôi chợ Việt Nam, đầy màu sắc với hoa trái vùng nhiệt đới. Chưa bao giờ tôi thấy me dốt lại có thể nhiều đến như vậy với những sọt những thúng chất thành vồng trên các sạp. Bạn hàng trong chợ không ít là người Việt nhưng họ tránh nói tiếng Việt. Lý do là dân Thái không mấy ưa người Việt mà họ coi như là cội nguồn bất an do có liên hệ tới các hoạt động của đảng Cộng sản Thái trước đây [CPT – Communist Party of Thailand]. Các nhà cách mạng Việt Nam như chí sĩ Phan Bội Châu, Hồ Chí Minh khi bị thực dân Pháp lùng bắt cũng đã có một thời gian từng bôn ba sống và hoạt động trên lãnh thổ Thái.

———————————

** sau khi phụ hoàng mất (13-10-2016), Hoàng tử Maha Vajiralongkorn đã lên ngôi vua Thái và trị vì cho đến nay.*

VIỆT KIỀU TRÊN ĐẤT THÁI

Theo Hoàng Văn Hoan, *"Giọt Nước Trong Biển Cả"*, thì vào giữa thập niên 1940, khởi đầu cuộc kháng chiến chống Pháp, số người Việt ở Thái, đa số từ Lào tản cư sang đã lên tới cả 100 ngàn. Ban đầu do có thiện cảm với cách mạng Việt Nam, người Thái và chánh phủ Thái không những chấp nhận sự có mặt đông đảo của cộng đồng người Việt, họ còn tận tình giúp đỡ. Đất Thái trở thành hậu phương an toàn và địa bàn hoạt động của cuộc kháng chiến chống Pháp.

Cuộc sống tuy tha hương nhưng lại thuận lợi tới nỗi chính những người Việt ấy như quên là mình đang sống trên đất khách quê người. Tới mức họ trở thành chủ quan và cao ngạo, sống phô trương lộ liễu chẳng quan tâm gì tới tập quán phong tục của người Thái. Họ mở Nông Trường lấy tên Việt Nam, luôn luôn rầm rộ tổ chức những ngày lễ hội với cờ xí treo khắp nơi, với cả bộ đội Việt kiều mang súng nghênh ngang đi khắp đường phố...

Và hiển nhiên cái gì phải tới đã tới: từ thập niên 1950 không phải chỉ người dân Thái địa phương than phiền mà cả báo chí Thái Lan của chánh quyền mới hữu khuynh cũng khởi đầu một chiến dịch chống đối người Việt.

Từ thiện cảm giúp đỡ, đã chuyển sang tình cảm thù nghịch.

Và hậu quả là Việt kiều ở Thái tuy không bị cưỡng bách hồi hương nhưng họ bị kỳ thị, bị cấm di chuyển ra khỏi nơi đang cư trú. Khác với người Hoa dễ dàng được chấp nhận hội nhập vào xã hội Thái, người Việt sống trên đất Thái đã có một thời gian từng bị đối xử như một thứ công dân hạng hai.

Udon Thani 25 năm sau với shopping mall, nơi mua sắm cho cả người dân Lào giàu có tới từ Vạn Tượng.

Bệnh viện tỉnh Udon Thani đông bắc Thái Lan nhưng lại là tuyến trên đối với bệnh viện đại học Mahosot của thủ đô Vạn Tượng.

Trong chánh trị người Thái chia rẽ nhưng với lòng tôn kính nhà vua thì họ là một: cả nước Thái đang chào mừng sinh nhật thứ 72 của vua Bhumibol.

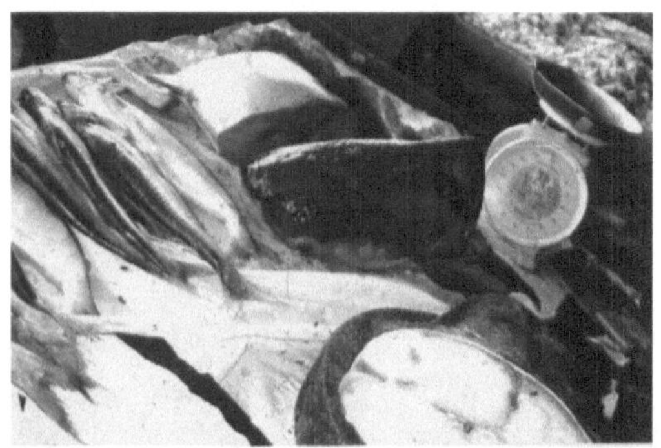

Đầu và mấy khúc cá Pla Beuk nhỏ khoảng 45 kg thay vì 3 tạ, một tình cờ hiếm hoi còn bắt gặp trong khu chợ cá Nong Khai.

Nguồn protein, tặng dữ của con sông Mekong, những mớ cá còn thấy được trong chợ Nong Khai, Thái Lan.

Và chỉ mới đây thôi, sau hơn nửa thế kỷ tình hình có phần nào được cải thiện khi chánh phủ Bangkok bắt đầu chấp thuận cho những người Việt sống lâu năm và sinh đẻ trên đất Thái được nhập tịch.

Cho dù đã sang thế hệ thứ ba, trở thành công dân Thái – đã từ lâu mất liên hệ với thực tại của Việt Nam nhưng họ vẫn là những người Thái gốc Việt giữ tình cảm gắn bó với quê nhà, với chế độ cộng sản Hà Nội qua hình ảnh Cách Mạng Tháng Tám và cuộc Kháng Chiến Chống Pháp ngày nào. Chân dung ông Hồ vẫn còn được các cụ già thuộc thế hệ thứ nhất tuổi ngoài 80 trưng giữ ở một nơi trang trọng trong gia đình.

Tới khu chợ cá Nong Khai, niềm vui là còn thấy được mớ cá tươi ngon lưới được từ con sông Mekong. Trên sạp cá ấy có cả một con cá lớn Pa Pu hơn 50 kg đang được xẻ khúc. Tôi hỏi mà không chút trông đợi về một con cá Pla Beuk. Lần này thì là sự kinh ngạc khi thấy chủ vựa lại tủ nước đá khệ nệ bưng ra một đầu cá Pla Beuk với lời giải thích:

- Pla Beuk nay rất hiếm nhưng may là anh tới đúng lúc. Đây không phải là một con cá Pla Beuk lớn đúng cỡ, chỉ cân nặng chừng 45 kg chứ không phải hơn ba tạ, mà người ta còn lưới được trên sông Mekong.

Có lẽ đây là một trong mấy con cá Pla Beuk thiên nhiên cuối cùng còn sót lại nơi lũng sâu nào đó của con sông Mekong mà tôi còn có may mắn thấy được trong khu chợ Nong Khai vào những ngày cuối năm 2000.

Đến Nong Khai cũng là đến với ngôi Đền Phật Giữa Sông Phrathat Klang Nam bị đổ sập xuống từ năm 1847 và càng ngày càng bị nước cuốn xa ra giữa dòng và chỉ thấy nhô lên trong mùa nước thấp. Henri Mouhot 140 năm trước (1860) khi từ Bangkok băng qua cao nguyên Isan để sang Lào, khi ngược dòng sông Mekong cũng đã ghi nhận về

"Một ngôi đền Phật bị lũ cuốn xa khỏi bờ và nay chỉ còn phân nửa nhô trên mặt nước, giống như một con tàu đắm".

Chỉ 5 km phía đông Nong Khai là một cảnh trí kỳ lạ khác, Wat Khaek như một nét văn hóa mới khác của con sông Mekong với những tượng đài khổng lồ chỉ mới được dựng lên từ thập niên 1970. Tượng Rắn Thần Naga Bảy Đầu cao hơn 30 m với sự tích rắn che chở cho Đức Phật qua khỏi cơn giông bão. Với tôi, Naga còn biểu trưng cho những khu rừng mưa, ngậm giữ nước trong mùa mưa và rồi nhả ra trong mùa khô điều hòa mực nước con sông Mekong, giúp ngư dân có cá và nông gia hai mùa đủ nước gieo trồng.

UDON THANI NGÀY NÀO

50 km phía nam Nong Khai là thị trấn Udon Thani, trước đây là căn cứ không quân chiến lược Mỹ được nhắc đến nhiều nhất trong cuộc Chiến Tranh Việt Nam với tràn ngập những cô gái Thái từ vùng quê đổ về làm việc trong những quán bar, tiệm đấm bóp, khách sạn với phòng máy lạnh chủ yếu để phục vụ đám lính Mỹ GI's đồn trú. Điện từ đập Nam Ngum phía Lào bên kia sông Mekong cũng đã góp phần không nhỏ cho bước phát triển nhảy vọt của Udon.

Sau 1975 cho dù Chiến Tranh Việt Nam đã chấm dứt, hàng trăm lính Mỹ lấy vợ Thái Lan chọn ở lại Udon và từ chối hồi hương. 25 năm sau, đã không còn dấu vết của một khu gia binh như vậy. Họ đã phân tán đi tứ xứ: số về Mỹ, số theo chân vợ và con cái đã trưởng thành đi làm ăn ở những nơi khác. Còn lại chăng là một tiệm Fast food T&J với Hamburger và French Fries khá thành công mà chủ nhân là một cựu chiến binh Mỹ hiếm hoi còn ở lại.

Udon ngày nay được đánh giá là một thành phố đẹp chưa có ô nhiễm tệ hại như Bangkok. Không còn người Mỹ nhưng nếp sống Mỹ hóa thì đã lại rất đậm nét nơi đây với

Pizza Hut, Kentucky Fried Chicken và McDonald's... trong các Malls.

Với cây cầu Mittaphab, Udon nay trở thành địa điểm lý tưởng cho dân Vạn Tượng qua mua sắm / *shopping* mỗi cuối tuần không phải chỉ có hàng đẹp giá rẻ mà còn đáp ứng thời trang cho các cô gái Lào thế hệ 2000. Cũng vẫn cô bác sĩ Lào từng du học ở Pháp cho biết:

- Bất cứ mode nào mới nhất ở Paris, New York hay Hong Kong thì chỉ một hai tuần sau đã có mặt ở tiệm bách hóa Udon.

Chỉ tấm bảng hiệu rất lớn bên đường *"We Care, Ask Udon International Hospital"*, cô bác sĩ Lào nói tiếp:

- Bệnh viện Quốc Tế Udon như là tuyến trên để chuyển bệnh cấp cứu từ nhà thương Mahosot Vạn Tượng mà không cần phải đi Bangkok.

Một cách lặng lẽ và chắc chắn đất nước Lào đang thực sự từng bước *"Thái hóa"* qua sức mạnh thẩm thấu kinh tế và văn hóa của nước láng giềng đầy năng động lại nói cùng thứ tiếng bên kia bờ con sông Mekong.

KHU LÀNG TIỀN SỬ BAN CHIANG

Ban Chiang như đỉnh của một tam giác với Nong Khai và Udon là cạnh đáy, 56 km về hướng đông theo con lộ 22. Tới với khu khai quật Ban Chiang là trở lại với Thời Kỳ Đồ Đồng với nền văn minh có lẽ là cổ xưa nhất của con sông Mekong bị vùi lấp và được coi là phát hiện quan trọng nhất trong vùng Đông Nam Á từ sau Thế Chiến II.

Như một giai thoại, cách đây 44 năm (1966), một sinh viên khảo cổ học người Mỹ khi đi vào cánh đồng của khu làng Ban Chiang, anh ta đã bị vấp ngã trên rễ một gốc cây bông gạo kapok và chẳng thể ngờ rằng anh đã ngã vào cả một kho tàng cổ sử. Quanh anh là vô số mảnh sành nhỏ ra từ mặt đất. Anh thâu thập những mảnh vỡ ấy gửi về Bangkok và sau đó về Đại học Pennsylvania để nghiên cứu.

Những mảnh sành, mảnh sứ và cả xương người với dân làng Ban Chiang từ trước đến nay đâu có lạ gì vì họ vẫn đụng phải khi đào xới đất để canh tác. Chỉ khi có tin đồn về *"ngôi làng tiền sử"* được lan truyền thì dân làng mới đổ xô tới đào bới kiếm đủ loại cổ vật mà họ không biết là vô giá đem bán rẻ cho các nhà sưu tập ngoại quốc.

Khá trễ mãi 4 năm sau, các nhà khảo cổ Mỹ và Thái mới khởi sự khai quật có hệ thống. Chỉ trong 2 năm họ đã đào bới được 18 tấn di chỉ gồm các dụng cụ bằng đồng, bình chậu sứ, cả đồ dệt và hài cốt trong các ngôi mộ cổ. Nghiên cứu sơ khởi cho thấy đây là một khu làng cổ trên 5 ngàn năm, và có lẽ phát hiện kỳ thú nhất là các vật dụng bằng đồng được đúc cách đây hơn 3600 năm trước Công Nguyên – nghĩa là sớm hơn các đồ đồng xưa nhất của Trung Đông 500 năm. Phát hiện này đã phủ nhận luận cứ cho rằng kỹ thuật luyện đồng khởi đầu từ lưu vực sông Tigris và Euphrates năm 3000 trước Công Nguyên, cũng phủ nhận luôn giả thiết cho rằng đồ đồng là từ Trung Quốc du nhập về phương nam [bởi vì đồ đồng cổ nhất của Trung Quốc chỉ mới từ 2000 năm trước Công nguyên]. Như vậy có thể nói rằng kỹ thuật luyện đồng là từ Đông Nam Á du nhập sang Trung Hoa thay vì ngược lại.

Đó là chưa kể tới những đồ trang sức cũng bằng đồng rất mỹ thuật phản ánh một xã hội thái hòa có văn hóa cao chứ không ở trình độ man di so với Trung Quốc như người ta vẫn nhận định. Cả về nông nghiệp cũng vậy nữa, với kỹ thuật carbon phóng xạ C14 khảo sát những vỏ trấu còn sót lại trong các bình sứ khai quật được ở Ban Chiang chứng tỏ trên vùng đất Đông Nam Á này đã sớm có một nền nông nghiệp phát triển trước cả Trung Hoa.

Các nhà nhân chủng học đã vẽ lại chân dung của người tiền sử tại Ban Chiang: họ có trán rộng, lưỡng quyền cao với cặp chân dài và khỏe mạnh, tuổi thọ trung bình khoảng 30, nguyên nhân tử vong là bệnh tật như sốt rét, có lẽ họ thuộc chủng tộc Hòa Bình (Hoabinhians) từ thời Đồ Đá đã sinh sống trong vùng Đông Nam Á từ 12000 tới 5000 năm trước Công nguyên. Joyce White cho rằng khu làng tiền sử Ban Chiang đã có được một tổ chức xã hội nông nghiệp ổn định từ 8000 tới 7500 năm trước Công Nguyên, trong khi dấu hiệu về lúa sớm nhất ở Trung Hoa vùng thượng nguồn sông Dương Tử là vào khoảng 6500-5800 trước Công Nguyên. Luận cứ ấy càng thêm vững chãi khi Peter Bellwood cho rằng nếu kể tới yếu tố khí hậu thì cái *"nôi đầu tiên trồng lúa"* phải là vùng nhiệt đới Đông Nam Á Châu Gió Mùa.

Rồi như rơi vào một hố đen (sau này là một hố đen khác trên Cánh Đồng Chum), không rõ nguyên nhân nào từ thế kỷ thứ 2 Ban Chiang trở thành hoang vắng không còn cư dân nào sinh sống nữa. Khép lại trang cổ sử kỳ thú của một vùng đất mà sách vở kinh điển viết về nguồn gốc các nền văn minh hầu như người ta đã hoàn toàn lãng quên – như đã lãng quên một nền văn hóa khác của con sông Mekong.

Buổi mai tĩnh lặng trên sông Mekong bên chân cầu Mittaphab phía Vạn Tượng, bên kia bờ là thị trấn Nong Khai Thái Lan – bưu ảnh Lào

Trở về Mỹ, tin một cột đọc được trên trang nhất của báo Người Việt là vụ nổ trên cầu Mittaphab, nơi mà ít ngày trước đó tôi đã dừng chân nhìn xuống dòng chảy của con sông Mekong để tìm bóng dáng của một con cá Pla Beuk.

BANGKOK [Tin Kyodo] – Bom nổ trên cầu Mittaphab tại biên giới hai nước Lào Thái khiến 11 du khách tới từ Thái Lan bị thương, giao thông trên cầu ngay sau đó bị gián đoạn. Vụ nổ đã xảy ra vào lúc 4 giờ 5 phút chiều thứ Tư ngày 25/01/2001. Tang vật tìm được cho thấy trái bom được điều khiển từ trạm kiểm soát nơi chân cầu phía Lào.

Vạn Tượng — Nong Khai 12/2000

VỰC DẬY TỪ TRO THAN
ĐI QUA NHỮNG CÁNH ĐỒNG CHẾT

Nỗi thống khổ của thần dân là nỗi đau của đấng quân vương.
Jayavarman VII

TRỞ LẠI THĂM XỨ CHÙA THÁP

Hơn 30 năm sau trở lại thăm đất nước Cam Bốt vẫn là một thứ kinh nghiệm "độc nhất vô nhị". Năm 1970 là đi vào một đất nước Cam Bốt đang chìm đắm trong chiến tranh từ Việt Nam tràn sang. Thị trấn Krek không xa biên giới Việt Nam thường xuyên là mục tiêu của những trận mưa pháo và hỏa tiễn. Tiếp theo đó là những năm tháng kinh hoàng của chiến dịch *"cáp duồn"* người Việt dưới chính quyền Lon Nol, rồi là những năm *"tẩy sạch chủng tộc"* của Pol Pot.

Năm 2001 trở lại một đất nước đã trải qua những năm tháng ác mộng của mênh mông những Cánh Đồng Chết mà tưởng như mới hôm qua. Một đất nước với nền hòa bình còn non trẻ và mìn bẫy thì đầy rẫy sau những năm nội chiến đẫm máu. Nhưng Cam Bốt đang vực dậy từ tro than và hướng về tương lai.

Đối với du khách thì Cam Bốt nay thực sự trở lại với bản đồ Đông Nam Á do sự kỳ vĩ của các khu đền đài Angkor, một tụ điểm du lịch mà có lẽ không một nước Á Châu láng giềng nào có thể sánh bằng.

Lại thêm triển vọng từ 2002 mở ra một cuộc du lịch đầu tiên bằng thuyền hovercraft [ACV / Air Cushion Vehicle] 14 ngày khởi hành từ giang cảng Tư Mao/ Simao tỉnh Vân Nam xuống Cảnh Hồng qua khu Tam Giác Vàng [Miến Điện, Thái, Lào] xuống tới Luang Prabang - Vạn Tượng - Pakse vòng qua thác Khone xuống Cam Bốt - lên Biển Hồ tới Siem Reap - Angkor trở lại Nam Vang trước khi xuống ĐBSCL Việt Nam và bến đỗ sẽ là cảng Cần Thơ. Tuy chưa phải là cuộc hành trình suốt dọc con sông Mekong qua 7 quốc gia do có một khúc sông không lưu thông được qua các hẻm núi từ Tây Tạng xuống Vân Nam nhưng đây vẫn sẽ là một cuộc du lịch sinh thái / *Ecotour* 2.900 km đường sông qua 6 nước vô cùng hấp dẫn: du khách còn hy vọng được thấy những con cá Pla Beuk và Irrawaddy Dolphin cuối cùng còn sống sót trên sông Mekong trước khi trở thành những hình ảnh của quá khứ. Nhưng đó là chuyện của tương lai năm 2002.

Bây giờ là tháng 12 của năm đầu thế kỷ 21. Không với tính cách du lịch mà là một du khảo/ *field trip* tới với một khúc đoạn khác của con sông Mekong, khúc sông đã từng loang máu và nổi trôi những chùm xác không đầu của người Việt. Cáp Duồn luôn luôn như một mối ám ảnh. Người Việt và người Khmer nói chung vẫn có cách nhìn mang dấu ấn tiêu cực về nhau bắt nguồn từ mối thù hận lịch sử.

Cao Xuân Huy, tác giả *Tháng Ba Gãy Súng*, nói với tôi:

- Anh không sợ bị Cáp Duồn à? Người Lào dầu sao cũng hiền lành hơn người Miên.

Huy muốn so sánh chuyến đi Lào suôn sẻ của tôi và chuyến đi Cam Bốt sắp tới. Hoàng Khởi Phong, *Người Trăm Năm Cũ*, cũng đưa ra một ý kiến không thuận lợi:

- Cuốn sách xong rồi anh còn đi Cam Bốt làm gì, anh vẫn còn thời gian để thay đổi ý kiến.

Tuy không phải là một lời can ngăn nhưng chắc chắn đó không phải là một phát biểu đồng tình.

Anh Đỗ Hải Minh / Dohamide, người bạn Chăm lâu năm của báo Bách Khoa trước 1975, có lời khuyên tôi chưa nên đi ở một thời điểm quá gần biến cố 911 – nhất là khi tôi tỏ ý định đi thăm cộng đồng người Chăm Islam gần 500.000 người trong số 11 triệu dân Khmer theo Đạo Phật. Mấy người bạn Mỹ nơi bệnh viện tôi làm việc, có người gốc Green Beret từng qua Cam Bốt, cũng ngạc nhiên về "nơi đến nghỉ hè" của tôi. Thêm một thay đổi bất ngờ nữa là người bạn đồng hành Nguyễn Kỳ Hùng, vào giờ chót phải hủy bỏ chuyến đi theo dự kiến vì một dự án cuối năm của hãng Điện Toán Gateway mà anh là kỹ sư kế hoạch phải ở lại để hoàn tất. Anh là một phóng viên nhiếp ảnh trẻ tài hoa đã cùng đi với tôi trong chuyến về thăm ĐBSCL cách đây 2 năm.

Tôi hiểu rằng là một phóng viên, cho dù không ra chiến trường nhưng cũng có những mặt trận khác. Hiệp Hội Phóng Viên Không Biên Giới cho biết trong năm 2001 đã có 31 nhà báo thiệt mạng trong khi hành nghề, tương đương với con số của năm 2000, đó là chưa kể số ký giả bị cầm giữ. Ý thức những bất trắc chứ không phải chối bỏ nhưng nếu có gặp trắc trở thì cũng là chuyện đương nhiên của nghề nghiệp phải vượt qua và tận cùng xa hơn nữa, ở một thời điểm nào đó – là cái chết, có ích hay không, vẫn là điều mà mỗi chúng ta phải đối diện hàng ngày, như điểm hẹn cuối cùng của mọi cuộc hành trình.

Đến với con sông Mekong với tôi đã như một tiếng gọi quyến rũ – như một cuộc trở về, để tìm tới với Biển Hồ, con sông Tonle Sap cùng với khúc đoạn khác của con sông Mekong. Điều mà thế hệ sắp tới có thể không còn cơ hội để thấy được sinh cảnh phong phú nhưng quá mong manh của một dòng sông sẽ trở thành *"Con Sông của Quá Khứ"*.

VÀI HÀNG TIN MỚI TRƯỚC CHUYẾN ĐI

- Cam Bốt vừa được Tổng thống Bush loại ra khỏi danh sách những nước được coi là vận chuyển ma túy lớn nhất thế giới. Vẫn còn 23 nước có tên trong sổ đen của Cơ Quan Bài Trừ Ma Túy Mỹ / DEA trong đó có Trung Quốc, Miến Điện, Thái Lan, Lào và dĩ nhiên có cả Việt Nam.

- Cam Bốt đang có kế hoạch cho giải ngũ khá tốn kém cho khoảng trên 30.000 quân nhân (bao gồm cả sĩ quan và hàng tướng lãnh) trước cuối năm 2002, trả họ về đời sống dân sự. Kế hoạch chủ yếu được tài trợ bởi Ngân Hàng Thế Giới, với hy vọng giảm thiểu số lượng súng đạn đang còn tràn ngập trên đất nước Cam Bốt tạo thuận cho hòa bình, *"cải thiện nhân quyền"* đồng thời tiết kiệm được 10 triệu đôla mỗi năm dùng cho các kế hoạch phát triển xã hội và kinh tế. Nhưng tham nhũng vẫn là trở ngại lớn nhất trong việc sử dụng số tiền 42 triệu tài trợ ấy.

- Thủ tướng Hun Sen vừa ban hành sắc luật đóng cửa tất cả các phòng trà ca nhạc karaoke trên toàn quốc với lý do tệ nạn xã hội: tội ác bạo động, đĩ điếm lan tràn, dịch HIV phát triển ở các tỉnh miền quê do các cô gái karaoke trở về gieo rắc. Các tổ chức du lịch thì lại coi đây như *"một đòn giáng khác"* sau biến cố 911 vì số lượng du khách đã giảm tới 20% chủ yếu thành phần từ Âu Châu và Bắc Mỹ, chỉ còn trông vào khách Á Châu lại rất thích giải trí trong các hộp đêm.

• Trùng hợp với chuyến viếng thăm của Chủ tịch Nhà nước Việt Nam Trần Đức Lương, đã xảy ra hai vụ cháy lớn tại các khu xóm nhà lá ở Nam Vang mà cư dân phần đông là người gốc Việt. Hai khu này vốn nằm trong kế hoạch giải tỏa của chính quyền Nam Vang. Trong khi mối bang giao giữa Việt Nam và Cam Bốt ngày một thêm căng thẳng vì tranh chấp biên giới như một vấn đề tồn tại lịch sử. Chính quyền và không ít người Cam Bốt vẫn coi ĐBSCL với hàng triệu người Việt gốc Khmer là thuộc Cam Bốt mà người Việt mới xâm chiếm bằng cuộc Nam tiến từ mấy thế kỷ sau này.

ĐƯỜNG VÀO SIEM REAP

Trong cuộc chiến giữa Thái và Pháp (1941), Nhật đã ép Pháp phải cắt một phần đất của Cam Bốt nhượng cho Thái. Nhưng sau khi Nhật thất trận (1946), Thái phải trả lại đất. Có lẽ vì vậy mà có tên Siem Reap có nghĩa là *"Xiêm bại trận"*. Là một tỉnh nhỏ đồng quê nằm phía tây bắc Biển Hồ, cảnh trí xanh tươi với những bóng dừa, cây cau, cây me và đủ các loại cây trái nhiệt đới – giống như ở ĐBSCL. Nguyên là vị trí trọng yếu với các ngọn đồi chiến lược, các vua Khmer đã dựng nên khu đền đài Angkor như kinh đô từ thế kỷ thứ 9 tới thế kỷ 13, nơi đây cũng từng là bãi chiến trường trong suốt những năm nội chiến của mấy thập niên qua.

Thời kỳ "sau Khmer Đỏ", Siem Reap là một thị trấn đang thức dậy vì là điểm hẹn xuất phát cho những đoàn du khách tới thăm kỳ quan Angkor – nhất là từ khi có đường bay trực tiếp đổ du khách ngoại quốc từ Bangkok vào Siem

Reap mà không cần vòng qua ngả Nam Vang. Những chuyến bay tới Nam Vang thì càng ngày càng trống trải, du khách thì đổ dồn về Siem Reap, nhà khách phi trường quá tải và đang được các đội xây cất mở rộng.

Các khách sạn tiện nghi kể cả Sofitel 5 sao mau chóng mọc lên bao gồm cả sân golf, phải kể cả dự án đầy tham vọng của các doanh nhân Mã Lai lập các màn Shows *"âm thanh và ánh sáng"* kỳ vĩ ngay trên khu đền đài Angkor Wat nhưng kế hoạch bị khựng lại do cuộc khủng hoảng kinh tế Á Châu vừa qua.

Dấu mốc 911 cũng thay đổi thành phần du khách: thưa thớt đến từ Bắc Mỹ và Âu Châu, đa số là du khách tới từ các nước Á Châu: Nhật Bản, Đài Loan, Đại Hàn, Trung Quốc...

Chỉ cần giấy thông hành khi tới – *Visa on arrival*. Đội cảnh sát phi cảng Siem Reap có vẻ chuyên nghiệp làm việc lối dây chuyền: những người đàn ông Khmer vạm vỡ, da sạm đen, tóc quăn, y phục thẳng nếp. Cho dù với thông hành Mỹ, tôi vẫn bị giữ lại khá lâu với người đại úy trưởng toán với cặp mắt thật sáng nhưng lạnh. Khi trao lại sổ thông hành cho tôi, rất nhiều ngụ ý anh nói với tôi bằng tiếng Việt rất ngắn gọn hai tiếng Cám ơn. Và tôi hiểu rằng những ngày trên xứ Chùa Tháp với giấy tờ tùy thân gì đi nữa thì tôi vẫn thực sự mang căn cước một người Việt. Tôi đang tìm tới với cộng đồng người Khmer, cộng đồng người Chăm mang theo cả gánh nặng quá khứ của gần ba thế kỷ. Liệu đến bao giờ thì mới rũ sạch được món nợ lịch sử này?

ANDRÉ MALRAUX VÀ ANGKOR

Để thăm hết các khu đền đài phế tích Angkor trải rộng trên một chu vi trên 35 km, có lẽ du khách phải cần ít nhất từ 3 ngày tới một tuần lễ. Vì không phải là một cuộc du lịch tới Angkor, tôi chỉ có một ngày để đến thăm một nền văn minh rực rỡ nhưng đã suy tàn của con sông Mekong.

Tôi đi trên cùng con đường mà André Malraux gọi là *Con Đường Vương Giả* để tới với khu đền đài Angkor. Kể từ lần đầu tiên khi đọc cuốn sách *"La Voie Royale"* của Malraux, tôi đã thích ngay con người phiêu lưu và hành động nơi ông. Rất tiếc trong một thời gian dài tôi đã chỉ làm quen với một Malraux nhà văn, nhà chính trị đã thành danh. Nhưng mới đây như một tình cờ, tôi được đọc cuốn sách của một tác giả Mỹ Walter Langlois nhan đề: *"André Malraux: The Indochina Adventure"* (New York 1966) đã có những khám phá kỳ thú về "một André Malraux khác". Đó là một Malraux ở cái tuổi 23, cách đây hơn 78 năm trước, lần đầu tiên tới Sài Gòn, nhưng trước đó Malraux cũng đã ra Hà Nội, gặp các thành viên của Trường Viễn Đông Bác Cổ / École Française d'Extrême-Orient đã biết khu đền đài Angkor như một kỳ quan cần được bảo vệ và Malraux không thể không biết điều mà ông dự tính làm là phạm pháp. Malraux cùng với vợ là Clara và một người bạn là Louis Chevasson, bằng đường sông Mekong lên tới Nam Vang, từ đó họ đi ngược dòng Tonlé Sap vào Biển Hồ lên tới Siem Reap rồi bằng đường bộ tới Angkor. Malraux đã chuẩn bị rất chu đáo, thuê xe bò kéo và có cả các công nhân Khmer đi theo để phụ giúp. Tại đền Banteay Srei, Malraux đã cho dùng cưa đá cắt ra từ tấm phù điêu một tiên nữ Apsaras tuyệt đẹp, ông còn cho gỡ thêm một số tượng nhỏ khác rồi cho đóng thùng chất lên xe, ngụy trang là "các thùng hóa chất" để đưa xuống tàu ở Biển Hồ trước khi chuyển về Sài Gòn. Mọi việc tưởng êm thấm và nếu thành công thì đó là những cổ vật rất có giá đối với các nhà sưu tập ở Nữu Ước mà chàng tuổi trẻ Malraux lúc đó cũng chẳng dư dật gì.

Nhưng điều mà Malraux không biết là họ đã bị theo dõi từng bước ngay từ đầu; nên khi vừa về tới Nam Vang họ bị bắt cùng với đầy đủ tang vật. Trừ Clara là phụ nữ được miễn tố, còn lại hai người đàn ông: Malraux bị án 3 năm tù và Chevasson là 18 tháng. Viện cổ đền Banteay Srei không thuộc vùng cấm được bảo vệ nên cả hai kháng án và được đưa về Sài Gòn tái thẩm. Do đã có danh tiếng trong giới văn học lúc đó, Malraux được các bạn văn ở Paris lên tiếng bênh vực khiến vụ án mang vẻ văn học và chính trị. Chính trị hay không thì tòa án ở Sài Gòn cũng vẫn xử Malraux là có tội nhưng với án giảm xuống còn một năm tù treo và sau đó không một ngày ở tù, Malraux trở lại Paris.

Tưởng cũng nên mở một dấu ngoặc về một điều quá trớ trêu – *the rich irony*, theo ngôn từ của Milton Osborne, là chính con người đã phạm tội phá hoại di tích văn hóa / *cultural vandalism* ở Đông Dương lại trở thành Bộ Trưởng Văn Hóa của chánh phủ De Gaulle trong nhiều năm về sau này.

Năm 1943, chàng thanh niên 31 tuổi Nguyễn Hiến Lê trong dịp đi công tác cho Sở Công Chánh ở Siem Reap, đã có dịp đi thăm Đế Thiên Đế Thích và ông đã viết một du ký ngắn về chuyến đi này.

Hơn nửa thế kỷ sau ông, tôi đến với Angkor, đến với những khối đá khổng lồ và vô tri của Angkor nhưng được kết hợp thành một tổng thể kiến trúc hài hòa lại được tô điểm bởi vô số những tác phẩm điêu khắc hết sức tinh vi. Toàn cảnh thì đây là công trình vĩ đại của các kiến trúc sư bậc thầy, của một đội ngũ điêu khắc gia tài hoa và rất giỏi về cơ thể học. Bao nhiêu bút mực để vinh danh Michelangelo thời Phục Sinh của phương Tây nhưng du khách đến với Đế Thiên Đế Thích chỉ biết âm thầm ngưỡng mộ những nghệ sĩ lớn khuyết danh và không thể không tự hỏi họ từ đâu tới và hồn họ ở đâu bây giờ. Tác phẩm của họ hoàn tất trước Michelangelo ít nhất là hàng 5 thế kỷ.

Bình minh trên Angkor Wat là một cảnh quan tuyệt đẹp, một khúc giao hưởng tĩnh lặng kết hợp giữa thiên nhiên và kỳ tích của con người. Năm ngọn tháp vươn lên trên một nền trời từ màu xám đang dần ửng đỏ. Mặt trời lên, hàng cây thốt nốt cao đứng soi bóng như nhân chứng của ngàn năm (cây thốt nốt vẫn được coi là biểu tượng của đất nước Cam Bốt). Sương đêm còn đọng long lanh trên những tàu lá của bông súng trên mặt hồ. Bước lên những bậc thang, đi vào khu đền đài với hàng ngàn thước đá chạm trổ như một pho sử đá cảnh trần gian, vươn lên là các tượng đá hùng vĩ uy nghi gây cảm giác choáng ngợp, để tưởng như thời gian ngưng lại cho phút trầm tư về nỗi phù du của các triều đại và kiếp người. Hướng lên những tượng Phật ánh mắt từ bi và nụ cười bí ẩn mà thanh thoát – với nụ cười *La Joconde*, cô chỉ là một phó bản mờ nhạt không sao sánh được.

Bây giờ là bình minh của trời đất nhưng lại là hoàng hôn của một nền văn minh. Không, hoàng hôn của hai nền văn minh: Angkor-Khmer và Champa. Gặp gỡ những người Khmer bây giờ, người ta cũng không tránh được cảm nghĩ của Henri Mouhot – người tái phát hiện đền đài Angkor cách đây hơn một thế kỷ, và cách đây một năm (2000) tôi đã ngồi bên ngôi mộ ông bên bờ hoang vắng của con sông Nam Khan một phụ lưu của con sông Mekong trên Thượng Lào, rằng khó mà tin họ có cùng dòng dõi và có liên hệ gì tới thế hệ đã qua xây dựng nên kỳ quan Angkor.

Cảm giác thật kỳ lạ vương vất khó tả khi chứng kiến các bà sơ ngồi trên bệ đá cao của một khu thư viện hoang phế, hướng về phía mặt trời mọc cùng hát bản thánh ca hồn nhiên vô tư với thanh âm thoảng xa trong gió và trong nắng mai.

Angkor Wat đón bình minh với các Sœurs đang ngồi hát thánh ca.

Sau Pol Pot, vũ khúc Khmer sống lại cùng với đất nước Chùa Tháp đang hồi sinh.

Câu trích dẫn với ẩn dụ đầy ý nghĩa "Nỗi thống khổ của thần dân là nỗi đau đắng quân vương" – Jayavarman VII.

Bệnh viện Jayavarman VII Siem Reap-Angkor, mang tên vị vua triều đại Khmer-Angkor thế kỷ 12 rất thương dân được Hun Sen khánh thành 1999, với bác sĩ Beat Richner cũng là nhạc sĩ cello chơi nhạc Bach.

"Nền cũ lâu đài bóng tịch dương" – Angkor vẫn còn đó, cùng với những cây thốt nốt, vẫn là chứng nhân vô tri cho những năm tháng máu me của người dân Cam Bốt.

Nụ cười Đức Phật của nền văn minh Angkor Khmer không giống bất cứ nét tượng Phật nào của các nền văn minh Phật giáo khác dọc theo con sông Mekong. (H. Đỗ Hoàng)

TỪ LÀNG NỔI VIỆT NAM

Từ Siem Reap bằng thuyền máy về hướng nam ra tới khu Chong Khneas hay còn được gọi là Khu Làng Nổi Người Việt phía tây bắc Biển Hồ, với sinh cảnh phong phú của đám cư dân sống trên sông nước.

Nguồn tài nguyên phong phú của Biển Hồ đã thu hút đủ sắc dân từ các nơi đổ tới và hình thành những khu làng nổi trong vùng đồng lũ và trên Biển Hồ. Nếp sống ấy hầu như ít thay đổi từ hàng trăm năm nay. Họ chủ yếu sống bằng nghề chài lưới và cá vẫn là nguồn lợi tức chính – ngoài cá lưới được từ Biển Hồ còn phải kể tới nghề nuôi cá lồng, trại nuôi cá sấu, nuôi rắn, nuôi vịt, đốn củi, săn chim thú và cả vớt các loài rong tảo.

Tới với khu làng nổi là tới với vẻ đẹp của một sinh cảnh thiên nhiên đồng lầy còn hoang dã. Những khu làng nổi này cũng di chuyển theo mùa, theo mực nước lên xuống. Bình minh hay hoàng hôn trên khu làng nổi là một trong những cảnh quan tuyệt đẹp của Biển Hồ.

TỚI TRÀM CHIM
VÙNG SINH THÁI PREK TOAL

Từ Chong Khneas, khoảng hai tiếng đồng hồ bằng thuyền máy chạy băng băng trên mặt Biển Hồ gió mạnh sóng khá lớn trên trời mây vần vũ có cảm tưởng như đang trên mặt biển. Từng đợt nước hắt vào trong ghe, người ướt thì không kể gì nhưng phải bảo vệ chiếc máy chụp hình Canon – không waterproof đã một lần bị ướt ống kính khi tôi đang nhắm chụp hình một chú chim lạ chắc là mỏi cánh tạm ghé đỗ trên một cụm lục bình trổ bông tím đang nổi trôi giữa biển nước chẳng thấy đâu là bờ.

Người Việt sống trên Biển Hồ, trong những khu nhà nổi trong những túp lều tranh rách nát: người lớn hay trẻ thơ tất cả đều phải bươn chải để mưu sinh từng ngày. Họ cũng chẳng thể nào khổ hơn nếu còn sống trên quê nhà (H. Phạm Hạnh)

Lưới cá trên rừng lũ / flooded forest trong Biển Hồ.

Tấp nập bến cá buổi mai đến từ Biển Hồ phía Siem Reap.

Chuyến tàu cao tốc đông nghẹt khách từ Siem Reap đi Nam Vang đang băng qua Biển Hồ.

Từ Chong Kneas tỉnh Siem Reap, băng qua Biển Hồ đi về hướng tây nam, hướng tỉnh Battambang.

Để tới gần khu rừng lũ Prek Toal, một trong ba khu Bảo Tồn Sinh Thái trên Biển Hồ.

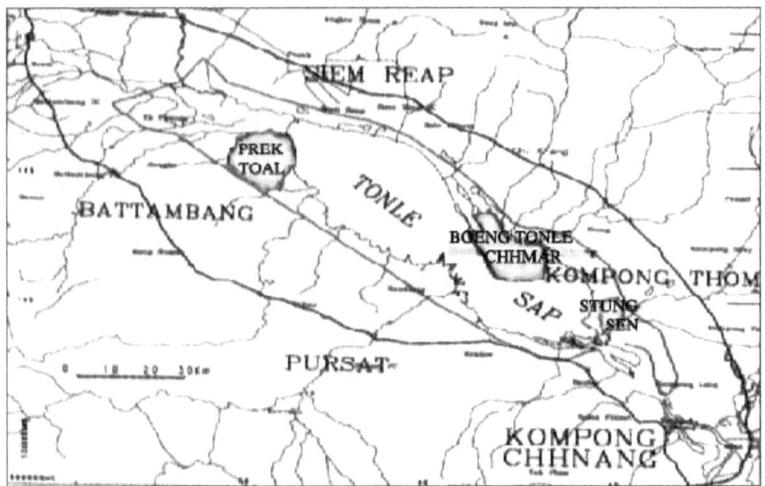

Ba khu Bảo Tồn Sinh Thái trên Biển Hồ (1) Prek Toal, (2) Boeng Tonle Chhmar, (3) Stung Sen - UNESCO 10/1997.

Thất lạc giữa cánh đồng lũ (floodplain) trong khu Bảo Tồn Sinh Thái Prek Toal

Meas Rithy, trưởng trạm Bảo Tồn Sinh Thái Tonle Sap – Trạm Nghiên Cứu Môi Sinh Tonle Sap (Tonle Sap Biosphere Reserve – Environmental Research Station)

Băng qua Biển Hồ đi về hướng nam để tới được Prek Toal thuộc tỉnh Battambang, là khu làng nổi khác của người Khmer, nơi đây có đặt văn phòng Sở Bảo Tồn Biển Hồ *(Environmental Research Station for Tonle Sap Biosphere Reserve).*

Vùng Sinh Thái Prek Toal với Tràm Chim là một trong ba khu sinh thái của Biển Hồ. Đây là nơi tụ hội đông đảo của một số loài chim hiếm quý. Từ xa trên Biển Hồ, đã thấy bay lượn những đàn chim nước lớn nhỏ đủ loại.

Như một hiện tượng thiên nhiên kỳ diệu, diện tích Biển Hồ co giãn theo mùa. Là hồ cạn với 2.500 km^2 mùa khô, tới mùa mưa bắt đầu từ tháng 6 tháng 7, do nước con sông Mekong dâng cao tạo sức ép khiến con sông Tonle Sap phải đổi chiều, chảy ngược vào Biển Hồ, khiến nước hồ dâng cao từ 8 tới 10 mét và tràn bờ làm tăng diện tích Biển Hồ lớn gấp 5 lần khoảng hơn 12.000 km^2. Chính con sông Mekong và Biển Hồ đã từng là cái nôi của nền văn minh Angkor.

Do một sắc lệnh của Hoàng gia Cam Bốt từ tháng 11/1993 quy định Biển Hồ Tonle Sap là Khu Đa Dụng Bảo Tồn (Multiple Use Protected Areas). Tiếp sau đó qua bao vận động của Sihanouk, mãi tới tháng 10/1997 Biển Hồ mới được UNESCO công nhận là *Khu Bảo Tồn Sinh Thái* (Biosphere Reserve).

Để quản lý Khu Bảo Tồn Sinh Thái, Biển Hồ được chia làm 3 khu: *khu trung tâm* (core), *khu đệm* (buffer zones), và *khu chuyển tiếp* (transition zones). Mục đích lâu dài là bảo vệ các khu trung tâm để tương lai sẽ trở thành công viên quốc gia.

Ba khu trung tâm có giá trị bảo tồn cao là:
• Prek Toal rộng 31.282 ha
• Boeng Tonle Chhmar hay Moat Kla rộng 32.969 ha
• Stung Sen 6.586 ha

Với hệ sinh thái hết sức đa dạng bao gồm những con suối, những hồ, các cánh đồng lũ, các loại thảo mộc đất sũng. Tất cả kết hợp tạo thành một hệ thủy học duy nhất của Biển Hồ, nuôi dưỡng một quần thể sinh học phong phú bao gồm vô số loại cá, các loại chim nước, các loài bò sát, loài lưỡng cư (amphibians), các động vật có vú, các rong tảo và vi sinh vật.

Trong những tháng lũ, gần 2/3 diện tích những cánh đồng lũ của Biển Hồ bao phủ bởi quần thể các loại cây sống dưới nước gồm hơn 190 chủng loại.

Rừng lũ đóng một vai trò sinh tử để nuôi dưỡng và tái sinh các nguồn sinh vật, có tác dụng cộng sinh (symbiosis) hỗ tương như một chuỗi thực phẩm khổng lồ.

Riêng về cá, có tới hơn 200 loại cá trong Biển Hồ trong đó bao gồm hơn 70 loại cá có giá trị dinh dưỡng và thương mại lớn. Cá đánh được chỉ riêng ở Biển Hồ đã chiếm hơn 60% tổng số cá nước ngọt của Cam Bốt.

Mối e ngại hiện nay là số lượng cá ngày một sút giảm, số cá lớn cũng ngày một ít đi. Riêng về các loài chim, do nguồn thức ăn vô cùng phong phú, cộng thêm với sinh cảnh đồng lầy và rừng lũ rất biến thiên, tạo nên vùng cư trú lý tưởng cho vô số loài chim nước. Khảo sát sơ khởi cho thấy có hàng trăm loại chim trong số đó có 12 loại được coi là hiếm quý đối với thế giới.

Rừng lũ Biển Hồ còn là sinh cảnh cho các loài bò sát, loài có vú: 23 loại rắn, 13 loại rùa, 1 loại cá sấu, vượn khỉ, mèo báo, rái cá...

Tính đa dạng và biến thiên trong Biển Hồ cho tới nay chưa hoàn toàn được biết rõ nếu không muốn nói là thiếu sót. Cần có ngay một kế hoạch quy mô nghiên cứu, ghi nhận và theo dõi các loài cá chim, cây cỏ và rong tảo, phẩm chất biến thiên của nước và toàn cảnh hệ sinh thái nói chung.

H. trên: Pla Beuk 1-5-2005 (Suthep Kritsanavarin)
H. dưới: Cá Irrawaddy Dolphin (Liesbeth Sluiter)

Cá Pla Beuk và Irrawaddy Dolphin là hai chủng loại quan trọng — flagship species của sông Mekong, cả hai đang đứng trước nguy cơ bị diệt vong do ô nhiễm môi trường nước và khai thác cạn kiệt nguồn tài nguyên suốt dòng sông.

Đàn chim nước trong Tràm Chim Prek Toal trên Biển Hồ.

Nhiều chủng loại chim và tổ chim trên từng lùm cây trong cánh đồng lũ và như từ bao giờ, tất cả cùng chung sống hòa bình.

Bởi vì với tốc độ khai thác quá mức như hiện nay, một số chủng loại hiếm quý có khi đã bị tiêu diệt trước khi được biết tới, giống như tình trạng ở thác Khone Nam Lào.

Bây giờ là giữa tháng 12, mực nước xuống thấp tới 1/3 thân cây mộc. Những búi rác khô vướng trên cành cao cho thấy mực nước đỉnh lũ cách đây 3 tháng phải cao hơn tới 3 mét. Giữa các chòm cây, không có lấy một đường nước quang đãng phía trước. Chỉ thấy nhấp nhô trên mặt nước là các bụi cây thấp. Có lẽ với một chiếc ghe tam bản nhỏ là thích hợp để di chuyển trong rừng lũ. Chiếc ghe thuê hiện giờ là một thuyền máy khá lớn để đi trên Biển Hồ. Chỉ có tôi là Việt Nam, với ba người Khmer trên một chiếc ghe giữa mênh mông khu rừng lũ. Cứ chạy được một đoạn chiếc ghe khựng lại do cánh quạt bị quấn đầy những dây nhợ và các bụi cây nhỏ. Mỗi lần như vậy thì tài công và người phụ máy lại phải nhảy xuống nước bì bõm loay hoay tháo gỡ. Họ có vẻ bực bội lớn tiếng như gây gổ nhau và nét mặt hiện vẻ hung dữ. Trong khi người hướng dẫn mới lên ghe từ Trạm Bảo Tồn thì vẫn cứ ngồi yên nơi mũi ghe, vẻ mặt khắc khổ đen sạm lắc đầu tỏ vẻ mất kiên nhẫn.

Giữa rừng lũ không phương hướng, dưới bầu trời nắng gắt là những cánh chim bay lượn. Tiếp tục đi tới hay quay trở về, không biết quyết định nào là đúng và tôi cũng không thiếu tưởng tượng để một thoáng nghĩ rằng nếu có chuyện gì xảy ra ở một nơi xa xôi hẻo lánh – một thứ *no man's land* như nơi đây thì tôi cũng ở một thế rất bị động. Tôi cũng hiểu rằng bản năng con người thì bao giờ cũng như một con thú đang im ngủ, mọi tỏ lộ nét sợ hãi chỉ có tác dụng đánh thức thú tính nên tôi đã chọn thái độ thản nhiên gần như phó mặc. Nhưng rồi cuối cùng thì chiếc ghe máy cũng tới được trung tâm Tràm Chim.

Do có điện đàm trước từ văn phòng Khu Bảo Tồn, Meas Rithy một thanh niên còn rất trẻ có ý chờ đón tôi từ khi nãy. Anh không nghĩ là với thuyền máy lại có thể đi chậm đến như vậy. Meas tốt nghiệp BS *(Bachelor of Science)* về Lâm Nghiệp (Forestry) Đại học Hoàng gia Phnom Penh, từ ngày ra trường được bổ nhiệm làm trưởng trạm Prek Toal - Tonle Sap Biosphere Reserve. Vì thường xuyên tiếp xúc làm việc với các viên chức UNESCO, Meas nói tiếng Anh lưu loát. Cũng do quen tiếp đón các đoàn khách, kể cả khách du lịch, Meas cũng dành cho tôi một *briefing* vừa đủ và ngắn gọn để hiểu hơn về Tràm Chim và Khu Bảo Tồn. Do tôi cũng có làm homework trước chuyến đi nên những điều anh nói ra chỉ giúp hệ thống hóa những thông tin mà tôi có được, và quan trọng hơn, là sau đó Meas giúp tôi một chuyến quan sát thực địa có hướng dẫn.

Bước đầu như một thách đố, Meas chỉ cho tôi một cái chòi buộc cheo leo trên ngọn cây cao như trạm quan sát. Phải leo lên bằng nhiều bậc thang dây đu đưa. Với những năm lính tráng và cả ba năm tù đày, thì đây chẳng phải là một thử thách. Tôi thoăn thoắt leo lên trước. Chòi nhỏ chỉ đủ treo một chiếc võng và sàn đứng là những thân cây xếp ngang buộc bằng dây chão. Có lẽ đây là điểm cao nhất để có một cái nhìn toàn cảnh tràm chim. Từ đây bằng ống nhòm có thể nhìn ra từng lùm cây xa, với vô số chim lớn nhỏ đậu từng chùm trên đó. Meas giảng cho tôi đặc tính của một số loài chim. Meas nói thêm thời gian lý tưởng để thăm Tràm Chim là từ tháng Giêng tới tháng Ba cũng là mùa nước cạn [cùng thời gian với Tràm Chim Tam Nông Đồng Tháp Mười] rừng lũ trở thành vùng đất bùn với rất nhiều vũng và các hồ cạn với ê hề tôm cá, cũng là thời gian để các loài chim muông tụ về đây nhiều vô kể - sinh cảnh ấy chắc phải vượt xa cuốn phim kinh dị về chim của Hitchcock. Như một kỳ quan môi sinh – *ecological wonder.*

Không ăn sáng mà cũng chưa có ăn trưa, tôi được anh tài công chia cho nửa hộp cơm trắng với một khúc lạp xưởng rất nhiều mỡ. Bụng đói nên ngon miệng với từng miếng cơm thật ngọt.

Sau đó tôi và Meas bước xuống chiếc xuồng tam bản nhỏ với một người chèo để tới gần hơn với từng vòm cây và đám chim muông. Con thuyền nhỏ lướt nhẹ trên mặt nước giữa vẻ đẹp hoang sơ và trinh nguyên của khu rừng lũ. Ghe dừng lại từng chặng để tôi có thể quan sát từng loại chim khác nhau trong số đó có chủng loại được coi là hiếm quý cần được bảo vệ như: Spot-billed Pelican / *chim bồ nông mỏ đốm*, Oriental Darter / *bồ nông cổ rắn Đông phương*, Lesser Adjutant, Greater Adjutant, Black-Necked Stork / *sếu cổ đen*, Painted Stork / *sếu vằn*, Milky Stork / *sếu sữa*, Glossy Ibis / *cò quăm*, Grey-headed Fish Eagle / *chim ưng đầu xám*...

Tôi cũng được biết từ buổi sáng sớm cùng ngày đã có mấy nhà điểu học người Pháp đi bằng thuyền nhỏ ra các vòng xa hơn để chụp hình và quay phim một loài vịt trời cánh trắng / *White-winged Duck* được coi như rất quý hiếm.

Trên vòng về, tôi được biết thêm về cuộc sống Meas. Lương 15 đôla một tháng không đủ sống vẫn còn phụ thuộc bố mẹ nhưng anh vẫn say mê công việc đang làm là bảo vệ rừng lũ và đám chim muông. Anh không hay biết gì về chuỗi những con đập bậc thềm khổng lồ Vân Nam và cả tình huống nếu Biển Hồ xuống thấp 1 mét thì hậu quả tức thời là sẽ mất đi 2.000 km^2 diện tích rừng lũ – dĩ nhiên có khu bảo tồn Prek Toal.

Meas không có được tầm nhìn xa hơn Tràm Chim của anh và chỉ ôm ấp một giấc mộng con, mong ước sao có được mối quen biết – mà anh gọi là connections, để có cơ hội đi học thêm nhất là ở Mỹ. Trước khi rời Prek Toal trở về Siem Reap, chia tay anh, tôi không quên phần đóng góp tượng trưng 20 đôla như một hỗ trợ duy trì sinh hoạt Khu Bảo Tồn.

NHỮNG LOÀI CHIM HIẾM QUÝ TRƯỚC NGUY CƠ BỊ TUYỆT CHỦNG TRÊN ĐẤT NƯỚC CAMBỐT

(Ảnh TCU – Tonle Sap Coordination Unit)

Oriental Darter

Spot-billed Pelican

Asian Openbill

White-winged Duck

Masked finfoot

Black-headed Ibis

Greater Adjutant

Lesser Adjutant

Painted Stork

Milky Stork

Grey-headed fish Eagle

JAYAVARMAN VII SIEM REAP

Thời gian còn lại ở Siem Reap, tôi tới thăm bệnh viện Nhi đồng Jayavarman VII được Sihanouk và Hun Sen cùng cắt băng khánh thành năm 1999. Đây là bệnh viện thứ ba, hai bệnh viện kia là Kantha Bopha I và II ở Nam Vang. Beat Richner là một khuôn mặt huyền thoại – giám đốc cả ba bệnh viện, không chỉ là một bác sĩ Nhi khoa, ông còn là nhạc sĩ cello chơi nhạc Bach có hạng. Gốc Thụy Sĩ, từng là bác sĩ điều trị trong một bệnh viện nhi đồng ở Nam Vang từ 1974 - 1975 cho tới khi Khmer Đỏ tiến chiếm thủ đô. Năm 1991, Richner được Sihanouk yêu cầu giúp phục hồi bệnh viện nhi đồng này. Năm 1992, bệnh viện Kantha Bopha bắt đầu hoạt động. Năm 1996, thêm một bệnh viện Kantha Bopha II được khánh thành cũng ở Nam Vang. Ba năm sau khánh thành thêm một bệnh viện ở Siem Reap-Angkor: bệnh viện Jayavarman VII, với cái tên chọn đặt bao hàm một nội dung lịch sử.

Jayavarman là tên vị vua anh hùng cuối cùng của triều đại Khmer-Angkor thế kỷ 12, có công mở mang bờ cõi vương quốc rộng lớn nhất, không chỉ xây dựng các khu đền đài kỳ vĩ nổi tiếng như Bayon, ông còn quan tâm tới các công trình công ích như mở mang đường sá, xây cất nhiều dưỡng đường và các bệnh viện.

Mọi điều trị trong bệnh viện Jayavarman VII rất tiêu chuẩn, tất cả đều miễn phí cho mọi trẻ em nghèo Cam Bốt. Bệnh viện còn là nơi giảng dạy thực tập cho sinh viên Y khoa và các nội trú. Để điều hành cả ba bệnh viện, mỗi năm cần tới 9 triệu đôla do tặng dữ của tư nhân chủ yếu từ dân chúng Thụy Sĩ. Bác sĩ Richner cứ 3 ngày ở Nam Vang, 3 ngày cuối tuần ở Siem Reap. Cho dù vô cùng bận rộn nhưng mỗi tối ngày thứ Bảy bao giờ cũng có một buổi hòa nhạc Bach ở bệnh viện. Beatocello in Concert do chính Richner trình diễn để gây quỹ nhưng vào cửa thì tự do. Tới tham dự phần đông là du khách ngoại quốc đang tới viếng thăm khu đền đài Angkor.

Giữa một thị trấn nhỏ, không xa Đế Thiên Đế Thích, trong khí hậu của lục địa Á Châu Gió Mùa, cảm giác thật kỳ lạ khi thả mình trong dòng nhạc J.S. Bach qua tiếng đàn cello của người bác sĩ Nhi khoa tên Richner để thấy rằng không còn giới hạn Đông và Tây như Kipling thường nói, bây giờ thì con sông Mekong như đã hòa lẫn vào con sông Danube. Người thầy thuốc nghệ sĩ ấy đã đưa nhạc Bach đầy tiết tấu và trí tuệ vào các khu đền đài của Châu Á. Bach at the Pagoda với những nốt nhạc còn vang xa, vươn xa tới cả Những Cánh Đồng Chết để xoa dịu vỗ về và là nguồn an ủi.

Rời bệnh viện Siem Reap sạch sẽ khang trang với hình ảnh những bà mẹ Khmer tin tưởng ôm con từ ngoài cửa đi vào, cùng một lúc hừng lên trong nắng mai trên cao nơi mái ngói đỏ là tượng Jayavarman VII hao giống đầu tượng Phật với cạnh đó là một câu trích dẫn có lẽ do chính Richner chọn, với ẩn dụ đầy ý nghĩa:

Les souffrances des peuples sont les souffrances des rois / Nỗi thống khổ của thần dân cũng chính là nỗi đau của đấng quân vương – Jayavarman VII.

Vua Sihanouk của một thời sắp qua, Vua Hun Sen của thời đại mới có cảm nhận được niềm đau nào không của những người Khmer sống sót đi ra từ *Những Cánh Đồng Chết?*

Richner gợi nhớ hình ảnh một Schweitzer chăm sóc những người bệnh Hansen / phong cùi ở Lambaréné Phi Châu, cũng là một nhạc sĩ nhưng trước Richner hơn nửa thế kỷ.

Phần ngày còn lại, tôi cũng tới thăm trại nuôi cá sấu cách trung tâm thị trấn 2 km. Trại nuôi cá sấu thì đâu có gì lạ nhưng do chuyện kể kinh hoàng không thể tin là có thật, thời Pol Pot lính Khmer Đỏ đã ném các nạn nhân còn sống xuống hồ cho đàn cá sấu xúm vào ăn thịt. Bây giờ trại chủ yếu nuôi cá sấu bán sang Thái Lan với giá 2.000 đôla/ con để lấy da. Cảnh cá sấu ăn thịt người thì không thấy nhưng chỉ riêng cảnh cho cá sấu ăn bình thường hàng tuần mỗi thứ Sáu cũng đã khiến cho người xem phải lên ruột.

NAM VANG:
CÂU LẠC BỘ KÝ GIẢ NGOẠI QUỐC

FCCC / Foreign Correspondents' Club of Cambodia, rất quen thuộc với các nhà báo trong những năm chiến tranh, nằm trên đường bờ sông Preah Sisowath, là một khu nhà lầu 3 tầng kiến trúc từ thời Pháp, có buồng với balcon nhìn xuống con sông Tonle Sap, nơi cho các nhà báo ngoại quốc tạm ghé qua và có dịp gặp gỡ nhau.

Cho dù 3 ngày trước đó từ Siem Reap đã điện thoại giữ chỗ trước và được hứa hẹn có xe ra đón tại phi trường, nhưng rồi đã không có xe đón phải thuê taxi về câu lạc bộ và rốt cuộc cũng không có buồng trống.

Không quá giàu tưởng tượng nhưng tôi hiểu rằng Nam Vang không phải là một nơi 100% an toàn đối với khách ngoại quốc. Chọn leo lên lưng một chiếc Honda ôm hay bước vào một chiếc taxi-chui không bảng hiệu là không biết được đưa về đâu. Bởi vì cướp có vũ trang vẫn thường xảy ra. Cũng đã có lời khuyến cáo cho du khách là ở tình huống nào thì cũng không bao giờ nên chống cự, chỉ nên giơ tay đầu hàng để bọn cướp muốn lấy gì thì lấy, chủ yếu là tiền và đồ trang sức có giá. Thẻ tín dụng hay passport thường được ném trả lại sau đó. Cũng có lời đồn đãi rằng chính một số cảnh sát Cam Bốt đã tham dự vào đám tội phạm ấy.

Trước cửa FCCC lúc này là đám lái xe ôm và cả taxi-chui, hỗn hào tranh giành khách như một bầy kên kên: tên giành máy hình, tên khác kéo hành lý với nhao nhao những câu hỏi như chỉ để đánh giá con mồi: *you are Chinese, you are Thai, you are Japanese?* Muốn hiểu sao thì hiểu, nhưng quả thật thiếu khôn ngoan để cho bọn chúng biết mình là người Việt. Thấy bên cạnh FCCC là quán Cafe Internet, tôi trả lời là đang cần vào internet và đã có phòng ở khách sạn. Vấn đề là làm sao thoát được bọn chúng, để từ đó có thể mượn phone liên lạc với người tài xế taxi vừa đón tôi từ phi trường Pochentong về. Với một chiếc taxi có bảng hiệu đăng ký, tài xế có tên và số hand phone lại biết chút tiếng Anh, thì cũng là một chọn lựa tương đối an toàn.

Sok Thon, tên người tài xế, qua điện thoại anh ta nhận ra tôi ngay, đáp ngắn gọn: *No Problem* và hứa trở lại đón tôi thay vì ra phi trường. Thở phào nhẹ nhõm, tạm quên đi cái hỗn độn và nóng bức bên ngoài cánh cửa kính để vừa thưởng thức ly cappuccino trong căn phòng máy lạnh vừa vào Internet gửi Email cho Người Họa Sĩ Vỉa Hè New York, một biệt danh Mai Thảo đặt cho Khánh Trường, để chúc mừng cuộc triển lãm hơn 100 bức tranh và kỷ niệm báo Hợp Lưu 12 năm mà vì ở xa tôi không thể tham dự.

ANH TÀI XẾ "NO PROBLEM"

Nửa giờ sau, Sok Thon tới đón tôi từ trong quán Café Internet và giúp đem hành lý ra xe. Taxi là một chiếc Camry cũ đời 88 có máy lạnh và nước sơn lần hai còn óng ả. Tôi ngỏ ý muốn tìm một khách sạn cỡ như FCCC và có tầm nhìn ra bờ sông. *No Problem.* Anh luôn luôn trả lời đầy vẻ tự tin như vậy.

Anh đưa tôi tới Sunshine Hotel, vẫn trên đường bờ sông Tonle Sap, kế bên khách sạn Indochine. Chủ nhân người

Hoa. Phòng trên lầu 4, cửa sổ nhìn ra sông Tonle Sap xuôi chảy về Quatre Bras trước Hoàng cung.

Sự tắc trách của FCCC lại giúp tôi cơ may tìm được người tài xế như bạn đồng hành mà tôi đang cần. Sok Thon 100% người Khmer, 10 năm lái taxi với tiếng Anh không cần văn phạm nhưng ngữ vựng đủ để hai người hiểu nhau và anh lại là người rất sính nói tiếng ngoại quốc kể cả vài câu tiếng Pháp.

Mãi sau này tôi được biết thêm, Sok Thon có 8 năm lính, là sĩ quan có lẽ cấp úy và có 2 năm ở Việt Nam (?) nên có thể nói và hiểu được chút tiếng Việt (về khoản này tôi tự nhủ sẽ không bao giờ nên sử dụng cái vốn liếng tiếng Việt của anh). Buổi chiều cuối cùng trước ngày về, sau khi ra khỏi khu bảo tàng tội ác diệt chủng Tuol Sleng, tôi lại được biết thêm quê anh ở tỉnh Kampong Chhnang, cha anh bị Khmer Đỏ giết năm 1974 vì là xã trưởng, một người anh bị giết vì là thầy giáo, anh thoát chết vì giả làm nông dân. Thêm chi tiết thú vị nữa là gia đình anh có 2 người trốn thoát được qua Thái Lan, nay đang ở Mỹ: một bà chị ở Long Beach và một đứa em ở Fresno. Cả hai đã có dịp trở lại thăm Cam Bốt và gặp lại gia đình. Hai vợ chồng Sok Thon có 3 con, đứa con trai lớn 17 tuổi – thế hệ sau Khmer Đỏ, đang chuẩn bị thi vào đại học, anh cho con học thêm lớp tiếng Anh và mua computer cho nó. Anh lạc quan sống bằng tương lai những đứa con.

Sau khi check-in vào khách sạn, bước vào thang máy đụng đầu ngay với một Tây ba-lô đi với một cô gái Miên. Hắn chào tôi trước và bảo biết tôi từ Long Beach. Tình huống khá bất ngờ khiến tôi khựng lại: đúng là tôi đang ở Long Beach nhưng lại chưa hề biết và gặp hắn ta bao giờ. Tôi hỏi lại sao anh biết? Hắn giải thích là biết tôi rời Nam Vang cách đây 26 năm, nay mới trở về thăm.

Trên bộ trên sông, Sok Thon anh tài xế "no problem" là bạn đồng hành trong một đoạn dài của cuộc hành trình.

Cùng với chú tài công tuổi 13 trên thuyền máy len lách giữa những khu làng nổi trên Biển Hồ. Cũng lứa tuổi ấy, thời Khmer Đỏ, là những tay súng dẫn tới Những Cánh Đồng Chết.

Cầu Chroy Changvar hay cầu Hữu nghị Nhật Bản, cây cầu lịch sử bắc ngang sông Tonle Sap trong phim The Killing Fields.

Làng chài lưới người Chăm Islam trên dòng sông Tonle Sap gần Nam Vang.

Cô gái Chăm trên làng nổi Tonle Sap.

*Cô bé Khmer và Cá —
Nguồn protein chủ yếu
của cư dân sống trên đất
nước Cam Bốt vẫn là cá
từ Biển Hồ và con sông
Mekong.*

Làng nổi trên Biển Hồ, thân cây vươn lên giữa vùng đất ngập nước.

Mang gánh nặng lịch sử nhưng người Khmer, người Chăm, người Việt vẫn cứ chung sống chan hòa trên Biển Hồ và hai bên bờ con sông Mekong.

Đến đây thì tôi hiểu ngay là đang gặp một anh Tây ba-lô láu cá, biết ở Mỹ có một cộng đồng di dân Cam Bốt lớn nhất ở Long Beach và đoán già đoán non tôi là người Cam Bốt chắc phải từ Long Beach trở về. Rồi hắn ta hẹn gặp lại tôi tối nay trong quán Bar Indochine ngay bên. Tôi thì không "huỡn" như hắn để phải tìm cách giết thì giờ trong những nơi như vậy.

Ném hành lý trong buồng, trở xuống ngay với người tài xế còn đứng đợi. Suốt buổi chiều hôm ấy, nửa ngày đầu ở Nam Vang, việc đầu tiên là đến hiệu sách lớn Monument Books trên đại lộ Norodom mua tấm bản đồ cập nhật xứ Chùa Tháp có kèm thêm bản đồ chi tiết thủ đô Nam Vang và cả kiếm mua mấy tờ báo *Phnom Penh Post, Cambodia Daily* tiếng Anh và thêm tờ báo tiếng Pháp *Cambodge Soir* ra buổi chiều.

Trên tờ Phnom Penh Post nơi mục *"Police Blotter – Sổ Tay Cảnh Sát"* không thể không gây chú ý: đầy rẫy những tin về các vụ giết người bằng đâm chém và nhất là bằng súng đạn:

- *Nov 11* - Xác một tài xế xe ôm tên Kong Chak 27 tuổi vừa được tìm thấy trong khu rừng Chbar Morn, theo cảnh sát thì nạn nhân đã bị giết trước đó mấy ngày có lẽ do bị cướp.
- *Nov 12* - Khan Chlem lính Dù 30 tuổi, Kong Mun lính cảnh sát 31 tuổi, cả hai bị bắt vì đã bắn chết chủ nhân Phnom Penh Holiday Club là William Tay; cả hai được một doanh nhân Đài Loan tên Lee Han Shin trả 10 ngàn đôla để thuê giết...

Nối tiếp đầy rẫy những tin như vậy kể cả cắt cổ, hãm hiếp lấp đầy nguyên trang báo. Phnom Penh đất nước Cam Bốt như hình ảnh một Wild West của Đông Nam Á.

Sau khi định hướng trên bản đồ, tôi chủ động bảo Sok Thon đưa đi thăm từng địa danh chính của Nam Vang mà có lẽ tôi biết nhiều hơn anh về khía cạnh lịch sử: đến với cây cầu Chroy Changvar, đài Chiến Thắng Việt Nam - Cam Bốt, cầu Monivong, khu người Chăm người Việt bên bờ sông Bassac và cả nơi vừa xảy ra hai đám cháy... đủ chụp hết 2 cuộn phim trong bước đầu kế hoạch thăm viếng.

CẦU CHROY CHANGVAR VÀ THE KILLING FIELDS

Còn có tên là cây *Cầu Hữu Nghị Nhật Bản*. Chroy Changvar nguyên là một bán đảo nằm giữa hai con sông Tonle Sap và sông Mekong gần Nam Vang. Là nơi quy tụ sinh sống của cộng đồng người Chăm Islam đã từng bị tàn sát và chịu nhiều tang thương trong thời kỳ Pol Pot. Đây là cây Cầu Lịch Sử dài 700 mét bắc ngang sông Tonle Sap đông bắc Nam Vang, đường đi Kampong Cham 144 km, Kampong Thom 165 km và Siem Reap 311 km. Từ trên cầu có thể thấy thấp thoáng hai ba nóc các ngôi đền Hồi Giáo.

Chiếc cầu rất nổi tiếng này đã bị giật sập trong cuộc giao tranh dữ dội năm 1975 – biểu tượng cho sự tàn phá của đất nước Cam Bốt và cũng là bối cảnh của phim The Killing Fields khi quân Khmer Đỏ tiến chiếm Nam Vang ngày 17/04/1975. Đây cũng là nơi Sydney Schanberg ký giả New York Times, Jon Swain ký giả người Anh báo Sunday Times và ba người khác bị quân Khmer Đỏ bắt, suýt bị xử bắn nhưng may mắn họ được Dith Pran viên thông dịch của Schanberg can đảm và lanh trí cứu sống họ trong gang tấc. Câu chuyện nghẹt thở này cũng được Jon Swain kể lại một cách chi tiết trong cuốn sách *River of Time* xuất bản lần đầu tiên ở Hoa kỳ năm 1997. Mãi tới 18 năm sau, chiếc cầu mới được Nhật giúp tái thiết (1993) tổn phí lên tới 23,2 triệu đôla không bồi hoàn.

CẦU MONIVONG VÀ HAI ĐÁM CHÁY KHẢ NGHI

Còn gọi là cầu Việt Nam, bắc ngang sông Bassac (có tên là sông Hậu khi chảy vào Việt Nam) đông nam Nam Vang theo quốc lộ 1 đi Svay Rieng 110 km và Sài Gòn 220 km. Đây cũng là cây cầu lịch sử diễn ra những trận pháo và cả những trận đánh kinh hoàng trước khi thủ đô Nam Vang thất thủ vào tay quân Khmer Đỏ. Dọc bờ sông Bassac không xa chân cầu là ngổn ngang những khu nhà ổ chuột mà đám cư dân đa số là gốc Việt. Nơi đây lại mới được báo chí nhắc tới qua hai vụ cháy lớn vừa xảy ra.

Hàng mấy chục ngàn người nghèo khổ nhất thủ đô Nam Vang đa số gốc Việt đã mất hết nhà cửa qua hai vụ hỏa hoạn liên tiếp xảy ra vào ngày 26 và 27/11/2001.

- Vụ cháy thứ nhất gần khu Nhà Hát Bassac hay còn được gọi là khu Building thiêu rụi hơn 2.200 căn nhà.

- Vụ cháy thứ hai xảy ra buổi tối một ngày sau đó nơi khu Chbar Ampov bên kia cầu Monivong cũng dọc theo bờ con sông Bassac thiêu hủy hơn 1.000 căn nhà khiến một người bị chết cháy. Báo *Phnom Penh Post* chạy hàng chữ slogan trên trang nhất: *Suspicious Fires Raze Slums*.

Biến cố xảy ra trùng hợp với cuộc viếng thăm của Chủ tịch Nhà nước Việt Nam Trần Đức Lương. Theo tin AFP ngày 6 tháng 12 thì các giới chức ngoại giao Tây Phương tin rằng cả hai vụ cháy có ý nghĩa như *"một thông điệp rõ ràng gửi tới Hà Nội"*.

Cầu Monivong còn gọi là cầu Việt Nam bắc ngang sông Bassac (có tên sông Hậu khi chảy vào ĐBSCL) nơi diễn ra các trận đánh kinh hoàng trước khi Nam Vang thất thủ.

Hai đám cháy khả nghi liên tiếp xảy ra ngày 26 - 27/11/2001 trùng hợp với chuyến viếng thăm của Chủ Tịch Nhà Nước VN Trần Đức Lương, khiến hàng chục ngàn người Việt nghèo khổ nhất Nam Vang lại trắng tay.

Cảnh hoang tàn ngày hôm sau đám cháy I — khu cư dân người Việt sau Nhà Hát Bassac Nam Vang.

Cảnh hoang tàn của đám cháy II — khu cư dân người Việt gần cây cầu Monivong - như một kế hoạch giải tỏa các khu nhà ổ chuột Nam Vang.

Giải tỏa xong những khu nhà ổ chuột mà đa số là người Việt nghèo khổ, để Nam Vang chỉ còn những khách sạn Cambodiana 5 sao và Sòng Bài Sinh Thái Naga trên sông để hấp dẫn du khách.

Một số nạn nhân trong vụ cháy ở Chbar Ampov quả quyết rằng họ bị đốt nhà nhưng Phó Giám đốc Sở Cảnh sát Nam Vang lại cho rằng cả hai vụ cháy đều do tai nạn, riêng vụ thứ hai là do nổ bình gas.

Theo một nhân chứng khác xin được giấu tên nói với ký giả Phnom Penh Post *"Trong bóng đêm chính mắt tôi thấy bó đuốc từ một con thuyền máy chạy nhanh ngoài sông tung vào, trúng lều của ông Thanh và bốc cháy"*. Thanh là tên người đàn ông bị chết cháy. *"Giải thích do bình gas bị nổ từ nhà ông Thanh là vô lý bởi vì ông ta quá nghèo và bệnh hoạn không có cơm mà ăn phải sống nhờ bà con lối xóm thì làm gì có bình gas."* Một nạn nhân khác nói thêm: *"Chúng tôi chỉ có dùng than củi chẳng ai có tiền mà mua nổi bình gas cả. Đã thế đám lính cứu hỏa khi tới còn đòi tiền các nạn nhân trước khi chịu phun nước để dập tắt ngọn lửa."*

Khi tôi tới thăm hiện trường hai đám cháy, còn ngửi thấy mùi than khét với ngổn ngang những mảnh vụn gạch vữa, các xà gỗ cháy dở dang, vài miếng tôn cũ cháy đen cong queo, các cây xanh cây dừa chỉ còn trơ thân nám và cháy trụi hết lá. Các gia đình nạn nhân đã được tống lên xe đưa ra xa ngoài thủ đô, trên cảnh đổ nát ấy chỉ còn thấy vài ba con chó hoang không biết kiếm thức ăn gì trong đống tro than ấy. Và cũng khó tưởng tượng rằng trên hai diện tích nhỏ hẹp ấy lại có thể là nơi sinh sống ngày đêm cho ngót hai chục ngàn con người không biết từ bao năm rồi.

"Tai Nạn hay Bị Đốt", bây giờ thì cũng sự đã rồi. Việc cứu trợ các nạn nhân lại thuộc trách nhiệm của các cơ quan ngoại quốc như: *Dự Án Giảm Nghèo Đô Thị* (Urban Poverty Reduction Project), *Viện Phát Triển Quốc Tế* (Department for International Development) và *Chương Trình Phát Triển Liên Hiệp Quốc* (United Nations Development Plan).

Mark Mallalieu, Chủ tịch Viện Phát Triển Quốc Tế Đông Nam Á nói rằng tổ chức của ông sẽ xem xét các dữ kiện thu thập được với nguyên tắc chỉ đạo là mối quan tâm giúp đỡ người nghèo... Dĩ nhiên chúng tôi muốn biết điều gì đã thực sự xảy ra và cả những nguyên nhân tiềm ẩn để từ đó chúng tôi có thể đáp ứng một cách thích đáng.

Theo ước tính sơ khởi thì có khoảng 16.500 người chịu cảnh màn trời chiếu đất sau hai vụ cháy. Chính quyền đã di tản ngay số nạn nhân của vụ cháy thứ nhất và phân nửa số nạn nhân của vụ cháy thứ hai ra khỏi thủ đô. Các tổ chức phi chính phủ NGOs thì chỉ trích phản ứng vội vã của chính quyền Nam Vang khi đưa các nạn nhân tới một nơi không có chút tiện nghi sinh hoạt.

Có rất nhiều người vẫn tin rằng cả hai vụ cháy là do bị đốt cho dù Chea Sophara, Đô trưởng Nam Vang, không những lên tiếng phủ nhận mà còn dọa truy tố ai loan truyền những tin đồn đãi như vậy. Có ai đốt nhà mà lại công khai nhận tội bao giờ.

Đã từ lâu chính quyền Nam Vang không hề giấu giếm kế hoạch muốn khai quang các khu gia cư hỗn độn thiếu vệ sinh trong thủ đô, bị coi là gây ảnh hưởng xấu trong bước phát triển kỹ nghệ du lịch. Đó là các dải đất dọc theo bờ sông Bassac xuống tận phía nam cây cầu Monivong với đám dân nghèo trong các xóm nhà lá này – đa số là người Việt, vẫn bị xem như là dân chiếm đất bất hợp pháp.

Cũng theo ký giả Phnom Penh Post thì ngay sau vụ cháy, chính quyền Nam Vang đã ngăn cấm không cho các tổ chức quốc tế phi chính phủ tới giúp đỡ các nạn nhân tại chỗ. Họ chỉ được phép tới giúp tại các khu tái định cư xa bên ngoài đường ranh thủ đô. Cho dù có sự can thiệp liên tục của các tòa đại sứ, các tổ chức cứu trợ NGOs với những cuộc điện đàm qua lại nhưng kết quả cũng không hơn gì: vào đêm ngày 3 tháng

12, hơn 500 gia đình còn lại của khu hỏa hoạn bị hốt lên đoàn xe tải đưa tới các khu tái định cư bên ngoài thủ đô. Riêng với những căn nhà chưa bị cháy rụi thì họ được lệnh phải dỡ đi ra khỏi vùng giải tỏa trong vòng 2 tuần lễ.

Các gia đình nạn nhân được đưa tới hai khu ở ngoại ô: khu Anlong Kngah 154 ha, khu thứ hai Anlong Gong nhỏ hơn, cả hai đều không có đường sá và nằm trên một cánh đồng lũ thấp *(floodplain)*. Các chuyên viên cứu trợ ngoại quốc cho rằng cả hai khu đều hoàn toàn không thích hợp cho việc tái định cư và phải cần ít nhất là 6 tháng tu bổ chỉnh trang trước khi đưa dân tới vì đây là hai khu đất hoang không đường sá, không chợ búa, không trường học, không trạm y tế và cũng không có cơ hội về công ăn việc làm nào cho các nạn nhân.

Peter Swan thuộc *Nhóm Giảm Nghèo Nam Vang* nhận định rằng khi các nạn nhân không có công ăn việc làm nơi tái định cư thì sớm muộn họ cũng tìm cách bỏ đi. Swan nhắc tới kinh nghiệm vụ hỏa hoạn hồi tháng 5/2001 cũng ở xã Bassac khiến hơn 500 gia đình trở thành vô gia cư, họ bị đưa về Chung Ruk một khu đất khó sống xa thủ đô, không có chút tiện nghi và không có công ăn việc làm tại chỗ: kết quả là hơn phân nửa đã rời khu tái định cư này.

Việc tức khắc tống đám dân nghèo ra khỏi Nam Vang, dồn họ vào những khu đồng hoang có nguy cơ tạo nên vòng đai những khu nhà ổ chuột bao quanh thủ đô. Giải pháp tốt nhất là bước đầu lưu giữ họ trong các căn nhà tạm trú ngay trên vùng mới bị cháy; giúp các nạn nhân vẫn giữ được công ăn việc làm và con cái họ vẫn có thể tới trường đi học.

Chính quyền Nam Vang đã tạo nên cái vòng luẩn quẩn / vicious cycle của sự nghèo khó. Và người ta lại đang làm như vậy đối với ngót 20 ngàn nạn nhân nghèo khổ mà đa số là người Việt trong vụ hỏa hoạn vừa qua.

Trải qua bao nhiêu bước thăng trầm của đất nước Cam Bốt, đám người Việt tha phương này lúc nào cũng chỉ là một thứ *"công dân hạng hai"* trên xứ Chùa Tháp và nơi quê hương Việt Nam từ xa thì cũng không có dấu hiệu của một vòng tay rộng mở hay chút tình cảm cưu mang họ.

TƯỢNG ĐÀI CHIẾN THẮNG
VIỆT NAM - CAM BỐT

Năm 1979 hơn 100.000 quân Việt Nam tràn sang đánh bại quân Khmer Đỏ và chiếm đóng Cam Bốt.

Năm 1989 sau hơn 10 năm chịu nhiều tổn thất và cả do áp lực quốc tế Việt Nam phải rút quân về, để lại một chính phủ Hun Sen được coi như thân Việt Nam. Nơi sào huyệt Pailin tây nam Cam Bốt, lực lượng Khmer Đỏ tiếp tục bị phân hóa và suy yếu, với Ieng Sary nhân vật số 2 hồi chánh, Son Sen bị Pol Pot hành quyết và rồi chính Pol Pot cũng bị giam lỏng và chết sau đó.

Sau tổng tuyển cử với giám sát của Liên Hiệp Quốc, Hun Sen vững vàng nổi lên như một người hùng / *strongman*, tách dần khỏi tầm ảnh hưởng của Hà Nội.

Ở Nam Vang 10 năm sau, ngoài Tòa Đại Sứ, từ hơn 100.000 quân chỉ còn lại trơ trọi một Tượng Đài Chiến Thắng Việt Nam Cam Bốt trên quảng trường Norodom Sihanouk nhưng không biết còn đứng vững được tới bao giờ.

Ngày 7/1/1979, ngày quân đội Việt Nam lật đổ chế độ Khmer Đỏ giải phóng Nam Vang ban đầu được coi là Ngày Lễ Độc Lập Cam Bốt. Nhưng kể từ 1993, Nam Vang chỉ coi đó là *Ngày Chiến Thắng Chế Độ Diệt Chủng*. Bộ trưởng Thông tin của Hun Sen đã nghiêm khắc cảnh cáo chủ nhân khách sạn sang trọng Cambodiana – một liên doanh với Singapore – về tội danh xuyên tạc lịch sử Cam Bốt khi cho in trên cuốn lịch 2002 ghi *"Ngày 7 tháng 1 là ngày Việt Nam Giải Phóng Cam Bốt"*.

Tượng đài Chiến thắng Việt Nam – Cam Bốt trên quảng trường Norodom Sihanouk nhưng không biết được tồn tại tới bao giờ.

Câu Lạc Bộ Ký giả Ngoại quốc / FCCC Foreign Correspondents Club of Cambodia.

Khu Làng Nổi của người Việt trên Biển Hồ, di chuyển theo mùa nước lên xuống của con sông Mekong.

Người Việt trên vùng đất khó Nam Vang mà người Khmer khinh thị gọi là "Yuon – bọn Bắc".

Công tâm mà nói, kể cả với những người Khmer chống Việt Nam, người ta không thể không tự hỏi những gì sẽ còn tiếp tục xảy ra cho người dân Cam Bốt nếu vẫn còn phải sống dưới chính quyền diệt chủng Khmer Đỏ trong suốt 10 năm ấy nếu quân đội Việt Nam không tràn qua "xâm lăng Cam Bốt". Vừa yêu vừa ghét / *ambivalence* đó là tâm trạng phức tạp của những người Khmer sống sót đi ra từ Những Cánh Đồng Chết.

Nam Vang ngày nay – giống như Lào, không chỉ đang xa dần Việt Nam mà còn lựa chọn một tư thế thách đố với Hà Nội và để càng ngày càng rơi sâu vào quỹ đạo của Trung Quốc.

NGƯỜI VIỆT TRÊN VÙNG ĐẤT KHÓ

Người Việt ở Cam Bốt sống dọc theo hai bên bờ sông Mekong / sông Tonle Sap và Biển Hồ tuy đã trải qua nhiều thế hệ nhưng lại khác với cộng đồng người Hoa dễ dàng hội nhập, đám người Việt này luôn luôn bị nghi kỵ và cả thù ghét. Họ bị người Khmer khinh thị gọi là "bọn Yuon" có nghĩa là "bọn Bắc". Người Thái Lan cũng chẳng ưa gì người Việt nhưng đã không có những biểu hiện thù hận bạo động như ở Cam Bốt. Cáp Duồn là những đợt người Khmer nổi dậy tàn sát cắt cổ người Việt không phải chỉ có trên đất nước Cam Bốt mà ngay cả nơi ĐBSCL trong "Mùa Thổ Dậy" là những ngày đẫm máu kinh hoàng nếu đã phải trải qua thì chẳng thể nào quên.

Giữa cao điểm của cuộc Chiến Tranh Việt Nam cho dù trên danh nghĩa đồng minh nhưng chính quyền Lon Nol thân Mỹ cũng đã phát động một cuộc tổng ruồng bắt và cáp duồn người Việt khủng khiếp nhất trên quy mô cả nước. Đến thời kỳ Khmer Đỏ, một số lớn người Việt cũng đã bị thảm sát qua các cuộc tẩy sạch chủng tộc / ethnic cleansing. Thực sự không có thống kê chính xác con số người Việt sống sót hiện còn sinh sống trên đất Cam Bốt: từ 200 ngàn tới 1 triệu trong tổng số 11 triệu dân Cam Bốt chỉ là phỏng đoán.

"Chống Việt Nam" bằng bất cứ giai thoại nào đúng hay sai vẫn luôn luôn là một chiêu bài ăn khách và thu phiếu cho bất cứ cuộc vận động tranh cử nào ở Cam Bốt. Khó mà tìm được một người Cam Bốt nói tốt về người Việt Nam nào đang sống trên đất nước của họ. Một thành viên nhóm bảo vệ nhân quyền đã kể lại với ký giả báo Far Eastern Economic Review (1994): *Nếu có được quyền lựa chọn thì đa số người Khmer đều muốn tống xuất tất cả người Việt ra khỏi Cam Bốt.*

Cả đến những vụ thanh toán giết chóc giữa những người Khmer với nhau, cũng được ghép cho nét thù hận của kẻ phản bội do hợp tác với người Việt – mà họ gọi là bọn *"xác Khmer hồn Việt"*.

Tinh thần Bài Việt của người Khmer có cội rễ trước khi người Pháp đặt chân tới Đông Dương khi mà Cam Bốt luôn luôn bị xâu xé bởi hai quốc gia láng giềng lớn hơn là Việt Nam và Thái Lan. Riêng Việt Nam, qua chính sách bành trướng thời Minh Mạng đã thiết lập nền bảo hộ trên đất Chùa Tháp không chỉ nghiệt ngã mà còn đầy tính cách trịch thượng khoa trương như *"Bọn rợ Miên nay là con cái trẫm, phải dạy dỗ và giúp chúng thấm nhuần các tập tục của ta."* Các quan triều Nguyễn từ Trương Minh Giảng tới Bảo Hộ Thoại Ngọc Hầu đã cai trị đất nước Cam Bốt bằng bàn tay sắt với một chính sách rất ư là hà khắc. Những điều sai trái này đã tích lũy tạo thành *"mối thù hận lịch sử"* và cả thêm nỗi ám ảnh sợ hãi bị người Việt tiếp tục chiếm đất và xâm lấn.

Rồi tiếp nối bằng chính sách chia để trị của người Pháp lại càng đào sâu mối thù hận đã có sẵn. Tưởng cũng nên nói thêm là ĐBSCL vẫn được người Khmer coi là thuộc Cam Bốt bị sáp nhập vào lãnh thổ Việt Nam bằng cuộc Nam Tiến của người Việt. Đối với người Khmer và cả người Chăm thì Nam Tiến thực chất chỉ là một cuộc xâm lăng bành trướng và chiếm đất.

Nói chung cuộc sống của cộng đồng người Việt tha hương trên đất nước Cam Bốt đã chẳng dễ dãi hay vẻ vang gì. Đa số sống bằng nghề hạ bạc / chài lưới, buôn bán nhỏ hay làm thuê làm mướn. Nếu vẫn sống ở quê hương Việt Nam, họ cũng chẳng thể khổ hơn như vậy. Hơn 70% số gái điếm kể cả vị thành niên đang hành nghề ở Cam Bốt là người Việt. Một số không ít còn vị thành niên mới được mua từ ĐBSCL đưa qua ngả biên giới. Một con số làm nhiều người ngạc nhiên và cả gây đau lòng cho những ai vẫn hãnh diện là hậu duệ của các thế hệ khai phá Nam Tiến.

TỪ ĐẠI HỌC PHNOM PENH
TỚI ĐẠI HỌC HÀ NỘI

Trên mảnh đất Cam Bốt đau thương, những cây thốt nốt cho dù đầy thương tích vẫn cứ trổ hoa kết trái và cho mật ngọt. Cũng như sinh viên tuổi trẻ Cam Bốt thế hệ sau Khmer Đỏ được sinh ra giữa tro than trong một xã hội bất toàn nhưng những cây non ấy đã bám rễ để đâm chồi nẩy lộc vươn lên trời xanh. Họ đã có tiếng nói chống lại những bất công tham nhũng trong vòng thành đại học – nghĩa là những vấn đề thiết thân tới tương lai họ, nhưng đồng thời họ cũng có những mối quan tâm xa hơn bản thân: không thiếu những cuộc biểu tình đòi dân chủ, đòi đất đai từ Việt Nam...

Thật là tương phản khi nhìn sang tuổi trẻ Việt Nam, suốt 27 năm dài ấy kể từ 1975, trong các đại học quốc gia từ Hà

Nội, Huế cho tới Sài Gòn, Cần Thơ chỉ thấy giấc ngủ triền miên của sự câm lặng đến gây kinh ngạc.

ĐƯỜNG SỐ 5: KHU KỸ NGHỆ TONLE SAP

Lúa gạo và cá là xương sống của nền kinh tế Cam Bốt từ bao thế kỷ. Giấc mơ kỹ nghệ hóa là bước phát triển tiếp theo kể từ khi có hòa bình. Dọc theo con đường bờ sông Tonle Sap những khu kỹ nghệ mọc lên và không ngừng phát triển: các nhà máy hóa chất, nhà máy rượu, nhà máy cưa, khu kỹ nghệ bông vải và may mặc... Sok Thon giải thích, sở dĩ khu kỹ nghệ lập bên sông để dễ có nguồn nước cung cấp cho các nhà máy. Nhưng đồng thời tôi cũng phải hiểu thêm rằng - giống với khu chế xuất Vân Nam trên hai bờ sông Mekong, tuy quy mô nhỏ hơn nhưng rồi ra con sông Tonle Sap cũng dần dà trở thành cống rãnh cho các chất phế thải kỹ nghệ hoặc sẽ được đưa đẩy lên Biển Hồ trong mùa mưa hoặc đổ xuống ĐBSCL qua hai con sông Tiền sông Hậu trong mùa khô.

Khi mà độ ô nhiễm con sông Tonle Sap chưa tới "Ngưỡng Tử Vong" thì vẫn còn những đợt cá tuy có giảm đi từ Biển Hồ xuống ĐBSCL nhưng sẽ không còn là 'những con cá sạch' mà đã trở thành nguồn cá bị ô nhiễm.

Vẫn là những Bài Học Không Học / *Unlearned Lessons*: lập khu kỹ nghệ bên sông, đổ chất phế thải tàn hại môi sinh.

Người ta vẫn chưa quên được tấn thảm họa môi sinh lớn nhất của Thái vào tháng 3/1992 khi 9 ngàn tấn mật mía từ nhà máy Khon Kaen đổ xuống con sông Nam Pong rồi chảy vào hai con sông Chi và sông Mun là hai phụ lưu của con sông Mekong khiến không còn một giống cá nào sống sót nhưng rồi hậu quả ra sao với ĐBSCL thì không ai được biết.

Cuối năm 1998, lại thêm một thảm kịch môi sinh khác Made in Taiwan xảy ra ở Sihanoukville khi các nhân viên hải quan Cam Bốt ăn hối lộ để cho một công ty kỹ nghệ từ Đài Loan trút những thùng chứa chất phế thải kỹ nghệ có thủy ngân cực độc xuống vùng phụ cận Sihanoukville khiến các công nhân bến cảng khuân vác các thùng chứa này đều bị chết vì nhiễm độc. Cho dù sau đó công ty Formosa Plastics chịu trách nhiệm thu hồi nhưng khu du lịch Sihanoukville đã mang tì vết ô nhiễm không còn có du khách.

Có bao nhiêu vụ "scandals" như vậy với chất phế thải độc hại đổ xuống sông xuống biển và cả trên đất liền mà người ta không hề hay biết. ĐBSCL luôn luôn là điểm hẹn cuối cùng của đủ loại chất phế thải ấy.

Tin cuối năm mới nhất trên trang báo *The Nation Thái Lan* ngày 14/12/2001: Giới chức địa phương báo động dân chúng tránh ăn cá bị nhiễm độc trên sông Lopburi (là một phụ lưu của con sông Chao Phraya lớn thứ hai sau con sông Mekong) do nước sông bị ô nhiễm vì các hóa chất từ nước chữa cháy một ngôi chợ đổ dồn xuống sông và giết chết nhiều loài cá. Các độc chất này sẽ tan loãng khi chảy vào các con sông lớn. Nhưng giới chức y tế vẫn lo ngại rằng số cá chết bị nhiễm độc vẫn được đám con buôn đem ra chợ bán. Thử nghiệm các mẫu nước đầu tiên cho thấy lượng oxy giảm xuống chỉ còn một nửa.

Rồi sẽ có một ngày, nơi khúc sông Tonle Sap trước khi đổ vào Quatre Bras, khi mà lượng oxy trong nước xuống dưới 50% thì sẽ chẳng còn đàn cá nào từ Biển Hồ có thể vượt qua "ngưỡng môi sinh tử vong" này để xuống tới ĐBSCL.

> *Chiều chiều quạ nói với diều*
> *Cù lao Ông Chưởng có nhiều cá tôm*

Rồi ra sẽ chẳng còn đâu nhiều cá nhiều tôm, ĐBSCL sẽ không còn là vùng đất lành cho chim đậu.

ĐƯỜNG ĐI KAMPONG CHHNANG – TỚI VỚI BIỂN HỒ

Tháng 4/1975 trên con đường số 5 này, từng đoàn người lũ lượt với hai bàn tay trắng bị đuổi ra khỏi thủ đô Nam Vang để đi về Những Cánh Đồng Chết. Là một trong những quốc lộ chính chạy dọc theo bờ nam con sông Tonle Sap tới tỉnh Kampong Chhnang lên Biển Hồ, tới Chhnok Tru – là khu làng nổi chuyên nghề đánh cá với rất đông người Việt.

Ra khỏi thủ đô, buổi sáng trước giờ sở làm, ngược chiều đường số 5 về hướng Nam Vang, là những chiếc xe remorques – một loại xe gắn máy có kéo theo một remorque 4 bánh như một thùng gỗ dài có thể tải từ 25 tới 30 người, là phương tiện đi lại rất thông dụng vì rẻ. Chồng chất trên những "thùng cá sardines" ấy là các nữ công nhân rất trẻ thuộc công ty may mặc từ ngoại ô đi tới khu chế xuất và kỹ nghệ trên bờ sông Tonle Sap, có lẫn cả những học sinh nam nữ tới trường đi học. Đường chật chội lại xấu đầy những ổ gà, xe nhỏ xe lớn đều chạy nhanh. Theo tài xế Sok Thon, tai nạn lật xe rất thường xảy ra, riêng năm ngoái gần như cả một xe remorque với trên 20 người đều tử nạn.

(Tưởng cũng nên mở một dấu ngoặc về mấy chục ngàn cô gái công nhân may mặc này: gốc là những cô gái quê lên tỉnh kiếm việc làm. Mà tỉnh thành là nơi cám dỗ nguy hiểm, nhiều cô bỏ việc với đồng lương không đủ sống để trở thành gái bia ôm hay gái điếm. Bước vào con đường ấy các cô không còn lối về cho tới khi thật bệnh hoạn, lúc đó các cô trở thành những trái bom nổ chậm gieo dịch HIV ngay trên chính quê hương họ. Sau Thái Lan tới Cam Bốt rồi Lào và cả Việt Nam: dịch HIV sẽ là cái giá quá đắt phải trả trong bước phát triển kỹ nghệ du lịch).

Từng đoàn xe be 18 bánh chở các súc gỗ khổng lồ từ các khu Rừng Mưa tỉnh Kampong Thom sau khi qua phà theo đường số 5 đổ về khu nhà máy cưa – là công ty liên doanh Nhật-Cam Bốt. Mức độ phá rừng tự sát / *suicidal deforestation*, hợp pháp hay không thì cũng không hề có dấu hiệu chậm lại. Không phải chỉ có Nhật Bản, mà các nhà khai thác gỗ giàu sụ Thái Lan, Mã Lai, Nam Dương kết hợp rất hiệu quả với giới tướng lãnh và chính quyền địa phương Cam Bốt tham nhũng đã mau chóng xóa đi những khu rừng mưa hiếm quý cho dù trên giấy tờ đã có luật cấm. Vào giữa thập niên 1960, 75% diện tích nước Cam Bốt còn được bao phủ bởi những khu rừng mưa, tới thập niên 1990 chỉ còn chưa tới 50% diện tích rừng. Tốc độ phá rừng bất hợp pháp những năm về sau này càng diễn ra nhanh hơn. Điều này khiến cho các nhà bảo vệ môi sinh như William Shawcross phải than thở: *"Phá rừng bất hợp pháp có lẽ là khủng hoảng nghiêm trọng nhất trong vấn đề tham nhũng của chế độ"*. Không còn rừng bao phủ, mưa sẽ xói mòn các đồi núi, kéo đất xuống làm cạn Biển Hồ, cộng thêm ảnh hưởng từ xa của các con đập khổng lồ Vân Nam làm mực nước tụt xuống thấp, rồi ra sẽ không còn dòng chảy ngược của con sông Tonle Sap đem nước sông Mekong vào Biển Hồ. Đó là một thảm họa môi sinh cho Cam Bốt và cả Việt Nam. Biển Hồ là hồ nước ngọt lớn nhất Đông Nam Á, rồi ra sẽ là một Biển Hồ chết giống như biển Aral của Trung Á.

Đúng là một ngày hành hạ chiếc xe Camry và cả sống lưng của khách ngồi trong xe vì tình trạng con đường số 5 quá tồi tệ. Đá dăm, ổ gà và cả những khúc đường vỡ lầy lội. Những lỗ lớn trên đường theo Sok Thon là do những trái pháo trong thời kỳ giao tranh với Khmer Đỏ. Sau đó chỉ được lấp liếm bằng đất tạm thời rồi những bánh xe tải nặng lại đào lên những lỗ lớn hơn và sâu hơn. Đã thế lại không ngừng tăng số xe cộ di chuyển kể cả những chiếc xe tải lớn. Không phải chỉ có đường số 5 là tồi tệ. Theo Bộ

Công chánh thì trước chiến tranh Cam Bốt có 35.000 km đường trải nhựa, bây giờ chỉ còn vỏn vẹn 350 km. Tình trạng đường sá xuống cấp của Cam Bốt là không thể tưởng tượng được. Khoảng thập niên 1930 người Pháp bắt đầu mở mang hệ thống đường sá nhưng rồi những thập niên sau đó bị hư hại do lũ lụt, chiến tranh mìn pháo.

Tên Chhnang có nghĩa là đồ gốm đồ sành. Kampong Chhnang là tỉnh làm đồ gốm đồ sành nằm cạnh bến sông Tonle Sap. Đúng với tên gọi, hai bên đường có bày bán đủ các loại hũ chậu nồi niêu bằng đất nung. Sâu vào phía trong là các căn nhà sàn bao quanh là những cây dừa, cây xoài, cây nhãn và me... Trải dài ra chân trời xa là những cánh đồng lúa, luôn luôn có vươn lên những hàng cây thốt nốt mà mỗi thân cây còn mang nguyên những vết thương miểng hay đạn của một thời chinh chiến, có cây bị cắt đứt ngọn chỉ còn trơ phần thân cây đen xám. Từ các con đường làng đi ra không phải là hiếm thấy những người dân quê đàn ông đàn bà hay trẻ em cụt chân chống nạng, đa số là nạn nhân của mìn bẫy còn vương vãi trên khắp đất nước Cam Bốt.

Tưởng cũng nên ghi lại đây, Mỹ như một siêu cường mạnh nhất thế giới có răng nanh nguyên tử, có phi đạn liên lục địa nhưng đã từ chối không tham gia *"Thỏa ước Ngưng Chế tạo các loại Mìn bẫy Chống Cá nhân"* mà nạn nhân chủ yếu là các thường dân vô tội. Một bước xa hơn nữa, chính quyền Bush đã mau chóng bước ra khỏi *"Hiệp ước Môi sinh Kyoto"* như một nỗ lực toàn cầu nhằm giảm thiểu hiện tượng hâm nóng bầu khí quyển chủ yếu do các quốc gia kỹ nghệ gây ra. Chỉ cần nhiệt độ bầu khí quyển tăng lên 1 độ C cũng đủ làm tan những khối tuyết ở hai cực khiến nước biển dâng cao. ĐBSCL vốn thấp hơn mặt biển, rồi ra không chỉ cạn kiệt nguồn nước ngọt do chuỗi các con đập bậc thềm khổng lồ Vân Nam nay cộng thêm mực nước

Đạo Phật Tiểu Thừa như một quốc giáo của Cam Bốt nhưng vẫn chung sống hài hòa với những tôn giáo khác.

Ngôi thánh đường Islam của cộng đồng người Chăm Cam Bốt.

Biển Đông nếu dâng cao hơn một mét thì sẽ chẳng còn hai quần đảo Hoàng Sa Trường Sa để mà tranh chấp và cũng sẽ chẳng còn đâu một Nền Văn Minh Miệt Vườn.

Bây giờ trước mắt là cái giá phải trả cho những chiếc xe chạy trên con lộ xấu. Trên đường rải rác vài chiếc xe bị xẹp bánh vì những tảng đá sắc. Chiếc Camry cũ kỹ của chúng tôi cũng không may mắn gì hơn. Một bánh sau bị xẹp khi vừa tới ranh thị trấn Kampong Chhnang. Lỗ thủng quá lớn để có thể vá nhưng cũng chỉ cần 10 phút sau, anh tài xế Sok Thon rất nhanh nhẹn đã một mình thay xong chiếc bánh sơ-cua *(secours)*.

Mới bắt đầu cuộc hành trình, với 4 chiếc bánh xe cũ kỹ lại không còn bánh secours trên con đường quê xấu xí vẫn đầy ổ gà và đá dăm, rồi sao nữa nếu thêm một bánh xe bị xẹp. Tôi lên tiếng bày tỏ mối quan ngại ấy nhưng với anh tài xế thì vẫn cứ trả lời là *"No Problem / Không Sao"*.

Quả là không sao với Sok Thon vì anh ấy là người Khmer, nhưng riêng tôi thì hoàn toàn không muốn cảnh bất đắc dĩ phải qua đêm trong một khu làng Miên xa xôi hẻo lánh với căn cước là một người Việt.

Rồi anh ta vẫn cứ trực chỉ lên đường, khúc đường trước mặt vẫn lởm chởm đầy đá và bụi đỏ. Sok Thon hành xử như một sĩ quan Ban Ba, anh tận tụy không nề hà thiệt hơn và muốn thực hiện cho bằng được kế hoạch hành quân do tôi đề ra. Chính tôi lại là người phải kìm hãm anh ta. Tôi bảo anh chiếc Camry là để chạy trong thành phố không phải là xe Jeep, anh không thể lái hung hãn như vậy được. Nhưng anh ta vẫn quả quyết là không sao. Tôi hiểu rằng số tiền mà tôi trả cho anh cũng sẽ không tương xứng bù lại những ngày anh "hành hạ" chiếc xe kiếm cơm của anh như vậy.

Chhnok Tru cách Kampong Chhnang 36 km đi vào bằng con đường đất đá nhỏ hơn. Đó là một khu làng nổi trên cửa sông Tonle Sap và Biển Hồ, dân cư sống bằng nghề hạ bạc /chài lưới. Là nơi chung sống của nhiều sắc dân, đông nhất là người Việt, rồi tới người Chăm và người Khmer. Cũng dễ nhận ra họ qua diện mạo và sắc phục. Phụ nữ Việt thì vẫn bận áo bà ba, vẫn nói tiếng Việt giọng Nam từ thuyền nọ sang thuyền kia vang vang trên mặt sông lạch.

Viên tài công thuê được sáng nay là một cậu bé Khmer 13 tuổi thành thạo lái chiếc thuyền máy đưa tôi và Sok Thon chạy len lách giữa những khu nhà nổi. Tôi không thể không tự hỏi hoàn cảnh nào đã biến những đứa bé trưởng thành sớm trước tuổi như vậy. Hơn 50% tay súng Khmer Đỏ sát nhân hung hãn nhất là ở lứa tuổi 12 tới 14, chưa cao hơn bao nhiêu cây súng AK mà ngón tay chúng thì lại rất nhạy lẩy cò. Đám cai tù tra tấn hung bạo nhất ở Tuol Sleng sẵn sàng bổ búa rìu lên sọ các nạn nhân cũng là đám ở lứa tuổi thiếu niên ấy. Rồi đám trẻ tinh quái bán buôn trước khu đền đài Angkor cũng lứa tuổi 13. Cả không thiếu những cô gái điếm lão luyện tiếp khách cũng chưa quá tuổi 15. Những "Thần Đồng" ấy đâu có thể là sản phẩm của nền văn minh rực rỡ Angkor-Khmer cách đây hơn 8 thế kỷ?

Có lẽ do nguồn cá phong phú của Biển Hồ, mực sống của cư dân nơi đây nói chung cao hơn hẳn những người Việt sống trong các khu nhà ổ chuột ở Nam Vang. Những nhà nổi khang trang, trên nóc có tua tủa những cột ăng-ten để bắt các kênh đài truyền hình (giống như ở Năm Căn ĐBSCL). Trước vài nhà còn có trang trí những chậu hoa giấy đỏ hay cúc vàng. Ngoài nhà lồng nuôi cá, họ còn nuôi thêm gà vịt và chó. Tôn giáo thì đa dạng: có khu nhà thờ nổi "An Tôn" và chùa Phật "Quan Thế Âm" cho người Việt. Sinh hoạt buôn bán trên sông nước không thiếu những bảng hiệu tiếng Việt: Tiệm Hớt Tóc, Tiệm Sửa Đồng Hồ, các tiệm chạp phô và trạm bán xăng nhớt... Những người Việt ở đây có vẻ tự

Nhà thờ An Tôn trên một làng nổi Việt Nam tại Biển Hồ.

Chùa Phật Bà Quan Âm trên một làng nổi Việt Nam tại Biển Hồ.

tin sống hiên ngang với căn cước của họ cho dù trong quá khứ không thiếu những tai ương tang tóc đổ lên đầu họ dưới thời Lon Nol và Pol Pot.

Trên đường về, lại thêm một chiếc xe tải sập bánh trên cây cầu gỗ làm nghẽn dòng xe cộ suốt hai bên đầu cầu. Giải quyết ra sao là chuyện của mọi người và cũng không là trách nhiệm của một ai. Tách ra khỏi đoàn xe cộ ấy, Sok Thon tìm ngay ra được một ngả đường vòng trên các thửa ruộng khô để lại tiếp tục cuộc hành trình.

Gỗ ở đâu mà nhiều như vậy? Vẫn trên đường số 5 là những chiếc xe be chở những khúc gỗ khổng lồ về hướng khu kỹ nghệ Tonle Sap. Cũng trên một khúc đường số 5 khác đi vào Nam Vang, những người lính công binh Khmer trong đồng phục với các trang thiết bị nặng và cả xe hủ lô đang cán đá để trải nhựa một đoạn đường.

Hết chiến tranh, ngoài kế hoạch cho giải ngũ hàng loạt, Hun Sen đang đưa quân đội vào những công trình xây dựng hòa bình.

KAMPONG CHAM JAPANESE BRIDGE

Tôi đã đến với những cây cầu khác nhau bắc ngang qua sông Mekong: cầu Mittaphab nối Vạn Tượng - Nong Khai (04/1994), cầu Mỹ Thuận bắc qua sông Tiền (05/2000), cây cầu Lào - Nippon / Champasak (08/2000).

Trước khi tới Nam Vang, tôi cũng được biết Nhật đang giúp xây cây cầu đầu tiên của Cam Bốt bắc ngang sông Mekong nơi tỉnh Kampong Cham, cầu có chiều dài 1,4 km với tổn phí lên tới 56 triệu đôla viện trợ không bồi hoàn. Cây cầu sẽ mở đường sang các tỉnh phía đông và đông bắc Cam Bốt và cũng là điểm nối quan trọng cho siêu xa lộ nối liền Bangkok - Nam Vang sang tới Sài Gòn.

Một lô cốt lỗ chỗ những vết đạn khoét như những vết thương chưa lành được giữ lại nơi đầu cây cầu mới Kampong Cham như một "bài học không quên" về chiến tranh.

Những khúc sông, những cây cầu luôn luôn là nơi diễn ra các cuộc giao tranh khốc liệt nhưng Kampong Cham lại là cây cầu của xứ Chùa Tháp đang "vực dậy từ tro than" trong thời bình.

Cầu Kampong Cham dài 1,4 km khánh thành tháng 04/2001 là cây cầu đầu tiên của Cam Bốt bắc ngang dòng chính sông Mekong.

Xe cộ qua cầu Kampong Cham với tự do quá tải và thênh thang chạy giữa "lanes".

Tác giả với hai em bé Chăm trên bờ sông Tonle Sap.

Người Chăm Islam trong Mùa Chay Ramadan đang cầu nguyện trên ghe trên sông Tonle Sap.

Công trình được khởi công từ 1998. Quá trình xây dựng hơn 3 năm. Trong thời gian xây cất, Mekong Hotel là khách sạn lớn nhất của tỉnh Kampong Cham được dành cho toán chuyên viên làm cầu Nhật Bản và ngay sau đó cũng không biết từ đâu - theo lời kể lại, các cô gái Việt Nam lũ lượt kéo tới đây để mua vui cho khách trong các phòng nhạc karaoké, các khu đấm bóp như những ổ mãi dâm trá hình. Nay tới với cây cầu Nhật – Kampong Cham đẹp lộng lẫy vừa hoàn tất. Cầu mới được Thủ tướng Hun Sen khánh thành ngày 4/12/2001. Không phải chỉ có tôi, anh tài xế Sok Thon cũng háo hức muốn được tận mắt thấy vóc dáng cây cầu mới ấy.

Từ Nam Vang khởi hành từ sáng sớm, đường số 7 từ Skuon lên Kampong Cham có lẽ là đoạn đường trải nhựa tốt nhất của Cam Bốt cũng do Nhật Bản làm giúp trước đó. Kampong Cham là giang cảng lớn thứ ba sau Nam Vang và Battambang, với tài nguyên phong phú là các đồn điền cao su, lúa gạo và cây trái. Là vùng đất tốt và phì nhiêu với hai bên đường là mênh mông những thửa lúa vàng và đang tới mùa gặt. Rải rác có vài ba toán gặt lúa bằng tay. Nổi lên nền trời xanh luôn luôn là những thân cây thốt nốt cao thấp như nét đặc thù cảnh đồng quê xứ Chùa Tháp. Bên ruộng lúa thỉnh thoảng lại có xen vào một hồ sen với những tàu lá xanh bông đỏ.

Làng mạc gồm những khu nhà sàn để thích nghi với mùa mưa lũ. Mỗi nhà ít nhất đều có một chiếc lu lớn để chứa nước uống.

Giống như cư dân ĐBSCL, họ vẫn cần những chiếc lu cho dù mùa mưa nước quanh nhà thì lênh láng. Điều mà kỹ sư Nguyễn Hữu Chung, Nhóm Bạn Cửu Long trong Tập San Hội Tiền Giang Hậu Giang đã gọi đó là Nền Văn Minh Những Chiếc Lu rất đặc thù của cư dân sống trong vùng hạ lưu sông Mekong.

Không thể không chú ý, gần như trên cả nước, dọc theo các con lộ ở Siem Reap, ở Nam Vang, suốt dọc đường số 5 tới Kampong Chhnang, đường số 7 tới Kampong Cham, đi đâu cũng thấy bảng hiệu các trụ sở đảng phái - tuy chỉ hình thức nhưng vẫn là mầm mống của nền dân chủ. Nhiều bảng hiệu nhất vẫn là CPP / *Cambodian People's Party* của Hun Sen đảng đang cầm quyền, rồi tới FUNCINPEC / *Front Uni National pour un Cambodge Indépendant, Neutre, Pacifique et Coopératif*, đảng đối lập của con trai Sihanouk là Norodom Ranariddh, thảng hoặc lắm mới thấy KNP / *Khmer National Party* của Sam Rainsy.

Tài xế Sok Thon cười nói với tôi là không phải chỉ có 3 mà là 32 đảng phái. Tôi hiểu rằng tiền và quyền thế là yếu tố tiên quyết để phát triển cơ sở đảng, giống như ở Mỹ. Những người Cam Bốt mang quốc tịch Mỹ cũng đã mang tiền bạc về thử thời vận ra tranh cử rùm beng theo kiểu Mỹ, chưa có ai thành công. Nhưng đã không có ít những người trẻ mang cả hai quốc tịch Cam Bốt và Mỹ được mời vào giữ những chức vụ quan trọng trong chính quyền do khả năng khoa học kỹ thuật của họ. Đây là bước tiến bộ mạnh dạn của chính quyền Nam Vang khác xa với một nhà nước Việt Nam và Lào còn rất bảo thủ và khép kín.

Thực sự vẫn chưa hề có tự do báo chí ở Cam Bốt với cái giá phải trả là những cuộc thanh toán đẫm máu, ám sát ký giả, ném lựu đạn vào tòa báo của phe đối lập. Như từ bao giờ, đảng cầm quyền thì luôn luôn muốn nắm truyền thông báo chí trong bàn tay sắt của mình. Yêu hay ghét Hun Sen - nguyên gốc tiểu đoàn trưởng Khmer Đỏ, từng bị gán cho là bù nhìn của Hà Nội, nay ở chức vụ Thủ tướng chứng tỏ chưa hề là tay sai của ai, khiến cho Sihanouk thay vì bất ưng cũng phải nể vì và ông ta vẫn được giới chức ngoại giao nhìn nhận de facto như mẫu người hùng / *strong man*, và là yếu tố ổn định của Cam Bốt.

Vươn lên nền trời xanh, vượt lên trên cả những chòm cây thốt nốt là những mái Chùa Tháp, kiến trúc rất khác với những ngôi chùa Việt Nam. Trong một đất nước Cam Bốt mà đạo Phật Tiểu Thừa được coi như quốc giáo, chùa chiền hiện diện khắp nơi, từ vua cho tới dân đều có thời gian vào chùa xuống tóc đi tu trước khi được coi là trưởng thành để bước vào đời sống xã hội. Sihanouk cũng xuống tóc vào chùa; chính Pol Pot giữa thập niên 1930 cũng đã vào chùa Wat Botum Vaddei tu trong nhiều tháng.

Nhưng tới thời Khmer Đỏ tình hình hoàn toàn đổi khác. Do cuồng vọng tiến tới một xã hội cộng sản nguyên thủy trong đó mọi người đều phải làm việc thì giới sư sãi bị coi là bọn ăn bám ký sinh, hoàn toàn vô dụng. *"Đạo Phật là nguyên nhân suy yếu quốc gia Cam Bốt"*. Dân chúng bị cấm phục vụ giới tăng lữ. Pol Pot muốn thiết lập một nhà nước với tinh thần quốc gia cực đoan với dân số phải gia tăng nhanh sao cho đủ sức mạnh không chỉ để tái chiếm ĐBSCL xưa kia vốn là của Cam Bốt mà cả đoạt lại các vùng biên giới phía tây Surin, Buriram từ Thái Lan mà cư dân vẫn còn nói tiếng Khmer. Và hậu quả là chỉ sau 44 tháng dưới chế độ Khmer Đỏ, từ con số 60.000 sư sãi cho tới tháng Giêng 1979 chỉ còn chưa tới 1.000 sống sót để trở lại những ngôi chùa đổ nát được dùng làm kho chứa, nhà giam và cả nơi hành quyết.

Sau Những Năm Số Không đất nước Cam Bốt đang vực dậy từ tro than, đi ra từ những cánh đồng chết và đối với những người Khmer sống sót thì việc trở về dưới bóng từ bi của Đức Phật là bước rũ bỏ cơn ác mộng và tìm được nguồn an ủi cho đời này và cả hy vọng giải thoát cho những kiếp sau.

Phải kiếm chỗ đậu xe xa nơi đầu cầu, dưới ánh nắng trưa gắt, tôi và Sok Thon đi bộ lên cầu. Xe cộ qua lại còn thưa thớt kể cả xe gắn máy và xe đạp. Những chiếc xe chở khách bao giờ cũng tham lam quá tải, người và hàng hóa dồn nén chồng chất, đã thế lại chạy nhanh cán 'lanes' ra quá cả giữa cầu. Đứng đây để thấy sự hùng vĩ của con sông Tonle Thom – tên Khmer của con sông Mekong, với những chuyến đò dọc ngang qua lại. Bên phía thị trấn Kampong Cham là giang cảng với những con tàu sông nơi bến đỗ, để đưa khách về Nam Vang hay lên các tỉnh phía bắc Kratié, Sambor... Cạnh đó là những khóm chợ bên sông, với những cần xé bánh mì baguette vàng rệu là nét văn hóa Pháp được chấp nhận phổ quát ở khắp ba nước Đông Dương.

Sang tới gần bên kia cầu, một cảnh tượng khiến tôi khựng lại: vươn lên từ lùm cây xanh là một tầng tháp cao cũ kỹ rêu phong nhưng còn mới là lỗ chỗ các vết đạn đủ cỡ xoáy sâu vào thớ gạch đỏ quạch như những vết thương còn rướm máu chưa lành – biểu tượng tàn phá của chiến tranh mà người ta muốn giữ lại, tương phản với công trình xây dựng lớn lao trong thời bình.

Trở lại với chiếc xe để tiếp tục cuộc hành trình qua cầu. Sok Thon thì không giấu được nét hân hoan, lần đầu tiên được lăn bánh trên một cây cầu mới bắc ngang sông Mekong của quê hương anh. Tiếp tục con đường số 7 đi về hướng bắc, đoạn đường xấu trở lại – khấp khểnh với những ổ gà đá dăm và bốc mù bụi đỏ. Chọn đường bộ để đi Kratié không chỉ là tự hành xác mà còn rất ư nguy hiểm vì rất thường bị cướp.

Phải chờ nhiều năm nữa, người Nhật làm giúp đoạn đường phía bắc đi Kratié lên tới tận Stung Treng gần Nam Lào. Cho tới ngày ấy, chỉ có đường sông như một xa lộ nâu là thuận lợi và thật êm ả.

TRÊN SÔNG TONLE SAP:
CỘNG ĐỒNG CHĂM ISLAM

Đầu thế kỷ 18 (1720) là thời điểm mốc đánh dấu vương quốc Champa bị xóa tên trên bản đồ do cuộc Nam Tiến của người Việt. Một số trốn thoát được cuộc tàn sát đẫm máu của vua Minh Mạng chạy sang Cam Bốt. Họ định cư đông nhất ở các tỉnh Kampong Cham, Kampong Chhnang và một số khác sống rải rác hai bên bờ con sông Tonle Sap và Biển Hồ. Họ chủ yếu sống bằng nghề đánh cá, trồng lúa, mổ bò, làm thuốc và một số ít có tài về ma thuật. Ban đầu rất ít người Chăm theo đạo Islam nhưng do tiếp xúc với các thương nhân tới từ các quốc gia như Mã Lai, Nam Dương... đạo Islam đã mau chóng phát triển rộng khắp trong cộng đồng người Chăm ở đây – bắt nguồn từ một ước vọng sâu xa muốn giữ một căn cước chủng tộc và văn hóa riêng giữa một xã hội Khmer theo đạo Phật như một quốc giáo.

Do sự khác biệt không chỉ về tôn giáo mà cả về tiếng nói chữ viết, cộng thêm với quá khứ người Chăm thường cộng tác với người Việt như một lực lượng kìm kẹp hay trấn áp người Khmer, nên họ đã trở thành nạn nhân thứ hai sau Việt Nam trong cuộc tẩy sạch chủng tộc của Pol Pot. Ước tính có khoảng hơn một nửa dân số người Chăm bị Khmer Đỏ sát hại cùng với các thánh đường Islam và trường học bị phá hủy. Một số sống sót đã lại phải chạy trốn sang Lào theo đường sông Mekong. Trong khi đó thì các cộng đồng người Chăm Islam ở miền nam Thái Lan và ở Mã Lai có cuộc sống an cư lạc nghiệp hơn. Sau Khmer Đỏ, các ngôi thánh đường Islam và trường học của người Chăm ở Cam Bốt đã và đang được phục hồi do tiền trợ giúp từ các quốc gia Hồi giáo như Mã Lai, Saudi Arabia, Kuwait...

Sinh hoạt cộng đồng Chăm Islam không quá khắt khe giống như các cộng đồng Hồi giáo chính thống /

fundamentalist khác trên thế giới: không phải mang y phục che kín hết phần thân thể và mạng che mặt chỉ hở đôi mắt như ở Afghanistan.

Không hiếm thấy ở Cam Bốt những người phụ nữ Chăm Islam thế hệ 2000 mặc váy ngắn hở chân, áo T-shirt hở ngực và cho dù giáo luật khắt khe cấm liên hệ về tình dục bên ngoài phạm vi gia đình nhưng một số ít đàn ông và phụ nữ Chăm cũng không tránh được là nạn nhân của dịch HIV đang hoành hành từ đô thị tới thôn quê trên khắp đất nước Cam Bốt.

Sau biến cố 911 ở New York, ở Washington, tiếp theo là vụ phản công giội bom của Mỹ ở Afghanistan không phải là không có những khó khăn với cộng đồng Chăm Islam ở Cam Bốt trong vấn đề giao tiếp với thế giới bên ngoài, ảnh hưởng tới cả nguồn tài trợ cho các công tác thuần túy phát triển giáo dục xã hội và tôn giáo. Điển hình là Bộ Thờ phượng và Tôn giáo / *Ministry of Cults & Religious Affairs* của chính quyền Hun Sen vừa ban hành đạo luật mới quy định một số hạn chế sinh hoạt tôn giáo mà đối tượng rõ ràng là nhắm tới các cộng đồng Chăm Islam.

Haji Yusuf, lãnh tụ uy tín của cộng đồng Chăm Islam ở Nam Vang khi trả lời cuộc phỏng vấn của phóng viên báo Phnom Penh Post đã tỏ vẻ không đồng ý với các cuộc giội bom ồ ạt của Mỹ xuống Afghanistan gây tổn thất cho thường dân và theo ông thì biện pháp ôn hòa để chống các nhóm khủng bố sẽ có hiệu quả hơn so với cuộc chiến tranh nóng như hiện nay. Rồi ông ta đưa ra một hình tượng rất ý nghĩa: *"Dòng nước nóng chỉ chảy cạn trên bề mặt trong khi dòng nước lạnh thì chảy dưới sâu hơn / While hot waters run shallow, cold waters run deep"*, ông ta muốn khuyên người Mỹ kiên nhẫn và hành động bằng một đầu óc tỉnh táo thay vì giận dữ như hiện nay.

Tới với những người Chăm sống hai bên bờ sông Tonle Sap, họ sống trên các nhà sàn, nhà nổi và cả trên những chiếc ghe và cũng để thấy rằng họ không thể nào nghèo hơn, ngoài sự sống còn để nối truyền và đức tin của họ. Tôi đã chụp được những hình ảnh người Chăm Islam phủ phục cầu nguyện trên ghe trong Mùa Chay Ramadan trên dòng sông Tonle Sap.

Từ trên một chiếc ghe đỗ, một người đàn bà Chăm đứng thả vó, chiếc vó rộng hơn một chiếc phản nặng trĩu mỗi lần nhô lên khỏi mặt nước, vẫy vẫy trong vó là mấy con cá trắng nhỏ không hơn ba đốt ngón tay, có khi kéo lên chỉ là một chiếc vó không. Mửng này cho tới chiều cũng chỉ đủ được một xoong cá cho bữa ăn tối gia đình. Vài chiếc ghe khác thì ra giữa sông thả lưới, cá nhiều hơn nhưng không thấy được cá lớn.

Chiếc ghe vẫn chạy dọc theo hai bên bờ sông Tonle Sap tới chân cầu Chroy Changvar, phía bên kia cầu là giang cảng cho những con tàu chở khách đi Siem Reap hay các tỉnh phía bắc như Kampong Cham, Kratié...

Ghe cũng chạy vòng qua Quatre Bras / Chaktomuk, nơi hội tụ của 4 dòng sông, cũng là nơi diễn ra Ngày Hội Nước / *Bon Om Touk* vào đầu tháng 11 khi dứt mùa mưa bắt đầu qua mùa khô, khi con sông Tonle Sap lại đổi chiều từ Biển Hồ xuôi chảy về Quatre Bras xuống ĐBSCL bằng hai con sông Tiền và sông Hậu.

Bon Om Touk là Ngày Hội Nước lớn nhất hàng năm diễn ra nơi Quatre Bras có vua và hoàng hậu tham dự với hội đốt pháo bông và đua thuyền rồng, mở đầu cho một mùa chài lưới rộn rã và nông dân bắt đầu mùa gieo trồng.

Cũng không xa hoàng cung, một con tàu lớn Naga đậu trên sông là một sòng bài nổi – một Las Vegas Nam Vang của đám doanh nhân Mã Lai chỉ dành riêng cho khách ngoại quốc (cũng giống như Sòng Bài Sinh Thái / *Eco-Casino* trên hồ chứa đập thủy điện Nam Ngum ở Lào).

Rời chiếc ghe trở lại con đường đê, không thể không xúc động và thương cảm khi choàng ôm hai em bé Chăm chân đất gầy gò và đen đủi nhưng ánh mắt sáng và thông minh và đa số lại không được đi học. Làm sao mà trang trải món nợ tinh thần này với thế hệ của những người Chăm sống sót?

NHỮNG CÂY THỐT NỐT BÊN HỒ SEN

Trước khi rời Nam Vang, tôi dành những ngày giờ cuối cùng để đến thăm Sân Vận Động Thế Vận / *Olympic Stadium* và Viện Bảo Tàng Tội Ác Diệt Chủng Tuol Sleng.

Sân Vận Động nằm kế hai đại lộ Preah Sihanouk và Monireth, từng là nơi tập trung các cuộc biểu tình xuống đường vĩ đại vào thập niên 1970 của chánh quyền Lon Nol phát động chiến dịch toàn quốc chống Việt Nam. Đây cũng là nơi mà bao nhiêu nạn nhân bị Khmer Đỏ hành quyết trong đó có Hoàng thân Sirik Matak, Thủ tướng Long Boret – những con người lãnh đạo đầy nhân cách của dân tộc Khmer không chịu theo chân người Mỹ rời đất nước Cam Bốt ở những giờ phút chót. Trong khi Lon Nol thì đã cao chạy xa bay trước đó sang Hawaii với hàng triệu đôla mang theo. Bây giờ nơi đây chỉ thuần là một sân vận động vắng lặng đang được chỉnh trang và mở rộng với hồ bơi tiêu chuẩn thế vận để đón cả du khách.

Viện Bảo Tàng Tuol Sleng đối với thế giới như biểu tượng tội ác diệt chủng của Khmer Đỏ. Như một cái tên định mệnh, theo từ điển tiếng Khmer thì Tuol Sleng có nghĩa như một Ngọn Đồi Độc Dược. Nguyên là một trường trung học hiền lành phía nam thủ đô Nam Vang được biến cải thành trại giam S-21 từ tháng 5/1976, nơi tra tấn những người được coi là chống lại Tổ Chức / *Angkar*, một tên khác của Khmer Đỏ.

Bản đồ đất nước Cam Bốt thời kỳ Khmer Đỏ được ghép bằng Sọ Người và với những con Sông Máu.

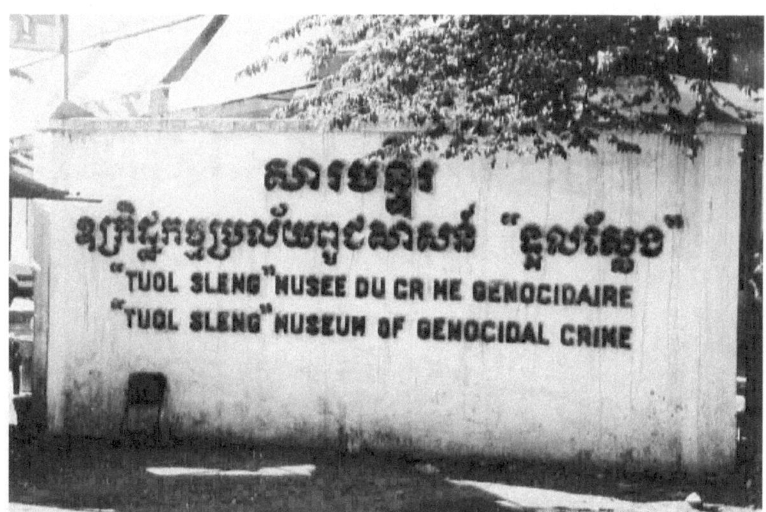

Tuol Sleng – từ một trường học trở thành trại giam S-21 kinh hoàng của Khmer Đỏ nay là Viện Bảo tàng Tội ác Diệt chủng.

Tượng lãnh tụ Khmer Đỏ Pol Pot với tham vọng biến Cam Bốt thành Xã Hội Cộng Sản Nguyên Thủy, nay bị hạ bệ trong Viện Bảo Tàng Diệt Chủng Tuol Sleng.

Những Cánh Đồng Chết đang hồi sinh với những thân cây thốt nốt còn lỗ chỗ vết đạn nhưng vẫn vươn lên nền trời xanh.

S-21 được bao bọc bởi 2 hàng rào sắt và chằng chịt dây kẽm gai có dẫn điện cao thế để ngăn không cho một tù nhân nào trốn trại. Bên trong, mỗi phòng học được biến thành phòng giam với cửa sổ chấn song sắt và rất dày dây kẽm gai. Các phòng trên lầu là khu nhà giam tập thể. Riêng nơi tầng trệt, mỗi phòng học được chia ra thành nhiều phòng giam nhỏ 0,8 x 2 mét dành cho tù nhân biệt giam. Tên trùm nhà giam S-21 là Kang Kek Iew nguyên nhà giáo dạy toán có biệt danh là Đồng Chí Duch sinh trưởng ở tỉnh Kampong Thom, xuất thân trường Pháp Lycée Sisowath vào những năm 1950, bị bắt năm 1965 vì hoạt động Cộng sản và khi được thả lại vô bưng tiếp tục hoạt động. Những lính canh trại giam là đám trai gái tuổi từ 12 tới 15 ngây thơ và ngu dốt nhưng được Khmer Đỏ huấn luyện nhồi sọ để trở thành những tên hết sức quá khích và cực kỳ hung bạo. Các nạn nhân trong Tuol Sleng thuộc đủ mọi thành phần bắt về từ khắp nơi và cả thuộc đủ mọi quốc tịch: Việt, Lào, Thái, Anh, Mỹ, Gia Nã Đại, Úc... nhưng đa số vẫn là những người gốc Khmer thuộc giới trí thức bác sĩ, kỹ sư, luật sư, giáo viên... và sau này có cả những thành phần gốc Khmer Đỏ bị coi là phản bội.

Có tất cả các dụng cụ tra tấn đủ loại và điều kiện sinh sống trong S-21 thật bi thảm. Ngoài đánh đập, các nữ tù nhân còn bị hãm hiếp. Có khi là toàn thể một gia đình bị bắt bị giết trong đó có cả trẻ sơ sinh. Và điều kỳ lạ là sự chu đáo của các hồ sơ lưu trữ của bọn cai ngục Tuol Sleng: các nạn nhân đều được lăn tay chụp hình và phải làm tờ khai lý lịch chi tiết từ lúc sinh ra cho tới khi bị bắt. Sau đó các nạn nhân bị lột trần, bị tịch thu mọi thứ rồi mới tống vào phòng giam cho nằm trên nền nhà không mùng mền và chân thì bị cùm xích. Chỉ riêng tại địa điểm Tuol Sleng từ 1975 tới 1978, đã có hơn 10 ngàn nạn nhân bị tra tấn sau đó bị giết, chưa kể số trẻ em.

Vô số những bức hình chụp nạn nhân với tư thế tay bị trói khuỷu sau lưng, khuôn mặt bị tra tấn sưng vều, từ hai hốc mắt toát ra vẻ kinh hoàng khôn tả. Rồi là hình những nạn nhân chết ở những tư thế khác nhau trên các vũng máu loang. Tưởng như vẫn còn mùi máu tanh tưởi, những tiếng la thét đâu đây trong những khu nhà giam trống trải lạnh lẽo với thời gian thì đã như lùi về một thời hoang sơ thái cổ.

Bản đồ đất nước Cam Bốt trong 4 năm ấy được ghép bằng Sọ Người với những Con Sông Máu.

Do Viện Bảo Tàng Tuol Sleng rất hấp dẫn du khách, Hun Sen với đầy ý tưởng sáng tạo lại đang muốn biến khu sào huyệt cuối cùng của Pol Pot và cả những ngôi mộ tập thể ở vùng rừng núi tây nam Pailin giáp Thái Lan thành một tụ điểm du lịch thứ hai. Với Hun Sen thì cái chết của ngót 2 triệu sinh linh do chế độ diệt chủng Pol Pot đâu phải là vô ích, họ cũng đang đưa vai ra gánh vác vực dậy nền kinh tế đang lụn bại sau chiến tranh của đất nước Cam Bốt.

Ra khỏi cổng trại Tuol Sleng với những bước chân và trái tim nặng trĩu, tôi tự nhủ nếu là ngày đầu tiên ở Nam Vang tới với Tuol Sleng, tôi sẽ quyết định không lưu lại thêm một ngày nào nữa trên đất nước Cam Bốt. Tôi muốn thực sự quên đi Tuol Sleng – cánh cửa tử sinh của bao nhiêu vạn sinh linh, quên đi Olympic Stadium, quên đi những tháng năm kinh hoàng với núi xương sông máu của chồng chất tội ác thời tiền sử, của quỷ ám thời mông muội, của những phản bội và không thiếu những hy sinh cao cả. Nhưng làm sao mà quên được tấn thảm kịch lớn nhất của nhân loại của *"nửa-thế-kỷ-20-sau"* trước khi bước vào một thiên niên kỷ mới.

Ngồi trên chuyến bay rời phi trường quốc tế Pochentong, nhìn xuống thủ đô Nam Vang, nhìn xuống con sông Mekong nơi Quatre Bras trước Hoàng cung, hình ảnh đẹp đẽ cuối cùng mà tôi muốn giữ lại trong trí tưởng về đất nước Cam Bốt là

Bình minh hay hoàng hôn trên Quatre Bras trước Hoàng Cung — nơi hội tụ của 4 nhánh Sông Mekong Đang Cạn Dòng.

Cho dù đó là vết đạn AK hay M16 thì đó vẫn cứ là Vết Thương Lịch Sử của nền văn minh Angkor-Khmer của dân tộc Cam Bốt.

hàng cây thốt nốt với thân cây còn lỗ chỗ vết đạn nhưng vẫn đứng thẳng vươn lên trời xanh từ bên bờ một ruộng sen ngát hương với nở rực những bông sen hồng và trắng.

Vẫn có đó những bình minh và hoàng hôn trên sông Mekong, vẫn có đó vẻ đẹp tráng lệ và huy hoàng của trời và đất cho dù qua bao đổi thay, bao cuộc chiến tranh trong nỗi u mê của con người.

Chuyến đi càng củng cố thêm mối e ngại của tôi về những bước suy thoái của con sông Mekong. Cũng không quên cám ơn người bạn đồng hành Khmer Sok Thon, hẹn gặp lại anh khi tôi có dịp trở lại thăm xứ Chùa Tháp.

Siem Reap - Prek Toal - Phnom Penh
Kampong Cham - Kampong Chhnang - Chhnok Tru 12 / 2001

TỪ CẦU MỸ THUẬN 2000
TỚI CÂY CẦU CẦN THƠ 2008

From mountains to the sea, wetlands at work for us.
Từ núi ra biển, các vùng đất ngập phục vụ chúng ta.
World Wetlands Day - 02/02/2004

TỚI TAM NÔNG –
TRÀM CHIM VANG BÓNG CHIM

Rời Sài Gòn từ buổi sáng sớm, khi chưa có những rối loạn xe cộ và ồn ào tiếng động. Theo quốc lộ 1A đi về hướng tây nam, qua các tỉnh Long An, Tiền Giang qua huyện Cái Bè, đổi qua tỉnh lộ 30 tới Đồng Tháp. Do đường chưa tốt lại sợ bị công an "bắn" [tốc độ xe] nên nhiều đoạn tài xế phải chạy chậm lại, phải mất hơn 6 giờ để qua một đoạn đường chỉ hơn 200 km. Trên đường luôn luôn thấy cảnh tài xế những chiếc xe đò chạy ngược chiều, đưa tay ra dấu. Bàn tay chúc xuống là phía trước không có công an phục kích, bác tài lại yên tâm nhấn ga "phá rào" để vượt qua đoạn đường có giới hạn tốc độ. Vi phạm luật lưu thông không chỉ bị phạt tiền rất nặng, lại thêm bị bấm lỗ trên bằng lái xe, ba lỗ là mất bằng – nên đã làm chùn chân cả những tay lái giang hồ liều mạng tự nhận là rất "bản lãnh".

Đến với Đồng Tháp Mười là đi trên một vùng đất trũng rộng lớn. Có giả thuyết lý thú cho rằng *"có thể nơi đây khi xưa là dấu vết cũ của sông Cửu Long, vì một lý do thiên nhiên nào đó sông Cửu Long đã bỏ lòng sông cũ để chảy qua vị trí hiện nay. Hai vùng trũng thiên nhiên rộng lớn là Đồng Tháp Mười và Đồng Cà Mau là hai hồ để chứa nước sông Cửu vào mùa nước nổi."* [Trần Ngươn Phiêu – Đồng Tháp Mười, 2006]

Từ thị xã Cao Lãnh tỉnh Đồng Tháp lên tới quận Thanh Bình, để từ đây vẫn theo đường 30 đi về hướng tây bắc. Tới một ngã ba, thay vì đi hướng Hồng Ngự, theo tấm bảng chỉ dẫn, xe quẹo mặt đi thêm 17 km nữa trên một đoạn đường tráng nhựa hẹp và khá gập ghềnh để dẫn tới Tràm Chim Tam Nông [TCTN].

Hai bên đường nhà cửa đang san sát mọc lên, áp lực gia tăng dân số rất rõ, để thấy rằng Tràm Chim đang trước nguy cơ. Sâu vào lề đường, chúng tôi chú ý tới một ngôi mộ không phải trên đất mà trên một sàn xi măng khô ráo cao hơn mặt lộ, ngay phía dưới là đất ruộng ngập nước để thấy Tam Nông nguyên là vùng đầm lầy.

TCTN trong khu tứ giác các con kinh đào thuộc Đồng Bằng Sông Cửu Long [ĐBSCL]. Với khí hậu gió mùa, gần xích đạo, nhiệt độ trung bình 27 độ C với biến thiên từ 3 tới 5 độ C trong năm. Độ mưa tương đối thấp khoảng 1500mm/ năm, mùa mưa khoảng từ tháng 5 tới tháng 11. *[Phùng Trung Ngân, Garrulax 6:3-5, 1989]*

Trong chiến tranh Việt Nam, Đồng Tháp Mười từng là trận địa giao tranh ác liệt và là một vùng rất khó bình định.

Mỹ đã thực hiện kế hoạch rút cạn các khu đầm lầy, kết hợp sử dụng chất khai quang da cam và bom napalm để phá hủy các an toàn khu của Việt Cộng nhưng không thành công.

Sau chiến tranh do đất chật người đông, người ta vẫn không ngừng rút cạn các khu đầm lầy qua một hệ thống kinh rạch phức tạp nhưng chỉ là để có thêm đất canh tác.

Năm 1985 khi thấy giống Hạc Đông Phương bắt đầu xuất hiện ở vùng đất ngập nước Đồng Tháp Mười, các nhà khoa học đã triệu tập một Hội Nghị Hạc Quốc Tế ở Côn Minh thủ phủ Vân Nam, với sự tham dự của nhiều tổ chức như WWF *(World Wildlife Fund)*, IUCN *(International Union for the Conservation of Nature)*, ICF *(International Crane Foundation)*... nhằm tìm biện pháp bảo vệ Tràm Chim Tam Nông như một khu mẫu mực *"du lịch sinh thái"* trong vùng Đông Nam Á. TCTN trở thành một cứ điểm hấp dẫn cho các nhà khoa học muốn nghiên cứu về đời sống sinh hoạt của các loài di điểu.

Là một vùng trũng phía tả ngạn sông Tiền, với diện tích 7.588 hecta được giới thiệu như "mô hình thu nhỏ cảnh quan Đồng Tháp Mười" với hơn 130 loài thực vật, 120 loài cá nước ngọt, 40 loài lưỡng ngư bò sát, hơn 200 loài chim với 16 chủng loại được coi như quý hiếm; riêng giống Hạc Đông Phương (Eastern Sarus cranes) hay còn có tên là Sếu Đầu Đỏ, được liệt kê trong Danh Sách Đỏ Thế giới (World's Red List) đang có nguy cơ bị tuyệt chủng. Hình tượng *"Vũ điệu hạc"* được chạm trổ trên các tấm phù điêu của khu đền đài Bayon nổi tiếng của Angkor đã được Jayavarman VII xây dựng vào cuối thế kỷ 12, chứng tỏ rằng giống hạc này đã là một phần không thể thiếu trong đời sống của một nền văn minh rực rỡ nhất nơi lưu vực sông Mekong mà nay đã suy tàn. Chỉ mới tám năm, TCTN khu trung tâm Đồng Tháp Mười được chính thức công nhận là Vườn Quốc Gia Tràm Chim [29-12-1998].

Đường vào Tràm Chim Tam Nông Đồng Tháp Mười trở thành Vườn Quốc Gia Chim từ 29-12-1998, như một khu mẫu mực "du lịch sinh thái"

Ngôi mộ khô ráo trên sàn xi-măng trong vùng nước ngập (H. Nguyễn Kỳ Hùng)

Trung Tâm Du Lịch Sinh Thái và Giáo Dục Môi Trường Tam Nông.

Đài quan sát và trạm bảo vệ Tràm Chim Tam Nông.

Tràm Chim Tam Nông vắng bóng chim giữa mênh mông mùa nước lũ, tháng 2-3 mỗi năm các đoàn di điểu sẽ trở về vào mùa nước cạn.

Trên ghe và cô hướng dẫn Tràm Chim Tam Nông giữa mùa nước lũ.

Gia đình Hạc hay Sếu Đầu Đỏ Tam Nông trong danh sách các loài chim quý hiếm, có nguy cơ bị tuyệt chủng (WAR: Wildlife At Risk)

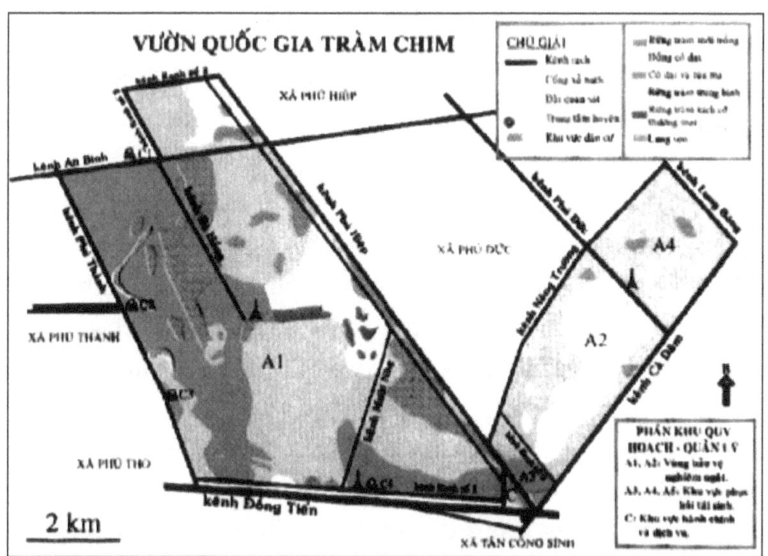

Bản đồ Vườn Quốc Gia Tràm Chim (ảnh và bản đồ của Vườn Quốc Gia Tràm Chim)

Khu Tràm Chim chủ yếu là vùng đất ngập nước *(wetlands)* với rừng tràm *(Melaleuca forest)* và các loại cỏ nước *(wet grasslands)*, mùa lũ vào khoảng từ tháng 8 tới tháng 11, với đỉnh lũ vào tháng 9, nước có độ sâu trung bình 2,50m, nhưng vì là vùng thấp nên Tràm Chim vẫn ngập nước trong mùa khô.

Rất khó để thấy trụ sở TCTN nằm khuất lấp ở cái điểm mốc cây số 17 ấy. Nhưng rồi chúng tôi cũng tìm ra. Cô hướng dẫn với một cái tên rất mộc mạc, Nguyễn Thị Được cùng xuống ghe đi với chúng tôi. Do tới TCTN vào giữa thời điểm mùa lũ nên từ ghe chỉ thấy mặt nước mênh mông với nhô lên là những khóm tràm, bụi cỏ, bông súng và rất thưa thớt những bóng chim.

Phải tới tháng 2-3, vào mùa nước thấp, Tràm Chim mới là nơi tràn đầy thực phẩm tôm cá sò ốc hến nên lôi cuốn các đoàn di điểu từ xa trở về kiếm ăn và sinh sản. Không phải chỉ có giống Hạc Đông Phương; còn phải kể thêm loại chim nước hiếm quý như Oriental Darter, Lesser Adjutant Stork, Painted Stork, Asian Golden Weaver và nhiều chủng loại chim khác.

Mới đây có thêm mối quan ngại về dịch cúm gia cầm H5N1 có nguy cơ lan ra toàn cầu và các chuyên viên dịch tễ học *(epidemiologist)* của Tổ chức Y tế Thế giới (WHO) có nhắc tới khả năng các đàn di điểu phát tán bệnh đi tứ phương. ĐBSCL cũng là nơi có ổ bệnh H5N1 cho dù đã được khống chế nhưng không phải không có khả năng tái phát.

Không chỉ có động vật và các loài chim hiếm quý, trong số hơn 130 loài thực vật, phải kể tới giống lúa hoang *(Oryza rufipogon)*, cũng đang có nguy cơ không còn nữa. Trong bài viết về Đồng Tháp Mười, Bs Trần Ngươn Phiêu có nhắc tới loại lúa đặc biệt này như một độc đáo khác thường được thấy ở Đồng Tháp, đó là loại *"lúa trời, mọc từ lòng đất vươn lên cao khỏi mặt nước, giống như loại lúa nổi. Dân nghèo dùng xuồng nhỏ, thấp, len lỏi vô các bưng có lúa trời, dùng thanh tre dài lùa đập các cọng lúa để hột lúa rụng rớt vô xuồng. Đi đập mót lúa trời cũng là một nguồn sinh sống cho dân cư cùng khổ, không đất canh tác."*

Theo Gs Phạm Hoàng Hộ *"Lúa hoang là giống lúa nổi, có thân dài 1,5-4m, thân to 4-6mm, với lóng dài 10cm. Lá có phiến dài 20cm, rộng 1cm... Trước đây có ở ruộng sâu khắp cùng và rất nhiều ở Đồng Tháp".* [Cây Cỏ Việt Nam 1991. III - 2, tr. 776]

Theo Gs Võ Tòng Xuân [VTX], *"Cây lúa ma hay lúa hoang Oryza rufipogon (OR) mọc hoang ở các nơi đầm lầy, hoặc dọc theo các kênh mương ở Đồng Tháp Mười, và các vùng nước sâu trung bình ở các tỉnh Cần Thơ, Vĩnh Long, Tiền Giang. Có một loại khác nữa, Oryza nivara (ON), mọc chung với OR ở các vùng này. Năng suất rất thấp, khoảng 0,2 đến 0,4 tấn/ ha mà thôi. Ngày nay khi các cánh đồng trong Đồng Tháp Mười đã phủ kín lúa cao sản thì OR và ON gần như bị tiêu diệt hết."* Gs VTX cho biết, ông đã đưa cả hai loại lúa hoang này sang giữ tại IRRI *(International Rice Research Institute)* tại Los Baños 60 km nam Manila, là viện nghiên cứu lúa gạo quốc tế lớn và lâu đời nhất Á châu.

Tam Nông còn có những đầm sen và súng tô điểm thêm cho vẻ đẹp cảnh quan của Tràm Chim.

Và rồi cũng không thể không nói tới một *"loại cây bất ưng"* đang xâm lấn sinh cảnh của TCTN: cây Mimosa pigra. Tuy là một giống ngoại lai từ vùng nhiệt đới Nam Mỹ nhưng đang tràn lan trong vùng trung tâm Tràm Chim gây tác hại trên sinh cảnh và tính đa dạng sinh học của khu bảo tồn.

Theo Gs Phạm Hoàng Hộ, *"Mimosa pigra hay Trinh nữ nhọn là một loại cây cứng cao 2-3m, lá khi đụng cũng xếp lại nhưng chậm hơn Trinh nữ mắc cỡ (Mimosa pudica), sóng lá mang một gai đứng cao 1,5cm giữa mỗi cặp thứ diệp. Hoa đầu vàng, hoa như ở Trinh nữ. Chụm trái to có lông hoe, dày 10-12 x 1,3-1,6 cm rụng từng đốt chừa hai bìa lại. Gốc Nam Mỹ, gặp ở các nơi đầm lầy..."* [Cây Cỏ Việt Nam 1991. I - 2, tr. 1029]

Theo Gs VTX, thì *"Mimosa pigra còn được gọi là Mai Dương hay Ngưu Ma Vương là một đau đầu cho nông dân vùng đất ngập nước. Cây này phát tán rất nhanh và rất khó diệt trừ. Đã có nhiều nghiên cứu quốc tế nhằm tìm biện pháp hữu hiệu để diệt chúng nhưng đến nay vẫn chưa có kết quả tốt. Vườn bảo tồn quốc gia Tràm Chim Tam Nông, nơi mà Tổ Chức Hạc Quốc Tế (ICF) đầu tư bảo tồn đàn sếu đầu đỏ quý hiếm, đang bị Mai Dương lấn áp"*.

Do đó, nhân kỷ niệm *"Ngày Đất Ngập Nước Thế Giới"* nơi 4 quốc gia ven sông Mekong vùng hạ lưu: Việt Nam, Cam Bốt, Lào và Thái Lan, với khẩu hiệu *"Từ núi ra biển, các vùng đất ngập nước phục vụ chúng ta – World Wetlands Day 02/02/2004"*.

Riêng với Việt Nam vùng điểm được chọn là Tràm Chim Tam Nông. Ngoài những nghi thức của một ngày lễ hội với các cuộc vui đua thuyền, đá banh, diễn kịch... nhưng đáng chú ý nhất đó là ngày phát động phong trào *"lùng và diệt cây Mai Dương, Ngưu Ma Vương hay Trinh nữ nhọn"* và cũng để báo động với dân chúng địa phương là giống Mimosa pigra kẻ thù nguy hiểm, cần có một chiến dịch lâu dài lùng và diệt loại cây này để bảo vệ sự cân bằng và đa dạng sinh thái của TCTN.

Từ khi Tràm Chim đã chính thức trở thành khu bảo tồn thiên nhiên quốc gia, ngoài số tiền 4 tỉ đồng từ Việt Nam, còn có thêm nhiều tặng dữ của các quốc gia khác như Đan

Mạch, Đức, Nhật... nhằm bảo tồn khu Hạc và phát triển vùng đệm *(buffer zone)* của Tràm Chim.

Từ 1995, Tổ Chức Hạc Quốc Tế / ICF đã lên kế hoạch khảo sát các vùng sinh sản của giống Sếu Đầu Đỏ và kể từ tháng Ba 1998 các nhà điểu học đã khởi sự cho đặt những chiếc vòng theo dõi điện tử *(electronic tracking rings)* để khảo sát toàn sinh cảnh và lối sinh hoạt của giống di điểu này. Chương trình được tài trợ bởi chánh phủ Nhật và có sự tham gia của các nhà khoa học Nhật, Mỹ và Việt Nam.

Theo cô Được, hướng dẫn viên của Tràm Chim, do những ảnh hưởng tiêu cực dây chuyền, số Hạc cũng như các loại chim hiếm quý trở về ngày càng ít đi vào mùa khô mỗi năm về sau. Đây là một hiện tượng rất đáng quan tâm đối với các nhà bảo vệ môi sinh. Từ 20 năm qua số chim Hạc trở lại Tràm Chim càng ngày càng ít đi: từ con số 1052 năm 1988, xuống còn 631 năm 1996, 154 năm 2004 và chỉ còn 90 con năm 2006 [Source: VNN].

Có thể do nhiều nguyên nhân: suy thoái môi trường sống trong Tràm Chim với các kinh rạch mới, các trận lũ bất thường do ảnh hưởng chuỗi đập thượng nguồn Vân Nam, còn phải kể cả sức ép dân số từ các khu phát triển gia cư, chiếm lấn đất quanh vùng đệm, nhu cầu lấy nước từ Tràm Chim, bao quanh tràm chim là những cánh đồng lúa với ảnh hưởng độc hại của phân bón hóa chất... Tất cả đều có tác hại lâu dài tới khu bảo tồn.

Đã thế lại đang có thêm một công trình làm con lộ vòng đai quanh TCTN để khai thác *"du lịch sinh thái"*, với cảnh quan thiên nhiên ngày một thu hẹp, nhìn về tương lai không xa, hệ sinh thái phong phú của TCTN đang được đếm từng ngày.

Săn bắn trong khu Tràm Chim tuy bị cấm nhưng thực tế thì vẫn cứ diễn ra, gây sát hại các loài chim quý kể cả giống hạc.

Các nhà bảo vệ môi sinh đã rất có lý khi chọn giống Hạc Đông phương như một *"chủng loại quan trọng / flagship species"*, bảo vệ Hạc có nghĩa là bảo vệ cho hơn 120 loài chim, nhưng xa hơn thế nữa cũng là bảo vệ cho cả một hệ sinh thái trong lành của ĐBSCL và con sông Mekong – mà Tràm Chim Tam Nông là một biểu tượng sống.

... Tới Đồng Tháp Mười, khi qua huyện Lấp Vò nơi mà mấy năm trước đây ngư dân đã bắt được một *"con cá đuối*

Một địa chỉ rất nghịch lý của Ủy Ban Quốc Gia Sông Mekong Việt Nam: 23 Phố Hàng Tre Hà Nội, nơi châu thổ sông Hồng, cách xa Đồng Bằng Sông Cửu Long hơn 1.600 km. (H. LN Hà)

nước mặn" khổng lồ dài hơn 4 mét ngang 2 mét và nặng tới 270 kg trên sông Tiền – nhưng khi hỏi thì không ai biết hay đúng hơn là chẳng còn ai nhớ. Cũng rất ít ai nhớ là chỉ cách đây hơn 30 năm thôi, nguồn tôm cá thiên nhiên ĐBSCL còn phong phú là thế nào. Nay thì nguồn tài nguyên ấy cạn kiệt và cũng ít ai thắc mắc tại sao. Không kể Thái Lan, ngay người dân Lào và Cam Bốt từ hai quốc gia không thể nói là hơn Việt Nam, nhưng họ có ý thức về con sông Mekong và có thông tin nhiều hơn về những con đập khổng lồ Vân Nam chắn ngang dòng chính sông Mekong. Rồi không thể không nghĩ tới cái địa chỉ nghịch lý *"23 Phố Hàng Tre Hà Nội của Ủy Ban Quốc Gia Sông Mekong Việt Nam"* thay vì nơi Đại học Cần Thơ hay Đại học An Giang.

Chỉ hơn 10 ngàn năm trước đây thôi, Đồng Bằng Sông Cửu Long còn là một vùng biển chạy dài nối liền với thềm lục địa Sunda, dần dà do chất Pyrite trong phù sa con sông Mekong, cộng thêm chất sắt kết hợp với Sulfur trong nước biển tạo thêm hợp chất Pyrite bồi đắp đáy biển và tạo thành vùng châu thổ. Là vùng đất mới còn thấp so với mặt biển, như Đồng Tháp Mười vẫn còn là một vùng trũng có nơi chỉ cao hơn mực nước biển trung bình có nửa mét.

Và rồi đã có một nền văn minh nảy nở trên vùng đất mới ấy. Vào thập niên 1930 khi đào kênh xáng Ba Thê nơi vùng Óc Eo huyện Thoại Sơn tỉnh An Giang, người ta đã phát hiện được một thành phố hải cảng cổ bị chôn vùi. Giả thiết cách đây 18 thế kỷ đã có một Vương quốc Phù Nam / Funan Kingdom nơi Đồng Bằng Sông Cửu Long với một nền văn minh biển rất phát triển về hàng hải thương thuyền, nơi giao dịch buôn bán từ Ấn qua, từ Hoa xuống và là điểm giao lưu văn hóa rộng rãi của cả hai nền văn minh Ấn Hoa nhưng đậm nét nhất vẫn là sắc thái ảnh hưởng của văn hóa Ấn Độ với đạo Bà La Môn, đạo Phật Tiểu Thừa.

Cũng còn dấu vết của cả một hệ thống kinh rạch cho thủy lợi và giao thông trên vùng Óc Eo phản ánh một xã hội Phù Nam đã phát triển có tổ chức và phân công lao động.

Louis Malleret, nhà khảo cổ và sử học người Pháp, đã nói tới sự hiện hữu của "Nền Văn Minh Óc Eo". Người ta còn tìm thấy được ở đó những đồng tiền vàng xuất xứ từ La Mã có khắc hình Hoàng đế Marc Aurèle (161-180), những đồng tiền Ba Tư, các tượng thần Bà La Môn và cả tượng Phật.

Cùng trên một dải đất Việt Nam, trong khi phía Bắc chịu nhiều ảnh hưởng Trung Hoa điển hình với các tượng tạc trên gỗ, càng xa về phía Nam do ảnh hưởng văn hóa Ấn, các tượng thường được đục chạm trên đá. Nơi Viện Bảo Tàng Lịch Sử trong Thảo Cầm Viên Sài Gòn - tiền thân là Viện Bảo Tàng Blanchard-de-la-Brosse với Louis Malleret, một tên tuổi lẫy lừng làm quản thủ thời thuộc địa, không chỉ có bộ sưu tập Nghệ Thuật Khmer Tiền Angkor từ lưu vực sông Mekong mà còn phải kể tới bộ sưu tập các di chỉ nền Văn Minh Phù Nam, gồm các sản phẩm đồ gốm làm từ bàn xoay, các nhạc cụ và đồ dùng bằng đồng, các đồ trang sức bằng vàng và đá quý với kỹ thuật chạm trổ tinh xảo.

Chưa có câu trả lời dứt khoát tại sao một nền văn minh rực rỡ trên một vùng đất màu mỡ như vậy bỗng nhiên bị tàn lụi ngoài giả thiết về sự tàn phá của một trận thiên tai. Những người dân Phù Nam họ từ đâu và đến đây tự bao giờ trên một vùng mà chỉ mấy trăm năm trước đây thôi khi bắt đầu cuộc Nam Tiến đất thì chưa "vững chân" và còn nguyên hoang dã sình lầy. Chưa có câu trả lời chính xác - cũng như chưa có câu trả lời cho xuất xứ những nền văn minh dọc theo con sông Mekong như sự hiện diện của những cái chum trên Cánh Đồng Chum ở Lào vẫn còn là điều bí nhiệm. Đây vẫn là những đề tài hấp dẫn cho các nhà nghiên cứu ở thế kỷ tới.

Sang tới thế kỷ thứ 7, thì vùng đất này được coi là thuộc Thủy Chân Lạp / Water Chenla nhưng vẫn chỉ là một vùng hoang dã với thưa thớt những người Khmer an phận trong các phum sóc sống bằng nghề nông kỹ thuật canh tác thô sơ. Họ sống như vậy trong suốt nhiều thế kỷ cho tới khi giao tiếp với những người lưu dân Việt từ phương bắc tới vào cuối thế kỷ thứ 16 thời kỳ Trịnh Nguyễn phân tranh.

Người Việt đi về phương nam ngày càng đông, tuy chẳng phải là một đạo quân chinh phạt nhưng bằng sức sống dũng mãnh họ đã khai phá và chế ngự được cả một vùng đất sình lầy để tạo nên vùng đồng bằng Nam Bộ trù phú ngày nay.

Khác với dải đất miền Trung quê hương của dân tộc Chăm đã trải qua những thế kỷ chinh chiến điêu linh, nơi Đồng Bằng Sông Cửu Long đã không có những cuộc giao chiến đẫm máu của đám di dân Việt mới tới để chiếm đất - như đã xảy ra giữa người Da Trắng và các thổ dân Da Đỏ ở Mỹ Châu, nhưng do các cộng đồng người Khmer sống khép kín và tự động co rút lại trên những giồng đất cao và đương nhiên sau đó họ trở thành sắc tộc thiểu số.

Nay chỉ có khoảng 900 ngàn người Khmer trong tổng số 18 triệu dân sống nơi Đồng Bằng Sông Cửu Long (mà dân địa phương còn quen gọi là Thổ - Mùa Thổ Dậy vẫn là nỗi ám ảnh kinh hoàng cho người dân miền Tây Nam Bộ và Kampuchea Krom - thuộc FULRO trước đây nguyên là Mặt Trận Giải Phóng Đồng Bằng Cửu Long).

Tuyệt đại đa số người Khmer theo đạo Phật Tiểu Thừa Nam Tông hay còn gọi là Phật Giáo Nguyên Thủy / Theravada Buddhism với tinh thần tự tu và chỉ thờ mỗi Đức Phật Thích Ca.

Họ sống đông nhất ở các tỉnh Sóc Trăng, Trà Vinh và Châu Đốc; vẫn giữ nếp sống khá biệt lập trong những phum sóc (mươi căn nhà họp thành "phum", nhiều phum họp thành "sóc" như một làng). Nhà cửa của người Khmer đơn sơ nhiều nhà còn lợp lá nhưng lại nổi bật các ngôi chùa vàng uy nghi với sư sãi như các vị lãnh đạo tinh thần. Không xa chùa có tháp đựng cốt người chết được hỏa thiêu; trong các phum sóc Khmer không có nghĩa địa.

Hình ảnh quen thuộc nơi Đồng Bằng Sông Cửu Long vùng có đông người Khmer sinh sống là mỗi buổi sáng các nhà sư mặc những chiếc áo cà sa vàng rực ra khỏi chùa bắt đầu ngày đi khất thực. Bước vào thời kỳ Đổi Mới, đã không còn hình ảnh nhà sư tự ôm bình bát như ngày nào mà bây giờ có lẽo đẽo theo sau mỗi nhà sư một chú tiểu một tay cầm dù một tay xách chiếc cà men bằng nhôm nhiều ngăn sáng choang để nhận các thức ăn mà dân làng cúng dường, món chay hay mặn gì thì các nhà sư cũng đều được phép dùng – khác với Phật giáo Đại Thừa Bắc Tông chỉ được ăn chay.

NGƯỜI CHÀ CHÂU GIANG

Người dân địa phương vẫn quen gọi họ là "Chà Châu Giang". Họ sống trong những căn nhà sàn vách gỗ và mái ngói dọc theo bờ sông Hậu. Thực ra họ gốc người Chăm nhưng do tiếp xúc với những người Mã Lai theo đạo Hồi, người Việt tưởng lầm họ là người Mã Lai và gọi họ là "Chà".

Ngược dòng lịch sử có thể nói có hai đợt người Chăm tới đây. Khoảng 1755 Nguyễn Cư Trinh sau khi đẩy lui người Khmer dâng *"kế tàm thực"* lên Chúa Nguyễn xin dùng người Chăm ngăn người Khmer và được Chúa Nguyễn chấp thuận.

Ông chiêu dụ được số người Chăm trốn loạn sang Cam Bốt, nay đưa họ về lập thành các đạo quân "Côn Man" giao cho việc làm quân trấn thủ các vùng Tân Châu, Hồng Ngự, Châu Giang, đồng thời cho họ tự lo khai khẩn.

Khoảng 1833 do có một số người Chăm theo Lê Văn Khôi chống lại triều đình Minh Mạng, nên đã có một đợt tàn sát khủng khiếp người Chăm ở khắp các tỉnh miền Trung. Những người sống sót một số trốn lên miền Thượng hoặc thoát sang Cam Bốt (đông nhất là ở tỉnh Kampong Cham) và Xiêm La (chính người Chăm đã giúp Xiêm La phát triển lực lượng hải quân của vương quốc này), một số chạy vào Nam sống lẫn trong khu người Chăm Châu Đốc. Đến thời Thiệu Trị cho dù có chánh sách chiêu an nhưng họ vẫn không trở về ngoài số người trốn lên núi rừng cao nguyên là trở lại Ninh Thuận, Bình Thuận sống tới nay.

Từ Châu Đốc dùng thuyền máy xuôi dòng theo con Kinh Vĩnh Tế đi Hà Tiên. Từ dưới con kinh nhìn về Châu Đốc, nổi trên nền trời trong vắt là một dải núi xanh lam đó là Núi Sam, một trong bảy ngọn núi của vùng Thất Sơn. Người dân địa phương giải thích vì từ xa nhìn ngọn núi giống như một con sam với chiếc mai úp và đuôi là rặng núi nhỏ phía sau. Tuy Vĩnh Tế Sơn là tên do Minh Mạng đặt cho nhưng họ vẫn quen gọi các núi bằng hình tượng của nó như núi Sam, núi Két, núi Dài, núi Tượng, núi Cô Tô, núi Bà Om; chỉ riêng núi Cấm sở dĩ có tên đó vì là nơi dân không được lui tới. Họ còn cho biết thêm núi Cấm xưa kia đã từng là căn cứ địa của các danh sĩ và thân hào chống Pháp vùng Hậu Giang.

Thuyền máy vẫn lướt nhẹ trên con sông đào lịch sử thẳng băng như một đường chỉ gạch với ngọn nước ngọt mát đỏ những phù sa và hai bên bờ là những hàng cây xanh. Không phải mùa nước dâng, nước từ sông Hậu đổ vào con kinh xuôi chảy chậm mang theo cả những giề lục bình lá xanh man mác trổ bông tím. *Ăn như xáng múc, làm như lục bình trôi.* Bây giờ tôi mới thấm hiểu hết nghĩa câu phương ngôn Nam Bộ này.

Bối cảnh lịch sử. Hệ thống kinh rạch miền Tây châu thổ đã bắt đầu có từ thế kỷ thứ 5 do người Phù Nam đào để làm đường giao thông liên lạc giữa các thị trấn và kinh đô của họ như Angkor Borei (Nam Nam Vang), Óc Eo (núi Sập, núi Ba Thê - Long Xuyên) và Thị Trấn Trăm Đường (đông nam Kiên Giang).

Đến triều Nguyễn, là những bước cố gắng không ngừng để mở mang bờ cõi về phương nam - theo chánh sách "tàm thực" của ông Nguyễn Cư Trinh, không phải chỉ có chiếm đất di dân mà còn có những nỗ lực xây dựng phát triển liên tục như đắp lộ và đào kinh.

Tam Khê có thể được kể là con kinh đào đầu tiên dưới triều Gia Long nhưng Vĩnh Tế mới thực sự là một công trình đồ sộ của tiền nhân. Nhắc tới công khai phá miền Hậu Giang, tới con sông đào dài ngót một trăm cây số ấy không thể không nhắc tới Nguyễn Văn Thoại. Theo biên khảo của Nguyễn Văn Hầu, thì Thoại Ngọc Hầu gốc Quảng Nam, tư chất thông minh nhưng nhiều nóng nảy. Thời đó quê ông đang là sa trường ác liệt giữa quân Trịnh Nguyễn rồi quân Nguyễn và Tây Sơn gây bao cảnh chết chóc nên gia đình ông đã phải lánh nạn vào Nam sinh sống trên Cù Lao Dài trên sông Cổ Chiên. Đầu quân rất sớm với Chúa Nguyễn Ánh chịu đói khát trong những ngày cơ cực, dạn dày chiến trận cho tới khi trở thành một công thần đảm lược của Chúa Nguyễn, lãnh ấn bảo hộ Cam Bốt trấn thủ toàn cõi Vĩnh Thanh suốt từ thành Châu Đốc xuống đến tận Hà Tiên, nổi tiếng là nghiêm minh khiến dân binh không phải chỉ kính nể mà còn khiếp sợ ông nữa.

Năm 1818, mới đôn đốc đào xong con kinh Tam Khê, được vua thưởng công đặt tên Thoại Hà và núi Sập kế bên được mang tên Thoại Sơn. Nguyễn Văn Thoại lại được lệnh vua Gia Long chỉ huy binh dân từ Gia Định Thành tới Châu Đốc để khởi công đào một con sông lớn thẳng từ Châu Đốc ra tới cửa biển Hà Tiên. Nhà vua thấy trước đây là một công trình quá lớn đầy cực nhọc nên xuống lời phủ dụ rằng *"công trình đào sông này rất khó khăn nhưng cần cho biên phòng và kế giữ nước quan hệ chẳng nhỏ, chúng ngươi ngày nay chịu khó nhọc nhưng lợi ích cho muôn đời về sau."*

Con kinh biên giới bắt đầu từ tả ngạn sông Hậu sau thành Châu Đốc hướng thẳng về Hà Tiên tiếp với sông Giang Thành đổ ra vịnh Xiêm La. Ngay đợt đầu Thoại đã huy động 5 ngàn dân binh Việt với một số người Chăm cùng với 5 ngàn sưu dân Khmer để khởi công nhưng đã phải ngưng ngay sau đó vì trở ngại thời tiết khô hạn rồi lũ lụt và nhân lực bất kham. Khai phá cả một vùng mênh mông hoang vu như thế mà chỉ có sức người với dụng cụ thật thô sơ, cuốc xuổng chày vồ tự chế, đo đạc thì bằng tay. Để con kinh đào được thẳng phải đợi tới ban đêm vạch rẽ rừng lau sậy, đốt đuốc trên đầu những cây sào thiệt cao – nên mới có câu hát ru *"Đèn nào cao bằng đèn Châu Đốc"*, người điều khiển phải đứng trên cao và từ xa dùng cây phướn phất qua lại ra hiệu cho người cắm những cây sào lửa ấy vào đúng vị trí. Làm việc ngày đêm mà ăn uống thì chỉ có gạo muối rất cơ cực. Sống nơi lam chướng, đêm thì lạnh cóng ngày nóng như thiêu lại thiếu nước uống thiếu thuốc nên ngã bệnh chết vô số. Công trình phải nhiều lần tạm ngưng vì những khó khăn tưởng như không thể vượt qua được rồi lại tiếp tục. Ba năm thi công mà con sông đào còn xa, vua Minh Mạng lại ra lệnh cho tổng trấn Lê Văn Duyệt điều thêm tới 39 ngàn binh dân Việt thêm với 16 ngàn sưu dân Khmer đến tăng cường. Binh dân sưu dịch bị ép phải làm việc ba phiên thâu đêm trong những khu rừng thâm u với muỗi đỉa vắt rắn độc và cả ác thú. Sưu dân và cả lính chịu không nổi mà trốn đi thì cũng khó thoát, nếu không bị chết đói ở trong rừng thì cũng chết vì cọp beo, còn nếu tìm cách lội trốn qua sông Vàm Nao thì cũng chết vì cá mập cá sấu. Vàm Nao là khúc sông nối ngang hai con sông Tiền sông Hậu ranh giới Châu Đốc và Long Xuyên đã từng là bãi chiến trường khốc liệt và đẫm máu trong thời chiến tranh Xiêm - Việt và rồi Việt - Cam Bốt.

Việc đào kinh kéo dài suốt 5 năm (1819-1824) dưới quyền chỉ huy sắt thép của Bảo Hộ Thoại. Trong chức vụ nào ông cũng tỏ ra hết lòng nhưng lại quá độc tài và cầu toàn nên tuy làm xong việc lớn ông cũng gây ra không ít điều thống hận làm mất lòng dân và làm chết rất nhiều người trong đó có cả những quân lính đã dày công lao trong các cuộc chiến tranh chinh phạt. Các bô lão miền Hậu Giang ngày nay còn nhớ và kể lại nỗi cơ cực mà ông bà tổ tiên họ phải trải qua và chịu đựng.

Kim Tự Tháp, Vạn Lý Trường Thành, đền đài Angkor, con kinh Vĩnh Tế – kỳ quan lớn nhỏ nào của thế giới cũng phải trả giá bằng những sinh mạng và nỗi thống khổ của đám dân đen.

Nhưng rồi con sông đào ấy cũng hoàn tất với nỗi hân hoan của cả triều đình Huế. Để đặc biệt ghi công, vua cho lấy tên Thoại Ngọc Hầu phu nhân vốn nổi tiếng người đàn bà đức độ hết lòng giúp chồng trong bao năm trên đường công bộc – đã mất trước đó hai năm, mà đặt tên cho con kinh là Vĩnh Tế Hà và ngọn núi Sam ở bờ kinh là Vĩnh Tế Sơn. Ngoài việc khen thưởng công lao những người sống, trong đó có đám người Chăm được vua cho đất lập bảy làng – tiếng Chăm gọi là Puk để làm ăn sinh sống, cho đến sau này còn mang tên là Chăm Châu Giang. Cũng tỏ lòng ưu ái với những người chết vì đào con kinh biên thùy, nhà vua ban sắc chỉ cho lập đoàn thuyền đi tìm nhặt tất cả hài cốt các binh và sưu dân đã bỏ mình trong công tác đào kinh để cải táng, họ được coi như những chiến sĩ hy sinh ngoài trận địa. Ngày dựng bia trên núi Sam đã được đặt tên là Vĩnh Tế Sơn cũng là ngày Thoại Ngọc Hầu đứng ra chủ lễ an táng tập thể và đọc bài *"Văn tế cô hồn Vĩnh Tế tân kinh"*.

> *Trời xanh thẳm mồ hoang lớp lớp*
> *Trăng soi nhòa mấy lớp bia tàn...*

Đại Nam Nhất Thống Chí chép rằng đến năm Minh Mạng thứ 17 (1836), vua cho lệnh đúc Cửu Đỉnh mỗi chiếc nặng bốn ngàn cân ta rất lớn để ghi công mỗi vị vua và làm quốc bảo. Các đỉnh được đặt trước Thế Miếu trong Đại Nội cố đô Huế nơi thờ các vua từ đức Gia Long trở về sau, còn có thêm các tòng miếu hai bên tả hữu để thờ các công thần. Mỗi đỉnh đều có tên riêng: Cao, Nhơn, Chương, Anh, Nghị, Thuần, Tuyên, Dụ và Huyền. Tám chiếc được đặt thẳng một hàng ngang, riêng Cao Đỉnh mang tên Thế tổ Cao Hoàng đế Gia Long ghi lại công trình đào kinh Vĩnh Tế được đặt chính giữa về phía trước. Trên hông Cao Đỉnh ba chữ Vĩnh Tế Sơn với hình con kinh Vĩnh Tế bên chân dãy núi Thất Sơn được chạm trổ mỹ thuật, đánh dấu một trong những công trình khai quốc bất hủ của triều Nguyễn.

Về việc thưởng công hoàn tất con kinh Vĩnh Tế, vua Minh Mạng đã chiêu dụ cấp đất cho họ lập thành 7 làng Châu Giang, Phum Xoài, Lama, Katambong, Tam Hội, Búng Bình Thiên, Đồng Ko Ki (với người Chăm số 7 luôn luôn có một ý nghĩa truyền thống lịch sử). Sau này thêm làng Đa Phước do dân từ Phum Xoài bên kia sông qua, chuyên nghề trồng dâu nuôi tằm và dệt lụa nên còn có tên là Cồn Tơ Lụa / Koh Kaboăk. Từ đó tới nay họ vẫn sống khá cách biệt với cộng đồng người Việt và còn giữ được một số nét bản sắc văn hóa Champa nhưng cũng đã khác xa với đồng bào của họ nơi gốc gác quê nhà.

Tuy cùng một nguồn gốc, chỉ cách xa nhau chưa đầy 300 năm, nhưng họ phát triển theo những hướng khác nhau và cả lắm "dị mộng". Ngay giữa các cộng đồng người Chăm Bhrâu (Chăm Mới) theo đạo Hồi ở Châu Đốc và người Chăm Awal/ Bani theo đạo Hồi ở Phan Rang và người Chăm Ahier theo đạo Bà La Môn đã có những khác biệt và dấu hiệu phân hóa phức tạp – phản ánh chính xác cái nhìn của chính các nhà sử học Chăm.

Như một sự kiện mới của lịch sử dân tộc Chăm cuối thế kỷ 20, cùng với hơn 2 triệu người Việt, Cam Bốt, Lào, đã có khoảng 25 ngàn người Chăm ty nạn ở nước ngoài từ sau 1975. Khoảng 20 ngàn người Chăm Hồi Giáo từ Châu Đốc, Cam Bốt chọn định cư ở Mã Lai, xứ sở ngay từ đầu mở rộng vòng tay tiếp đón họ. Số còn lại gồm cả người Chăm Phan Rang, Phan Rí sang định cư tại các nước thứ ba khác như Hoa Kỳ, Pháp, Úc, Gia Nã Đại... với danh nghĩa là công dân Việt Nam hay Cam Bốt và đông đảo nhất khoảng 5 ngàn người ở tiểu bang California Hoa Kỳ. Họ vẫn sống khá biệt lập với tín ngưỡng và thân tộc của họ. Cộng đồng người Chăm hải ngoại tuy không phải đa số nhưng được lãnh đạo bởi thành phần có học tốt nghiệp từ các đại học Mỹ, Pháp, Mã Lai – họ là một tập thể người Chăm đã vượt qua giai đoạn than khóc, ai oán, tiếc hận vẫn được xem như bản chất người Chăm từ ngày mất nước.

> *Còn đâu nữa những ngày oai hùng cũ*
> *Khi tháp Chàm ủ rũ dưới màn sương*

Từ những cộng đồng rời rạc không vua chúa không người lãnh đạo, cùng nói tiếng Chăm nhưng đã không hiểu được nhau; nay họ trở nên rất sinh động với những ý tưởng mới trong ý hướng phục hưng nền văn minh Champa: nghiên cứu lịch sử và khơi dậy tình tự dân tộc Chăm đi tới thống nhất các cộng đồng người Chăm bên trong cũng như bên ngoài. Đáng kể hơn nữa là họ tạo được mối liên hệ và sự hậu thuẫn của các nước Hồi Giáo giàu có trên thế giới như Ả Rập Saudi, Ai Cập và gần cận nhất là Mã Lai.

Cũng không thể không nhắc tới Nhật Bản với những ngân khoản tài trợ rất ư là dồi dào và cả Pháp với Trường Viễn Đông Bác Cổ. Cả hai đều muốn có một vai trò trở lại Đông Dương. Riêng Bắc Kinh thì chưa có biểu hiện muốn nhúng tay vào không phải vì muốn một nước Việt Nam bất khả phân nhưng là nỗi e ngại vết thương tự gây ra / self-inflicted injury do các phong trào Hồi Giáo đòi tự trị dai dẳng ngay trong lãnh thổ Trung Quốc từ Tân Cương xuống Vân Nam – không phải mới đây mà là rất sớm đã từng được đoàn thám hiểm Francis Garnier / Doudart de Lagrée ngược dòng sông Mekong khi vào lãnh thổ Trung Hoa ghi nhận cách đây cả hơn một thế kỷ.

Với một hậu phương lớn như vậy, ý hướng phục sinh một quốc gia Champa *"Ngày vinh quang của non nước Chiêm Thành"* không phải không được một số ít nhà lãnh đạo militant Chăm một thoáng nghĩ tới.

... Bằng một chiếc ghe chèo len lách giữa các căn nhà nổi và khu nhà nuôi cá bè trên sông Hậu đối diện với thị xã, tôi tìm tới ngôi làng Chăm Đa Phước còn có tên Cồn Tơ Lụa / Koh Kaboăk. Như một định mệnh, một tháp ghép lịch sử/ historic transplant, đã có khoảng 12 ngàn người Chăm sinh sống ở Châu Đốc mà dân địa phương vẫn quen gọi là Chà - vì họ theo đạo Hồi chính thống, rất gần và giống như người Mã Lai.

Họ sinh hoạt khá cách biệt trong những ngôi nhà sàn sạch sẽ và cao ráo, phụ nữ tuy không che mặt nhưng trên đầu có đội khăn rất ít ra ngoài, sống bằng nghề dệt tơ lụa thủ công chủ yếu xuất cảng sang Mã Lai.

Mỗi làng Chăm có một ngôi thánh đường mới với tháp nhọn uy nghi, bên trong rộng thênh thang sáng sủa và không có bày biện bàn thờ hay tranh tượng nào. Các bậc trưởng thượng trong làng cho biết thánh đường mới xây cất từ 1992 do tiền từ nước ngoài gửi về – từ các Cộng Đồng Chăm Hải Ngoại đang được hậu thuẫn rất mạnh từ các nước Hồi Giáo nhất là Mã Lai.

Hôm đó, nơi ngôi làng Đa Phước lịch sử đầy ắp những hoài niệm của quá khứ, tôi được các vị trưởng lão mời một bữa ăn trên căn nhà sàn bên trong trang trí hoa văn có nét giống Ả Rập. Cũng là lần đầu tiên tôi được dọn cho ăn món đặc sản "tung lamo" của người Chăm – một thứ lạp xưởng bò (người Hồi Giáo kiêng cữ thịt heo) hay đúng hơn là dồi thịt bò ướp gia vị trộn với một ít cơm đã được phơi nắng cho lên men. Các khúc dồi được nướng trên than hồng cháy thơm phức, sau đó dọn ra ăn với rau sống khế chua và chuối chát không những là món ăn lạ miệng mà còn rất ngon nữa.

Cũng buổi chiều ngày hôm đó trước khi giã từ ngôi làng Đa Phước, khi bế em bé Karim 3 tuổi với khuôn mặt thật khôi ngô và hiền hòa trên tay – thế hệ người Chăm thế kỷ 21 – Thế Kỷ Toàn Cầu Hóa, tôi tự hỏi nếu tôi thực sự là một người Chăm không quên quá khứ tôi sẽ có mơ ước chọn lựa nào? Quả thật không dễ dàng để có lời giải đáp.

Nhưng dứt khoát bé Karim phải tồn tại để nuôi dưỡng giấc mơ với tấm lòng bao dung rộng mở, làm sao vượt qua được giai đoạn lịch sử đau thương quá khứ, hóa giải những thù hận nghi hoặc của hiện tại để thăng hoa xây dựng cuộc sống hài hòa thịnh vượng trong một sinh cảnh thiên nhiên được giữ gìn tinh khiết. Thế hệ em xứng đáng để có một tương lai như vậy.

Điều ấy không phải đương nhiên mà có được khi trước em vẫn còn một thiểu số tuy rất ít nhưng lại rất năng động tin tưởng ở các thế lực bên ngoài giúp họ hình thành *"một quốc gia tự trị"* trong *"bối cảnh một Việt Nam vỡ ra từng mảnh"* – vẫn là những bài học không học / lessons unlearned qua kinh nghiệm lịch sử đắng cay của những người Thượng cách đây hơn một phần tư thế kỷ khi người Mỹ hoàn toàn bỏ rơi họ trên những núi đồi bi thảm.

Ngay hiện giờ thì tôi chỉ có thầm nguyện ước sao cho em không bị lôi cuốn vào những cuộc phiêu lưu đẫm máu để bị nghiền nát trong những tranh chấp mang màu sắc chủng tộc tôn giáo đầy thù hận. Đoạn đường chông gai ấy sẽ không bao giờ có những bước chân em.

Em sẽ được sống hạnh phúc trọn vẹn như một người Chăm trong một thời đại Văn Hóa Hòa Bình – như mơ ước của nhân loại khi bước vào năm đầu tiên của Thiên Niên Kỷ Thứ Ba. Giã từ Thế Kỷ 20 có nghĩa là giã từ một nền Văn Hóa Chiến Tranh với chuyển biến cơ bản trong cách suy nghĩ và hành xử của mỗi con người trên hành tinh này, theo đó bất bạo động linh hoạt sẽ thay thế cho võ lực, văn hóa sáng tạo và đối thoại hợp tác sẽ thay thế cho hình thái đấu tranh triệt tiêu lẫn nhau.

Em phải được tồn tại và phát triển để có thể nuôi dưỡng giấc mơ cho tương lai cuộc sống thái hòa trên một vùng đất định mệnh vốn là quê hương chung của trăm họ mà chỉ mới hơn tám ngàn năm trước đây thôi đã là cái nôi của nền văn minh nhân loại.

ĐẾN VỚI ĐẠI HỌC AN GIANG SÁU TUỔI

Về lại Cao Lãnh để đi An Giang, nơi có khu di chỉ Óc Eo thuộc Vương quốc Phù Nam từ thế kỷ I đến VI, Long Xuyên với Đại Học An Giang là nơi tôi có hẹn gặp anh Võ Tòng Xuân. Có một thay đổi bất ngờ là khi tới Long Xuyên, người bạn đồng hành Nguyễn Kỳ Hùng – đã cùng đi với tôi trong chuyến thăm ĐBSCL kỳ thứ 7 năm trước, vì một lý do riêng anh đã lại phải tách ra để trở về Sài Gòn. Rất tiếc những ngày sắp tới tôi sẽ không có được những tấm hình ĐBSCL tuyệt đẹp qua ống kính rất nghệ thuật của anh. Lại một cuộc hành trình đơn độc như các chuyến đi Lào và Cam Bốt.

Đã từng tới Long Xuyên, trở lại thăm để ngạc nhiên thấy một Long Xuyên, thị xã của tỉnh An Giang đã có rất nhiều đổi thay và phát triển.

Năm 1970 khi Gs Đỗ Bá Khê đọc bài diễn văn tốt nghiệp khóa đầu tiên của Đại học Cần Thơ, thì lúc đó An Giang chỉ mới có Trường Sư Phạm Long Xuyên với 4 lớp và 260 giáo sinh. Phải 30 năm sau, do con số hơn 40 ngàn học sinh tốt nghiệp trung học mỗi năm tại ĐBSCL, trước tình trạng quá tải của Đại học Cần Thơ, trường Đại học An Giang [ĐHAG] được phép thành lập vào tháng 12/1999, rồi công trình xây cất ĐHAG được khởi công tháng Giêng 2001 – năm đầu tiên của Thế kỷ 21, với kinh phí 35 triệu MK trên một diện tích 40 hecta. ĐHAG được hỗ trợ tài chánh từ địa phương nhưng vẫn chịu sự giám sát chuyên môn của Bộ Giáo Dục và Đào Tạo Trung ương.

Sau Đại học Cần Thơ – được ra đời vào những năm 1960, ĐHAG là trường Đại học công lập thứ hai, được xem là trường Đại học trẻ trung nhất ĐBSCL.

Lãnh đạo nhà trường ngay từ bước đầu chập chững là một khuôn mặt quen thuộc và thân thương đối với bà con nông dân ĐBSCL: đó là Gs Võ Tòng Xuân, từng là Trưởng khoa Nông học Đại học Cần Thơ, ông cũng được biết tới từ trước 1975 như một trong số những người có công đưa lúa *Thần Nông* (HYV, thân lùn, cao sản, ngắn ngày) vào ĐBSCL. Phát triển gieo trồng lúa Thần Nông được coi như "bước đột phá" chống đói giảm nghèo mà Viện Lúa Gạo Quốc Tế IRRI gọi đó là *Cuộc Cách Mạng Xanh về Lúa Gạo*.

Trở lại với ĐHAG, với một con chim đầu đàn như Gs Võ Tòng Xuân, người ta sẽ không ngạc nhiên khi thấy ĐHAG đang phát triển theo hướng kết hợp giảng dạy, nghiên cứu ứng dụng vào công ích. Một thứ quan niệm R&D *(Research and Development)* trong các đại học Mỹ.

Trước khi gặp anh Võ Tòng Xuân, không người hướng dẫn, tôi đã tự xông xáo đi thăm các cơ sở nhà trường, giảng đường, thư viện và dĩ nhiên cả gặp gỡ nói chuyện riêng với một số em sinh viên.

Đại học An Giang 6 tuổi nhưng vẫn với các công trình xây cất còn dở dang.

Gs Võ Tòng Xuân nay đang là Viện trưởng Đại học An Giang.

Đại học An Giang sáu tuổi, là đại học công lập thứ hai của ĐBSCL sau 1975.

Trung Tâm Tạo Nguồn Phát Triển Cộng Đồng của Đại học An Giang (Resource Center for Community Development).

Sinh viên Đại học An Giang đang sử dụng máy điện toán trong học tập.

Sinh viên ĐHAG đang sắp hàng mượn sách trong thư viện.

Sinh viên ĐHAG và huấn luyện viên trong chương trình thể dục buổi sáng.

Đại học Cần Thơ là đại học công lập đầu tiên của ĐBSCL trước 1975.

Các em sinh viên rất trẻ, mộc mạc, ăn mặc giản dị, cách nói chuyện chất phác, và đặc biệt là lễ phép với khách lạ đến thăm. Phải chăng đó là nét đẹp từ một nền Văn Minh Miệt Vườn? Chắc chắn các em không phải con của các "đại gia hay cán bộ cao cấp" của ĐBSCL, bởi vì tệ lắm nếu không là Đại học Sài Gòn thì cũng đã là những sinh viên du học "tự túc" ở các nước Âu Mỹ, nhất là Mỹ.

Các em là thế hệ khá thiệt thòi. Sinh ra và lớn lên nơi vựa lúa ĐBSCL sau chiến tranh nhưng lại chỉ được hấp thụ một nền giáo dục trung và tiểu học thấp kém nhất nước, do thiếu lớp học thiếu thầy cô giáo – thua cả Tây nguyên, theo nhận xét của chính các nhà giáo dục trong nước. Tốt nghiệp trung học trong một tình trạng mất căn bản như vậy, khi bước lên đại học, chỉ có lòng hiếu học cao độ mới giúp các em vượt qua được khoảng cách đại dương ấy.

ĐHAG hiện có tầm vóc khiêm tốn của một Đại học Cộng đồng *(Community College)* còn đang phát triển. Quanh sân trường, đây đó còn những đống gạch cát của công trình đang xây cất dở dang. Thư viện khá đẹp như khuôn mặt chính của nhà trường với hai tầng lầu, gọn sạch ngăn nắp, tổ chức sắp đặt theo tiêu chuẩn Mỹ, với cả một dàn máy điện toán PC cho sinh viên sử dụng. Sinh viên nam nữ tự động sắp hàng trật tự trước các quầy để mượn và trả sách. Sách mới, sách khoa học tiếng Anh phải kể là còn rất ít nhưng bù lại các em đã biết truy cập vào "internet" để có một số thông tin mà các em cần.

Buổi sáng, bước vào một giảng đường lớn, đông đảo sinh viên thuộc nhiều khoa và các lớp khác nhau, trên bục giảng là Gs Võ Tòng Xuân, với đề tài rất cơ bản *"Phương pháp Khoa học và Lộ trình Nghiên cứu."* Cho dù đi vào từ phía sau giảng đường cũng không còn một chỗ trống, một em tự động đứng dậy nhường chỗ cho khách [sau này có dịp nói chuyện, tôi được biết là một sinh viên năm thứ tư sắp ra trường].

Bài giảng khúc chiết và dễ hiểu để ứng dụng đối với các sinh viên khi phải làm một luận văn/ một thứ luận án nhỏ như điều kiện để tốt nghiệp ra trường. Luận văn ấy sẽ là nỗ lực cá nhân của sinh viên hướng về giải quyết các vấn đề thực tiễn liên quan đến phát triển kinh tế xã hội của vùng ĐBSCL. Riêng với tôi thì phần lý thú nhất trong bài giảng sáng hôm đó vẫn là những ví dụ nghiên cứu về "lúa gạo" của nhà nông học Võ Tòng Xuân.

Sau lớp học, tôi được gặp anh Xuân. Tuy gặp nhau lần đầu tiên nhưng từ nhiều năm "văn kỳ thanh", tôi đã theo dõi những bước đi của anh, anh cũng đã là nguồn cảm hứng về "nhân vật" khi tôi viết *Cửu Long Cạn Dòng* – chúng tôi đã có ngay một mẫu số chung để nói chuyện với nhau. Phong cách giản dị, không nghi thức, anh Xuân tự tay pha trà tiếp tôi trong văn phòng Hiệu trưởng – mà tôi thì vẫn quen gọi là Viện trưởng, căn phòng khá nhỏ, trông lại càng nhỏ chật hơn với ngập những sách. Trong số sách ấy, tôi cũng thấy cuốn *Cửu Long Cạn Dòng Biển Đông Dậy Sóng*, ấn bản đầu tiên của nhà xuất bản Văn Nghệ năm 2000, cũng là thời điểm Đại học An Giang mới tuổi "thôi nôi".

Buổi trưa hôm ấy, tôi đã ngồi Honda ôm với anh Võ Tòng Xuân thay vì xe hơi, để xuống phố cùng với mấy cộng sự trẻ của anh dùng bữa ăn trưa với canh chua cá bông điên điển, cá kho tộ và có cả gỏi tôm ngó sen, toàn những món đặc sản của ĐBSCL.

Sau bữa ăn trưa ngắn ngủi, nửa ngày còn lại là một ngày ngập bận rộn của anh Xuân. Anh để tôi tùy nghi chọn tham dự các sinh hoạt ấy. Như buổi trình luận án cấp trường của một giảng viên ĐHAG do anh Xuân chủ trì. Luận án liên quan tới những con số thống kê, những khiếm khuyết trong cách thu thập và phân tích dữ kiện đều được hội đồng giám khảo nhận xét, thí sinh có cơ hội được phản biện; cuối cùng thì thang điểm được cộng lại: chỉ đạt 52% số điểm, có nghĩa là luận án không được thông qua. Cùng lúc ở một giảng đường khác, là một buổi nói chuyện của một kỹ sư người Mỹ gốc Việt từ Florida về, dùng laptop và power point để giới thiệu với sinh viên về chiếc máy sấy lúa "tiết kiệm" do anh sáng chế. Cũng buổi chiều hôm ấy, có hai phái đoàn khách tới thăm, một đoàn từ đại học USC *(University of Southern California)* tới đây, ai cũng muốn được gặp Gs Võ Tòng Xuân.

Anh Xuân có những cộng sự viên trẻ, tốt nghiệp ở ngoại quốc từ nhiều nguồn khác nhau, lớp trẻ này có kiến thức, khả năng và nhiệt tình nhưng chưa tới tầm vóc để có thể thay anh. Họ về với anh Xuân, về với ĐHAG vì họ biết đó là tương lai. Với trình độ chuyên môn và khả năng ngoại ngữ ấy nếu đi làm cho các công ty tư nhân ngoại quốc như Đài Loan, Đại Hàn chắc chắn họ sẽ có một số lương bổng cao hơn gấp nhiều lần. Cô Giám đốc phòng giao dịch quốc tế là một Ph.D.

Ngồi xe Honda ôm với GS Võ Tòng Xuân thay vì xe hơi của trường.

về giáo dục về từ đại học USC. Tổ chức thư viện và thiết kế website của ĐHAG là một kỹ sư có bằng MSc *(Master of Science)* tốt nghiệp ngành vi tính (computer sciences) từ một Đại học Miền Đông Hoa Kỳ, cho dù nhiệm vụ chính của anh vẫn là giảng dạy về Tin học; được biết anh cũng vừa được một Đại học Úc thâu nhận vào chương trình Ph.D. trong năm tới. Cô nhà báo HV, xuất thân từ báo Tuổi Trẻ, tác giả nhiều bài ký và những bức hình chụp sinh động, nay cũng đã tự nguyện về với ĐHAG, cô ấy cũng được khuyến khích đi học thêm về báo chí ở Đại học Columbia New York... Ngoài ra, còn phải kể tới nguồn Voluntary Faculty – những giáo sư ngoại quốc thỉnh giảng tình nguyện. Anh Xuân cho biết tuy là trên căn bản tự nguyện nhưng ĐHAG vẫn tìm cách trả lương cho họ theo quy chế.

Một "chuyện vui bên lề" là đã có một ông giáo sư thỉnh giảng tới với ĐHAG nhưng vì "đi một về hai" nên nhà trường đã có một tổn thất phụ / *collateral damage* về nhân sự.

Nhiệm vụ của ĐHAG cùng với ĐH Cần Thơ, là đào tạo nguồn nhân lực và nhân tài cung ứng cho các bước phát triển kinh tế và xã hội của ĐBSCL nhằm *"tăng cường khả năng hợp tác và cạnh tranh, khả năng hội nhập vào thị trường quốc tế"* khi Việt Nam sắp chính thức gia nhập WTO.

Tình trạng thực tế hiện nay, tỉnh An Giang nói riêng và ĐBSCL nói chung không chỉ thiếu cán bộ có trình độ đại học và trên đại học trong các ngành kinh tế xã hội mà còn rất thiếu cả một đội ngũ công nhân kỹ thuật lành nghề trong các lãnh vực công nghiệp chế biến thủy sản và nông phẩm, công nghệ sinh học và phát triển du lịch.

Với hướng đi từ nay tới 2010, dự trù sĩ số sinh viên sẽ lên tới 10.000 với chương trình đào tạo 4 năm cho các ngành như sư phạm, canh nông, công nghệ thực phẩm thủy sản, công nghệ sinh học, công nghệ thông tin, kỹ sư điện toán, kỹ thuật môi trường / *environmental engineering*, quản trị kinh doanh nông thôn... và mục tiêu đào tạo là làm sao đáp ứng yêu cầu thực tiễn của các thành phần kinh tế. [Biện pháp đào tạo theo-địa-chỉ các doanh nghiệp thuộc thành phần kinh tế tư nhân chứ không phải với tương lai sinh viên tốt nghiệp chỉ là những công chức nhà nước].

Phải nói rằng số lượng giảng viên hiện nay của nhà trường còn rất hạn chế, với sĩ số 600 chỉ có 50% có bằng thạc sĩ (Master) và một số rất ít tiến sĩ (Ph.D.).

Qua các em, tôi được biết anh Xuân không ngừng khuyến khích và tìm cơ hội gửi các giảng viên trẻ của ĐHAG đi ngoại quốc học thêm để tăng cường chất và lượng cho ban giảng huấn. Và cũng có cả kế hoạch thu hút thêm những nguồn chất xám mới đổ về. Nhiều hứa hẹn nhưng cũng thật nhiều thách đố cho một Đại học còn non trẻ như ĐHAG.

Ngoài chức vụ lãnh đạo ĐHAG, riêng anh Xuân còn những dự án dở dang khác:

> (1) tìm gene giống lúa mới chịu được nước lợ do Cửu Long Cạn Dòng và thêm nhiễm mặn;
>
> (2) vận động nông dân ĐBSCL áp dụng kế hoạch *"3 giảm 3 tăng"* trong đó có giảm thuốc trừ sâu rầy để giảm nhiễm độc đã tới mức độ nguy hiểm cho môi trường sống;
>
> (3) lập khu bảo tàng cây lúa ĐBSCL với sưu tập tất cả các nông cụ mà tiền nhân đã sử dụng từ thủa khai hoang.

Và còn nhiều nữa, anh Xuân có theo dõi và biết rõ hậu quả những con Đập Bậc Thềm Vân Nam và các dự án chuyển dòng lấy nước sông Mekong của Thái Lan ra sao trên ĐBSCL, mà theo anh Việt Nam cũng chẳng thể phản đối được gì. Trước nghịch cảnh, anh tìm cách làm sao để biến những "bất cập" hiện nay thành "thuận lợi" như phát triển ngành nuôi "tôm sú", nuôi "cua biển" nơi vùng nước lợ đem lợi tức cho nông dân cao hơn là trồng lúa; áp dụng kỹ thuật tưới luân phiên mà vẫn bảo đảm năng suất lúa ở vùng thiếu nước khi *Cửu Long Cạn Dòng*... Hình như lúc nào anh Xuân cũng thiếu thời gian cho một ngày chỉ có 24 giờ, bản chất người Nam, anh vẫn lạc quan; luôn luôn nhìn thấy nửa phần đầy của ly nước thay vì là nửa vơi.

Tre già măng mọc, anh Xuân đang lo vun trồng thế hệ măng tiếp nối anh. Hẹn ngày tái ngộ với ĐHAG, lần tới khi trở lại ĐBSCL mong sẽ có dịp đến thăm *Bảo Tàng Cây Lúa* của anh Xuân.

Ô NHIỄM TRÊN NHỮNG XA LỘ NÂU

Xuống ghe từ bến Ninh Kiều, buổi sáng sớm tinh sương, dòng sông Hậu trải rộng mênh mông và thoáng mát. Chiếc ghe máy chạy ngược dòng để tới kịp hai chợ nổi Phong Điền và Cái Răng, giờ cao điểm. Vẫn cảnh tượng các ghe thuyền lớn nhỏ từ các nhà vườn chở đầy rau trái theo các ngả kinh rạch hướng về khu chợ nổi để bán cho lái thu mua. Vẫn hình thức tiếp thị là những cây sào cao treo lủng lẳng các mẫu nông phẩm như trái su, bắp cải, chuối dừa... là những thứ có bày bán trong mỗi ghe. Rõ ràng thiếu cái tấp nập và phong phú của rau trái cũng vào tháng này cách đây 7 năm: ít hơn về chủng loại và số lượng.

Thay cho bữa ăn sáng nay là một ly cà phê sữa nóng mua từ một chiếc ghe nhỏ len lách giữa khu chợ nổi.

Đến 9 giờ sáng, ghe tàu trên sông càng thêm tấp nập, cả thêm những chiếc ghe của công ty du lịch đưa khách du ngoạn ven sông và lên khu chợ nổi. Rất ít ghe còn dùng chèo, kể cả những chiếc ghe nhỏ cũng chạy bằng máy đuôi tôm. Những chiếc ghe bầu và xà lan chở khẳm cát vật liệu xây dựng thì chạy bằng máy dầu cặn. Khói dầu trải dài trên mặt sông mùi khét nồng, cũng để hiểu tại sao – không phải chỉ có ở Sài Gòn, trên sông nước miền Tây, trên các con phà đã có cô gái Cửu Long phải mang khẩu trang vì không khí ô nhiễm.

Không kể những hóa chất độc đã tan trong nước không còn thấy được, nhìn những búi cỏ rác khô và cả những túi rác ni-lông đủ màu chưa bị phân hủy nổi trôi giữa những đám lục bình, cũng để thấy rằng con sông Mekong đang là cống rãnh của các chất phế thải kỹ nghệ và cả rác rưởi của tiện dụng gia cư.

Cảnh ấy diễn ra khắp nơi: ngay trên sông Sài Gòn từ một nhà hàng nổi / *floating restaurant*, bao nhiêu đồ thải rác rến cũng được hất xuống sông. Cảnh chiếc ghe máy bất chợt phải khựng lại vì chân vịt vướng đầy cỏ rác khiến tài công phải lặn sâu xuống nước để tháo gỡ. Ít nhất hai lần như vậy chỉ trong nửa buổi sáng ngược dòng sông Hậu.

Không chỉ trên bộ, mà cả ven sông thường thấy xuất hiện những tấm bảng hiệu Làng hay Ấp Văn Hóa nhưng cạnh đấy vẫn là cảnh phóng uế hay xả rác xuống sông và người dân vẫn dùng nguồn nước ấy cho tắm giặt, rửa rau, nấu nướng nghĩa là rất thiếu vệ sinh và văn hóa. Mặt trời càng lên cao, cái nóng ẩm của khí hậu nhiệt đới cảm nhận được từ tấm lưng thấm đẫm mồ hôi.

Vào nghỉ trưa nơi khu *Vườn Trái Cây Phong Điền* sát ngay mé sông, chủ nhân là một nhà giáo tuổi ngoài 70 đã về hưu nhưng còn tráng kiện. Ông góa vợ sống với con trai và cháu nội, ông cũng có con ở Canada. Trường hợp góa vợ của ông là một mối thương tâm. Bà khỏe mạnh chỉ đau thấp khớp nhưng đã chết ở tuổi ngoài 50 chỉ vì mũi thuốc chích vào sống lưng của ông bác sĩ từ ngoài bắc vô. Vợ ông bác sĩ sợ quá tới năn nỉ xin đừng kiện tụng và rồi ông cũng bỏ qua. Đã 20 năm rồi, ông bác sĩ từ Hà Nội vô ấy thì nay cũng đã chết.

Sinh hoạt gia cư với nguồn nước càng ngày càng ô nhiễm.

Những cô gái Cửu Long qua phà với khẩu trang.

Thăm chợ ven sông với những mớ cá nuôi thay cho nguồn thủy sản cạn kiệt.

Cảnh xây "kè" lấn sông để có thêm đất trên sông Hậu, thế lực nào cho phép và ai có phương tiện sắt thép xi măng để thực hiện các công trình đại trà ấy?

Cũng được biết ông giáo là người đầu tiên có sáng kiến lập ra *Nhà Vườn Trái Cây*, mở đầu cho một phong trào *"du lịch sinh thái"* nơi ĐBSCL sau đó. Trong vườn có lạch câu cá, chòi lá và võng treo dưới những tàn cây xanh cho khách nghỉ ngơi và dĩ nhiên đủ loại cây trái theo mùa. Tôi cũng được ông giáo mời lên thăm khu nhà thờ họ với bàn tủ thờ và câu đối có từ ngót 300 năm. Trước khi trở xuống ghe, tôi còn được ông giáo mời viết ít dòng trong sổ lưu niệm, với trước đó đã có ghi bao nhiêu lời khen tặng bằng đủ thứ ngôn ngữ của những khách vãng lai tới trước.

Cũng trên đường về, không xa chợ nổi Cái Răng, tôi bảo tài công ghé ghe vào thăm một ngôi chợ ven sông – chợ Lê Bình, tới khu chợ cá thật nghèo nàn hơn tôi tưởng, thua xa chợ Nong Khai bên Thái Lan, nơi đây chỉ còn thấy những rổ cá nhỏ, cá ba sa, cá rô, lươn ếch mà đa số là những mớ cá nuôi. Trông thật nản lòng.

Cũng trong chuyến đi này, mỗi khi ghé vào các nhà hàng đặc sản, câu hỏi của dân được xem là sành điệu [chưa hề được nghe chỉ mấy năm trước đây] khiến khách phương xa phải ngạc nhiên: *"Cá sông hay cá nuôi?"* Bởi vì cá thiên nhiên bao giờ cũng ngon hơn, giống như gà thả vườn được ưa chuộng hơn gà kỹ nghệ nuôi trong lồng. Kỹ nghệ nuôi thủy sản đã phát triển để thay thế cho nguồn tài nguyên thiên nhiên ngày càng cạn kiệt, chẳng đủ để cung cấp cho nhu cầu ngày càng tăng của con người. Lại có nhà hàng bắt đầu quảng cáo món thịt ngựa, chắc chắn không phải ngựa nuôi từ ĐBSCL mà nhập từ xứ Kangaroo Úc châu.

Trên đường đi, với một chút kỷ luật về ăn uống như không ăn rau sống, không dùng nước đá, chỉ uống nước đóng chai và ăn trái cây còn nguyên vỏ... [giống như các chuyến đi Vân Nam, Lào, Cam Bốt kể cả Thái Lan], tôi đã tránh được nhiều phiền toái về bệnh đường ruột của khách du lịch.

Vườn Trái Cây Phong Điền tiên phong mở đường cho phong trào Du lịch Sinh Thái nơi ĐBSCL.

Từ buổi sớm mai, cô bé gái theo ghe cùng cha mẹ tới chợ nổi Phong Điền, cuộc sống trên sông nước ấy khiến rất ít em được hàng ngày tới trường đi học.

Vẫn chợ nổi Cái Răng trên sông Hậu, vẫn hình thức tiếp thị là những cây sào cao treo lủng lẳng các mẫu nông phẩm như trái su, bắp cải, chuối, dừa... là thứ bán trong mỗi ghe.

Lại đang có dịch H5N1, nên cũng tránh các món thịt gia cầm. Các bữa ăn cùng bác tài chủ yếu là mấy món ăn nóng như canh chua cá [cá kèo, cá diêu hồng] nấu với bông điên điển, cá trê kho tộ, tép rang hay thịt kho nước dừa. Duy có món cá tai tượng chiên xù, không chỉ rất ngon mà cách trưng bày đẹp, chúng tôi được thưởng thức cách đây 7 năm, bên bờ sông Cổ Chiên, nay nhà hàng không còn nữa. Thêm một *Món Lạ Miền Nam*, chữ của nhà văn Vũ Bằng, lần đầu tiên chúng tôi được ăn món búp hoa thiên lý xào tỏi rất lạ miệng và ngon.

Cạn kiệt nguồn thủy sản thiên nhiên, điều này thêm một lần nữa xác nhận câu phát biểu của Gs Võ Tòng Xuân, cách đây một năm trong cuộc phỏng vấn của đài RFI [10/10/2005] với phóng viên Ánh Nguyệt:

"Thủy sản sông Mekong nói chung đang giảm về lượng mà kể cả số loài cũng giảm. Tuy nhiên hiện nay ở Đồng Bằng Sông Cửu Long, nguồn thủy sản sản xuất chính là do mình nuôi, đánh bắt chỉ chiếm số ít thôi. Tình hình này không giống như hồi năm 1975, lúc mới hòa bình; lúc đó có thể nói là cá tôm rất nhiều, nhưng bây giờ nguồn thủy sản do nuôi trồng là chính. Tính ra lượng cá xuất khẩu của Việt Nam thì cá nuôi chiếm phân nửa, còn phân nửa còn lại là cá đánh bắt ở ngoài đại dương chứ phần đánh bắt trên sông không có bao nhiêu. Cá đánh bắt trên các dòng sông chỉ là phần của những gia đình nông dân sống dọc theo các bờ sông, họ đánh bắt hay chài lưới giúp họ sinh sống thêm vậy thôi..."

Có một hiện tượng khách quan là dòng chảy sông Cửu Long ngày càng yếu đi ở nhiều khúc sông nhất là vào mùa khô, dòng chảy đo được ở Nam Vang chỉ còn 1.600 m³/ giây thay vì 2.000 m³/giây như trước đây, khi xuống tới ĐBSCL chắc còn yếu hơn. Có thể do hiện tượng cạn dòng này, khiến một số nơi bắt đầu trồi lên những cồn cát.

Ngay ven sông Hậu, từ nhà hàng Hoa Sứ nhìn ra, dân địa phương cho biết giữa sông đang tạo hình một cồn cát chưa đủ cao để nhô lên khỏi mặt sông, nhưng ghe tàu đi qua phải tránh để khỏi mắc cạn. Người ta chỉ đơn giản cho đó là hiện tượng thiên nhiên. Còn yếu tố nhân tạo thì sao? Không ai thắc mắc và nghĩ tới.

Lại đang có thêm một phong trào rất tự phát, là tư nhân "xây kè" lấn sông không phải để ngăn lở mà để có thêm đất. Ngay từ nhà hàng Hoa Sứ ấy, lấn ra sông cả 5 mét, người ta đang xây một tấm vỉ xi-măng cốt sắt kiên cố ngăn sông mà dân địa phương gọi là "kè". Ai cho phép và ai có phương tiện sắt thép xi-măng để thực hiện một công tác đại trà ấy nếu không phải là thế lực của các đại gia hay cán bộ cao cấp. Điều đó đang diễn ra trước mắt và hàng ngày. Liệu có cần bộ luật mới để bảo vệ và cứu lấy những dòng sông trước nguy cơ?

CÂY CẦU CẦN THƠ VÀ GÓI THẦU III TRUNG QUỐC

Ngày 25/09/2004, Thủ tướng Phan Văn Khải đã khởi động công trình xây cất cầu Cần Thơ bắc ngang sông Hậu và khi hoàn tất sẽ là cây cầu treo dài nhất Đông Nam Á.

Công trình dự trù hoàn tất vào cuối năm 2008, cũng đánh dấu thời điểm chấm dứt đoạn "qua phà" cuối cùng trên quốc lộ 1A nối liền hai tỉnh Vĩnh Long và Hậu Giang. Đây là một trong hai công trình được coi là lớn nhất của ĐBSCL, công trình kia là Dự án Phức hợp Dầu khí-Điện-Phân bón Cà Mau *[Ca Mau Gas-Electricity-Fertilizer Complex]*.

Dự án cầu Cần Thơ và gói thầu III Trung Quốc xây dựng đường dẫn vào cầu phía bên Cần Thơ, là một tuyến đường 1.165m với 9 cây cầu phụ.

Trung Quốc đang mở đường dẫn đi tới cây cầu Cần Thơ.

Trang thiết bị làm đường dẫn tới cầu Cần Thơ.

Những chuyến phà qua sông Hậu bên công trình cầu Cần Thơ.

Dự án cầu Cần Thơ với gói thầu II Nhật Bản là phần công trình xây cầu chính dài 2,75 km với 4 đường xe chạy với độ thoáng cao 39m.

Một lối mưu sinh nguy hiểm: cưa và lượm sắt quanh chân cầu Cần Thơ dưới dòng nước chảy xiết.

Quanh công trình cầu Cần Thơ vẫn tấp nập ghe tàu qua lại, sông nước Cửu Long còn là mạch sống của cư dân ĐBSCL tới bao giờ?

Công trình cầu Cần Thơ khởi công 09/2004 dự trù hoàn tất cuối năm 2008, tác giả trên sông Hậu bên công trình cầu Cần Thơ thời điểm tháng 09/2006.

Một trụ cầu giữa sông — Gói thầu II Nhật Bản, bên kia bờ là cầu dẫn phía Cần Thơ, Gói thầu III Trung Quốc, liệu đến bao giờ mới nối được những nhịp cầu "Tam Quốc" ấy? (H. Anh Chương)

26/09/2007 — Cầu dẫn phía Vĩnh Long — Gói thầu I Việt Nam, Công trình cầu Cần Thơ bị sập, hình chụp từ sông Hậu sáng ngày hôm sau (H. Anh Chương).

Cầu Cần Thơ khi hoàn tất sẽ là cây cầu thứ V trong vùng Hạ Lưu Sông Mekong, với tổn phí cao nhất và là cây cầu dài nhất của Việt Nam. Tai nạn sập công trình cầu dẫn ngày 26/09/2007 với nhiều thương vong phải là một bài học đắt giá cho mọi công trình xây dựng cầu đường tại Việt Nam. (H. Chodai Co., Ltd).

Tiếp theo sau cầu Mỹ Thuận dài 1.535 m bắc qua sông Tiền nối hai tỉnh Tiền Giang và Vĩnh Long hoàn tất năm 2000; cầu Cần Thơ có chiều dài 2,75 km, rộng 26 m với 4 đường xe chạy 2 chiều. Cầu có độ thoáng cao 39 m khiến các tàu lớn 15.000 tấn vẫn có thể lưu thông qua lại. Nếu tính cả đường dẫn tới hai đầu cầu thì chiều dài của công trình sẽ là 15,85 km, sẽ thay thế hệ thống phà Cần Thơ đang phải chuyển tải hơn 20.000 chuyến xe, 87.000 khách qua sông mỗi ngày, và như vậy chắc chắn sẽ đóng vai trò quan trọng trong sự phát triển kinh tế và cải thiện mức sống của ngót 20 triệu cư dân vùng ĐBSCL. Cầu Cần Thơ được đánh giá là một thành tố quan trọng để thu hút đầu tư ngoại quốc và cả từ trong nước trong kế hoạch phát triển vĩ mô của Tây Đô tới năm 2010.

Tổ hợp nhà thầu bao gồm các công ty Taisei, Kajima, Nippon Steel Co., Công ty Xây dựng Trung Quốc; dưới sự giám sát của công ty tham vấn Nippon Koei & Chodai, kinh phí xây cất cầu Cần Thơ với tổn phí cao nhất lên tới 342,6 triệu MK và cũng là cây cầu dài nhất của cả nước. Trong buổi lễ động thổ, Osamu Shiozaki Tổng lãnh sự quán Nhật tại TP Sài Gòn cho biết ODA của Nhật *(Official Development Assistance)* đã viện trợ cho Việt Nam từ 1992 số tiền lên tới 7,4 tỉ MK để xây dựng 70 cây cầu trên quốc lộ 1A.

Theo Vietnam News [vnagency.com.vn 09/07/2004] thì cầu Cần Thơ sẽ là cây cầu "thứ ba" bắc ngang sông Mekong thuộc Vùng Hạ Lưu, sau cây cầu Hữu Nghị Mittaphab nối Vạn Tượng và Nong Khai Thái Lan, cây cầu Mỹ Thuận nối hai tỉnh Tiền Giang và Vĩnh Long. Nhưng theo tác giả bài viết này thì chi tiết trên không chính xác: cầu Cần Thơ [2008] sẽ là cây cầu "thứ năm" sau 4 cây cầu: (1) Mittaphab (04/1994), (2) Lao-Nippon Bridge/ Champasak [Lào Thái

08/2000], (3) Kampong Cham-Japanese Bridge [Cam Bốt, 12/2001], (4) Mỹ Thuận (Việt Nam, 05/2000).

Tiến trình xây cất cầu Cần Thơ đến nay được xem là "khá chậm" khiến có mối lo ngại là thời điểm hoàn tất vào năm 2008 có khả năng khó đạt được.

Dự án cầu Cần Thơ gồm 3 Gói Thầu *[Contract Packages]*: Đường dẫn vào cầu phía Vĩnh Long do các nhà thầu địa phương Việt Nam [gói thầu 1, Thăng Long, Cienco 6, Cienco 8] có tiến độ chậm nhất, trong khi công trình xây Cầu Chính [gói thầu 2, Nhật] và Đường dẫn vào cầu phía Cần Thơ [gói thầu 3, Trung Quốc] được coi tiến triển khả quan.

Riêng gói thầu 3, có tên là: *"Dự án Xây dựng Đường Tránh QL1 cầu Cần Thơ"* do Công Ty Xây Dựng Quốc Gia Trung Quốc đảm trách, là một tuyến đường dài 7.690m, rộng 24,1m, với 4 đường xe chạy cùng 9 cây cầu phụ với tổng chiều dài là 1.165m, với nút giao số 3 có *"cầu vượt / flyover"* qua QL 91B, một trạm thu phí 10 cửa, cùng với một khu dịch vụ rộng 21.000m². Khởi công ngày 25/02/2005 với 1365 ngày và dự trù hoàn thành ngày 21/11/2008.

Do không thể tiếp cận với công trường xây cầu Cần Thơ bằng đường bộ vì toàn là những khu cấm, nhưng bằng đường sông tôi đã có thể tới rất gần các khu đang xây dựng ấy: tới với những dàn khung sắt thép khổng lồ, những cần cẩu cao vút trên nền trời xanh. Và cũng ngạc nhiên khi thấy gần khối sắt thép ấy lại có một chiếc ghe cào nhỏ, đang bám sát vào một chiếc chân cầu mới xây trơ trọi giữa sông: trên chiếc ghe đó chỉ có một người đàn bà và đứa con trai nhỏ. Hỏi ra mới được biết là ông chồng thì đang lặn xuống dòng nước nâu chảy xiết để vớt những khúc thép dư dưới chân cầu. Vớt được bao nhiêu, bán được bao nhiêu mỗi ngày thì không biết nhưng quả là một lối mưu sinh mới vô cùng nguy hiểm.

Sau bến phà Mỹ Thuận, rồi ra từ 2008 bến phà Cần Thơ cũng sẽ đi vào quá khứ. Và Con Đường Cái Quan sẽ xuyên suốt từ ải Nam Quan xuống tới mũi Cà Mau; nhưng nếu nhìn xa, Con Đường Cái Quan không dừng lại ở đó, bởi vì trong tâm khảm mỗi người Việt – Con Đường ấy còn thêm cả khúc đường biển tiếp nối ra tới Hoàng Sa và Trường Sa. Đó cũng là một gợi ý cách đây 7 năm của người viết với tác giả bản trường ca *Con Đường Cái Quan.* Chắc ông không còn nhớ buổi nói chuyện với tôi trong căn nhà thân thuộc nơi Thị trấn Giữa Đàng; và cũng hôm ấy, nhạc sĩ Phạm Duy có ký tặng tôi bức ảnh ông đang đổ rượu trên mộ Văn Cao khi ông lần đầu tiên trở về thăm Việt Nam. Bây giờ ở cái tuổi 85, trên báo chí, thấy ảnh ông cùng mấy người con đang trở lại để một lần nữa đi suốt Con Đường Cái Quan ấy. Trước viễn ảnh một *Biển Đông Dậy Sóng*, những dòng chữ này một lần nữa gửi tới ông, vẫn với tâm cảnh của *"tam bách dư niên hậu"* và với niềm tin rồi ra cho dù thời gian xa tới đâu, Hoàng Sa Trường Sa cũng sẽ lại *"châu về Hợp Phố".*

BỆNH VIỆN ĐA KHOA CẦN THƠ
HƠN 30 NĂM CŨ

Cho dù trọng tâm các chuyến du khảo là "môi sinh" nhưng bệnh viện, trường học là nơi tôi vẫn thường tới thăm khi qua các tỉnh An Giang, Hậu Giang và Tiền Giang. Có thể nói, có một *"mẫu số chung về tình trạng y tế và giáo dục"* nơi các tỉnh ĐBSCL mà bệnh viện Đa khoa Cần Thơ có thể xem như một điển hình.

Tuy bề thế là một bệnh viện lớn của Tây Đô nhưng phòng ốc thì chật chội, cũ kỹ từ hơn 30 năm sau ngày giải phóng, không được sửa sang nên xuống cấp, dụng cụ máy móc nếu chưa hư hỏng thì cũng đã lỗi thời. Có thể ví bệnh viện ấy như một chiếc xe đò cũ kỹ với 40 chỗ mà vẫn phải ì ạch chở hàng trăm khách, nghĩa là "quá tải" để chạy trên một con lộ cũng không kém gập ghềnh xuống cấp. Chẳng

Dự án bệnh viện Đa khoa Tây Đô mới với khẩu hiệu "Đến với Tây Đô đến với niềm tin", dự trù hoàn đầu năm 2006 nhưng...

Bệnh viện Đa khoa Tây Đô mới vẫn còn xây cất dở dang với bên ngoài là những cốt và khung sắt, chuẩn bị cho hướng hoạt động với "dịch vụ điều trị cao cấp theo yêu cầu"

có an toàn gì để bước lên một chuyến xe như vậy nhưng là những "người bệnh" thì chẳng có một chọn lựa nào khác.

Cuối tháng 8/2006, một ngày như mọi ngày, cho dù đã sang chiều, số bệnh nhân chờ khám nơi phòng ngoại chẩn và cả chờ lãnh thuốc vẫn còn đông nghẹt. Trên 500 bệnh nhân tới bệnh viện mỗi ngày chờ được khám là con số "thường nhật". Trên khuôn mặt họ, ngoài vẻ mỏi mệt, bệnh hoạn nhưng như từ bao giờ vẫn toát ra vẻ chịu đựng. Một bác sĩ phải khám từ 70 tới 100 lượt bệnh/ ngày không phải là không có.

Phòng cấp cứu, ngoài tấm bảng hiệu thì bên trong trang thiết bị thật thô sơ. Rồi cảnh tượng trong cơn mưa rào nhiệt đới tới bất chợt, với mùi hơi đất xông lên, bệnh nhân được thân nhân khiêng cáng từ phòng cấp cứu lên trại bệnh, dưới trời mưa không có gì che chở. Lên tới trại bệnh thì càng thêm não lòng về tình trạng giữa số giường và số người bệnh. Trên mỗi giường sắt cá nhân có trải chiếu là hai người nằm đối đầu, nhưng vẫn còn thiếu — nên có nơi người ta phải kê sát hai giường lại với nhau cho 5, thay vì 4 người nằm, vẫn còn hơn là xuống nằm đất. Với một người khỏe mạnh "không bệnh" phải nằm lại ngày đêm trong điều kiện ấy, chắc chắn cũng phải sinh bệnh. Đã thế, thời gian nằm điều trị cũng ngắn nhất, bệnh nhân phải xuất viện sớm hơn để có chỗ cho những bệnh nhân mới khác. Số bệnh nhân thì đông, đa số là nghèo, từ phòng đợi tới phòng khám, phòng cấp cứu rồi lên tới trại bệnh, tất cả đều trong một tình trạng "quá tải" quá sức chứa như vậy.

Do nghề nghiệp, cho dù đã quen với môi trường bệnh viện, nhưng phải nói là không khí nơi đây rất ngột ngạt, một thứ mùi "nhà thương" rất khó tả vì không đủ nhân sự để giữ gìn và chăm sóc.

Nơi phòng *"Lọc máu Nhân tạo / Hemodialysis Unit"*, máy móc thì cũ kỹ nhưng vẫn cứ rỉ rả hoạt động và không

Bệnh viện Tiền Giang Mỹ Tho — Khu Điều Trị Theo Yêu Cầu.

Kiên nhẫn chờ đợi tới lượt được khám bệnh — bệnh viện Tiền Giang.

còn một giường trống. Trưởng phòng là một bác sĩ trẻ ngồi bên một chồng hồ sơ bệnh lý dày cộm. Anh giới thiệu với tôi một "cộng sự viên vô giá", tuổi trung niên vẻ ít nói. Không có dụng cụ thay thế, máy lọc nào hư anh ấy cũng cố sửa cho bằng được, nhờ vậy mà còn có được một số máy hoạt động. Với người bệnh suy thận *(ESRD / End-Stage Renal Disease)* với hai nguyên nhân chủ yếu ở Việt Nam hiện nay là bệnh tiểu đường, bệnh cao huyết áp không được chữa trị, nếu không được lọc máu tuần 3 lần thì chỉ có chết. Trừ bác sĩ trưởng khoa, ít ai biết tới người anh hùng vô danh ấy. Hơn 30 năm sống với y nghiệp, hình ảnh của những cô điều dưỡng áo trắng những bác y công vui vẻ và ẩn nhẫn làm việc bên những người bệnh nghèo khổ như vậy, vẫn đem cho mọi người niềm hy vọng và cả lòng ngưỡng mộ.

...

Một cách để biện minh và giải thích cho tình trạng trên, là các bệnh viện hay nói chung là ngành y tế không có đủ kinh phí. Bảo rằng đất nước còn nghèo thì không đúng, vấn đề là nhận thức đâu là ưu tiên. Tiềm năng xây dựng cơ sở vật chất, không phải là không có; bằng chứng là khắp các tỉnh ĐBSCL, các cơ quan nhà nước nơi nào cũng sáng choang và uy nghi, như Ủy ban nhân dân tỉnh Cần Thơ có tầm vóc của một Dinh Độc Lập thu nhỏ, rồi trụ sở Quân đội nhân dân, Công an nhân dân...

Cuối năm 1999, trong chuyến viếng thăm ĐBSCL, người viết đã có ghi nhận:

"Bưu điện, chợ, ngân hàng, khách sạn là những công trình kiến trúc mới khang trang của ĐBSCL, duy chỉ có trường học và bệnh viện là vẫn cũ kỹ tiêu điều chậm bước vào thời kỳ đổi mới."

Điều này vẫn cứ đúng cho 7 năm sau khi trở lại viếng thăm ĐBSCL.

Rời bệnh viện Đa khoa Cần Thơ cũ để tới thăm khu bệnh viện mới đang xây cất bên quận Ninh Kiều ngoài trung tâm thành phố. Nhìn từ bên ngoài thì đó là bề thế của một bệnh viện lớn và hiện đại. Ngay trước khu bệnh viện mới là tấm bảng lớn với sơ đồ liên quan tới công trình xây dựng Bệnh viện Đa khoa Tây Đô. Thêm một khẩu hiệu màu đỏ nổi bật trên tấm bảng ấy: Đến Với Tây Đô Đến Với Niềm Tin.

Không phải chỉ có bệnh nhân, mà cả những bác sĩ và toàn thể nhân viên bệnh viện Đa khoa Cần Thơ cũ hiện nay, chỉ biết từng ngày hướng trông về cơ sở bệnh viện mới. Là một bệnh viện đa khoa 700 giường đã được khởi công từ ngày 19/12/2004 với dự trù hoàn thành, đưa vào hoạt động vào đầu năm 2006: thời điểm ngày 3 tháng 2. Nhưng vì công trình còn xây cất dở dang nên dời lại tới tháng 8/2006, rồi cũng vẫn chưa xong, nên lại phải dời vào một thời điểm khác, có lẽ là vào tháng 12/2006. [Riêng tỉnh An Giang, phải tới năm 2010 mới có kế hoạch xây một bệnh viện đa khoa mới như Cần Thơ]. Nhưng xem ra mốc thời gian thứ ba này cũng khó mà đạt được khi tận mắt chứng kiến toàn cảnh tiến độ của công trình vào thời điểm cuối tháng 8, khi mà bên ngoài tòa nhà vẫn đang còn vướng những cột những khung sắt.

Điều đáng chú ý, cũng được ghi trên tấm bảng hiệu kích thước hoành tráng ấy, liên quan tới hướng hoạt động của BV Đa Khoa Tây Đô mới trong tương lai, đó là: *"điều trị bệnh theo yêu cầu với dịch vụ cao cấp, nhân viên lịch sự, phục vụ tận tình, không gian sạch sẽ, thoáng mát."* [sic] Mà *"dịch vụ cao cấp"* có nghĩa là phục vụ cho các *"đại gia, các cán bộ, những người giàu có tiền"*, và liệu rồi ra sẽ có bao nhiêu phần trăm sinh hoạt của bệnh viện mang ý nghĩa "vì dân" phục vụ cho hơn 95% cư dân nghèo của ĐBSCL?

Ngành y tế hay các bệnh viện từ Sài Gòn xuống tới các tỉnh, đều phát triển theo "hướng kinh tế thị trường", nghĩa là cho dù thiếu thốn xuống cấp tới đâu, trong mỗi bệnh viện đều có hiện diện một *"ốc đảo sáng choang"* – đó là những khu chăm sóc đặc biệt cho một thiểu số giàu có nhiều tiền, phòng ốc với đầy đủ tiện nghi có cả TV, tủ lạnh, nhà tắm nhà vệ sinh riêng và dĩ nhiên có gắn máy lạnh 24/24 và chế độ điều trị "cao cấp" với đủ mẫu thử nghiệm, máy móc chẩn đoán và thuốc men ngoại nhập theo yêu cầu. Dĩ nhiên có những cái *"giá rất cao phải trả"* để được bước vào khu ốc đảo ấy.

Nếu như nhà nước hay nói riêng ngành y tế, *"sau khi đã cung ứng được một số dịch vụ y tế xã hội cơ bản cho đa số người dân, thì không phải là sai khi thiết lập thêm những khu điều trị đặc biệt cao cấp ấy"*. Nhưng quả là nhẫn tâm đến mức vô cảm nếu ưu tiên phát triển lại chỉ biết dành cho một khu ốc đảo sang cả như vậy.

Như một flashback, tôi nhớ lại dịp tới Siem Reap, thăm Angkor năm 2001, cũng viếng thăm bệnh viện Jayavarman VII, được Hun Sen khánh thành năm 1999. Với cái tên Jayavarman VII, bao hàm một nội dung lịch sử vì đó là tên vị vua cuối cùng của triều đại Khmer-Angkor thế kỷ 12, ông không chỉ có công mở mang bờ cõi, xây dựng các khu đền đài kỳ vĩ, ông còn quan tâm tới các công trình công ích như mở mang đường sá, xây cất rất nhiều bệnh viện và các dưỡng đường cho người nghèo.

Chỉ là bệnh viện tỉnh nhỏ nhưng Jayavarman VII sạch sẽ, khang trang, với những bà mẹ Khmer tin tưởng ôm con từ ngoài cửa đi vào, cùng một lúc hừng lên trong nắng mai trên cao là tượng Jayavarman VII giống tượng Phật, phía dưới là một câu trích dẫn: *Les souffrances des peuples sont les souffrances des rois / Nỗi thống khổ của thần dân là nỗi đau của đấng quân vương* – Jayavarman VII.

Từ Đồng Bằng Sông Cửu Long, người viết gửi tới giới hữu trách Việt Nam, cũng nội dung câu nói ấy của 8 thế kỷ trước vẫn còn nguyên vẹn ý nghĩa.

QUA CẦU MỸ THUẬN
MÀ VẪN KHÔNG QUÊN PHÀ

Trong chuyến đi các tỉnh miền Tây lần này, qua lại nhiều lần trên phà: phà Cao Lãnh, phà An Hòa sang Long Xuyên, phà sông Hậu từ Vĩnh Long sang Cần Thơ, phà Rạch Miễu từ Mỹ Tho qua Bến Tre... Phải nói đây là một điểm son về giao thông của ĐBSCL, hệ thống phà hoạt động rất hữu hiệu và trật tự. Do có thêm nhiều phà phục vụ nên "vòng quay" rất nhanh, cảnh những đoàn xe nối dài mỏi mệt chờ phà đã trở thành quá khứ. Từ 15 phút tới nửa tiếng, nếu là con sông rộng, xe chúng tôi đã có thể qua bờ sông bên kia và lại lên đường.

Rồi không thể không nhớ tới bến phà Mỹ Thuận, như một nét văn hóa ngày nào. Từ buổi sáng hôm ấy trên sông Tiền, trên một con phà – cũng là một trong những chuyến phà cuối cùng, nhìn về phía xa là cây cầu Mỹ Thuận trước ngày "giao long" [tháng 5/1999], vậy mà đã hơn 7 năm rồi, biết bao nhiêu nước chảy qua cầu, bao nhiêu triệu tấn phù sa đã đổ ra ngoài Biển Đông.

Từ Cần Thơ qua phà Sông Hậu sang Vĩnh Long, để từ đây qua tỉnh Tiền Giang bằng cây cầu Mỹ Thuận. Đây là lần đầu tiên tôi qua cầu Mỹ Thuận kể từ khi khánh thành. Phải qua "những ngày phà" nhất là những năm trước đây, mới thấy tiện nghi của cây cầu. Những cây cầu trên những khúc sông Mekong luôn luôn có sự hấp dẫn cuốn hút đối với tôi, khi có dịp tới gần, tôi đều tìm cách bước lên những cây cầu ấy.

Chỉ có một cây cầu bắc ngang sông Mekong phía Nam Lào hoàn tất từ tháng 8/2000 là tôi chưa đi qua: cây cầu Lao-Nippon/ Champasak. Những cây cầu khác, từ cây cầu treo Cảnh Hồng/ Jinghong trên Vân Nam, xuống tới cây cầu Mittaphab Vạn Tượng rồi cầu Kampong Cham Cam Bốt, nay là cầu Mỹ Thuận trên sông Tiền.

Trên một chuyến phà qua sông Tiền 05/1999, phía xa là cây cầu Mỹ Thuận trước ngày "giao long".

Đi trên cầu Mỹ Thuận qua sông Tiền 7 năm sau 09/2006, bến phà Mỹ Thuận đã trở thành hình ảnh của quá khứ.

Qua phà An Hòa qua sông Hậu sang Long Xuyên.

Qua phà Cần Thơ qua sông Hậu về Vĩnh Long.

Phải nói mỗi cây cầu trên sông Mekong tự nó đã là một tác phẩm nghệ thuật về kiến trúc, trang điểm cho dòng sông như những chiếc vòng nạm ngọc hay kim cương...

Tưởng cũng nên ghi thêm ở đây một kinh nghiệm mà tôi cho là ấm lòng. Cho dù chỉ là chuyến viếng thăm ngoài dự kiến và không có liên hệ quen biết trước, tôi vẫn được các đồng nghiệp áo trắng tiếp đãi cởi mở và chân tình.

Thêm niềm vui khi tới thăm Bệnh viện Đa khoa Tiền Giang [Mỹ Tho], tôi được gặp lại những học trò cũ trong ngành Vật Lý Trị Liệu từ hơn 20 năm, các cô ấy vẫn trẻ trung vui tươi yêu nghề và được mấy cô bác thân thương gọi là *"ngũ long công chúa"* do những chăm sóc mà các cô đem lại cho họ.

Khoa Vật Lý Trị Liệu Bệnh viện Đa khoa Tiền Giang Mỹ Tho với "Toán Phục Hồi" gồm Bác sĩ, Kỹ thuật viên VLTL cùng hoạt động như "bước thứ ba" của y khoa tiếp theo các bước y khoa phòng ngừa và y khoa điều trị.

Từ Sài Gòn tới các bệnh viện đa khoa tỉnh, các Khoa và Phòng Vật Lý Trị Liệu vẫn cứ hiện diện và hoạt động phục vụ bệnh nhân hữu hiệu.

Cũng được biết thêm rằng, từ Sài Gòn tới các bệnh viện đa khoa tỉnh, các khoa và phòng Vật Lý Trị Liệu vẫn cứ hiện diện và hoạt động hữu hiệu như là "bước thứ ba" của y khoa tiếp theo các bước *y khoa phòng ngừa* và *y khoa điều trị.*

CHUYẾN PHÀ VIỆT ĐAN VÀ CÂY CẦU RẠCH MIỄU

Từ Mỹ Tho, qua phà Rạch Miễu bằng chuyến phà Việt Đan [Việt Nam-Đan Mạch] băng qua các nhánh sông để sang tỉnh Bến Tre. Qua Cồn Phụng của Ông Đạo Dừa, nơi mà từ 1963 đã từng là một *ốc đảo hòa bình* giữa cuộc Chiến Tranh Việt Nam đang diễn ra khốc liệt.

Ông Đạo Dừa trên đồng bằng sông Cửu Long. Cùng với bước chân đi về phương nam của những lưu dân, người ta nói tới sự ra đời của những Ông Đạo, là những con người có

Qua phà Rạch Miễu từ Mỹ Tho Tiền Giang sang Bến Tre.

Những chuyến phà trên ĐBSCL có vòng quay nhanh, cảnh mòn mỏi chờ phà đã trở thành quá khứ.

điều gì đó khác thường trong diện mạo, cách sống hay lề lối suy nghĩ nhưng cũng xuất thân từ giới bình dân. Ở cái thuở hỗn mang ban sơ ấy thì mỗi Ông Đạo là sự pha trộn một chút tín ngưỡng với rất nhiều mê tín dị đoan. Khi mà sự hiểu biết đã không lý giải được mọi tai ương, thì lòng tin vào thần linh ma quỷ và cả những lời tiên tri vu vơ ít ra cũng có tác dụng nếu không trấn an thì cũng an ủi họ...

Trong "Thần, Người và Đất Việt" Tạ Chí Đại Trường cho rằng: "... *mỗi Ông Đạo là một giáo chủ còn trong trứng nước hoặc mới manh nha về phương diện tập họp quần chúng... hình ảnh bản thân Ông Đạo có khi lớn hơn thực chỉ vì tín đồ mang ý thức chung bàng bạc của thời đại đắp lên người ông*". Nói một cách khác Ông Đạo đôi khi chỉ là một cái cớ như một phóng ảnh kết tụ niềm ước mơ của quần chúng.

Cho tới giữa thế kỷ 20 của ánh sáng khoa học văn minh, các Ông Đạo vẫn còn là hình ảnh thu hút, nhưng tính chất nặng về thần linh và dị đoan bớt đi, chỉ còn lại màu sắc tôn giáo pha trộn đạo và đời đôi khi có xen lẫn cả ý hướng chánh trị nữa.

Ông Đạo Dừa chính là điển hình cho thế hệ Ông Đạo mới ấy khi đám lưu dân đã tới chặng cuối của bước đường Nam Tiến. Tục danh Nguyễn Thành Nam sanh đẻ ở xứ dừa Kiến Hòa, tốt nghiệp kỹ sư hóa học ở Pháp trở về Việt Nam từ bỏ con đường công danh chọn đời tu hành khổ hạnh. Giữa vang rền bom đạn ông chống lại chiến tranh và đã thu hút được một số tín đồ áo nâu đông đảo và được mọi người biết tới với tên Ông Đạo Dừa do ông chỉ sống bằng nước dừa và dựng cốc tu trên ngọn một cây dừa.

Năm 1963 ông lập đền nổi trên một chiếc xà-lan lớn trên sông Mekong nơi Cồn Phụng với hình tượng hai miền Nam Bắc thống nhất không còn bị con sông Bến Hải ngăn đôi và hai tôn giáo lớn Phật và Chúa thì hòa đồng.

"Con thuyền Bát nhã – Prajñā" của Ông Đạo Dừa tuy không lớn như con Tàu Bà theo trí tưởng tượng của Ông Đạo Nổi với mũi tàu ở Nam Vang mà lái thì ở mãi tận Vĩnh Long nhưng cũng đã một thời là biểu tượng của con tàu cứu rỗi mang sắc thái cargo cult giống như niềm tin tôn giáo của các sắc dân hải đảo Melanesian Nam Thái Bình Dương.

Ông Đạo Dừa người nhỏ thó ốm nhom lưng khòm nhưng trí huệ thì vô cùng minh mẫn, trước bụng ông lúc nào cũng mang một chiếc chìa khóa thật lớn như biểu tượng cho một giải pháp hòa bình. Mỗi ngày ba lần Ông Đạo Dừa leo lên đài tháp cao chót vót vọng nhìn ra khắp bốn phương tám hướng để tụng niệm cầu cho quốc thái dân an.

Cho dù cuộc chiến tranh kinh hoàng đã lan tràn khắp nơi thì Cồn Phụng trên sông Mekong giữa khoảng Mỹ Tho và Bến Tre vẫn là một Ốc đảo Hòa bình, một Oriental Disneyland, nơi có những nụ cười của trẻ thơ, không có súng đạn không có giới nghiêm nhưng hòa lẫn với tiếng kinh cầu vẫn là những tiếng nổ chát chúa của đạn bom từ xa vọng về. Bởi vì chỉ cách đó chưa đầy nửa cây số hai bên bờ sông Mekong vẫn là thảm cảnh của chiến tranh chết chóc. Thị xã Bến Tre trong Tết Mậu Thân bị tàn phá không chỉ bởi bọn VC mà còn bởi chính người Mỹ với chiến thuật được mệnh danh là *"We destroyed to save!"* Như đứng bên tháp Babel, đã có bao nhiêu tên gọi cho khu ốc đảo hòa bình ấy. Đám cố vấn Mỹ thì gọi đó là Trung Tâm Giải trí và An dưỡng của Việt Cộng / VC R&R Centre, chánh quyền Sài Gòn thì bỉ thử gọi đó là *"Ổ trốn quân dịch"* vì trong số tín đồ có những thanh niên để râu tóc từ chối nhập ngũ cầm súng và Việt Cộng thì cũng coi đó là *"Hang ổ CIA"* vì có hiện diện cả mấy người Mỹ phản chiến. Rõ ràng là không có chốn dung thân cho những người đứng giữa, chọn đứng ngoài cuộc nội chiến lúc ấy, họ nếu không bị hành hạ như những lao công đào binh trong các trại trừng giới ở Thất Sơn thì cũng vẫn bị ném vào lò lửa của cuộc chiến tranh không có ngõ thoát.

Trong số những người Mỹ đệ tử của Ông Đạo Dừa có Dave Deluca. Dave cũng mặc áo nâu sòng đi chân đất khắc khổ tu hành với niềm ăn năn về những tội lỗi mà anh cho rằng mình đã phạm phải khi anh là xạ thủ đại liên trên đoàn giang hạm Flotilla. Và như mọi người Mỹ dân sự khác có mặt nơi đây, Dave cũng không tránh được cái mũ CIA mà người ta chụp lên đầu anh.

Phải chứng kiến cảnh tàn phá khủng khiếp của cuộc tổng tấn công Tết Mậu Thân, vẫn với niềm tin vào sứ mạng hòa bình *"bất chiến tự nhiên tự nhiên thành"*, trong một nỗ lực tuyệt vọng, Ông Đạo Dừa viết thỉnh nguyện thư xin chánh phủ Sài Gòn cho phép ông và phái đoàn bay ra Hà Nội để dàn xếp một Hòa hội cho Việt Nam với cam kết nếu thất bại ông sẽ tự nguyện vào giữa vùng chiến để hứng chịu bom đạn của cả hai bên. Nhưng yêu cầu của Ông Đạo Dừa đã bị Nội các Chiến tranh của ông Kỳ quyết liệt khước từ.

Nay Ông Đạo Dừa đã chết và Cồn Phụng trở thành một tụ điểm du lịch.

Bến Tre là một tỉnh duyên hải thuộc ĐBSCL, nằm giữa hai nhánh của con sông Tiền và cho đến nay cũng chưa có một chiếc cầu nối nào để đi vào tỉnh Bến Tre ngoài phương tiện qua phà. Bởi vậy dự án cầu Rạch Miễu dài 2,8 km nối Tiền Giang và Bến Tre có một tầm quan trọng chiến lược cho bước phát triển của cả hai tỉnh. Nhưng phải nói dự án cầu Rạch Miễu là một công trình xây dựng gây nhiều tai tiếng nhất. Được khởi công từ 2002 và dự trù hoàn tất vào cuối tháng 6/2006. Nhưng rồi bao nhiêu tình huống bất thường đã và đang xảy ra. Giữa công trình các nhà thầu bỏ đi vì thiếu vốn, viện cớ giá cả vật liệu xây dựng như xi măng, sắt thép và xăng dầu đều tăng. Để cứu vãn, nhà nước đã phải tăng thêm ngân khoản từ 696 tỉ đồng [43,7 triệu MK] lên tới 988 tỉ đồng [62,1 triệu MK] để công trình có thể tiếp tục.

Tiếp theo là vụ tai tiếng, ăn cắp "rút ruột" hơn 10 tấn sắt thép từ ngay hiện trường của công trình. Chủ mưu không ai khác hơn lại là một kỹ sư 29 tuổi [nghĩa là được sinh sau 1975] phó giám đốc công trình. Cho dù công an đã bắt được tại trận các tay thợ lặn với trang bị là những bộ đồ lặn, máy cắt tối tân, máy phát điện và cả một kế hoạch tinh vi làm việc theo thủy triều để không bị phát hiện. Nhưng rồi chỉ hai tuần sau đó, không thể giải thích được, hồ sơ vụ án bị đóng lại và có tin đồn cũng viên kỹ sư trẻ ấy còn được bổ nhiệm vào một công trình xây dựng khác ở miền Bắc. Do vụ lấp liếm trên quá lộ liễu, cũng theo báo Thanh Niên ngày 19/4/2006, nhà nước đã phải cho mở lại hồ sơ để thẩm tra vụ án.

Nhưng điều nghiêm trọng và đáng quan tâm hơn hết là chất lượng kém của công trình do từ các báo cáo và phát hiện của báo chí: *việc xây dựng chưa hoàn tất mà đã có nhiều trụ, mố bị nứt lún. Điển hình là "mố 58" bị nứt, được "khắc phục" bằng cách phun dung dịch chống thấm, sau đó dùng keo trám lại vết nứt.* Cách "xử lý" đó được ông Giám đốc công trình cầu Rạch Miễu lên tiếng bảo đảm là vẫn an toàn và chất lượng. Ông Giám đốc ấy cũng tiết lộ thêm một tin động trời khác nữa là *khởi đầu Việt Nam quyết định "tự thiết kế, tự thi công" xây dựng cầu treo Rạch Miễu* [mà tiếng trong nước gọi là công trình cầu dây văng], nhưng nay thì thấy rõ là *"khả năng bất cập"* của các kỹ sư và nhà thầu Việt Nam nên Chánh phủ và Bộ Giao thông Vận tải phải chọn giải pháp đi thuê một công ty nước ngoài, có thể là Pháp hay Thụy Sĩ đủ năng lực để hoàn tất phần *"dây văng"* này. [www.bentre.gov.vn]

Với nhiều "cha chung" như vậy, nếu đứa "con cầu tự" cầu Rạch Miễu sinh ra mà èo uột, không có tuổi thọ, thì ai sẽ thực sự trách nhiệm sự an sinh lâu dài của cư dân hai tỉnh Bến Tre – Tiền Giang nói riêng và của ĐBSCL nói chung?

Khác với công trình cầu Cần Thơ, bằng đường bộ phía Mỹ Tho, tôi đã có thể tiếp cận với các bộ phận xây cất nơi đầu cầu Rạch Miễu. Lúc đó là giờ nghỉ trưa của toán công nhân làm cầu, đứng ngồi bên những chiếc Honda, tất cả mặc đồng phục màu đỏ cam, đầu đội nón bảo hộ lao động. Dân chúng vẫn sinh hoạt sát bên công trường. Tôi đã chụp được rất nhiều bức hình sinh động bên chân cây cầu Rạch Miễu ấy.

Từ đường sông, trên chuyến phà Việt Đan qua Bến Tre, nhìn một hàng dài các chân cầu xi măng cốt sắt cao mảnh mai – trông như một tiểu đội lính, chắn ngang nhánh con sông Tiền, cũng không xa đó là Cồn Phụng, tôi liên tưởng tới phim *Platoon* của Oliver Stone, chỉ có khác là sau chiến tranh, tiểu đội những chân cầu ấy, không được chuẩn bị lại bị ném xuống giữa mênh mông dòng nước nâu chảy xiết và rồi đám chân cầu ấy sẽ đứng vững được bao lâu nữa – nếu phải chịu tổn thất lâu dài không ai khác hơn sẽ là những thế hệ cư dân của ĐBSCL.

Cầu Rạch Miễu có thể coi là một "điển hình" cho các công trình xây dựng thiếu quy hoạch, thiếu trách nhiệm và rất lãng phí đã và đang diễn ra ở Việt Nam.

Chiếc phà Việt Đan vừa cập bến, chiếc xe lại lên đường, đi vào huyện Châu Thành rồi vào thị xã Bến Tre. Là một tỉnh nông nghiệp với hơn 1,3 triệu dân, tương đối nghèo so với các tỉnh khác của ĐBSCL, lại cũng là nơi đang còn ổ dịch cúm gia cầm H5N1 [Thạnh Phú, Tân Hưng / thời điểm 08/2006].

Bến Tre được biết tới như một xứ dừa với kỹ nghệ làm kẹo dừa, bánh phồng dừa xuất khẩu... Dừa Bến Tre ngon nổi tiếng vì là vùng nước lợ – mà nước lợ thì chẳng tốt gì cho

Công trình xây cây cầu Rạch Miễu nối hai tỉnh Tiền Giang và Bến Tre, khởi công 2002 dự trù hoàn tất 06/2006 nhưng vẫn dở dang với bao nhiêu tình huống bất thường xảy ra và đang cần sự tiếp tay kỹ thuật của các công ty xây cất ngoại quốc.

Những chiếc chân cầu Rạch Miễu mảnh mai trên một nhánh sông Tiền ngăn cách hai tỉnh Tiền Giang và Bến Tre.

cây lúa. Không phải dừa xiêm mà dừa đỏ mới là loại dừa ngon nhất của Bến Tre với nước ngọt và cùi thì thơm.

Ghé một quán bên đường, giữa trời nóng khát, uống một trái dừa đỏ từ nguyên trái như là được "cứu hạn". Cô gái bán quán rất xinh, có vẻ là nữ sinh. Cô vui vẻ chặt dừa cho khách với ba nhát dao thật khéo. Cô chỉ nhận tiền dừa và thẳng thắn từ chối tiền tip, trước nhân cách ấy, khách vãng lai đã nợ cô một lời xin lỗi. Chúng tôi cũng mua thêm hai trái dừa đỏ nữa để trên xe thay cho những chai nước trên đường về.

...

Không có kết luận cho bài viết. Chỉ có một cảm nghĩ, phát triển kinh tế mà không có phát triển giáo dục và y tế đồng bộ: đó là những bước Phát Triển Không Bền Vững.

ĐBSCL 09/2006

MEKONG RIVER
DELTA

SOS
Đồng bằng Sông Cửu Long

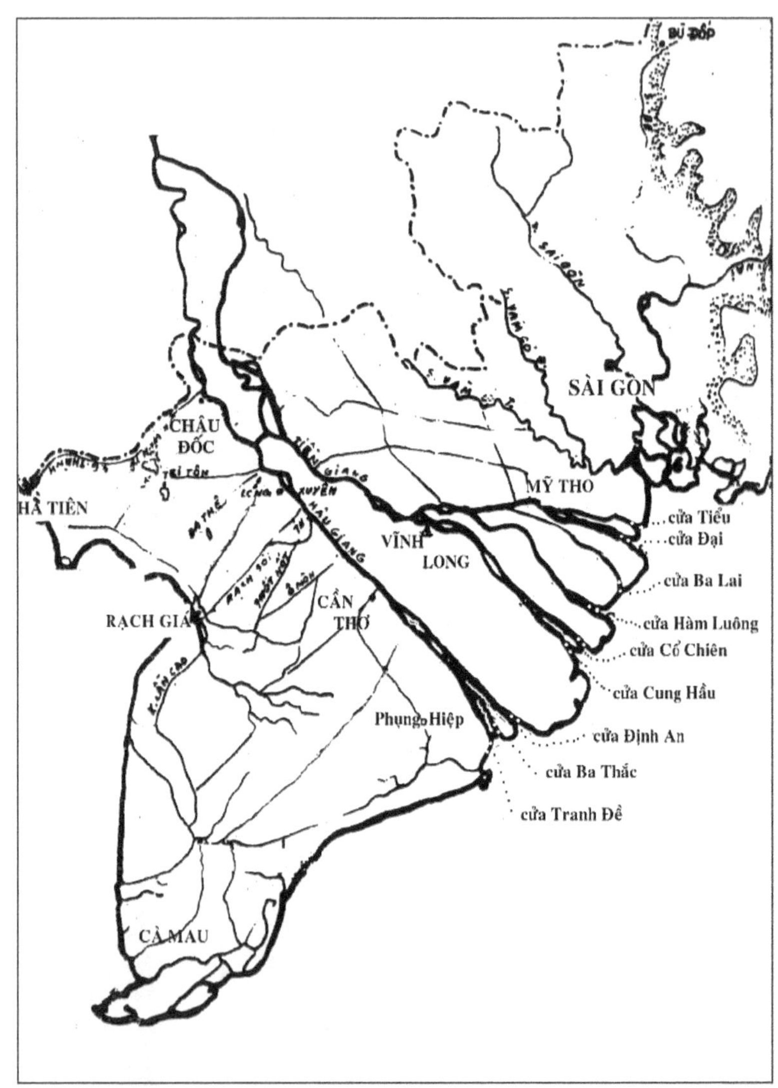

CỬU LONG CHÍN CỬA HAI DÒNG

- ***Sông Tiền 6 cửa***: (1) c. Tiểu, (2) c. Đại, (3) c. Ba Lai, (4) c. Hàm Luông, (5) c. Cổ Chiên, (6) c. Cung Hầu.
- ***Sông Hậu 3 cửa***: (7) c. Định An, (8) c. Ba Thắc, (9) c. Tranh Đề

THAY KẾT TỪ
CÂU CHUYỆN CỦA DÒNG SÔNG

Extinction is forever
Endangered means we still have time
[Sea World San Diego]

DẪN NHẬP

Khi mà Trung Quốc đã và còn đang tiếp tục xây những con đập thủy điện khổng lồ chắn ngang dòng chính sông Mekong, tiếp đến Thái Lan có kế hoạch chuyển dòng lấy nước từ sông Mekong ngay cả trong mùa khô, cộng thêm nạn phá rừng rồi phá đá để mở rộng một thủy lộ cho tàu trọng tải 700 tấn chở đầy hàng hóa của Trung Quốc từ giang cảng Tư Mao xuống tới Vạn Tượng... Cho dù chưa có dự án nào tới giai đoạn kết thúc, nhưng nơi các quốc gia hạ nguồn và nhất là Đồng Bằng Sông Cửu Long (ĐBSCL) đã bắt đầu chịu những hậu quả "nhãn tiền" như những cơn lũ bất thường trong mùa mưa, nạn thiếu nước ngọt và nhiễm mặn trầm trọng hơn trong mùa khô, tôm cá sút giảm tới mức báo động về số lượng cũng như số chủng loại. Ngót 18 triệu cư dân vùng ĐBSCL đang và sẽ phải làm gì để thích nghi và sống còn?

Đó là nội dung bài viết của nhà văn Ngô Thế Vinh, tác giả cuốn Cửu Long Cạn Dòng Biển Đông Dậy Sóng. Trong những năm qua, ông cùng với Nhóm Bạn Cửu Long đã có nhiều bài viết báo động về một ĐBSCL và con sông Mekong trước nguy cơ. Ông cũng đã thực hiện những chuyến đi khảo sát các khúc sông thượng nguồn và đã có bài viết tường trình trực tiếp từ con đập Mạn Loan – là con đập thủy điện lớn đầu tiên trong dự án 14 con đập Trung Quốc chắn ngang sông Lan Thương.

[www.vietecology.org]

*

MỘT GIẤC MỘNG LỠ

Từ thập niên 1940, các nhà xây đập Mỹ đã quan tâm tới tiềm năng thủy điện của con sông Mekong. Năm 1957, giữa thời kỳ chiến tranh lạnh, với bảo trợ của Liên Hiệp Quốc, một Ủy Ban Sông Mekong [Mekong River Committee] được thành lập bao gồm 4 nước Thái Lan, Lào, Cam Bốt và Nam Việt Nam với một văn phòng thường trực đặt tại Bangkok. Khi soạn thảo kế hoạch phát triển sông Mekong, Liên Hiệp Quốc đã chia Lưu Vực Lớn sông Mekong [GMS, *Greater Mekong Subregion*] thành hai tiểu lưu vực: Lưu Vực Trên *(Upper Basin)* thuộc Vân Nam Trung Quốc, Lưu Vực Dưới *(Lower Basin)* thuộc 4 quốc gia hạ nguồn. Hai tiểu lưu vực cách nhau bởi khu Tam Giác Vàng, là vùng ba biên giới thuộc các nước Miến Điện, Thái Lan, Lào. (Hình Lưu Vực Lớn Sông Mekong / *Greater Mekong Subregion*)

Lưu Vực Lớn Sông Mekong / GMS / Greater Mekong Subregion
Diện tích 795.000 km², chiều dài chính 4.800 km
Dòng chảy trung bình 15.000 m³/giây.

Kế hoạch phát triển *Lưu Vực Dưới sông Mekong* của Liên Hiệp Quốc như một *"Giấc Mộng Lớn"* đầy tham vọng, nhằm cải thiện cuộc sống cho toàn thể cư dân sống trong lưu vực. Cho dù có một nửa chiều dài sông Mekong chảy qua Vân Nam nhưng Trung Quốc lúc đó còn là một quốc gia khép kín và ít được nhắc tới.

Nhưng rồi, Chiến Tranh Việt Nam đã lan rộng ra cả ba nước Đông Dương qua hơn ba thập niên, Thái Lan tuy không trực tiếp tham chiến nhưng cũng đã là một hậu cần của Mỹ trong suốt cuộc chiến, nên kế hoạch xây dựng các đập thủy điện lớn như Pamong, Sambor, Khemarat trên dòng chính sông Mekong vùng hạ lưu, và các chương trình khai thác khác đã phải gián đoạn, khiến cho con sông Mekong còn giữ được sự nguyên vẹn thêm một thời gian nữa.

"Giấc Mộng Lớn đã trở thành Giấc Mộng Lỡ" trên một vùng đất đai còn nhiều máu me và chưa có hòa bình.

GIỮA NHỮNG CÁNH ĐỒNG CHẾT

Tuy chiến tranh Việt Nam chấm dứt năm 1975, nhưng vẫn còn một cuộc chiến diệt chủng diễn ra trên xứ Chùa Tháp. Không có Cam Bốt, một Ủy Ban Sông Mekong Lâm Thời *[Interim Mekong Committee]* được thành lập năm 1978, với hoạt động rất hạn chế. Cũng trong thời gian này, Thái Lan có kế hoạch chuyển dòng sông Mekong nhằm đưa một lượng nước lớn bơm tưới cho vùng đông bắc Thái khô hạn nhưng gặp sự chống đối của Việt Nam. Thái Lan đi tới phủ nhận tính cách pháp lý của Ủy Ban Sông Mekong, viện lý do là tổ chức này đã không còn phù hợp với những thay đổi về chánh trị, kinh tế và xã hội trong vùng. Trong điều kiện phân hóa như vậy, Ủy Ban Sông Mekong Lâm Thời hầu như bị tê liệt.

NHƯ MỘT BIẾN THỂ VÀ XUỐNG CẤP

Bước vào thời bình, con sông Mekong đã trở thành mục tiêu khai thác của 6 quốc gia trong *Lưu Vực Lớn Sông Mekong* [GMS, còn được gọi là Tiểu Vùng Sông Mekong Mở Rộng]. Cùng là những quốc gia ven sông nhưng mỗi nước lại có những ưu tiên phát triển khác nhau với những quyền lợi mâu thuẫn. Do đó, phục hồi một tổ chức điều hợp liên quốc gia tương tự như Ủy Ban Sông Mekong trước đây là cần thiết.

Ngày 05/04/1995, 4 nước hội viên gốc của Ủy Ban Sông Mekong đã họp tại Chiang Rai, bắc Thái, để cùng ký kết một *"Hiệp Ước Hợp Tác Phát Triển Bền Vững Hạ Lưu Sông Mekong"* và đổi sang một tên mới là *Ủy Hội Sông Mekong* [Mekong River Commission] với một thay đổi cơ bản trong Hiệp Ước mới này – thay vì như trước đây, mỗi hội viên trong Ủy Ban Sông Mekong có quyền phủ quyết bất cứ một dự án nào bị coi là có ảnh hưởng tác hại tới dòng chính sông Mekong – thì nay, theo nội quy mới không một ai có quyền như vậy và trong ngôn từ để chuẩn y các dự án cũng rất là mơ hồ như chỉ qua thông báo và tham khảo.

Ủy Hội Sông Mekong gồm 3 cơ cấu: Hội Đồng Đại Diện, Ủy Ban Hỗn Hợp, Văn Phòng Thường Trực, hiện có văn phòng đặt tại Vạn Tượng. Riêng Ủy Hội Quốc Gia Sông Mekong Việt Nam có văn phòng đặt tại phố Hàng Tre Hà Nội, thuộc châu thổ sông Hồng.

Có thể nói Ủy Hội Sông Mekong là *"biến thể và xuống cấp"* của Ủy Ban Sông Mekong trước kia. Khác với tham vọng chiến lược ban đầu của Ủy Ban Sông Mekong nhằm khai thác tiềm năng sông Mekong cho sự thịnh vượng của toàn vùng, nay mục tiêu của Ủy Hội Sông Mekong có phần khiêm tốn và thu hẹp hơn nhiều.

Ủy Hội Sông Mekong sau 10 năm hoạt động [1995-2005], cũng đạt được vài thành quả ban đầu như đi tới thỏa thuận chia sẻ thông tin giữa 4 nước thành viên, thiết lập đưa vào sử dụng "mạng lưới internet" tiên đoán lũ lụt và theo dõi dòng chảy mùa khô; và ký kết được một thỏa ước [tháng 4/2002] có thể gọi là lịch sử nhằm trao đổi dữ kiện thủy văn [hydrological data exchange agreement] với Trung Quốc và Ủy Hội Sông Mekong v.v...

THẮT NGHẼN MẠCH SỐNG – TRUNG QUỐC NGĂN SÔNG

Chiến lược ngăn sông Mekong để xây 14 con đập bậc thềm Vân Nam của Trung Quốc đã có từ thập niên 1970, đây có thể coi là một đòn giáng chí tử trên mạch sống của dòng sông.

Trong ba thập niên vừa qua, Trung Quốc đã ào ạt khai thác con sông Lan Thương [tên Trung Quốc của con sông Mekong], bằng cách xây các đập thủy điện khổng lồ chắn ngang dòng chính làm ảnh hưởng tới nguồn nước, nguồn cá, nguồn phù sa và cả gây ô nhiễm cho hạ nguồn.

Tuy chỉ mới có 2 con đập hoàn tất [Mạn Loan 1500 MW, Đại Chiếu Sơn 1350 MW], 2 đang xây [Tiểu Loan 4200 MW, Cảnh Hồng 1350 MW] trong dự án Mười Bốn Con Đập Vân Nam, vậy mà chưa bao giờ trong Mùa Khô, mực nước con sông Mekong lại có thể xuống thấp đến như vậy. [Hình II]

Ở một số nơi, có những khúc sông hầu như cạn dòng và đã trơ đáy. Nguồn cá và nông nghiệp đã trực tiếp bị ảnh hưởng. Không chỉ đơn giản vì "thiếu mưa", sự kiện sông Mekong cạn dòng năm 1993 mà không vào Mùa Khô, trùng hợp với thời điểm Trung Quốc bắt đầu lấy nước vào con đập thủy điện đầu tiên Mạn Loan ngang dòng chính sông Mekong trên Vân Nam.

Để có đủ nước vận hành hai đập thủy điện Mạn Loan và Đại Chiếu Sơn, Trung Quốc đã thường xuyên đóng các cửa đập khiến mực nước sông đã xuống tới mức thấp nhất.

Tại Lào, trong tháng 3/2004, tổ chức du lịch đã phải hủy bỏ 10 chuyến du ngoạn trên sông chỉ vì những khúc sông quá cạn. Phía bên Thái Lan, Odd Bootha 38 tuổi, anh lái đò bến Chiang Khong bắc Thái đã phải than thở: *"Nếu Trung Quốc cứ xây thêm đập thì sông Mekong chỉ còn là một con lạch."*

Chainarong Sretthachau, giám đốc Mạng Lưới Sông Đông Nam Á [Southeast Asia Rivers Network] cho rằng *"Trung Quốc đã có quyền lực để kiểm soát dòng sông Mekong."*[2]

Do nhu cầu điện của Trung Quốc tăng 5-6% / năm, để đáp ứng tốc độ phát triển kinh tế, trước viễn tượng nguồn dầu khí ngày càng cạn kiệt, Trung Quốc gia tăng tốc độ xây thêm các lò điện nguyên tử, từ 1 tới 2 lò mới mỗi năm, bất chấp mọi hậu quả (National Geographic, Aug 2005).

Đi xa hơn nữa, chỉ mới đây thôi, nếu không gặp sự chống đối mạnh mẽ từ các nhà lập pháp Mỹ, Công Ty Dầu Khí Nhà Nước Trung Quốc *(CNOOC / China National Offshore Oil Corp.)* đã thành công mua đứt Unocal, công ty dầu khí lớn thứ hai của Mỹ với 18,5 tỉ Mỹ kim để sở hữu nguồn dầu khí chiến lược và cả khống chế quyền khai thác các túi dầu trên toàn Biển Đông. [NY Times, Aug 3, 2005].

Với khát vọng vô hạn về năng lượng, rõ ràng không có dấu hiệu nào Trung Quốc sẽ dừng bước hay chậm lại kế hoạch khai thác nguồn thủy điện phong phú của con sông Mekong.

Nhận định về các kế hoạch khai thác sông Mekong của Trung Quốc, Tyson Roberts thuộc Viện Nghiên Cứu Nhiệt Đới Smithsonian [Mỹ] đã phát biểu:

"Xây các đập thủy điện, khai thông thủy lộ, với tàu bè thương mại quá tải sẽ giết chết dòng sông... Các bước khai thác của Trung Quốc sẽ làm suy thoái hệ sinh thái, gây ô nhiễm tệ hại, khiến con sông Mekong đang chết dần, cũng giống như con sông Dương Tử và các con sông lớn khác của Trung Quốc."[3]

14 CON ĐẬP BẬC THỀM VÂN NAM TRÊN SÔNG LANCANG MEKONG

[tài liệu tỉnh Vân Nam 1995]

1/ LIUTONGSIANG
2/ JIABI
3/ WUNENGLONG
4/ TUOBA
5/ HUANGDENG
6/ TIEMENKAN
7/ GONGGUOQIAO / Công Quả Kiều
8/ XIAOWAN / Tiểu Loan
9/ MANWAN / Mạn Loan
10/ DACHAOSHAN / Đại Chiếu Sơn
11/ NUOZHADU / Nọa Trát Độ
12/ JINGHONG / Cảnh Hồng
13/ GANLANBA / Quảng Lãn Ba
14/ MENGSONG / Mãn Tòng

Với Cam Bốt, ai cũng biết rằng trái tim Biển Hồ chỉ còn đập khi con sông Tonle Sap còn duy trì được dòng chảy hai chiều theo mùa. Trong mùa lũ, sông Mekong phải đủ nước chảy ngược vào Biển Hồ, như một *điều kiện sống còn* cho nguồn cá và vựa lúa của người dân xứ Chùa Tháp. Nhưng chưa hề có bảo đảm nào cho một tương lai như vậy.

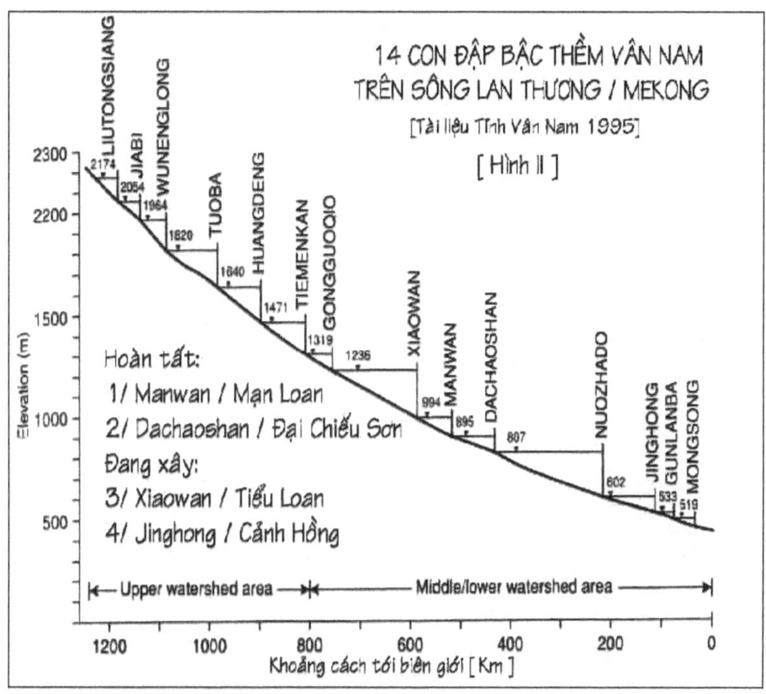

Thủ Tướng Hun Sen, nhân buổi lễ thả cá giống vào một hồ ở phía đông Cam Bốt, đã tỏ ra thỏa mãn với tình hình khai thác con sông Mekong như hiện nay, nhất là với nước lớn Trung Quốc, theo ông *"sẽ chẳng có vấn đề gì phải quan tâm"*.

Trước khi bay sang dự Hội Nghị Thượng Đỉnh Côn Minh, ông Hun Sen đã công khai lên tiếng ủng hộ Bắc Kinh, gần như vô điều kiện đối với kế hoạch khai thác sông Mekong, cho dù điều ấy đi ngược lại ý kiến quan ngại gần như báo động của các chuyên gia bảo vệ môi sinh. Đi xa hơn thế nữa, ông Hun Sen còn cho rằng *"ý kiến chỉ trích chỉ để chứng tỏ là họ chú ý tới môi sinh, và đôi khi họ dùng đó như thứ rào cản nhằm ngăn chặn sự hợp tác nên có giữa 6 quốc gia."* [AFP, 29/6/2005].

Chỉ vì sự thiển cận và chút quyền lợi rất ngắn hạn [trước đó Bắc Kinh cho Nam Vang vay 30 triệu Mỹ kim, cộng thêm với 70 triệu Mỹ kim nữa để cải thiện hệ thống quốc lộ], Hun Sen đã dễ dàng hy sinh một dòng sông và một Biển Hồ như mạch sống và trái tim của cả một đất nước Cam Bốt.[4]

Nói gì đi nữa thì Bắc Kinh vẫn cứ đi thênh thang trên con đường đã vạch ra của mình. Trong hai ngày 4-5 tháng Bảy vừa qua [2005], từ thủ phủ tỉnh Vân Nam, trong ánh điện rực sáng tỏa ra từ những tòa nhà cao ốc do nguồn thủy điện từ con đập Mạn Loan trên sông Mekong, Thủ Tướng Trung Quốc Ôn Gia Bảo đã nói thẳng trước Hội Nghị Thượng Đỉnh 6 nước thuộc Lưu Vực Lớn Sông Mekong họp lần II tại Côn Minh rằng:

"Đừng quá trông cậy lệ thuộc vào Trung Quốc trong khi Trung Quốc chủ yếu dựa vào sức mình là chính trong tiến trình phát triển... Cho dù có tiến bộ kinh tế đã đạt được nhưng cũng phải khiêm tốn để thấy rằng lợi tức tính trên mỗi đầu người ở Trung Quốc vẫn chỉ được sắp hạng dưới 100 so với các nước phát triển khác trên thế giới."[5]

Bảo vệ môi trường nếu có được nhắc tới hơn một lần trong hội nghị chỉ "như một khẩu hiệu", trong khi Trung Quốc vẫn không ngừng xây hàng loạt những con đập thủy điện trên dòng chính sông Mekong, đang gây rất nhiều quan ngại của các chuyên gia môi sinh với ảnh hưởng tác hại khó lường đối với nguồn nước nơi hạ nguồn.

LẤY MÁU CỦA ĐẤT – THÁI LAN CHUYỂN DÒNG

Rất sớm từ đầu thập niên 1990, Thái Lan đã có hai kế hoạch táo bạo nhằm chuyển dòng lấy nước từ con sông Mekong.

Dự Án Một: KONG-CHI-MUN

Từ 1992, chánh phủ Thái đã tiết lộ một kế hoạch vô cùng lớn lao với tổn phí lên tới 4 tỉ Mỹ kim để cứu những vùng đất đông bắc Thái đang càng ngày càng bị khô hạn.

Đó là công trình Dẫn thủy KCM *[Kong-Chi-Mun Irrigation Project]* nhằm lấy nguồn nước từ khúc sông Mekong gần Nong Khai để chuyển về chuỗi những con đập trên hai sông Chi và sông Mun qua một hệ thống ống dẫn / aqueduct khổng lồ dài 200 km. Nước sông Mekong sẽ được dùng cho việc "cứu hạn" những cánh đồng lúa nằm trong lưu vực hai con sông này.[6]

Dự tính ban đầu là chỉ lấy nước sông Mekong trong mùa mưa, nhưng sau đó Thái Lan quyết định lấy nước cả trong mùa khô với lưu lượng chuyển dòng lên tới 300 m³/ giây [trên lưu lượng 1600 m³/ giây mùa khô / ĐBSCL hiện nay]

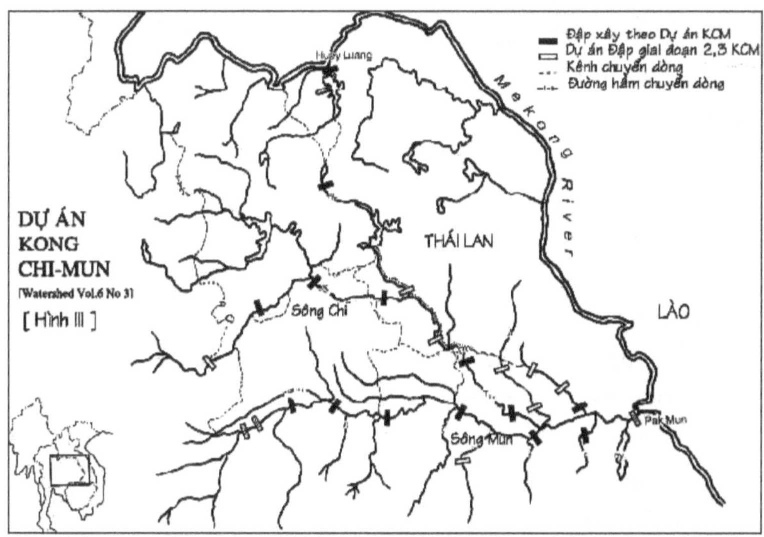

DỰ ÁN KONG-CHI-MUN
[Watershed Vol 6, No 3]

Giai đoạn I của Dự án KCM đã được thông qua cho dù bị chính nhóm chuyên viên Thái cho rằng sự lượng giá ảnh hưởng môi sinh EIA còn quá thiếu sót và tổn phí thì quá cao. Ngay từ giai đoạn I, hậu quả ban đầu của Dự án KCM đã đưa tới hủy hoại các khu rừng lũ [*flooded forest*], tăng nhiễm mặn các vùng trồng trọt đông bắc Thái, đã ảnh hưởng trực tiếp đời sống cư dân địa phương.

Dự án KCM, hiển nhiên đe dọa nghiêm trọng trên dòng chảy sông Mekong, nên rất sớm và tức thời từ 1992, chánh phủ Việt Nam đã chính thức lên tiếng phản kháng mạnh mẽ, yêu cầu Thái Lan phải hủy bỏ kế hoạch, vì hậu quả nhiễm mặn nơi ĐBSCL sẽ trầm trọng hơn nữa, nhất là trong mùa khô. Ngay cả Lào cũng bày tỏ mối quan ngại, vì với kế hoạch chuyển dòng 300 m3/ giây sẽ khiến con sông cạn dòng gây trở ngại giao thông trên sông Mekong vốn như một "xa lộ nâu" huyết mạch của người dân Lào. Bộ trưởng Môi sinh Cam Bốt, tiến sĩ Mok Mareth đã báo động về hậu quả nghiêm trọng do dự án chuyển nước của Thái Lan càng làm suy giảm dòng chảy con sông Mekong nơi hạ nguồn.[6] Nhưng theo điều lệ mới của Ủy Hội Sông Mekong không quốc gia nào có quyền phủ quyết, như vậy cho dù ba nước lân bang là Việt Nam, Cam Bốt và Lào có lên tiếng phản đối, thì Thái Lan cũng vẫn từng bước thực hiện kế hoạch của mình.

GS Võ Tòng Xuân, Viện trưởng Đại học An Giang bày tỏ mối e ngại rằng những con đập lớn của Trung Quốc với các hồ chứa nước khổng lồ, nay lại có thêm các dự án đổi dòng lấy nước của Thái Lan sẽ làm gia tăng nguy cơ nhiễm mặn nơi Đồng Bằng Sông Cửu Long. Ông nói: *"Điều ấy sẽ làm trầm trọng thêm những tranh chấp về nguồn nước xuyên biên giới, đặc biệt với ĐBSCL khi mực nước đã xuống thấp. Câu hỏi được nêu ra là liệu chúng ta phải khôn ngoan sử dụng nguồn nước ra sao để có thể giữ xanh vùng châu thổ."*

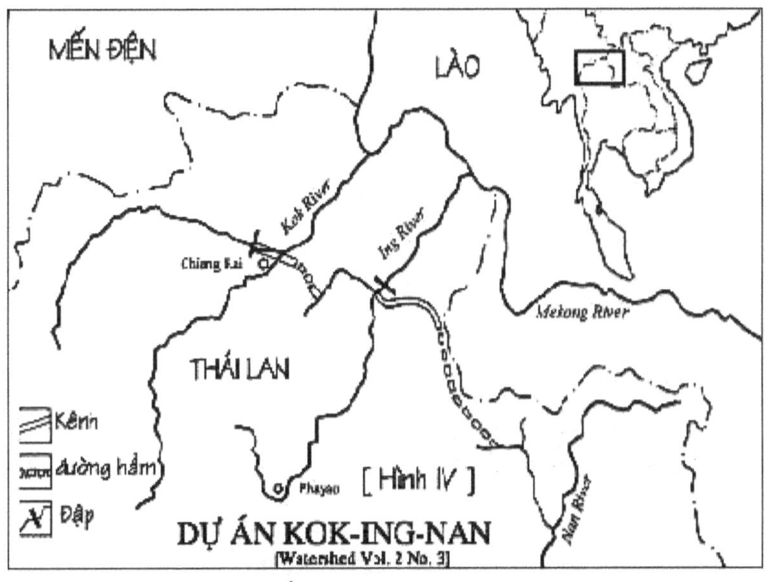

DỰ ÁN KOK-ING-NAN
[Watershed Vol 2 No 3]

Dự Án Hai: **KOK-ING-NAN**

Chỉ hai năm sau, từ 1994, chánh phủ Thái Lan đã nói tới một kế hoạch lớn thứ hai: Dự án Kok-Ing-Nan, gián tiếp lấy nước từ hai phụ lưu lớn của con sông Mekong là sông Kok và sông Ing ở vùng Chiang Rai Bắc Thái.[7]

Cơ quan Hợp tác Quốc Tế Nhật Bản (JICA/ *Japan International Cooperation Agency*) đã cung cấp ngân khoản và chuyên viên để nghiên cứu tính khả thi của công trình, và cuộc khảo sát này đã hoàn tất vào tháng 11/1999.

Phải nói đây là một dự án hết sức táo bạo, có quy mô rất lớn, tổn phí lên tới 1,5 tỉ Mỹ kim, nhằm chuyển dòng nước từ hai phụ lưu sông Mekong, cho chảy qua những đường hầm / tunnels khổng lồ dài hơn 100 km để chuyển nước từ sông Kok và sông Ing vào con sông Nan [sông Nan là một phụ lưu của sông Chao Phraya]. *(Hình IV)*

Sông Chao Phraya, như mạch sống của người dân Thái đang bị cạn dòng và cả nhiễm mặn. Lượng nước từ con sông Kok và sông Ing là hai phụ lưu sông Mekong sẽ được tiếp cho con đập lớn mang tên hoàng hậu Sirikit, quanh năm thiếu nước. Nước từ hồ chứa Sirikit không chỉ nhằm cung cấp nước tưới cho những cánh đồng bao la vùng châu thổ Chao Phraya đang bị khô hạn, mà cả cung ứng nước cho các khu kỹ nghệ đang phát triển và 10 triệu dân đang sống ở thủ đô Bangkok.

Với Dự án Kok-Ing-Nan, chánh phủ Thái ở một vị trí đầy quyền lực để thực hiện vì cả hai con sông Kok và sông Ing hoàn toàn nằm trong lãnh thổ Thái.

Khi công trình hoàn tất, Thái Lan có khả năng chuyển 2.200 triệu mét khối nước/ năm [2.200 MCM] lấy nguồn nước của con sông Mekong.

TIẾP SỨC CHO CƯỜNG LỰC THIÊN TAI

Ngăn sông xây đập, chuyển dòng lấy nước – tác hại dây chuyền ra sao là do "nhân tai" – hậu quả do chính con người gây ra. Nhưng cũng không thể không nghĩ tới những "thiên tai" với những tàn phá nhân lên gấp bội do sự tiếp tay của con người.

Ai cũng biết là Lưu Vực Trên Sông [Upper Mekong Basin] là vùng nhiều núi lửa và rất thường có những vụ động đất. Vào năm 1990, một trận động đất M6 đã xảy ra gần nơi xây đập Tiểu Loan / Xiaowan và sẽ là con đập cao nhất trên dòng chính sông Lan Thương.

Hiroshi Hori là một chuyên gia Nhật Bản rất có uy tín về sông Mekong, từng làm việc cho Liên Hiệp Quốc trong Ủy Ban Sông Mekong, ông cũng là chủ tịch Ủy Ban Nghiên Cứu Sông Mekong của Cơ Quan Hợp Tác Quốc Tế Nhật

Bản, và là tác giả cuốn sách *The Mekong: Environment and Development* [United Nations University Press, Tokyo 2000], đã nhận định:

> *"Lưu Vực Trên của sông Mekong là vùng động đất, với những chuyển động địa chấn đáng kể khiến người ta có lý do để sợ rằng động đất sẽ xảy ra khi xây những con đập."* [6]

Các nhà địa chất khi khảo sát những con đập lớn nhận thấy sức nặng thường trực của khối nước khổng lồ trong hồ chứa đã gây ra tình trạng mất cân bằng địa chấn, gây đứt đoạn lớp địa tầng dưới đáy có thể làm vỡ cấu trúc toàn con đập, mà người ta gọi là các trận *"Động Đất do Hồ Chứa / reservoir triggered seismicity"*.

Nếu mà động đất xảy ra nơi chuỗi đập Vân Nam, mức thiệt hại sẽ tăng gấp bội vì nhà cửa và các cơ sở xây cất trong lưu vực không đạt tiêu chuẩn chống động đất.

Do sự kiêu căng, tham lam và thiển cận của Con Người, trước thiên tai, không còn làm chủ được khoa học kỹ thuật của mình, và liệu một *Cơn Hồng Thủy Vỡ Đập* sẽ cuốn đi bao nhiêu thành phố và bao nhiêu vạn sinh linh nơi các quốc gia hạ nguồn?

An toàn của các con đập trên một vùng địa chấn không ổn định chắc không phải là mối quan tâm hàng đầu của các công trình sư Đại Hán khi thiết kế chuỗi 14 con đập bậc thềm Vân Nam.

NHỮNG TỔN THẤT PHỤ TRONG PHÁT TRIỂN

Để cho những con tàu trọng tải từ 500 tới 700 tấn chở đầy hàng hóa thặng dư của Trung Quốc dễ dàng di chuyển từ giang cảng Tư Mao / Simao Vân Nam xuống tới Chiang Khong, Chiang Sean Thái Lan và xa hơn nữa tới tận Luang Prabang và thủ đô Vạn Tượng, và trên đường về sẽ chở những khoáng sản và nguyên liệu đáp ứng bước phát triển kỹ nghệ nhảy vọt của Trung Quốc, một kế hoạch có tên là *"Dự Án Cải Thiện Thủy Lộ Thượng Nguồn Sông Mekong / Navigation Channel Improvement Project on the Upper Mekong River"* đã được ký kết vào tháng 4/2001 giữa 4 nước Trung Quốc, Miến Điện, Thái Lan và Lào.

Hai quốc gia Cam Bốt và Việt Nam ở cuối nguồn, chịu ảnh hưởng trực tiếp và lâu dài thì không được nhắc tới.

Đây là kế hoạch dùng chất nổ / *dynamite* phá đá trên các khúc sông chảy qua 21 đoạn ghềnh thác để mở rộng lòng sông Mekong từ Vân Nam xuống tới Lào. Hàng trăm ngàn tấn đá sẽ bị chất nổ phá vỡ, sau đó các khối đá sẽ được đoàn tàu vét [backhoe] dồn xuống những hố sâu dưới lòng sông – vốn là nơi trú ẩn có tầm quan trọng "sống còn" đối với vô số loài cá và cũng là nơi lưới cá của cư dân địa phương trong mùa khô. Dự án phá ghềnh thác ngay bước đầu đã gây ảnh hưởng nghiêm trọng trên sự cân bằng thủy học, khiến dòng nước sẽ chảy nhanh và xiết hơn, gây sụp lở bờ sông cùng phá hủy các loại hoa màu trồng ven sông, gây tác hại tức thời trên sinh cảnh và đời sống cư dân các nước Miến Điện, Thái Lan và Lào, chưa kể tới ảnh hưởng dây chuyền trên đời sống cư dân của hai nước ở xa dưới nguồn là Cam Bốt và Việt Nam.

Tưởng cũng nên nhắc tới ở đây là không phải chính quyền Hà Nội hay Nam Vang, nhưng chính mấy tổ chức nhỏ bé của cư dân Miến Điện sống dưới chế độ quân phiệt chưa hề có tự do ấy đã lên tiếng đòi hỏi quyền sống cho hai nước láng giềng rất xa họ, rằng: *"Kế hoạch khai thông sông Mekong phải có được sự đồng thuận của tất cả các quốc gia nơi có con sông Mekong chảy qua bao gồm cả Cam Bốt và Việt Nam"*.

Đứng trước những tai ương, đến bao giờ thì người dân Việt Nam và Cam Bốt mới được thông báo một cách đầy đủ và cả quyền được tham gia ý kiến?

LÀM SAO CHỈ ĐỂ SỐNG CÒN

Câu hỏi khẩn thiết được đặt ra là 18 triệu cư dân vùng ĐBSCL đang và sẽ phải làm gì để thích nghi và sống còn?

Trong các cuộc phỏng vấn của phóng viên Ánh Nguyệt / RFI [12/2004], giáo sư Võ Tòng Xuân, một tên tuổi được biết tới trước 1975 như cha đẻ của giống lúa cao sản Thần Nông, hiện là Viện trưởng Đại học An Giang, khi được hỏi về tình trạng không chỉ thiếu nước ngọt mà nạn nhiễm mặn ngày càng trầm trọng nơi ĐBSCL từ ngày Trung Quốc không ngừng tiến hành xây những con đập khổng lồ Vân Nam và Thái Lan chuyển dòng lấy nước từ sông Mekong – Giáo sư Xuân đã đưa ra nhận xét là *cho tới năm 1975 khi nước nhà thống nhất, thủy sản của ĐBSCL còn rất phong phú, nhưng đến nay thì không, lượng tôm cá không chỉ bị sút giảm về số lượng mà cả về số chủng loại. Số cá ít ỏi lưới được từ sông là không đáng kể, chỉ đủ để cung cấp thức ăn chất đạm cho những gia đình nông dân nghèo trong vùng. Nói về cá tôm xuất khẩu, thực ra không phải từ nguồn thiên nhiên mà là do kỹ nghệ nuôi cá lồng [như cá ba sa], nuôi tôm sú trên vùng nước lợ, cộng thêm với số cá lưới được từ ngoài Biển Đông.*

Giáo sư Võ Tòng Xuân phát biểu tiếp:

"Nông dân ĐBSCL thích nghi nhanh, chuyển đổi cơ cấu nông nghiệp: bỏ hẳn giống lúa cổ truyền chuyển sang trồng lúa cao sản, nên chủ động tránh được lũ cũng như hạn hán. Ở những vùng bị nhiễm mặn, vùng nước lợ, thay vì trồng lúa thì chuyển qua những loại cây khác hay chuyển qua sản xuất nuôi tôm sú chịu được nước lợ; rồi phong trào nuôi cua biển đang phát triển mạnh, người nông dân sẽ dùng nguồn nước mặn này để nuôi thủy sản với giá thành cao hơn là trồng lúa. Hiện nay Viện Lúa Gạo ĐBSCL đang vận dụng công nghệ sinh học, tìm những 'genes' chịu mặn nhằm lai

tạo những giống lúa cao sản tương đối chịu mặn hơn các giống lúa thường (chứ không phải là chịu nước mặn hoàn toàn). Xa hơn nữa, Việt Nam đang cùng với nhóm MEREM / Mekong Resources Economic Management do Nhật Bản tài trợ, nhằm nghiên cứu những thay đổi môi trường nước cũng như của đa dạng sinh học trên sông Mekong để từ đó có thể khuyến cáo những chánh phủ liên hệ nên sử dụng nguồn nước sao cho an toàn hơn."[8]

Cùng với những toan tính lượng định lạc quan như trên, Giáo sư Võ Tòng Xuân cũng nhận định rằng cho dù Việt Nam có lên tiếng phản đối nhưng cũng chẳng thể làm được gì để mà ngăn chặn Trung Quốc và Thái Lan thực hiện kế hoạch khai thác sông Mekong của họ.

THÁCH ĐỐ CỦA THẾ KỶ 21

Bước sang thế kỷ 21, với kỹ thuật cao, với lòng tham của con người, chẳng khó khăn gì để giết chết một dòng sông, hủy diệt cả một hệ sinh thái phong phú nhưng cũng rất ư là mong manh của hành tinh này.

Tất cả sáu nước ven sông với những định chế chánh trị xã hội và văn hóa khác nhau, nhưng cùng có chung một nhu cầu khẩn thiết là khai thác con sông Mekong để phát triển. Không phải là không có những mâu thuẫn quyền lợi và tranh chấp khi tới với nguồn nước và tài nguyên không phải là vô hạn của dòng sông.

Thực tế cho thấy dễ dàng để thỏa thuận với nhau trên một số nguyên tắc khái quát như *"sử dụng nước và các nguồn tài nguyên phải đáp ứng với nhu cầu bảo vệ, bảo tồn, thăng tiến môi sinh và duy trì cân bằng hệ sinh thái"* nhưng đi vào thực hiện với chi tiết còn cả một *"khoảng cách đại dương"*. Dĩ nhiên sẽ có những diễn dịch khác nhau và phản ứng hành động khác nhau theo hoàn cảnh của mỗi nước ven sông.

Liệu ai sẽ thực sự trách nhiệm *"duy trì dòng chảy tối thiểu"* của con sông Mekong trong mùa khô để nước mặn từ ngoài Biển Đông không tiếp tục lấn vào sâu và xa hơn nữa vào ĐBSCL? Cũng như làm sao để có dòng chảy đủ mạnh trong mùa lũ để có nước chảy ngược từ con sông Tonle Sap vào Biển Hồ, để duy trì nhịp đập trái tim của Cam Bốt. Và cho đến nay, không ai có thể đưa ra một lời giải đáp.

Trong một tương lai không xa, con sông Mekong – con sông Danube của Châu Á ấy, sẽ chỉ còn là một con sông chết, chỉ để sản xuất thủy điện, dùng làm thủy lộ giao thông và tệ hại hơn nữa còn là cống rãnh để đổ xuống các chất phế thải kỹ nghệ từ tỉnh Vân Nam Trung Quốc.

Rồi nhìn về Việt Nam với hình ảnh ước lệ của hơn nửa thế kỷ trước về một Đồng Bằng Sông Cửu Long, với ruộng vườn thẳng cánh cò bay, tôm cá đầy đồng – thì nay tất cả đã đi vào quá khứ. Chỉ mới đây thôi có dịp trở lại viếng thăm, để chỉ thấy trên toàn cảnh là một ĐBSCL đang suy thoái và cứ nghèo dần đi. Và không biết một trăm năm sau, liệu có còn không một Đồng Bằng Sông Cửu Long và một Nền Văn Minh Miệt Vườn?

California 11/11/2005

Tham khảo:

1/ Progress in Water Management at the Mekong River Basin, MRC Presentation at Third WWF, INBO Official Session, Mar 20, 2004

2/ Mekong River at Risk, Barry Wain, FEER, Aug 26, 2004

3/ Chinese Dam Project may spell disaster for mighty Mekong river, Denis Gray, Nov 2, 2002 (AP)

4/ Hun Sen backed China's often-criticized development plans for the Mekong river Phnom Penh, Jun 29, 2005 (AFP)

5/ Chinese Premier Wen Jiabao opened the Second Greater Mekong Subregion Summit, Beijing, Jul 4, 2005 (AFP)

6/ The Mekong, Environment and Development, Hiroshi Hori, United nations, University Press, Tokyo 2000

7/ Kok-Ing-Nan Water Diversion Project, Mekong Watch: Japanese ODA to Thailand, FY 2001

8/ Ánh Nguyệt, RFI, Phỏng vấn Gs Võ Tòng Xuân, Đại Học An Giang 03-12-2004, 10-10-2005

***

TIN CHẤN ĐỘNG

Trung Quốc Biến Sông Mekong Thành Thủy Lộ Chuyển Dầu Khí

Bangkok, ngày 05/01/2007 (Tin tổng hợp IPS & Asia Times Online):

> Do khát năng lượng, Trung Quốc đã biến con sông Mekong với hệ sinh thái vốn mong manh trở thành con đường chuyển vận dầu khí, gây quan tâm cho các nhà hoạt động môi sinh Đông Nam Á, trong trường hợp tai nạn, dầu có thể đổ tràn xuống sông, sẽ phá hủy môi trường sống của hơn 60 triệu cư dân sống dọc theo con sông nơi hạ nguồn.

Theo Tân Hoa Xã ngày 29/12/2006, hai con tàu chở 300 tấn dầu từ một giang cảng Chiang Rai Bắc Thái ngược dòng sông Mekong đã tới được một giang cảng phía tây nam tỉnh Vân Nam. Cuộc chuyển vận dầu lịch sử này đã đánh dấu sự quyết tâm của Bắc Kinh đi tìm một con đường thứ hai chuyển dầu từ Trung Đông vào Trung Quốc thay vì phải qua eo biển Malacca. Về mặt chiến lược, Bắc Kinh không ngừng bày tỏ mối quan tâm về tình huống phải đương đầu với các chiến hạm Mỹ phong tỏa sinh lộ chở dầu của Trung Quốc qua eo biển này. Số phận của con sông Mekong, từ lâu là cội nguồn mối bất hòa giữa các nước Đông Nam Á và Trung Quốc khi mà Bắc Kinh có kế hoạch xây một chuỗi các con đập thủy điện trên khúc sông thượng nguồn, gây mối lo ngại về ảnh hưởng tác hại môi sinh.

- Từ 2004, sau khi các khúc sông ghềnh thác được nhóm kỹ sư Trung Quốc khai quang, sông Mekong đã trở thành thủy lộ giao thông cho những con tàu lớn chở hàng hóa từ Trung Quốc xuống bắc Thái.

- Tháng 3/2006, một thỏa ước được ký kết giữa Trung Quốc với Miến Điện, Thái Lan và Lào cho phép vận chuyển lượng dầu 1.200 tấn/ tháng trên sông Mekong vào Trung Quốc. Sau cuộc giang trình thành công của hai con tàu chở dầu lên Vân Nam, Bắc Kinh đã đưa ra kế hoạch vận chuyển dầu lên tới 70.000 tấn/ năm.

- Tháng 4/2006 Bắc Kinh lại ký kết thêm với Miến Điện để xây dựng công trình ống dẫn dầu từ hải cảng Sittwe vịnh Bengal lên tới thủ phủ Côn Minh tỉnh Vân Nam. Theo Premrudee Daoroung, thuộc tổ chức bảo vệ môi sinh TERRA, thì *"Mọi thương lượng về vận chuyển dầu trên sông Mekong đã diễn ra trong bí mật, không có thông tin nào được công khai hóa nhằm thu thập ý kiến của quần chúng, đặc biệt là với cư dân sinh sống dọc theo hai bên bờ con sông Mekong. Điều ấy đã xác định ai thực sự kiểm soát con sông Mekong."*

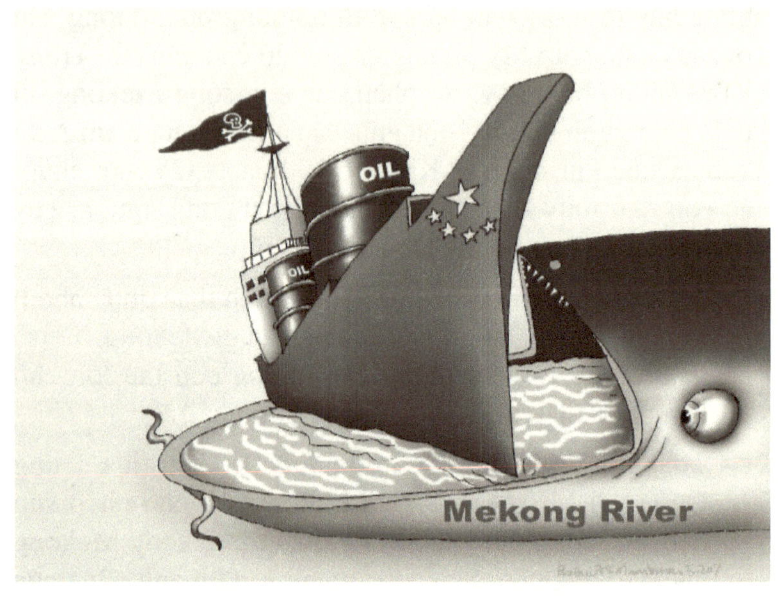
OIL
OIL
Mekong River

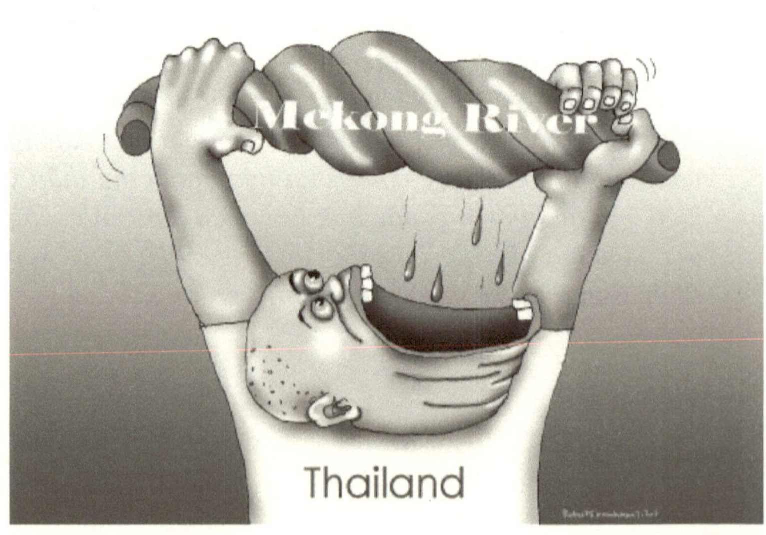
Mekong River
Thailand

HAI DÒNG SÔNG KẾT NGHĨA
MEKONG – MISSISSIPPI
Những Tương Đồng và Khác Biệt

CUỘC GẶP GỠ CHƯA CÓ TIỀN LỆ

Tháng Bảy vừa qua [23/07/2009], nhân Hội nghị Hiệp Hội Các Quốc Gia Đông Nam Á / Association of Southeast Asian Nations [ASEAN], theo yêu cầu của Mỹ đã có thêm một cuộc họp bên lề của Ngoại trưởng 5 nước: phía Mỹ là Hillary Rodham Clinton, cùng với 4 Ngoại trưởng vùng Hạ Lưu Sông Mekong gồm có Thái, Lào, Cam Bốt và Việt Nam tại Phuket, Nam Thái Lan. Đại diện cho Việt Nam là Ngoại trưởng Phạm Gia Khiêm kiêm Phó Thủ tướng. Tiếp theo đó là một tuyên cáo, có thể nói là chưa hề có từ trước tới nay, liên quan tới những vấn đề quan tâm chung, đặc biệt là trong các lãnh vực Môi trường, Y tế, Giáo dục, và Phát triển Hạ tầng/ infrastructure development trong vùng.

Ngoại trưởng Mỹ đã nhấn mạnh tới tầm quan trọng của vùng Hạ Lưu Sông Mekong và mỗi quốc gia đối với Hoa Kỳ, cùng với cam kết hỗ trợ nhằm thăng tiến hòa bình và thịnh vượng cho khu vực ASEAN như một toàn thể. Các Ngoại trưởng 4 nước Thái, Lào, Cam Bốt và Việt Nam hoan nghênh sự hợp tác chặt chẽ hơn của Hoa Kỳ với 4 nước Hạ Lưu trong những lãnh vực có ý nghĩa hỗ tương nhằm bảo đảm sự phát triển bền vững trong vùng.

Năm Ngoại trưởng đã thảo luận về các lãnh vực bao gồm ảnh hưởng biến đổi khí hậu và làm thế nào để đáp ứng có hiệu quả, phòng chống bệnh truyền nhiễm, mở rộng ứng dụng kỹ thuật cho giáo dục và đặc biệt quan tâm phát triển vùng nông thôn cũng như phát triển hạ tầng.

Các Ngoại trưởng đã xét duyệt những nỗ lực chung đang tiến hành, và đồng ý mở ra những lãnh vực hợp tác mới; và đặc biệt hoan nghênh sáng kiến *"Kết Nghĩa Giữa Hai Ủy Hội Sông Mekong và Sông Mississippi / Sister-River Partnership"* nhằm chia sẻ kinh nghiệm chuyên môn trong các lãnh vực thích ứng với biến đổi khí hậu, đương đầu với lũ lụt và hạn hán, khai thác thủy điện và lượng giá ảnh hưởng, quản lý nguồn nước và quan tâm tới an toàn thực phẩm.

Các Ngoại Trưởng cùng đồng ý rằng nhóm chuyên viên sẽ tiếp tục thảo luận chi tiết từng lãnh vực hoạt động hợp tác và cả theo dõi.

Kèm theo đó là *"trang dữ kiện/ fact sheet"* với những con số cụ thể của Bộ Ngoại Giao Mỹ. Trong năm 2009 Hoa Kỳ sẽ trợ giúp cho các lãnh vực mà lưu vực sông Mekong đang thiếu sót đó là: Môi trường, Y tế và Giáo dục.

1. Môi trường: 7 triệu MK dành cho các chương trình môi trường trong vùng Mekong, đáng kể nhất là kế hoạch kết nghĩa giữa Ủy Hội Sông Mekong với Ủy Hội Sông Mississippi của Mỹ để chia sẻ những kinh nghiệm chung. Sẽ yêu cầu Quốc hội Mỹ chuẩn y thêm 15 triệu MK nữa cho năm 2010.

2. Y tế: 138 triệu MK, tập trung vào điều trị và phòng chống các bệnh nhiễm như HIV/AIDS, sốt rét và bệnh

lao kháng thuốc, tổng dịch cúm, và chuẩn bị tiến tới một Hội nghị chuyên đề Mỹ - Mekong về các bệnh truyền nhiễm trong vùng.

3. Giáo dục: 16 triệu MK, và 500 học bổng Fulbright cho các học giả và sinh viên mỗi năm, phát triển nối kết mạng lưới internet tới thôn quê và tiến tới tổ chức một Diễn đàn Mỹ - Mekong về lãnh vực này.[1]

Với bước đầu, ngân khoản trợ giúp ấy không phải là lớn nhưng lại mang ý nghĩa biểu tượng quan trọng về sự trở lại của Mỹ trong vùng Đông Nam Á giữa lúc mà áp lực ghê gớm của Trung Quốc đang đè nặng trên toàn vùng và nhất là đối với Việt Nam. Một khi khống chế và chiếm lĩnh được Việt Nam, thì sẽ xảy ra hiện tượng Domino không thể tránh, đó là các quốc gia còn lại trong lưu vực Mekong sẽ liên tiếp bị ngã đổ do chủ nghĩa bành trướng của Trung Quốc.

HAI DÒNG SÔNG KẾT NGHĨA

Sau cuộc họp cấp Ngoại trưởng giữa Mỹ và 4 quốc gia vùng hạ lưu sông Mekong, ngày 29/07/2009 đã có ngay một cuộc họp sơ bộ khác diễn ra ở Vạn Tượng, thủ đô Lào giữa hai Ủy Hội Sông Mekong và Sông Mississippi để cùng bày tỏ ý hướng hợp tác về những vấn đề liên quan tới sử dụng nguồn nước trong hai lưu vực, trao đổi kỹ thuật và làm cách nào để thích nghi với biến đổi khí hậu ảnh hưởng trên hệ sinh thái của cả hai con sông. Hai Ủy Hội hứa hẹn sẽ cùng hợp tác để thăng tiến những bước phát triển bền vững về thủy điện, đương đầu với lũ lụt và khô hạn, điều hợp sử dụng nước và an toàn thực phẩm, cải thiện thủy lộ và cả gia tăng trao đổi thương mại đường sông.[2]

Michael J. Walsh, chủ tịch Ủy Hội Sông Mississippi nhận định: *"Mekong và Mississippi cùng trải qua những kinh nghiệm và thử thách, cả hai cùng có những định chế và chuyên môn đáng kể để đương đầu với những thử thách như vậy. Một hợp tác chặt chẽ hơn cùng có lợi cho cả hai tổ chức…"* Jeremy Bird, giám đốc Ban Thư Ký Ủy Hội Sông Mekong cho rằng: *"Hai Ủy Hội Sông Mekong và Sông Mississippi rất tương đồng về tôn chỉ và chức năng, cả hai cùng phấn đấu bảo quản nguồn tài nguyên nước, đương đầu với biến đổi khí hậu, với lũ lụt và khai thác thủy điện… Cả hai tổ chức cùng được hưởng những lợi ích qua trao đổi kỹ thuật và học hỏi lẫn nhau và làm sao để điều hợp tốt nhất những con sông chảy xuyên quốc gia..."* Và hai Ủy Hội đang cùng đi tìm một đồng thuận cho một chương trình hoạt động sắp tới.

Tham khảo:

1/ US – Lower Mekong Countries Meeting: Press Release, US Department of State, July 23, 2009.

2/ USA – Mekong Basin Cooperation follows ASEAN Meeting, Vientiane, Lao PDR July 30, 2009, www.mrcmekong.org.

ĐIỂM SÁCH

NGO
THE VINH
CỬU LONG CẠN DÒNG
BIỂN ĐÔNG DẬY SÓNG

VĂN NGHỆ
(tái bản lần I, 2001)

NGÔ THẾ VINH
CỬU LONG CẠN DÒNG
BIỂN ĐÔNG DẬY SÓNG

VĂN NGHỆ

ĐIỂM SÁCH
Cửu Long Cạn Dòng Biển Đông Dậy Sóng

NHẬT TIẾN – *Ngày Nay 443 (01/10/2000)*

Trên hai mươi ba chương sách dàn trải rất nhiều vấn đề thuộc về thiên nhiên, về con người, về tâm tình thao thức của nhiều nhân vật điển hình, về môi trường sống và cả những mưu toan chính trị, tất cả đã được tác giả trình bày khi thì dưới dạng những trang biên khảo cực kỳ phong phú về lịch sử, về phong tục, về tín ngưỡng hay tập quán của nhiều bộ tộc, khi thì là những dữ kiện, những con số, những thống kê khoa học chính xác, và đặc biệt lôi cuốn hơn cả, là những trang du ký sinh động, đầy màu sắc của nhiều miền đất lạ trên cao nguyên, trên đồng bằng, trong rừng sâu núi thẳm hay ngoài đại dương, những trang ghi chép tuyệt vời đối với những ai chưa có dịp đi và sống.

ĐỖ HẢI MINH – *Thế Kỷ 21, 139 (11/2000)*

Dưới thể tài theo mô thức "dữ kiện tiểu thuyết" độc đáo, duy nhứt, của bản thân Ngô Thế Vinh, tác phẩm quả thật đã thể hiện một công trình nghiên cứu công phu theo chiều sâu cặn kẽ của từng vấn đề nêu lên, đánh dấu một đỉnh cao trong văn nghiệp Ngô Thế Vinh. Giá trị căn bản của tác phẩm là đã thành công, xuyên qua các dữ kiện, cung ứng những thông tin giá trị vô song về quá khứ sóng gió của từng khu vực dòng sông Mekong chảy qua, để từ đó đưa dẫn người đọc làm quen rồi tiếp cận với các vấn đề môi sinh được đặt cho toàn vùng, và xây dựng một tầm nhìn chiến lược bao quát, thoát khỏi những vướng bận cục bộ địa phương.

VŨ VĂN DZI – *Đi Tới 40 & 41 (12/1999 & 01/2000)*

Ngô Thế Vinh đã chọn con sông Mekong làm bối cảnh cho một cuốn sách soạn thảo hết sức công phu từ mấy năm nay, sách dày 648 trang và chia làm 23 chương khác nhau giống như những viên ngọc quý nối liền với nhau bằng một sợi dây là con sông Mekong với nhiều tên khác nhau như Dza Chu, Lan Thương Giang, Mae Nam Khong, Tonle Thom, Cửu Long... Tác giả dùng kỹ thuật tiểu thuyết dữ kiện gọi là faction dùng một số nhân vật hư cấu hoặc xác thực làm nhân chứng cho những biến chuyển chính trị, kinh tế, văn hóa, khoa học đang diễn ra ở các nước lưu vực sông Mekong. Mỗi chương là một cánh cửa mở cho một chuyến đi thăm lịch sử, khảo cổ, tôn giáo, địa lý, chính trị, văn hóa của mỗi vùng từ cao nguyên Tây Tạng cho tới tận mũi Cà Mau.

ĐẶNG TRẦN HUÂN – *Thời Luận (08/12/2000)*

Những cuốn sách gọi là tiểu thuyết của Ngô Thế Vinh phần lớn đều mang một chủ đề một hoài bão bên ngoài lãnh vực tiểu thuyết thuần túy... Tới cuốn *Cửu Long Cạn Dòng Biển Đông Dậy Sóng*, Ngô Thế Vinh đã có tầm nhìn rộng hơn bên ngoài biên giới quốc gia. Ngô Thế Vinh đã xây dựng tác phẩm của ông bằng những tài liệu tham khảo nhưng có suy xét chọn lọc và bằng chính kinh nghiệm thực tế như năm 1999, ông đã về tận Đồng bằng Sông Cửu Long, tận Cà Mau Năm Căn quan sát tại chỗ để có những dữ kiện mới nhất. *Cửu Long Cạn Dòng Biển Đông Dậy Sóng* là một tác phẩm giá trị...

LƯƠNG THƯ TRUNG – *Văn Học 180 (04/2001)*

Sau khi nằm trên chiếc võng bố da treo toòng teng dưới bóng mát bụi tre gai bên bờ kinh xáng Bốn Tổng, đọc xong cuốn sách mới của Ngô Thế Vinh có thể đưa ra một nhận định tổng quát: *"Cửu Long Cạn Dòng Biển Đông Dậy Sóng"* không thuần là một quyển biên khảo về địa dư chí, không thuần là một tập sách về du ký du khảo, không thuần nhất là một cuốn tiểu thuyết theo cái nghĩa tiểu thuyết, không thuần nhất về một loại sách lịch sử, không thuần nhất là một đề tài viết về văn minh vùng Đồng Bằng Sông Cửu Long nhưng đó là một tác phẩm có đầy đủ những tính cách của những điều vừa kể... Bên cạnh đó, tác giả còn cho chúng ta tận mắt nhìn những cảnh thật người thật qua hàng mấy mươi tấm hình được chụp như một nét sống động về cảnh vật thiên nhiên cùng con người nơi vùng đất phương nam với con sông Cửu Long âm thầm chảy qua và tạo dựng vùng đồng bằng này...

NGUYỄN ĐÌNH TOÀN – *VOA (06/2001)*

Cửu Long Cạn Dòng Biển Đông Dậy Sóng của Ngô Thế Vinh được ghi là tiểu thuyết. Nhưng đọc cuốn sách người ta thấy mình chạm phải một vấn đề nghiêm trọng, thiết thân có ảnh hưởng tai hại tới nhiều người, nhiều thế hệ, nhiều quốc gia, ít nhất là bảy quốc gia trong vùng Đông Nam Á, có liên hệ với một dòng sông chứ không phải chỉ là những buồn vui, thơ mộng của một cuốn truyện, theo ý nghĩa thông thường.

HOÀNG KHỞI PHONG – *Việt Tide (10/2001)*

Để viết về nhà văn Ngô Thế Vinh, tôi phải quay lại chẵn 30 năm (1971) khi tác phẩm *Vòng Đai Xanh* của ông ra đời, và đã đem về cho Ngô Thế Vinh giải thưởng văn chương toàn quốc. Thời đó tôi chưa biết ông, nhưng những gì ông đề cập tới trong tác phẩm này thì tôi biết: Cuộc nổi dậy của người thiểu số trên cao nguyên mà chúng ta thường gọi là FULRO. Tôi chia sẻ nhiều suy nghĩ của *Vòng Đai Xanh*.

Hơn mười năm sau, tôi gặp nhà văn Ngô Thế Vinh tại Mỹ, tôi đã chứng kiến các tác phẩm của ông chào đời lần thứ hai tại Mỹ như *Vòng Đai Xanh* 87, *Mây Bão* 93, hoặc xuất hiện lần đầu như *Mặt Trận Ở Sài Gòn* 96, và mới đây nhất là một tác phẩm đồ sộ *Cửu Long Cạn Dòng Biển Đông Dậy Sóng* vào cuối năm 2000. Năm 1996, sau khi tham dự một buổi hội thảo về con sông Mekong, ông đã bị ám ảnh bởi con sông này, con sông khởi đi nơi đất Phật Tây Tạng, lặng lẽ dưới trăng sao, cuồn cuộn trên ghềnh thác, uốn khúc qua bảy quốc gia xuống tới Đồng Bằng Sông Cửu Long trước khi đổ ra Biển Đông. Rồi từ đó qua các báo Người Việt, Văn Học, Hợp Lưu, Thế Kỷ 21, Đi Tới... bắt đầu xuất hiện những bài viết khi xa, lúc gần với những dòng sông, những con đập, những hải đảo, những sinh vật, những chuyến thám hiểm đầu nguồn, những tranh chấp, ngoài biển khơi, liên hệ tới dòng Cửu Long đang cạn nguồn và Biển Đông đã bắt đầu dậy sóng do những sóng ngầm từ đáy đại dương vọng lên, nơi có những túi dầu mà các quốc gia trong vùng này đang tranh giành và cố ra công tìm kiếm.

Để hoàn tất những bài viết này, ông không chỉ làm việc với dàn máy điện toán ở nhà, tìm tài liệu trong các thư viện mạng lưới internet, và rồi vẫn chưa đủ, ông muốn chính mắt nhìn lại dòng sông Cửu Long của ông trước khi chính thức ngồi xuống nối kết những bài viết thành một tác phẩm. Để hoàn tất cuốn sách được nhìn qua ống kính của Nguyễn Kỳ Hùng. Rồi Ngô Thế Vinh cũng hoàn tất được điều ông dự định cho cuốn sách, cuối năm 2000, *Cửu Long Cạn Dòng Biển Đông Dậy Sóng* ra mắt bạn đọc.

Cuốn sách có 23 chương, mỗi chương được viết như là một truyện ngắn, hay một thiên biên khảo. Cuốn sách đáp ứng đúng những gì Ngô Thế Vinh kỳ vọng, mà sự kỳ vọng này đau lòng làm sao chỉ là một lời báo động không hơn kém. Lời kêu cứu tuy muộn màng nhưng nó cũng đã vang xa. Không đầy một năm sau cuốn sách có nhu cầu tái bản. Trong khoảng thời gian đó ông cũng đã thực hiện một chuyến đi xa khác – sang Lào và Thái Lan, tới với khúc sông Mekong gần chuỗi những con đập thượng nguồn Vân Nam. Một mình nơi đất lạ len lỏi trong rừng rú xứ Lào đôi lần ông bắt gặp lại cái không khí mà hơn ba chục năm trước khi còn một y sĩ đội nón xanh của Liên Đoàn 81 Biệt Cách Dù ông đã trải qua - tôi nghĩ chuyến đi này đã là một dấu ấn lớn trong đời viết của ông.

Qua tác phẩm này, Ngô Thế Vinh đã nói với chúng ta, những người Việt trong và ngoài nước về những *"vấn-đề-sống-còn"* cho vùng Đồng Bằng Sông Cửu Long. Ít nhất lời báo động của ông đã phần nào vang vọng tới những nơi nào có người Việt cư ngụ trên khắp năm châu, nhưng đến bao giờ thì những lời cảnh báo của ông mới vọng được qua bên kia bờ Thái Bình Dương, tới với đồng bào đang sinh sống trên vùng sông nước Cửu Long nơi mà con sông cứ mỗi ngày một thêm nhiễm mặn và cạn dần, bên một Biển Đông thì sắp ầm ầm sóng dậy.

PHAN TẤN HẢI – *Việt Báo (12/2001)*

Cửu Long Cạn Dòng, Biển Đông Dậy Sóng nêu lên các vấn đề hệ trọng của dân tộc, đưa độc giả vào một cảm giác băn khoăn khi thấy như dường không thể có câu trả lời nào tức thời và dễ dãi.

Cửu Long Cạn Dòng, Biển Đông Dậy Sóng là tập biên khảo công phu của nhà văn kiêm bác sĩ Ngô Thế Vinh. Và có thật Cửu Long sắp cạn dòng hay không? Điều này nếu có sẽ dẫn tới các tai họa nào cho dân tộc Việt Nam? Nhà văn Ngô Thế Vinh trong tiến trình nghiên cứu đã "đau lòng chứng kiến từng bước suy thoái của con sông lịch sử, con sông thời gian và đang có nguy cơ trở thành con sông cuối cùng ấy. Cuốn sách này viết về những năm tháng cuối cùng của con sông Mekong..."

Mặc dù *"Cửu Long Cạn Dòng"* được viết dưới dạng tiểu thuyết 23 chương, nhưng đây không phải thuần túy là hư cấu, bởi vì các bản nghiên cứu được dùng tham khảo cho tập tiểu thuyết biên khảo này đã đưa ra bản đồ và con số rất mực nghiêm túc – tính chung tác giả tham khảo tới 112 sách ngoại ngữ và Việt ngữ và bài nghiên cứu từ các tạp chí chuyên môn, nghĩa là danh mục sách cũng dài như chính dòng sông đó. Để rồi *"Ngô Thế Vinh đã choáng váng thấy hết toàn cảnh tấn thảm kịch sông Mekong với bao nhiêu là tai ương mà phần lớn do chính con người gây ra."*

Đây là tác phẩm cần phải đọc đối với những người quan tâm về vận mệnh của dân tộc và muốn suy nghĩ về một lối thoát cho tương lai.

LONG ÂN – *Người Việt (12/2001)*

Không hiểu tại sao tôi vẫn chọn lựa con người nhà văn nơi Ngô Thế Vinh, mặc dù Ngô Thế Vinh đã chọn cho mình nhiều căn cước khác biệt khi anh lao vào trong thế giới của chữ nghĩa. Ở cuốn sách mới nhất của anh vừa được tái bản *"Cửu Long Cạn Dòng, Biển Đông Dậy Sóng"*, người đọc đã thấy những hóa thân Ngô Thế Vinh biến thái liên tục theo từng trang mở rộng. Ngô Thế Vinh con người xanh của môi sinh, Ngô Thế Vinh con người chính trị nhân bản, Ngô Thế Vinh con người phiêu lưu trong khu rừng già địa lý chính trị, Ngô Thế Vinh con người tiên tri lịch sử...

Ở phần dẫn nhập, Ngô Thế Vinh đã giải thích về cuốn sách của anh, như *"một dữ kiện tiểu thuyết"*, một trộn lẫn giữa facts và fiction. Tôi biết Ngô Thế Vinh không đặt những nỗ lực chính của anh trong văn chương, văn chương chỉ là một cái cớ, chỉ là một cái nền để anh trải rộng những ý nghĩ miên man của anh chảy theo một dòng sông lớn mang tên Cửu Long, dòng sông nhân chứng của buổi bình minh của bao nền văn minh, trong đó có nền văn minh Việt Nam, và chảy xuôi theo suốt một chiều dài lịch sử đằng đẵng của nhiều khối chủng tộc, với những tai ách thiên nhiên và tai ách của con người đã mang đến cho chính họ. Không hiểu sao tôi vẫn nhìn thấy con người nhà văn Ngô Thế Vinh nổi bật giữa những chân dung phức tạp của chính anh. Có lẽ vì tin tưởng rằng, chỉ có cái tâm vô lượng của một con người yêu chữ nghĩa mới chứa đựng hết những băn khoăn về những tai ách lịch sử mà con người phải gánh nặng trên vai, mà một nguyên do chính của những tai ách đó là những sai lầm dẫn dắt bởi sự hôn ám của trí tuệ của chính họ.

Những con sông lớn trên thế giới là những cái nôi của những nền văn minh rực rỡ của nhân loại. Nơi đó con người du mục đã dừng chân, đã làm quen với kỹ thuật chăn nuôi, với kỹ thuật nông nghiệp, đã khai mở những nền văn hóa và những nền văn minh lớn. Sông Nile ở Ai Cập, sông Tigris và Euphrates của vùng Châu thổ Lưỡng hà, sông Indus và sông Ganges ở Ấn Độ, Hoàng Hà và sông Dương Tử ở Trung Hoa. Việt Nam đã dựng nên những chồi những nụ văn hóa đầu tiên ở vùng châu thổ sông Hồng, và ngày hôm nay dường như dòng sinh mệnh dân tộc đã chuyển dần về lưu vực con sông Cửu Long. Khu vực địa lý tận cùng của một con sông khởi nguồn từ đỉnh cao Tây Tạng.

Ngô Thế Vinh đã mở đầu cuốn sách của anh từ điểm cội gốc của con sông Cửu Long. Chính ở nơi đây trước cơn hoạn nạn của dân tộc Tây Tạng, anh đã có tiếng nói của con người nhân chủ, anh đã nói lời cảnh giác con người đế quốc Cộng sản bằng chính ngôn từ của Marx: *"Một dân tộc tìm cách nô lệ các dân tộc khác là tự rèn lấy xiềng xích cho chính mình"*. Anh cũng nhắc lại suy nghĩ của đức Đạt Lai Lạt Ma, như một tóm lược suy nghĩ của chính anh sẽ được dàn trải trên hơn 700 trang sách, với sự hỗ trợ của một kho chứng liệu nghiêm chỉnh.

"Hòa bình và sự sống trên trái đất đang bị đe dọa bởi những hoạt động của con người thiếu quan tâm tới những giá trị nhân bản. Hủy hoại thiên nhiên và các nguồn tài nguyên thiên nhiên là do hậu quả của lòng tham lam và thiếu tôn kính đối với sự sống trên hành tinh này..."

Từ Tây Tạng Ngô Thế Vinh đã đưa nhân vật sáng tạo của anh xuôi theo dòng Cửu Long, qua từng lãnh thổ các quốc gia ôm ấp con sông này, để từ những thực tế ghi nhận tại chỗ, chứng minh những điều anh tin tưởng và muốn chia sẻ cùng người đọc. Con người ở phương đông đang gặp đại nạn Khoa Học Kỹ Thuật mà con người phương tây đã thọ nạn ở đầu thế kỷ thứ 18. Ô nhiễm chính trị, ô nhiễm nhân văn và thê thảm nhất là ô nhiễm môi sinh. Con người ở phương đông không học bài học cũ, đã và đang nhắm mắt chạy theo một nền khoa học vô tri, lạnh lùng và vô tình. Một nền khoa học phi lương tri, chỉ có một cứu cánh là chữ lợi. Chỉ mới hôm qua, Einstein đã hốt hoảng tìm một lương tri cho khoa học qua con đường của đạo học. Ông cho rằng *"Khoa học không tôn giáo thì què quặt, tôn giáo mà không khoa học thì mù lòa"*.

Hầu hết những con sông ở phương đông, và quan trọng nhất là ở Trung Hoa đều trong tình trạng tột cùng ô nhiễm. Hầu hết những kế hoạch trị thủy đều vô trách nhiệm, và thê thảm nhất, các công tác trị thủy đã là phương tiện thực hiện chủ nghĩa đế quốc mới. Con người đế quốc Trung Hoa, với tâm lý quân quyền cổ hủ, với tin tưởng rằng một đại quốc phải có những xây dựng lớn, một lãnh tụ phải để lại những dấu ấn muôn đời. Trung Hoa đã làm những công trình khai thác thủy lợi vĩ đại trong tinh thần đó, bất chấp những hậu quả tai hại như hủy hoại môi sinh, rối loạn nhân văn, xáo trộn thiên nhiên... Trung Hoa cũng có những toan tính đế quốc độc địa trong cung cách khai dụng con sông Cửu Long như một thứ vũ khí chiến lược, có sức mạnh chế ngự sinh mệnh của một khối 40% dân cư của địa cầu, trong đó có khối dân tộc Việt Nam.

Ngô Thế Vinh qua cuốn sách *"Cửu Long Cạn Dòng, Biển Đông Dậy Sóng"* đã gửi một lời cảnh giác tới con người toàn cầu. Con người hôm nay đang làm một hành động tăm tối, đang hủy hoại nơi chốn họ đang trú ngụ, đang làm một cuộc tự sát mê muội nhất.

Ngô Thế Vinh đã chứng minh lý luận của anh bằng những chứng liệu nghiêm chỉnh và chính anh cũng lao vào một cuộc truy lùng sự thật rất cam go. Dù đã tự chọn cho mình chỗ đứng của một nhà văn nhưng những xác quyết anh viết lên giấy trắng không phải là những hư cấu mà còn là những cáo buộc có cơ sở vững chãi.

Đọc xong cuốn sách chúng ta sẽ phân vân không biết phải xếp tác giả Ngô Thế Vinh như con người nhà văn, con người nghiên cứu, con người vận động hay con người tiên tri. Nhưng có lẽ chúng ta cùng đồng ý với nhau một điều, Ngô Thế Vinh đã viết với lòng ngay thẳng, với sự tin tưởng ở lẽ phải, với một quan tâm chân thành tới sinh mệnh của lịch sử, của con người. Hay ít nhất cũng là sinh mệnh lịch sử và con người Việt Nam.

NGUYỄN NGỌC BÍCH – *Ngày Nay (02/2002)*

Vấn đề ô nhiễm các nguồn nước do các chất thải kỹ nghệ không chóng thì chầy cũng sẽ thành một vấn đề môi trường to lớn ở Việt Nam trong tương lai rất gần. Đi tiên phong trong vấn đề này, tức chuyện bảo vệ môi trường, là nhóm nghiên cứu sông Cửu Long của một số kỹ sư Việt Nam chủ yếu ở Cali. Và điển hình cho những lo âu này là cuốn sách viết rất công phu và đọc khá hấp dẫn của BS Ngô Thế Vinh, *"Cửu Long Cạn Dòng, Biển Đông Dậy Sóng"*. Cuốn sách thành công đến nỗi chỉ 6 tháng đã bán hết ấn bản đầu tiên và trong năm nhà xuất bản Văn Nghệ đã phải tái bản sau khi tác giả thêm hơn 100 trang để thành một cuốn sách dày 730 trang. Vấn đề của sông Mekong (tức Cửu Long của Việt Nam) nói tóm gọn là vấn đề người ta đang làm gì trên thượng nguồn của nó: với Trung Quốc và Lào xây những con đập ngày càng lớn và vô tội vạ để khai thác thủy điện thì một ngày sẽ rất gần, các tài nguyên về cá cũng như phù sa ở miền xuôi, trong đó có Biển Hồ của Cam Bốt và toàn bộ lưu vực sông Cửu Long của ta, sẽ một đằng thì cạn (cá) một đằng thì thiếu đất bồi mang thêm màu mỡ đến cho đất miền nam Việt Nam. Hiện tượng này ta đã thấy ở Cà Mau: nước biển mặn đã trở lại và đất, thay vì được bồi thêm, lại lở và trôi ra biển...

NGUYỄN XUÂN THIỆP – *Phố Văn (02/2002)*

Cửu Long Cạn Dòng, Biển Đông Dậy Sóng là tác phẩm quan trọng của Ngô Thế Vinh... Một tác phẩm chứa đầy những sự kiện lịch sử, địa lý, tư tưởng, nhân văn. Phải nói rằng cuốn sách đọc rất hấp dẫn. Nhà văn Ngô Thế Vinh đưa chúng ta vào những vùng đất còn nóng bỏng chiến tranh, còn nồng mùi mồ hôi, nước mắt và máu, còn sôi sục bao nhiêu điều ta phải trăn trở, suy tưởng, đau đớn.

Được như vậy, đã đành nhờ công phu sưu tầm, đi sâu vào "thực tế, thực địa", tìm hiểu đến ngọn nguồn mọi vấn đề - đã đành là thế, nhưng phải kể tới tấm lòng của tác giả đối với đất nước, và nhất là kỹ thuật xây dựng tác phẩm của một nhà văn nắm vững ngọn bút của mình. Tác phẩm nhờ đó có sức lôi cuốn của một tiểu thuyết.

Ngô Thế Vinh cho biết *Cửu Long Cạn Dòng, Biển Đông Dậy Sóng* được viết theo kỹ thuật dữ kiện tiểu thuyết (faction), nghĩa là trộn lẫn thực tế và hư cấu. Thực tế là những mảng lịch sử, những tên đất, tên người, những biến động đã xảy ra. Hư cấu là phần những nhân vật dẫn truyện – họ được sáng tạo và có một đời sống riêng, với hành trạng và cá tính rõ nét. Đọc chương sách (VII) trích đăng, chúng ta như sống lại một thời với bao bi kịch máu lệ. Riêng nhân vật ông Khắc khiến ta càng tưởng nhớ Như Phong, nhà báo nhà văn lỗi lạc, vừa mới ra đi theo ngọn gió đầu của mùa đông.

NGUYỄN VĂN LỤC – *Tập san Y Sĩ 153 (04/2002)*

Trong số những y sĩ viết văn trước 75 và còn tiếp tục viết một cách hăng say, có sáng tạo, không thuộc giới văn nghệ nghiệp dư, phải kể đến Ngô Thế Vinh. Ông đã đóng góp những tác phẩm như *Mây Bão, Bóng Đêm, Gió Mùa...* Nhưng sau 75, ở hải ngoại, ông là nhà văn duy nhất biết dùng những chất liệu của xã hội ông đang sống gây dựng thành truyện, thành tác phẩm. Những địa danh, những tên người, địa lý, đề tài, cốt truyện, tên nhân vật truyện, hình ảnh đều mới. Sự thích ứng vào môi trường, cảnh vực với những cọ xát vào một xã hội khác, với cái nhìn của "người

Việt Nam, con mắt Việt Nam, tâm hồn Việt Nam" đưa ông đi khá xa. Nơi ông có nhiều ý tưởng mới lạ... Gần đây hơn, với cuốn *Cửu Long Cạn Dòng Biển Đông Dậy Sóng*, sách dày hơn 600 trang, tác giả lấy dòng sông Cửu Long làm đề tài chính với những biến chuyển địa lý, văn hóa, văn minh, xã hội chính trị của các nước vùng hạ lưu sông Cửu Long để nhấn mạnh tới sự sống còn của hàng trăm triệu dân, sống dọc theo con sông này trước những đe dọa trong tương lai về môi trường, môi sinh khi mà Trung Quốc xây các đập nước trên thượng nguồn của con sông. Phải nhận rằng, viết văn mà như thể làm nghiên cứu, đề tài khô khan, đầy tính chuyên môn, kỹ thuật, khung cảnh sự việc, địa danh có thật, nhưng câu chuyện thì như giả tưởng, đầy hư cấu. Đọc thì thấy bỡ ngỡ, bàng hoàng. Lối viết đó, loại đề tài đó dễ mấy ai viết được, vậy mà ông đã để câu chuyện trải dài trên 600 trang mà có thể người đọc vẫn cảm thấy thích thú. Chẳng biết sau này, ông còn đưa chúng ta đi xa đến đâu. Nghệ thuật làm gì có bến bờ.

PHAN NHẬT NAM, *tác giả Dấu Binh Lửa, (11/2006)*

Theo Dòng Cửu Long thêm nỗi nặng lòng
Đọc Cửu Long Cạn Dòng Biển Đông Dậy Sóng

Mekong, con sông dài 4.350 cây số phát sinh từ cao nguyên Tây Tạng, trong rặng Tanggula đại sơn Hy Mã Lạp chảy qua các quốc gia Trung Hoa, Miến Điện, Thái, Lào, Cam Bốt và cuối cùng là Đồng Bằng Sông Cửu Long miền Nam nước Việt. Dân cư nhiều chủng tộc khác nhau thuộc bảy quốc gia - kể cả quốc gia Tây Tạng, sống dọc theo con sông đã xây dựng nên những nền văn hóa, văn minh khác biệt về loại hình, tính chất, cũng như đã gọi con sông với những tính danh riêng biệt. Người Tây Tạng, dân tộc vốn có thần trí cao như vùng núi non hùng vĩ họ sinh sống, đã xây dựng nên nền Thần Học Tây Tạng Giáo với tinh túy cao viễn của Đạo Phật – Đạo giải thoát nâng cao Con Người tiếp giáp, phát triển trực tiếp với, từ Phật Tính, đã gọi sông từ chốn khởi đầu nguồn bí nhiệm: Dza Chu – Nguồn nước từ đá, Nguồn nước Thiêng. Người Trung Hoa với cá tính Hán Tộc mạnh mẽ hỗn hợp tâm chất đạo sĩ, thi sĩ lẫn quan cách, thương nhân đặt tên hiệu hình tượng: Lan Thương Giang – Dòng sông xanh cuộn sóng. Qua khỏi Miến Điện, sông chảy giữa biên giới Thái Lào, kết thành ranh giới thiên nhiên hữu nghị giữa hai nước, hình tượng hóa nên một tinh thần hòa hợp đáng quý trọng giữa hai quốc gia – Để Lào Thái không hề là những "lân bang thù nghịch" dẫu suốt thế kỷ 20, những thế lực ngoại nhập và khu vực đã biến vùng Bán Đảo Đông Dương thành một bãi lửa bất tận điêu linh. Phản ảnh cảnh sắc thiên nhiên, đời sống tôn giáo, chính trị, xã hội của Lào Thái, từ đây dòng sông mang danh tên dịu hiền trầm lắng như tính chất thuận hòa của hai sắc dân hằng thấm nhiễm sâu xa tinh thần trung hậu Phật Pháp Tiểu Thừa: Mae Nam Khong – Sông Mẹ. Trước khi qua biên giới Nam Lào, đổ thành Thác Khone hùng vĩ rồi xuôi chảy chan hòa vào lãnh thổ Cam Bốt với một cái tên khác: Tonle Thom – con Sông Lớn và cuối cùng chảy vào nam Việt Nam bằng hai ngả sông Tiền sông Hậu, bồi đắp cho cả một vùng đồng bằng châu thổ phì nhiêu, rồi chia làm chín nhánh trước khi đổ ra Biển Đông.

Trên suốt dòng chảy, con sông Mekong tự phân phối, điều chỉnh thành muôn ngàn nhánh nhỏ tỏa ra khắp nẻo tây-đông, thấm sâu nên những vùng rừng nhiệt đới sản xuất các loại danh mộc cực quý (cẩm lai, giáng hương, bằng lăng, giá ty, sao, gõ…) khắp vùng Nam Thái; Nam Lào; Đông-Bắc Cam Bốt; và vùng Tây-Nguyên nước Việt. Nhưng phải đợi đến đoạn Kampong Cham – Nam Vang, sông mới hiện thực nên phép mầu, ân huệ vô tận của đất trời hằng ban đến cho người. Từ đoạn Kampong Cham, sông chia lượng nước đầm đìa phù sa tưới khắp vùng đồng bằng mênh mông tạo nên bởi ba vị trí đoạn Kampong Chàm - Svay Rieng - Phnom Penh, phát triển thành vựa lúa phì nhiêu cho dân số Cam Bốt vốn tương đối ít, giúp dân tộc chơn chất này suốt đời không phải lo mưu sinh khó nhọc dẫu cho những ngày sống dưới chế độ thực dân người Pháp (1863-1953).

Nhưng phép mầu của sông thực hiện tại địa vực Nam Vang không chỉ chừng ấy. Tại đây, Nam Vang, vùng Trấn Tây Thành của Đại Việt dưới thời Minh Mạng (1820-1840), sông tự chia nước nên thành ba nhánh lớn: phương tây-bắc chảy ngược vào hồ chứa nước thiên nhiên kỳ diệu Biển Hồ theo dòng Tonle Sap. Hai nhánh còn lại tạo nên dòng Bassac / Sông Hậu và Cửu Long chính thức mang tên Sông Tiền đổ ra Chín Cửa Rồng hùng vĩ ngờm ngợp phù sa sau hơn 4000 cây số chảy dài từ cao nguyên Tây Tạng. Các Vương Quốc Phù Nam, Angkor, Chân Lạp, Chiêm Thành, Lào, Cam Bốt và quê hương Nước Việt Đồng Bằng Sông Cửu Long Miền Nam được xây dựng dọc hạ nguồn con sông, và trải qua hưng phế lịch sử, tàn phá chiến tranh, một số đơn vị đã từng được mệnh danh là "vương quốc hùng cường" vùng Đông-Nam Á nay đã không còn tồn tại... Khác với lời thơ dấu xót xa nhưng vẫn còn nhiều thắm thiết hy vọng của Đỗ Phủ đối với những thăng trầm tất yếu của quê hương qua thời gian, xuyên lịch sử... *Quốc phá sơn hà tại, Thành xuân thảo mộc thâm (Nước mất, sông núi vẫn còn. Vào xuân, trổ thắm cây cành xanh tươi* – PNN dịch). Bởi hôm nay, đầu thiên niên kỷ thứ Ba, nguồn nước hùng vĩ vô vàn... Con sông mẹ hiền hòa thắm thiết kia nay đang có mầm nguy biến trở nên là Con sông cuối cùng!

Tai họa vừa kể ra trên là một hiện tượng đáng sợ đang xảy ra từng ngày dẫu cho đến người vô tâm nhất. Sách Ngô Thế Vinh mở ra cho chúng ta nhận chân mối nguy nan đau thương không cơ hội phục hồi. Khi núi đá tan vỡ và dòng sông khô cạn. Đấy không là nhận định do từ cảm tính để viết nên văn thơ, nhưng là: *"... Nguy cơ là còn thời gian cứu vãn chứ tiêu vong là mất đi vĩnh viễn"* – Ý tưởng đó như ăn sâu trong trí nhớ nhân vật trung tâm câu chuyện kể nhân chuyến thăm Sea World San Diego, khi liên tưởng tới nguy cơ tuyệt chủng của loài cá Pla Beuk trên sông Mekong do suy thoái môi sinh cùng với lượng chất độc ô nhiễm ngấm xuống một dòng sông đang dần cạn.

Tai họa đến từ đâu?

Chúng ta đang ở trong một thời đại mà mỗi biến động ở khu vực này là nguyên nhân tác động, hoặc là hệ quả đến từ, ngay lập tức đối với một khu vực khác. Chiến tranh ở Việt Nam trong những năm 1960-1975 có khởi đầu, bắt nguồn, định hướng từ Hoa Thịnh Đốn, Mạc Tư Khoa, Bắc Kinh... và đẩy đưa sinh viên phản chiến xuống đường ở Ba Lê, Đông Kinh. Với biến cố 9/11/2001, các phi trường toàn đất Mỹ đồng vắng bóng khách sau đó. Chiến tranh Iraq bùng nổ ngày 19/03/2003, không những chỉ tạo nên sự kiện chỉ số Dow Jones bị tụt xuống thấp nhất, giá xăng dầu tăng vọt, nhưng cũng là nguyên nhân gây nên những cuộc ly dị trong những gia đình có quân nhân tham chiến (Times, Jan 10, 2006)

Trở lại với con sông Mekong với những *"quả báo nhãn tiền"* theo như tục ngữ người Việt hằng khẳng định. Chị Nang Ouane sinh và lớn lên ở Vạn Tượng kinh đô Lào, là chuyên viên ngân hàng cao cấp còn ở lại với đất nước sau khi nền quân chủ xứ Lào bị bức tử bởi những người cộng sản Pathet Lào. Sự kiện mỗi buổi sáng Nang Ouane trên đường đến sở làm, trên đường bờ sông Fa Ngum, chị nhận ra quang cảnh khác lạ tiêu điều từ con sông vốn nguyên vẹn mênh mông của thời thơ ấu... Bây giờ mới là giữa tháng Chạp (vừa hết Mùa Mưa, chưa qua Mùa Khô (khoảng tháng 4, 5 dương lịch), vậy mà khúc sông Mekong – đúng ra phải gọi bằng danh xưng êm dịu, Mae Nam Khong, chảy qua Vạn Tượng đã như khô cạn với những ngổn ngang cồn bãi. Từ tả ngạn phía Lào, từ lầu ba khách sạn Lane Xang nhìn xuống chỉ thấy xanh rờn những bãi trồng bắp, trồng chuối lấn tới 1/3 sông trước khi tới được dòng nước như một con sông nhỏ...

Sở dĩ con sông tưởng như luôn trôi chảy biền biệt lượng nước vô hạn kia của Nang Ouane bị biến dạng thảm hại như thế vì từ thời điểm 1993, phía thượng nguồn, trong lãnh thổ Trung Hoa đã hoàn tất con đập Mạn Loan cao 35 tầng là con đập đầu tiên chắn ngang dòng chính sông Mekong có công suất 1500 MW – đây mới chỉ là một trong dự án 14 con đập bậc thềm khổng lồ Vân Nam. Chỉ riêng đập Mạn Loan này thôi cũng đủ cung cấp điện cho toàn vùng Vân Nam, Quế Châu. Cũng vào thời điểm năm 1993 này, bên phía Thái Lan, có một hiện tượng "được coi là bất thường" mực nước sông Mekong đột ngột xuống thấp dẫu chưa vào Mùa Khô ở phía hạ lưu: đây cũng chính là thời gian Trung Quốc đóng cửa đập để giữ nước cho hồ chứa khổng lồ của con đập Mạn Loan.

Tại Kratié khoảng giữa đoạn sông chảy từ biên giới Lào sang Cam Bốt đến vùng Lưỡi Câu, sát ranh giới Cam Bốt Việt Nam, miền Đông Nam Bộ, lưu lượng khổng lồ 51.680 m3/giây cao nhất của mùa mưa, 2.000 m^3/giây trong mùa khô nay xấp xỉ chạm con số 1.748 m^3/giây cũng trong mùa khô! Đó mới chỉ là hậu quả ban đầu từ con đập Mạn Loan thuộc chuỗi 14 đập bậc thềm Vân Nam mà Trung Quốc dự tính hoàn tất trong tương lai.

Nhưng người Lào và cả nhà nước Lào hầu như vô cảm trước hiện tượng một con sông Mekong đang ngày một cạn dòng. Điển hình, anh tài xế Thong Dien – một nhân chứng khác trong sách CLCD, chỉ xuống những bãi trồng bắp, trồng rau dọc theo con đường Fa Ngum trải dài xuống tới mé sông cạn nói lên lời "vô tư": *Chỗ ấy trước kia là sông nước chứ đâu có đất mà trồng trọt và cất nhà lên được như vậy!*

Sông Mekong không chỉ tạo nên "lưu vực trên" trong lãnh thổ Trung Hoa, con sông màu nâu tưởng như muôn thuở kia xuôi chảy về nam còn là "mạch sống" của "lưu vực dưới" với các quốc gia hạ nguồn như Lào, Thái, Cam Bốt và Việt Nam. Nhưng do sự hình thành nhanh chóng cả một hệ thống đập thượng nguồn trong đất Trung Hoa, cộng thêm với những con đập trên các phụ lưu sông Mekong của Thái Lào, rồi phải kể tới kế hoạch chuyển dòng lấy nước từ sông Mekong của Thái Lan – hiển nhiên hai nước hạ nguồn là Cam Bốt và Việt Nam sẽ chịu những hậu quả tai hại nhất về cạn kiệt nguồn nước và hủy hoại về môi sinh.

Lời báo động trước đây của Ủy Ban Sông Mekong trong thập niên 60 rồi đến Ủy Hội Sông Mekong những năm 90 đã biến nên thành những lời kêu cứu khẩn cấp về một thảm họa môi sinh không thể tránh khỏi mà nạn nhân không ai khác hơn là các dân tộc sống dưới hạ nguồn. Đó chính là những người dân Cam Bốt và ngót 20 triệu cư dân Việt Nam nơi Đồng Bằng Sông Cửu Long đang phải sống với vùng đất ngày càng nghèo đi và các nguồn tài nguyên ngày càng cạn kiệt. Các đập thủy điện lớn sẽ phá hủy hệ sinh thái của con sông Mekong, đe dọa sự sống còn của hơn 60 triệu dân trong vùng với hậu quả tệ hại chết người cũng giống như chôn mìn trong các ruộng lúa hay thả thủy lôi trên sông! Lời kêu gọi của Nhóm Bạn Cửu Long sau Hội Nghị *"Chiang*

Rai Mekong Meeting Spells Disaster" (tháng 5/1995) mà qua đó Việt Nam đã thiếu cảnh giác để mất quyền phủ quyết / *veto power* trong Ủy Hội Sông Mekong và để rồi đành chấp nhận thực trạng *"... chúng ta không thể làm gì được với bảy con đập bậc thềm chiếm 20% nguồn nước trên dòng chính Mekong trong lãnh thổ Trung Hoa; chúng ta cũng đã không làm gì được với hơn 30 con đập trên các phụ lưu trong nội địa Thái Lan và Lào."*

Đến đây ắt hẳn sẽ có người đặt nên câu hỏi khắc nghiệt: không lẽ nhà nước của các quốc gia dọc theo dòng nước linh thiêng mầu nhiệm kia - trong đó có cả những "chiến sĩ tiền phong" của lực lượng cách mạng vô sản thế giới; "người tổ chức" phong trào giải phóng dân tộc ba nước Đông Dương; mà lại không hề quan tâm đến sự sống còn của bao nhiêu triệu cư dân cuối nguồn?

Chúng ta có thể tìm ra câu trả lời từ những sự kiện có tính chất phổ quát, điển hình về một thảm họa có thật xảy ra tại Hà Nam năm 1975 với hai đập Bản Kiều và Thạch Mãn Đà, trên sông Hoài một phụ lưu lớn của sông Dương Tử, con sông lớn thứ ba của thế giới, dài nhất châu Á với 6.300 cây số. Đập Bản Kiều do Liên Xô giúp xây dựng là một khối sắt thép ước tính chịu đựng được những cơn lũ ngàn năm nhưng rồi cơn mưa lũ hai ngày đã làm vỡ con đập với năm trăm triệu mét khối nước đổ xuống; rồi khối đập sắt thép thứ hai vỡ tiếp, kéo theo chuỗi đập 62 chiếc lớn, nhỏ làm thiệt hại 230 ngàn người do lũ cuốn trôi, và bệnh dịch sau cơn lụt. Tai họa ước tính lớn hơn cả vụ nổ nhà máy hóa chất Bhopal ở Ấn, và nhà máy điện nguyên tử Chernobyl ở Nga.

Đập Nam Ngum của Lào, đập Pak Mun của Thái tuy không hay chưa gây nên những tai họa thảm khốc tương tự nhưng tạo nên những vùng nước tù đọng, môi sinh bị tàn phá, loại cá "thiêng" Pla Beuk, Irrawaddy Dolphins dần bị hủy diệt. Và cuối cùng, Việt Nam với những hậu quả không thể lường được. Cá không thể xuống hạ lưu; lưu lượng nước sẽ giảm hẳn, nước mặn sẽ từ biển tràn vào, việc lúa gạo sản xuất sẽ bị ảnh hưởng nặng nề... Đó là chưa kể những nhà máy kỹ nghệ (của những nước thượng nguồn) sẽ đổ xuống sông tất cả phế thải độc hại... Và Việt Nam sẽ chịu tất cả ô nhiễm về môi trường... Nhưng những người cầm quyền ở Hà Nội hình như chưa hề có ý niệm đến những điều nguy khốn vừa kể ra...

Khép cuốn sách lại với cảm giác nặng nề từ âm vang của loài chim báo bão vọng dội xuyên suốt qua những trang giấy chân thành, với từng dữ kiện tra cứu, với mỗi thông tin đáng tin cậy... Cảm giác kiệt sức bất lực khi phải chứng kiến, nghe ra cơn hấp hối không thể cứu chữa, không thể hồi phục của Con Sông Mekong, Con Sông Lịch Sử, Con Sông của Thời Gian, cũng là Con Sông Cuối Cùng ấy rồi ra sẽ là Con Sông của Quá Khứ. Vẫn biết sống là tận sống mỗi khắc giây của hiện tại và hướng về phía trước mặt – Hướng của Tương Lai. Nhưng đau thương thay, tương lai dẫu phát triển bao nhiêu cũng không đủ sức đẩy lùi nghèo đói của quá khứ bởi con người – Vẫn là con người của bảy quốc gia sống dọc dòng sông mà kẻ ở thượng nguồn với một khối dân hơn một tỷ người chiếm 1/6 dân cư quả đất chứ không ai khác đã tạo nên những tai họa không lường cho mình lẫn cho người qua những hệ quả của quá trình phát triển không bền vững chỉ xây dựng phồn vinh.

Thảm họa *"Con Rồng Đen"* tháng 3/1992 với chín ngàn tấn mật mía của nhà máy Khon Kaen đổ xuống sông Nam Pong khiến không còn một giống tôm cá nào sống sót... Để cứu nguy, *"chính phủ Thái phải cho xả hàng triệu mét khối nước từ đập Ubol Ratana nhưng chỉ có tác động đẩy chất thải độc hại ấy vào hai sông Chi, sông Mun tiếp tục giết hại hơn 140 giống cá khác trước khi đổ vào sông Mekong rồi xuôi chảy về Đồng Bằng Sông Cửu Long"* Và như một điều tất nhiên... *"Sông Thiêng Mekong kể cả các phụ lưu không chỉ bị chặn nghẽn bởi các đập thủy điện, bị đổi dòng chuyển nước mà tệ hại hơn là đang biến thành những cống rãnh phế thải... Các Khu Rừng Mưa như những tấm bọt biển khổng lồ có chức năng điều hòa những dòng chảy của sông Mekong... Mà theo sự nhận định của Ngân Hàng Thế Giới (5/98) thì tài nguyên rừng sẽ cạn kiệt vào năm 2003..."*

Và cá là nguồn chất đạm chính cho toàn thể cư dân sống hai bên bờ sông càng ngày càng ít đi do kỹ nghệ đánh cá khai thác quá mức mà không cơ quan nhà nước nào kiểm soát được, thêm nước sông càng ngày càng ô nhiễm, dẫn đến hệ quả thảm hại và thảm họa: Chỉ số an toàn hệ sinh thái sông Mekong đang có nguy cơ bị tiêu diệt!

Và bao trùm hết tất cả, với quá trình *Hán Hóa Tây Tạng* đang đến những bước cuối cùng với đường xe lửa chạy từ Bắc Kinh băng qua những đỉnh cao, nóc nhà thế giới đến thủ đô Lhasa, thì sông Mekong đã được coi như là một con sông thuộc nội địa Trung Hoa – Dòng Sông Thiêng của những Dân Tộc Phương Nam sẽ là ống dẫn chuyên chở toàn bộ chất thải kỹ nghệ và tiện dụng gia cư do cả một Phương Bắc tuôn đổ xuống. Thế nên, để tránh sự ràng buộc, Trung Quốc đã không hề tỏ ý muốn hay đúng hơn là chối từ trở thành thành viên của Ủy Hội Sông Mekong. Không những thế, Bắc Kinh còn công khai và rất sớm sủa tỏ ý muốn khống chế toàn thể vùng Biển Đông để độc chiếm cả khối trữ lượng dầu dưới lòng đáy biển.

Trận chiến năm 1974 với Hải quân VNCH là phân khúc dạo đầu của một cuộc xâm lược lớn lâu dài mà hiện nay đang đi vào đoạn kết thúc, trong thập niên đầu của Thế Kỷ 21.

SÁCH DẪN

Đ

E

F

G

H

I

J

K

U

Dr. Ngô Thế Vinh gives the reader a frightening picture of
what dam construction in China is doing, and could do, to
his beloved river."

Aviva Imhof
Campaigns Director,
International Rivers, Berkeley, California

This is an excellent book on the Mekong River, its ecology,
the threat posed by dams and the economic, social, historical
context of its influences on the lives of the people who lived
in the basin of this great river

Dr. Nguyễn Đức Hiệp
Senior scientist Department of Environment
and Climate Change, NSW, Australia

The voice of the Southeast Asian people has been raised. To
this effect, Dr. Ngô Thế Vinh has made no small contribution.

Prof. Lê Xuân Khoa
President emeritus,
Southeast Asia Resource Action Center

We need more people like you working to "Save the Mekong for our future generations" by helping to "Stop destructive developments for the Mekong's sustainability".

Witoon Pempongsacharoen
Publisher Watershed,
People's Forum on Ecology, TERRA

Thank you for your book "Mekong, The Occluding River." We applaud your great work.

Michael Walsh
President Mississippi River Commission

In the last 15 years, Dr. Ngô Thế Vinh has intensely focused his attention on the Lancang-Mekong countries. He seeks to protect the cultural heritage and livelihood of the 65 million people living along the banks of this mighty river as well as the future of their children.

Phạm Phan Long, PE
Chairman, Viet Ecology Foundation

In an apparent attempt to sound the alarm on the dangers facing the Mekong and the East Sea, Ngô Thế Vinh was first among the "Friends of the Mekong Group" to awaken public opinion to this immediate issue which undoubtedly will remain to be so for many decades to come.

Dr. Trần Ngươn Phiêu
author of "Phan Văn Hùm –
A Biography and Accomplishment"

Dr. Ngô Thế Vinh is deeply interested in measures that protect the ecosystem of the Mekong. He never tires of drawing the attention of the Vietnamese as well as international public opinion to this issue. He does not live in Vietnam; nevertheless, his heart and mind are inextricably anchored to the bed of his river

Prof. Võ Tòng Xuân
Rector Emeritus, An Giang University, Vietnam

We are in the year 2010, the Mekong is drying up and its ecosystem gradually degraded. Those geological phenomena are no longer predictions but have become undisputed facts that sadly verify Ngô Thế Vinh's forewarnings. He is an author who lives with his time and yet sees well ahead of it. Ánh Nguyệt, former RFI ReporterI have in front of me a captivating and fascinating book written by Ngô Thế Vinh, not only because it is full of informative news supported by research materials, statistics, real persons and real events but also because it is written by a pen imbued with love of humanity, of life, and of country.

Nguyễn Xuân Hoàng
Author of "The Nonconformist"

Ngô Thế Vinh wrote "The Nine Dragons Drained Dry, East Sea in Turmoil" in the later part of the 20th century and then recently "Mekong – The Occluding River". The writer is left with no other recourse than his prophetic vision.

Phan Nhật Nam
Author of "On The War Trails"

In my eyes, Ngô Thế Vinh is not merely a medical doctor, more than that, he is a "pulse taker of rivers" exploring for ways to mobilize public opinion to rally to the protection of the rivers' natural flow.

Hoàng Khởi Phong
Author of "Men of One Hundred Yesteryears"

When the reactions from the governments downstream turned muted, the voice raised by Ngô Thế Vinh and the "Friends of the Mekong Group" offers the most significant, objective forum [to discuss the issues pertaining to the Mekong] because it is free of any self-serving regional interests.

Phạm Phú Minh
Editor 21st Century Magazine,
author of "Hanoi in my eye"

I find, again, in "Mekong - the Occluding River", a call for a socially and ecologically responsible management of the resources of the life-giving river. Dr. Ngô Thế Vinh is a physician, a writer, and most importantly a humanist.

Prof. Đặng Văn Chất
UCLA and Charles Drew University, Los Angeles, California
Editor, The Vietnamese Mayflowers of 1975

Jacket photograph by Ngo The Vinh
The Dam of Manwan Hydropower Plant
漫湾电厂
Yunnan-China, 2002

MEKONG
THE OCCLUDING RIVER
Ngo The Vinh

Translated from the Vietnamese by
Nguyen Xuan Nhut & Thai Vinh Khiem

Art Cover by Khánh Trường 2010
Lê Giang Trần 2021

Published by Văn Học Press & Việt Ecology Press - 2021
Printed in the United States of America
ISBN: 9781989993514

NGO THE VINH

MEKONG
THE OCCLUDING RIVER

The Tale of a River

VĂN HỌC PRESS & VIỆT ECOLOGY PRESS 2021

MEKONG
THE OCCLUDING RIVER

*To 20 Million People in The Mekong Delta
and The Friends of The Mekong*

AUTHOR & WORKS

The author on a section of the Lancang-Mekong. In the background was the future location of the Jinghong dam (1,350 MW). It would be the third mainstream dam to be built after the Manwan and Dachaoshan.
[photo by Nguyen Van Hung, 09/2002]

*

Ngô Thế Vinh, born in 1941, graduated from Saigon University's Faculty of Medicine in 1968, was a former editor-in-chief of Tình Thương Magazine [1963-1967], a former ARVN Airborne Ranger who served as a Green Beret M.D. during the Vietnam War. A widely renowned writer, winner of the 1971 National Prize for Literature for his novel *The Green Belt*. Ironically he was also penalized for his writing, when he was summoned to the court of law because of the title story of this collection: *The Battle of Saigon*. This short story records the spiritual journey of a soldier who accepts sacrifice and hardship in the struggle for freedom of South Vietnam, a soldier who at the same time longs for a better society in the future.

After 1975, he was imprisoned in different communist re-education camps for three years. In 1983, he arrived in the US, succeeded in becoming an intern, then resident physician in SUNY Downstate New York. Ngô Thế Vinh currently resides in Southern California, is an internist and staff physician at a Long Beach Medical Center.

In Vietnamese:
* *Mây Bão* [Sông Mã, Sài Gòn 1963, Văn Nghệ, California 1993]

* *Bóng Đêm* [Khai Trí, Sài Gòn 1964]

* *Gió Mùa* [Sông Mã, Sài Gòn 1965]

* *Vòng Đai Xanh* [Thái Độ; Sài Gòn 1970; Văn Nghệ, California 1987; Văn Học Press, California 2018]

* *Mặt Trận Ở Sài Gòn* [Văn Nghệ, California 1996]

* *Cửu Long Cạn Dòng Biển Đông Dậy Sóng* [Văn Nghệ, California 2000, tái bản 2001; Nxb Giấy Vụn Việt Nam 2014]

* *Mekong – Dòng Sông Nghẽn Mạch* [Văn Nghệ, California 3/2007, Văn Nghệ Mới 12/2007, Nxb Giấy Vụn, Việt Nam 2012]

* *Audiobook Mekong – Dòng Sông Nghẽn Mạch* [Văn Nghệ Mới, California 2007; Việt Ecology Press & Nhân Ảnh 2017]

* *Chân Dung Văn Học Nghệ Thuật và Văn Hóa,* [Việt Ecology Press 2017]

* *Y Sĩ Tiền Tuyến Nghiêm Sỹ Tuấn, Người Đi Tìm Mùa Xuân,* [Tập San Y Sĩ Việt Nam Canada, Việt Ecology Press 2019]

In English:
- *The Green Belt* [Ivy House 2004]
- *The Battle of Saigon* [Xlibris 2005]
- *Mekong – The Occluding River* [Universe 2010]
- *The Nine Dragons Drained Dry, The East Sea in Turmoil* [Việt Ecology Press & Nxb Giấy Vụn, Vietnam 2016]

In Bilingual Vietnamese English:
- *Mặt Trận Ở Sài Gòn / The Battle of Saigon* [Văn Học Press & Việt Ecology Press 2020]
- *Vòng Đai Xanh / The Green Belt* [Văn Học Press & Việt Ecology Press 2020]
- *Mekong Dòng Sông Nghẽn Mạch / Mekong The Occluding River* [Văn Học Press & Việt Ecology Press 2021]

CONTENTS

PREFACE

"The Nine Dragons Drained Dry, East Sea in Turmoil" or *"Cửu Long Cạn Dòng, Biển Đông Dậy Sóng,"* a non-fiction book, was published in 2000 to be followed one year later by a second edition. The book is now out of print. Between those years, the author made a number of on-the-scene field trips to places ranging from Yunnan, China, in the north, to Laos, Thailand, Cambodia and the Mekong Delta of Vietnam in the south.

From the vivid collection of travel notes and pictures compiled during his travels in the region, the author wrote this book *"Mekong - The Occluding River"* or *"Mekong Dòng Sông Nghẽn Mạch"*.

The book adheres to a geographical rather than chronological order. It begins at the upper reaches of the Mekong River and ends at its southernmost tip. Very early on, the author had intended to journey to Tibet, the birthplace of the Mekong, with other than sightseeing purposes in mind. Since Tibet had been relegated to the status of an autonomous region of China, such a trip became no longer feasible due to objective circumstances as well as political sensitivities.

From the data on hand, the author concluded that the degradation of the Mekong is the direct result of destructive exploitations that brought about a chain reaction of harmful phenomena such as ecological devastation, depletion of natural resources, and environmental pollution. All those disastrous outcomes are taking place sooner and at a more alarming rate than expected. A case in point is the Mekong Delta: a series of gigantic hydroelectric dams built in the Upper Mekong caused this river to become increasingly polluted and drained dry. Furthermore, the ensuing drop in its fresh water level gave rise to the intrusion of salt water from the East Sea. As a result, her fluvial food harvests, plentiful only three decades ago, are now negligible.

Then, just two days prior to the New Year of 2007, an earth-shaking event stunned all the countries of Southeast Asia as well as the environmentalists. On December 29, 2006, the China News Agency announced that the Beijing government had successfully completed via the Mekong two shipments totaling 300 tons of oil from the port of Chiang Rai in northern Thailand to a port city in Yunnan Province.

Bypassing the straits of Malacca, this new route will serve as a strategic waterway to transport crude oil from the Middle East to feed the industrial cities of Southwestern China. Should any of those tankers be involved in an accident resulting in a large oil spill, the ecological effects on the Mekong would be catastrophic. For this reason, the introduction of that new route is viewed as another fatal blow to the survival of the Mekong - the first being a series of gigantic hydroelectric dams known as the Mekong Cascades in the province of Yunnan. These dams are creating havoc in the lives of the sixty million people who reside in the Lower Mekong Basin.

To this day, there exists no feasible solution to save the Mekong as long as the nations that lie along its banks persist in a free for all exploitation of her resources to serve their own short-term interests while at the same time remaining totally oblivious to the nefarious chain reaction impacts, they visit upon their neighbors – not to mention the long run threat they pose to the very existence of the Mekong herself.

The worst offender among them is none other than China. So far, this country situated at the northernmost part of the Mekong is the only one that has built three gigantic hydroelectric dams across the main current of the Mekong. According to plan, eleven more remain to be built to complete the projected number of dams in the Mekong Cascades. The other countries did not behave any better. The Thai government is contemplating the implementation of two ambitious and costly projects that will significantly divert the waters of four tributaries from the Mekong. With its dream of becoming the *"Kuwait of hydro-power of Southeast Asia"* Laos is building "pocket" hydroelectric dams on its many small rivers to produce electricity for export as well as domestic consumption. Vietnam has constructed the Yali hydroelectric dams on the Sesan River. The regrettable thing is that many of the rivers in those countries are tributaries that feed their waters to the Mekong's main current.

To save the Mekong, we call upon all the nations that benefit from the life-giving water of this river to show a common concern for and observe the *"Spirit of the Mekong"* in the implementation of all their exploitation and development projects.

To achieve this end, there must be a concerted and sustained commitment to cooperate from all interested parties.

NGÔ THẾ VINH, M.D.

Mekong Delta, August 2006
California, January 2010

ABBREVIATIONS

ASEAN	Association of Southeast Asian Nations
BOOT	Build, Own, Operate and Transfer
CNOOC	China National Offshore Oil Corporation
DEA	Drug Enforcement Administration
FCCC	Foreign Correspondents Club of Cambodia
FEMA	Federal Emergency Management Agency
GMS	Greater Mekong Subregion
ICF	International Crane Foundation
IMC	Interim Mekong Committe
INBO	International Network of Basin Organizations
IRN	International Rivers Network
IRRI	International Rice Research Institute
IUCN	International Union for Conservation of Nature
JICA	Japan International Cooperation Agency
MEREM	Mekong Resources Economic Management
MRC	Mekong River Commission
ODA	Official Development Assistance
UNDP	United Nations Development Programme
UNEP	United Nations Environment Programme
UNESCO	U.N. Educational, Scientific & Cultural Organization
USAID	U.S. Agency for International Development
WCD	World Commission on Dams
WHO	World Health Organization
WTO	World Trade Organization
WWF	World Wildlife Fund

A REPORT FROM YUNNAN
ENCOUNTER WITH THE MANWAN DAM

"Every body lives downstream"
(World Water Day 03-22-1999)

Nowadays, taking a trip to China is no longer the hurdle it once was. It gets even better if you are part of a guided tour with a predetermined itinerary. To enter China for personal reasons, however, is another story. The recently introduced *"Renovation"* policy did not negate the fact that the country still remains basically a totalitarian and police state highly suspicious of newspersons, writers or any professions dealing with public communication including missionary work.

Therefore, even though the purpose of my field trip is to study the Upper Mekong and the dams of Yunnan, the best course of action for me is to declare tourism as the purpose of my travel and the profession definitely not newsman. In addition, I am also fully aware that if one has to write down the details of one's journey, it is preferable to leave out the sensitive name of "Tibet" altogether.

Once a tourist arrives in China, the first obstacle he or she encounters is the language barrier. Four months prior to departure my friend, Dr. Trần Huy Bích, introduced me to Mr. Trương Khánh Tạo who lived in the state of Oklahoma. Mr. Tạo in turn put in a good word for me with his close comrade-in-arms from the revolutionary years, Mr. Hoàng Cương, who has been stranded in Kunming since 1946. Having lived in China for more than half a century, he speaks Chinese fluently and expressed his willingness to help me upon my arrival in September. However, as my departure time drew near, I learned that due to personal reasons Mr. Cương had to leave for Vietnam and would not be able to meet me in Yunnan as planned. Since the idea of changing my work schedule at the hospital looked rather daunting to me, I decided to go ahead with the trip while at the same time trying to reassure myself with the thought that once over there I could always "play it by ear". With the same happy go lucky frame of mind I also proceeded with my journey to Laos and Cambodia as intended.

Before leaving, I was deeply moved by the news that Mr. Trương Khánh Tạo had passed away. On a personal note, I would like to dedicate this writing about my sojourn i n Yunnan to Mr. Tạo and his family in his memory.

KUNMING TODAY

After an uneventful flight, the China Southern Airline departing from Los Angeles landed in Guangzhou, one of the large and modern cities in Southern China. From there, I boarded another plane, destination Kunming, the capital of

Yunnan Province. China is a gigantic land in many senses. Yunnan, one of the provinces of China, covers an area of 394,000 km² (larger than Vietnam's 340,000 km²) and has 35 million inhabitants (approximately less than half of Vietnam's population).

A bird view of Kunming from the airplane window showedthat it resembled any big city in the West. Nowhere could be found the image of a Kunming depicted as *"a remote, sleepy Oriental town"* by the legendary American Air Force general Claire Chennault of the *"Flying Tigers"* who was stationed there during the Second World War.

You must be a former resident of Kunming to appreciate upon your return how extensive and complete a transformation the city has gone through:

"Kunming, our home, fifty years ago and now are two totally different cities. Gone are the old houses and narrow streets. In their place now stand huge buildings and wide boulevards with separate lanes for pedestrians and bicyclists. Large overpasses arch over the streets. Underneath are tunnels for pedestrians to cross the streets and shop at the stores along their walls.

"It could be said that the Kunming of half a century ago was razed to the ground to make room for a western style city. On my first day back, unable to reestablish contact with an old friend, I was at a loss trying to recognize the familiar places of the past. The climate in Kunming is moderate - neither too hot nor too cold all year round. The words Tam once uttered still resound in my ears: 'If I can choose a place to live when I retire it'd be Kunming not Đà Lạt.'"

That's how Mr. Trương Khánh Tạo felt on his return to Kunming.

To help the reader better understand the gist of the above quotation, a short elaboration here seems in order: Tam, whose full name is Nguyễn Tường Tam was born in Hải Dương, North Vietnam (1905-1963). He is also known by his pen name Nhất Linh. In his early years, he worked as the editor of the newspapers *Phong Hóa* and *Ngày Nay*. By founding the *Tự Lực Văn Đoàn* or Self-Reliance Literary Movement, he left an indelible mark in the cultural life of Vietnam. His three brothers Nguyễn Tường Long / pen name: Hoàng Đạo, Nguyễn Tường Lân / pen name: Thạch Lam and Nguyễn Tường Bách / pen name: Viễn Sơn were also gifted writers. This Movement played a major role in the popularization of the Quốc Ngữ, the present day romanized alphabet of Vietnam. In addition to his literary works, Tam also was actively involved in politics. In 1963 he committed suicide in protest against the government of South Vietnam.

The city of Đà Lạt Tam referred to is the capital of Lâm Đồng Province, the home of 32 ethnic minorities in Vietnam. Located at 1,500 meters above sea level on the Lang Biang Plateau of Central Vietnam, it is blessed with a temperate climate. Its beautiful landscape is generously endowed with lakes, waterfalls and lush vegetation. Originally built for the French, its Swiss charm and abundance of flowers, especially roses and orchids, only add to its reputation as a favorite vacation place for many.

Wu, a 28 years old robust young man, was the first Yunnanese I came in contact with. A driver by profession, he earned his living by picking up travelers at the airport. Speaking fluent English, he gave the impression of being a knowledgeable person. He took us to the Kunming Holiday Inn, a 4 star - 242 room hotel, built according to

American standards. At this hotel I expected to be spared an immediate confrontation with the language barrier and also find a driver working for a travel agency who can speak some English.

On the way from the airport Wu confided in us that the rapid transformation of Kunming only occurred during the last decade. *"Since the day of the abundant supply of electricity from the Manwan Dam."*

"At an altitude of 2,000 meters above sea level, instead of an old, dusty, and garbage strewn Kunming you have right before your eyes a different city" He added.

Driving inside the city on the way to the hotel, if you disregard the army of bicyclists, you would feel like being in any modern American city. The streets were wide and beautifully decorated with colorful wreaths of flowers. The cleanliness of the streets was utterly amazing.

With a touch of pride in his voice Wu explained: *"The people of Kunming realize that this is their city. They love it and want to keep it clean and beautiful."*

The challenge of clothing and feeding 1.2 billion souls seemed to me a thing of the past. That was the impression I had during my stay in Kunming. Not a single beggar in sight. Here and there in the streets, healthy looking sanitation workers wearing work uniforms still swept with brooms and picked up every strand of trash with pincers the traditional way. In the following days, I witnessed the same scene of sanitation workers sweeping the highways very far away from the cities and keeping them shining clean.

After a few exchanges with Wu on the way, I came to the very quick decision to use him and his Mitsubishi for the length of my stay in Kunming.

In the afternoon of the first day, Wu took us sightseeing the provincial capital, including the rare street corners of Old Kunming which have survived with their ancient houses topped by curved roofs covered with moss – the unmistakable signs of the passing of time. Purportedly those houses were kept standing there as a living contrast between tradition and modernization.

A visit to the Yunnan University revealed to me that it had not changed much from the picture Hứa Bảo Liên painted in her family autobiography *"Nguyễn Tường Bách and I"*: *"This is the largest university in the province. It occupies an entire big hill covered by tall, colossal pine trees. Squirrels jump from one tree branch to another at the speed of flying arrows. To reach the campus one has to climb 99 stone steps. On the school premise are erected graceful and sturdy structures with walls built uniquely with red bricks."*

On the day I came, the fast-footed squirrels were still around. They appeared utterly impervious to the turbulent years of the revolution in Vietnam over half a century ago or to the perilous days its famous children with names like Nhất Linh Nguyễn Tường Tam, Hoàng Đạo Nguyễn Tường Long, Viễn Sơn Nguyễn Tường Bách had to endure.

Alas! The integrity of the buildings on the Yunnan University campus itself was under siege. Before our very own eyes ancient houses hundreds of years old were being demolished brick by brick to make room for modern buildings.

The time I planned for the trip was limited yet my objective was crystal clear: to go to the head source of the Lancang Jiang, the Chinese name for the Upper Mekong. I probed and probed to find out whether Wu or his connections could be of any help for me to achieve that goal.

Through our conversations I learned that Wu, a Han, graduated from a four-year college. He is married and the couple has a young child. A former mathematics teacher, he earned a modest salary. When the Chinese government introduced its *"Open Door Policy"* Wu quit his job to work as a taxi driver. Thanks to his command of English, he also acted as a tour guide and his income grew six folds to about US$ 600 a month. It allowed him to buy a house on installments and go from renter to owner. He expected to pay his house off twenty years down the road.

Self-confident, Wu expressed his views forcefully on the politics and social issues of China. To name a few: Taiwan categorically is a province of China. That's it. No further discussions needed. Mao Tse Tung still deserves respect. The Chinese people owe a debt of gratitude to Dang Xiao Ping because he engineered an era of development and prosperity for the country. What about Jiang Zemin? Just so so. He's too soft especially toward the Americans. It made the Chinese people angry. For example: He let an American plane land on the Hainan Island instead of ordering it shot down. On the other hand, it gave China the opportunity to learn more about the aerial intelligence gathering technology of the Americans. The Hainan Island incident Wu mentioned took place on April 1, 2001, over the East Sea resulting in an international crisis between the US and China. A U.S. Navy EP-3 signal reconnaissance aircraft collided with a People's Liberation Army Navy J-8 jet fighter causing the death of the Chinese pilot while the EP-3 was forced to make an emergency landing on Hainan. The American crew of 24 was detained, interrogated and released 10 days later after the US issued a *"letter of the two 'sorry'"* to the Chinese government. The plane was then disassembled and returned three months later.

My naiveté did not go so far as to believe that taxi drivers and tour guides had no connections with the secret service. Consequently, I only asked harmless questions while trying my best to stay clear from all serious discussions.

That night, Wu took us to a restaurant famous for a simple dish called *"Across-the-bridge noodles"*. We were served a bowl of steaming hot broth covered with a thick layer of fat. All that we needed to do was to dump in some noodles, thin slices of meat, a teaspoon of red pepper and we were set. It's like a hot pot dish minus the pot. The meal was hot in its fullest sense!

The waitresses were Han. However, they were all dressed in the bright and colorful costumes of the Yi tribe. Visitors to Yunnan who made their acquaintance with this dish were unfailingly told the romantic anecdote behind its origin.

During the Qing Dynasty, a poor student was determined to pass the mandarin examination at the capital. To that end, he left his family and moved to a small island in the middle of a lake to devote himself to his studies. Every day his young wife had to cross a long bamboo bridge to bring him his meals. By the time she arrived the food had inevitably turned cold. One day, she inadvertently found out that if she covered the soup with a thick layer of fat, it would stay hot until the time she saw her husband.

Although the dish was claimed to be *"super delicious"*, we found it impossible to follow Wu's example and gulp down a jumbo size bowl of animal fat to bring the dinner to a grand finale. Greasy, steaming hot, spicy hot are the defining characteristics of the dishes from Yunnan.

On our first night in Yunnan, from the Holiday Inn hotel, we could see the city of Kunming sparkling below us. Naturally it was lit by the power from the Manwan Hydroelectric Dam, the first in a series of 14 to be built in steps along the Upper Mekong. Present day Kunming stood as a symbol of the development in Yunnan. What price the people in the Mekong Delta and the nations lying downstream must pay for it still remains an unanswered question.

SHILIN STONE FOREST

Driving along the 126 kilometers of Expressway 320 in the southeastern direction we could see endless verdant orchards and occasional small brooks and streams. Along the roadsides, all kinds of fruits freshly cut with leaves and branches still connected to the stems were on display for sale to the tourists. To name a few: mangosteens, pears, peaches, persimmons... Yunnan is reputed for its fruits. Peaches from Yunnan are sought after for their aroma and sweetness. I had never before set my eyes till now on such beautiful and big pears (bowl size) with skins so smooth and green. They would make exceptional gifts from Yunnan. Sadly, they were banned from import into the United States. Wu mentioned that the soil of the Yunnan plateau is suitable for growing fruits but not grains. Consequently, good rice had to be imported from Thailand.

The railroad connecting Kunming to Hanoi-Haiphong built during the French time (1904-1910) has been replaced by a modern one.

The expressway was constantly crowded in both directions with big trucks named Dong Feng or East Wind that were manufactured in China. From the capital city of Kunming going east you would be heading toward Shanghai.

A system of eight lane freeways was being constructed to meet the transportation needs of the economic expansion in Kunming. At intervals along the route, you could stop for gas at stations owned by Petro China boasting 20 to 30 pumps each. *Who can tell how many oil barrels supplied to those stations came from the archipelago of Paracels and Spratlys? Who can tell with certainty whether China has actually exploited the oil in that archipelago?* Two giant companies named China Telecom and China Mobile vied with each other to supply the much-in-demand cellular phones for the 1.2 billion strong Chinese market.

We can safely assert that the Stone Forest, Himalayan chains and the high plateau of Tibet share a common birthday. Of the three, Tibet represents a case of special interest to us. It is the cradle of all the major rivers that serve as the lifeline of Asia – Among them the Mekong. In other words, those three regions have the same geological history. Approximately 300 million years ago, two pre-continental landmasses collided creating a tremendous pressure that pushed northward and formed the spectacular topography now known as the Himalayan chains and Central Asia. The Stone Forest covers an area of 80 hectares and is claimed to be a natural wonder of Yunnan. It was originally a seabed that was lifted up. Since then, the seawater had completely receded leaving behind limestone mountain ranges. With the passing of time, water and wind erosion sculptured them into peculiar and bizarre looking peaks or crisscrossing crevasses. As a result, instead of a forest of green trees we have a dense forest of "stone trees" in all shapes and form giving free rein to the imagination of the Yunnanese who came up with creative and romantic names for them: *pool of swords, small elephant, immortal mushroom...*

Yunnan, the land of anecdotes – When visiting the Stone Forest, one could not fail to hear the story of a handsome man named Ahei who ventured into the Stone Forest to rescue the beautiful Ashima being held captive there. Alas! A wicked sorcerer conjured up a torrential rain to sweep Ahei out of the cave. Thus, Ashima and Ahei became separated forever. Nevertheless, her soul always returned to the Stone Forest in the form of echoes that resounded throughout the place. Should one enter the Stone Forest alone, one would be lost in this labyrinth with little hope of finding the way out.

During this season of the year, the majority of the visitors were Chinese. With a more affluent life style came the need to travel and visit an immense land of countless beautiful landscapes without having to apply for visas as it would be the case if one visited a foreign country. Groups of twenty each thronged behind young female tour guides holding flags in different colors for easy recognition. Our group only consisted of three. Wu was so familiar with the roads and ways of the Stone Forest that he could read it like an open book.

The area around the Stone Forest was teeming with Han coeds wearing heavy make-ups and the vibrantly dyed costumes of the Yi minority. They were ever ready to pose or serve as guides for the tourists.

A high level of commercialization could easily be observed at all tourism sites from the ancient temples of Angkor at Siem Reap to the Shilin Stone Forest in Yunnan. Every night a high-tech *"sound and light"* show was performed by the Lotus pond outside the Stone Forest. It was done in a grand scale using laser lights to relate the tale of Ashima. Though we were told it was a highly popular attraction, we did not have the time to spare for the show that night.

On the way back to Kunming the same day, I teased Wu with the remark that, being a guide, how could he forget to bring along a red flag. I also did not forget to ask if he knew the song *"The East is Red"?* Without waiting to be coaxed, Wu started to sing in a very spirited and warm voice. The image of the Red Guards came back to life in our mind even though Wu was not born at that time yet.

After a trial period of two days, Wu proved to be a resourceful and equally reliable individual. I inquired once more with him about the Manwan Dam, the supply source of electricity for the provincial city of Kunming. The only information Wu could come up with was that it is located about 500 kilometers south of Kunming midway to Jinghong. The road leading to the place was mountainous with several sections in disrepair but still drivable if there was no rain or storm.

Considering that his Mitsubishi had only four cylinders and more than 100,000 miles on the odometer, I urged Wu to rent for us a Jeep-like vehicle suitable for mountainous terrains. In a voice full of confidence, he replied that though his car was old it ran better than the new ones and could easily negotiate the round-trip to Manwan so long as we had enough gas and oil.

That was enough to convince me to embark on the trip to Manwan the very next morning.

THE FIRST DAM – THE HISTORIC DAM

Manwan (Sino-Vietnamese name: Mạn Loan), the first hydroelectric dam in Yunnan, was located right at the midpoint of the Langcang Jiang. It had an output of

1,500 Megawatt and was the first hydroelectric dam being operated as a joint venture between the central and local governments. Its construction costs exceeded US$ 1 billion or 3.8 billion yuans.

It must be said that the Manwan Dam played a crucial role in the electrification, industrialization and urbanization of the entire Southwest of China. Thanks to it, this region could catch up with or even rival the prosperous cities in the East and Northeast.

Even though the plan to build the dam dated back to the 1970's, a lack of funds forced the official ground breaking ceremony to be delayed until May of 1986. The water diversion efforts were completed in October of the following year. The dam reaches 99 meters in height and sits astride the river between two mountain ranges running parallel to its banks. As for the sidewalls they are 35 stories high. The first unit went into operation on June 30, 1993, and two years later, on June 28, 1995, the remaining five units followed suit as called for in the first phase of the project.

At this point, it would be advisable to recall a noteworthy event that was reported in the middle of 1993 and had since become the subject of much discussion. At the time, a sudden drop in the water level was registered downstream of the Mekong. It did not happen during the dry season either. Only then did the people find out that the building of the Manwan Dam had come to an end and the process of diverting the waters of the Mekong into its reservoirs had begun. The Chinese government did not find it necessary to advise the countries lying south of its border of its actions. The Manwan Dam alone requires the retention of up to 20% of the water flow in the main current of the Mekong that meanders through Yunnan.

In the aftermath of that event, people began to voice their concern about the impacts caused by the dams of the Mekong Cascades in Yunnan. A total lack of information on the part of the Chinese government only served to feed on those concerns.

The design and construction of the first dam at Manwan was acclaimed to be *"a historic achievement"* by the Yunnan Provincial Electric Power Bureau. It introduced this institution to the Mekong's enormous potentials for hydroelectricity generation and the exceptional suitability for the building of other mammoth, high yield hydroelectric generators with extra-high voltage distribution grids.

The construction of additional hydroelectric dams in the Mekong Cascades would give further impetus to the social and economic development of not only Yunnan Province but also facilitate the implementation of the strategy of *"transferring and distributing electricity from Yunnan to the other provinces in China"*.

As soon as the Manwan Project came to fruition, the top management of the installation set this guideline for the entire workforce at the dam: *"work hard, make concerted efforts, be strict, meticulous and realistic, and strive for a first-class enterprise. It has overcome various difficulties, difficult circumstances, more equipment defects, less experience and other difficulties so as to realize the three historic leaps, thus scoring great successes in building an enterprise that is advanced both materially and culturally and ideologically."* [sic]. [Source: From a pamphlet issued by Manwan Hydropower Plant of Yunnan Province (Manwan Town, Yunxian County, Yunnan Province)].

In December of 1996, the Party Committee and government of Yunnan awarded the title *"Civilized Unit at*

Provincial Level" to the Manwan Dam. At the same time the dam was also named *"Vanguard Unit"* by the Yunnan Provincial Electric Power Bureau for five straight years. In April of 1998, the State Power Corporation of China designated it as *"One of the National 400 Best Advanced Units in afforestation"*. Then in March of 1999, the same State Power Corporation went a step further and recognized Manwan as a *"Creating First Class Enterprise"*. This was a rare honor considering that for several consecutive years, as a major hydroelectric installation, Manwan has satisfactorily met all operation standards while operating solely with domestically made equipment.

Faced with the new opportunities and challenges of the 21st century, the Manwan Hydropower Plant will strive to attain the international standards for modernization and automation prevalent at the other hydroelectric units in the world in order to meet the demand for energy of the future.

Our third day in Yunnan was truly a memorable one! In the early morning we departed from Kunming by car for a 500 km ride to visit a desolate area in the South that even our driver cum tour guide confessed he never set foot in before.

Bidding goodbye to Kunming we headed west on the new expressway connecting Kunming to the ancient citadel of Dali. This expressway was a gift from the central government to the people of Yunnan on the occasion of the Kunming's 1999 World Horticultural Exposition. It was quite modern, complete with signs in English and a tunnel built under the mountains measuring almost 4 kilometers long. It could compare favorably with any of its American counterparts. Using this expressway, one could reduce the driving time between Kunming and Dali from 12 to 4 or 5 hours. Along this scenic route, we drove pass mountains and valleys covered with verdant foliage and flanked by villages with houses boasting thick red brick walls and gray curved roofs or the occasional elevated dome of a Muslim mosque. The provinces of Yunnan and Xinjiang are traditionally populated by a large number of Muslims called Hui by the Han Chinese.

Those descendants of the invading Mongols in the 13th century are at the root of frequent uprisings and thus viewed as a threat to the national security of China. According to Wu, the Hui are gifted tradesmen. Benefiting from their tax-exempt status, they enjoyed a rather comfortable standard of living.

Good road called for fast driving. Therefore, it was no surprise that less than half way into our trip we witnessed at least three car accidents including a fatal one. It involved a large East Wind truck leaving blood splattered marks and a multitude of shattered glass on the road.

The drivers of those trucks were usually very young - in their early twenties. They passed each other at breakneck speed, heedless of the traffic tickets or even the suspensions of driver licenses that might be waiting for them at the police roadblocks further down the road.

After having traveled more than 150 kilometers of the 500 kilometers long trip on the 320 expressway in the direction of Dali, our driver turned into national route 214 heading south toward the Manwan Dam. At that point, I was able to figure out the codes used to name the highways in Yunnan. The number "3" of expressway 320 indicated an East West axis while the number "2" of national route 214 referred to a North South one. The same applied to the letters on the license plates: the letter "A" showed that the car was from Kunming, "L" Dali, "K" Jinghong, and "J" Simao.

In the opposite direction, a bus covered with red dust bearing the "K" license plate of Jinghong was taking an overload of passengers to Dali. If everything went well it would be another day and night before they reached their destination.

On the ride to the south, we had to stop at every three-way intersection to ask for directions. Some of the local people had never heard of the name *"Manwan"*. Those who did might not know about its location. Wu spoke the local dialect well. Besides, he was patient, so eventually we were able to find our way. The car passed by villages and paddies covered with golden ripe rice stalks. Nowadays, each family could own a private lot of land. Depending on how hard they sweated they could afford a new house, a refrigerator, a TV set and so on.

Here school children were dressed in comfortable clothes while their counterparts in the Mekong Delta were going barefoot. Looking at a boy or a girl, one cannot help but wonder whether he or she is the *"only child of the family"* as called for by the official family planning policy. For ages, the Chinese prefer to have many children. Aware of Wu's family situation I asked him what would happen if his wife decided to have a second child. *"That's unthinkable! And if you do, you'll have to pay a very dear price for it!"* Wu replied. In a society of 1.2 billion souls, the enforcement of the population control policy of one child per family for the sake of economic development is not an easy task unless you are dealing with a totalitarian state. You could still see now and then children wearing red scarves around their necks albeit carrying *"Mickey Mouse"* backpacks on their shoulders. Wu explained that those were students who had outstanding grades or politically correct background. *"What we are witnessing now in Vietnam is probably only a second-rate copy of the Chinese original except that it's twenty years behind".* One could not fail to recall the statement made by Mr. Lê Khả Phiêu, the Secretary General of the Vietnamese Communist Party: *"If China succeeds in its reforms, we'll succeed, if China fails, we fail"* (FEER 06/22/2000). [sic] This amazing statement made quite a few Vietnamese frown in disbelief and shame.

As midday drew to a close, we had covered more than half of the way. So far, we had enjoyed a relatively smooth ride. Now came the fun part. It's time for the car to climb the pass. A narrow one-lane road stretched out to the far horizon ahead of us. It was all going up the hill and down the ravine over and over again like riding in a roller coaster. The traffic was not heavy but it moved in both directions. This road was narrow and tortuous similar to the one between Vang Vieng and Luang Prabang in Laos.

Though the road was narrow, the daredevil drivers invariably drove in the middle of the way as if they owned it mindless of the oncoming traffic. Whenever two cars faced each other, it was then only a question of near misses. The faint of heart who can't resist looking down the ravine, would soon find it hard to stomach the seemingly unending trip.

Wu had a good grip on the wheel. Each time a risky situation arose he would murmur: *"Safety first"* as if to reassure himself and his passengers. Although confident in Wu's driving skill I was still reminded that safety is a two-way proposition. It involved both our car and the others. Could it be that after having survived the many years of fighting during the Vietnam War I would end up lifeless in a ravine due to an East Wind. I am referring here to the heavy-duty Dong Feng trucks that plied the roads and ways of Yunnan.

Dark clouds covered the sky. It was raining hard ahead of us. Our vehicle had to slow down to a crawl at a section of the road strewn with loose rocks. That was when we really felt for Wu's car. It was built for city driving not mountain climbing where its tires had to go over rocks with sharp edges or deep potholes, running the risk of hitting the road with its undercarriage. Probably Wu himself did not expect to drive on roads in such bad condition. He boasted of having been in worse situations and of taking French or German tourists in the same car on ten-day journeys from Kunming to Lhasa, the capital of Tibet. Young, self-confident, optimistic – *could he represent, before our eyes, the living symbol of the future of China?*

What's more, the fuel tank was running almost empty with the gas needle nearing the "E" mark. Wu brushed all our warnings aside with the assertion that we still had enough gas to go a long way yet. At the altitude of 2,500 meters the tiny car still managed to wind its way up the slope. *"We are not driving on flat land. Climbing up the car would consume more gas"* I warned Wu. Not trying to appear obstinate Wu took a rosy approach to the situation with this explanation: *"But on the way down it would consume less"*. An understandable way of reasoning for a former teacher of mathematics which is a science based on pure logic and not always relevant to real life. However, it was Wu who was proven right at the end. The car did make it haltingly to a small gas station where we were charged a hefty sum of money for the reassurance of having a full tank to drive on.

Like a *"no man's land"*, the thick and luxuriant green color of the rainforest covering the mountain slopes loomed large before us. It then became apparent to us why only a few people knew the location of the Manwan Dam. The high voltage cables dangling from gigantic electric poles signaled to us that we were approaching the dam. A glance at the odometer gave us a rough estimate we were 40 to 50 kilometers from our destination and could expect some rough ride ahead.

We drove by a small waterfall rushing down from a high mountain slope. Tiny white-water mist sprinkled the road just enough to render it wet. From our vantage point looking down at the valley below we could see cradled between the long arms of two mountain ranges the huge reservoir lake of the Manwan Dam sparkling under the bright sunlight. We were still too far away to make out the contours of the dam.

We passed a mountain village then started to coast down a narrow road leading into a valley. Once more Wu had to stop for directions and was told we were heading the right way. Though hidden by the bushes, the sound of running water betrayed the existence of a nearby river. Finally, the river made its appearance. Looking upstream we could recognize the silhouette of the dam.

One last bridge to cross before we could reach the left bank and actually enter the construction site of the Manwan Hydroelectric dam. A boundary marker at the head of the bridge greeted us with the inscription: "YUNXIAN – MANWANZHEN" (Yunxian District – Manwan City).

Small houses, a few grocery shops and restaurants bordered the road. A guard station stood at the gate. On its wall hung an imposing plate engraved with two glistening lines of scripts in Chinese and English: "YUNNAN MANWAN POWER GENERATING Co. Ltd". Once inside, we were greeted by the nearest large and multi-storied public office building. Further back, we could distinguish the structure of a mess hall and the workers' residential quarters that consisted of three to four story buildings going up the hillsides. There was also a guesthouse used as a hotel for the visitors. Wu's resourcefulness made us feel at home in this strange place. He did not encounter any problems booking for us two rooms on the fourth floor of the hotel. The back window of our room offered a panoramic view of a stretch of the Mekong.

At that time, we did not have any idea how long we were going to stay there. Even though our bodies felt sore after the long trip, I still asked Wu to take us on a tour of the place. In the warm colors of the sunset, the light was hardly ideal for photographic endeavors. However, this was the only occasion for me to take pictures of the dam. Before my departure from the United States, I could not imagine the day I would set foot in this place! We drove along the right bank. It must be around 4 or 5 o'clock in the afternoon. The area was rather deserted probably because the workers were still in the middle of a break. I did not want to miss this opportunity and it took me no time to use up two rolls of film to photograph the landmarks of Manwan.

Standing on a high bank with the water flowing below I tried my best to come as close as possible to the foot of the dam. My friend and fellow traveler always acted as a *"safety brake"* for me. He did not want me to linger even a minute longer at a location which was definitely not designated as a *"tourism spot"* to take so many pictures.

I fully understood that regardless of its *"open door"* policy China still remained at the core a *"totalitarian"* state. Limitations on matters of information and communication including picture taking made up the staple features of the official policy. Nevertheless, its enforcement varied with the time, place and officials involved - Not to mention the luck of the newsperson himself.

Officially, no pictures were allowed of military installations, harbors, airports, rail stations and also bridges at strategic locations. The Manwan Hydroelectric Dam that supplied electricity to the entire Yunnan Province and was defended by the armed forces undoubtedly must fall within the classification of strategic military installations.

This fact did not escape me. Nevertheless, those hydroelectric dams and bridges over the Mekong constituted the very focus of my trip. Consequently, I traveled light to save room for two cameras and a good supply of high-speed rolls of film. Moreover, I did not forget to pack in my luggage a good dose of optimism mixed with some mental preparations to ready myself for the worst. I might return empty handed or even worse like falling victim to fabricated accusations and finding myself implicated in precarious situations. Once I finished taking those two rolls of film, I felt I had done enough for my first hours with the Manwan Dam.

SUNSET ON THE MEKONG

Back at the hotel we were shown the way to the employee mess hall for dinner. This communal eating facility was clean and roomy. Engineers and workers of all kinds looked young. They all rubbed shoulders at the tables. It was from the differences in their facial features that helped us guess the types of work they do. A man entered the mess hall holding a big white enameled bowl in his hand. The eyeglasses he wore added an air of intelligence to his young face.

The metallic enameled bowl used to contain the meal gave me a flashback to the more than three long years I endured in the reeducation camps – or more precisely concentration camps – in my homeland. Overwhelmed by the memory, I asked Wu to take us to any small restaurant downtown. We ended up at a place with no business sign and furnished with a few tables and chairs.

Unexpectedly, a pleasant surprise awaited us there: from the rear of the restaurant, we could look down on the sandy bank and water of the Mekong. The river still flowed but with a whimper. It had run out of breath after being held stagnant in the reservoir before being run through the giant 675-ton turbines of the Manwan Dam. Exhausted the current could no longer whip up the roaring waves of the good old days.

On the other bank we could see mountains covered by the dense green foliage of the jungle. The sun had set behind the mountaintop.

Another sunset on the Mekong! That day we tasted for the first time the local dishes of the Yunnan high plateau: sautéed mushrooms, grilled bamboo shoots, fried bee nests and naturally one could not forget fresh fish caught from the Mekong.

FROM MANWAN
TO THE PARTY COMMITTEE OF KUNMING

Things appeared calm on the surface but I did not feel at ease staying any longer in the Manwan area. I decided to leave early the following morning. In his over zealousness Wu came up with the idea of booking us on a visit inside the generators' room because he had heard that there were guided tours of that nature.

We took our breakfast at a small place located in front of the installation. The Arabic handwriting on the business sign was a telltale indication that the owner was a Hui, a Muslim.

After breakfast, Wu led us to the Administrative Office of Manwan. When the head of the office learned that we were foreigners, she asked us to wait for her to report to her superiors. About ten minutes later, a lady in a short blouse with austere demeanors that I took to be from the Organization Office, a seemingly benign name for the Security Office, made her appearance. She engaged in a lengthy discussion with Wu and informed him that the tours he had in mind were reserved for the local people. Since this was the first time that foreign nationals were involved, she would need to obtain the final approval from the Party Committee. Truly Wu had placed me in an intractable situation since it was quite unwise for us to get ourselves enmeshed with such burdensome bureaucracy. The moment the lady stepped out of the room I sounded withdrawn and told Wu that we should drop the idea of the tour because I did not think we had enough time. However, both of us were kept willy-nilly waiting there. We found ourselves between a rock and a hard place. I tried to keep a straight face but deep down I felt like having an army of ants crawling in my stomach. All the while I had to prepare myself for the eventuality, I might have to fend off endless questions that might come my way.

Time seemed to drag on at an excruciatingly slow pace. Finally, the lady from the Organization Office returned. This time she was very courteous and talked to me directly using Wu as interpreter. I was advised that the Manwan Committee did not turn down my request but if I had a valid reason for the visit, I should address it to the Party Committee of Kunming Electric Power Section. Strange as it might seem, the rejection brought great relief to my soul. Thanks to that red tape, that cumbersome bureaucracy, I was free to leave Manwan with no further ado. In my mind I did not entertain the slightest intention of returning to Manwan any day soon to seek an official authorization from the Kunming Party Committee.

WITH THE CORMORANTS ON THE ERHAI LAKE

We left Manwan by car and arrived at the ancient citadel of Dali in the late afternoon. Dali was often referred to as the small Kathmandu of Yunnan. It is a land of many beautiful landscapes and historical sites where more than one million Bai, the heirs to a culture reaching back over three thousand years, lived. In the 7th century the state of Nanzhao rose to preeminence and grew powerful enough to defeat the T'ang Dynasty troops in the following century. Going into the tenth century Nanzhao became known as the kingdom of Dali and was made an integral part of China along with the entire region of Yunnan during the Mongol Yuan rule four centuries later.

Still standing there to be admired were ancient buildings like the 9th century Three Pagodas (Dali Santa) and the old stone houses bordering the tortuous cobblestone roads. Actually, the real ancient Dali Citadel only existed in name. Its original formidable stone walls and gates have fallen in total ruins. A replica model was erected in its place. The inside of the new walls housed jewelry and souvenir stores to cater to the tourists. Strolling from the North to the South Gate of the ancient citadel along the narrow tile-covered alleys lined with restaurants and café internet shops, we mingled with throngs of tourists led by their Han guides. These ladies wore the same type of makeup used by airline stewardesses but their colorful attires were those of the Bai minority.

To the West of Dali lie multiple mountain ranges and to the East Erhai Lake. This is the second largest lake in Yunnan and its fresh water feeds into the Mekong through a tributary named Xi'er. Considered a *"fairy land"* by the Bai, this lake is very deep and holds more than forty varieties of fish. Most famous among them is the *"bow fish"*. A carp like fish, it has the ability to hold its tail in its mouth before releasing it and spring up high above the water. Yunnan is located deep inland but the Yunnanese like to use words with marine connotations to name their big lakes. A pouring rain fell on Dali all night long until the following morning. Finally, the sun showed up. The weather was good enough to call for half a day of fishing with cormorants on the Erhai Lake.

Our car gingerly made its way on a stone path between two paddies to reach a small fishing village on the west bank of Erhai Lake where we met a well-tanned Bai fisherman in his late fifties. He lived with a flock of about twenty well domesticated cormorants.

At the approach of the visitors the birds were set free from their cages. They joyfully frolicked at our feet stretching their legs and wings. Instead of using rings the man took out a bundle of bamboo strips to tie them deftly in swift movements of the hands around the birds' necks – just tight enough to prevent the fowls from swallowing the big fish they caught. Then he signaled the birds to jump into the water and swim alongside the boat toward the center of the lake.

Around the edges of the lake the polluted water was thick with weeds and mosses. We were not surprised to see drainage pipes from the city dump their waste water into the rice paddies and from there directly into the lake. Only near the center of the lake would the water become clearer. The birds and their master worked with each other in rhythmic coordination like a well-choreographed troupe of dancers.

It was quite a strange scene to watch waves and waves of the birds flop their wings then dive into the water in unison at the short and sharp commands of their master. After a while they emerged. Those with a bulging throat above the string's knot were the ones that caught big fish. The fisherman quietly approached the birds then pried open their beaks to retrieve the preys. Two carps measuring about half the size of a palm of the hand made up the catch of the day.

The flock was a friendly bunch. They playfully jumped aboard ship, perched on the oars or hands of the visitors. Amidst that lovely natural environment host, visitors and birds really entered into a true communion with each other. In a show of friendship, the Bai host offered me a cigarette. It was the first time in more than thirty years that I accepted a cigarette and enjoyed smoking that aromatic tobacco from Yunnan on the Erhai Lake.

"Almost eight centuries ago (1278) Marco Polo traveling on the Southern Silk Road visited this place and noted that the fishes of Erhai Lake ranked 'the best in the world'. Afterward Marco Polo crossed the Mekong in Western Yunnan to leave China".

Six centuries later, in 1868 the French exploration group led by Doudart de Lagrée and Francis Garnier left Saigon to sail up the Mekong on a perilous expedition lasting two full years. Eventually Francis Garnier was able to reach Erhai Lake to the east of the ancient citadel of Dali. When the local sultan, the Muslim monarch, refused to grant him an audience, he was left with no other alternative but to depart immediately from Dali.

More than 130 years after Francis Garnier, we came to the beautiful but extremely precarious ecology of Erhai Lake probably during its final moments. Its increasingly polluted water flowed into the big Xi'er affluent to find its final destination in the main current of the Mekong.

Oral tradition has it that every year around April the Pla Beuk fish gather at the deep pool of Luang Prabang to the north of Vientiane. There, they compete to select those among them that would continue to swim upstream for over 2,000 kilometers to Erhai Lake and spawn their eggs. The ones who fail the contest would stay behind and become prey to the fishermen of the Chiang Khong village on that Pla Beuk fish festival.

Pla Beuk (Pangasianodon gigas) is a giant variety of catfish unique to the Mekong. They can measure up to three meters in length and weigh over 300 kilograms. The Thai and Laotian fishermen living along the banks of the Mekong believe they are sacred fish that will bring them luck during the fishing season. For the last ten years, dating back to the day the construction of the Manwan Dam was completed in 1993, not a single Pla Beuk made it past this bottleneck to Erhai Lake to spawn.

After smoking their cigarettes both host and visitor were elated. In high spirit, the old fisherman announced he would sing for us a very old love song of the Bai. Though I did not understand the lyrics I could still appreciate the enchanting melody of the song. According to Wu, the song relates the romantic and passionate love of a young Bai couple who was rowing on Erhai Lake amidst the beautiful scenery, under the blue sky, by the high mountains, on the immense water... Each note in the song echoed the throbbing of their hearts. Though approaching his sixties this tanned, skinny and austere looking man sang with all his soul as if he was trying to relive the first love of his youth. The cormorants still swam close to the boat. A few jumped on board to perch and strain their necks in an apparent attempt to follow attentively the musical rendition of their master.

I inquired with the fisherman about the catch of the cormorants. He replied that he had been pursuing his profession for at least four decades and as far back as ten years ago he was still doing fine. However, it is a different story of late. The catch grew meager and meager. The cormorants still brought in some money but his family gets by mostly thanks to the money from the tourists.

Before bidding farewell to Dali, we paid a visit to the Mekong River Culture and Art Center on Wenxian Street. The place was in fact nothing more than a motel surrounded by orchards and fishponds. It was an exaggeration to call it a cultural center of the Mekong. Besides the tens of rooms being offered for rent, there were only a few classes for drawing, calligraphy, music and Tai Chi. Several crudely done oil paintings and unfinished sculptures that hardly qualified as art works made up the exhibition. The writings and poems on display were not published works for the general public. Except for its name this place has nothing to do with the Mekong. It does not warrant a trip half around the world to come for a visit.

NETS OVER THE MEKONG

There were no flights for the next two days between Dali and Jinghong, so we decided to return to Kunming by land. Once there, we bade farewell to Wu and took one of the daily flights to Jinghong, the capital city of the autonomous region named Xishuangbanna. A number of ethnic groups but mainly Dai lived in the region. It is viewed as a *"mini kingdom of Thailand"* in the People's Republic of China.

Apart from his ability to translate, Wu did not know much more than us about this autonomous region to the south. Without Wu we would have had to fend for ourselves in a completely new and unfamiliar environment.

In Jinghong we left the Banna Airport for the Xishuangbanna Sightseeing Hotel. Though rated a three-star hotel, the staff only spoke Chinese and we had to wait until the afternoon to see the lady manager who probably came from Hong Kong to help us contact a travel agency.

At the other end of the line Oliver picked up the telephone. He spoke English like a Chinese American. Half an hour later he showed up in our hotel room to work out with us an itinerary for the next three days. On the first day, we would use a motorboat to go upstream to the future location of the Jinghong Dam and visit a minority group. The following day, we planned to drive to the hydroelectric dams on the Liusha tributary, the river port of Simao and possibly go on a net fishing excursion on the Mekong. The main objective of our stay in Jinghong was to study the ecology of the Mekong and visit the construction site of the future dam. On the last day we would go to Simao, the uppermost reachable riverine port in Yunnan Province.

It was an itinerary unlike any Tour Route Oliver had organized for his customers in the past. Naturally there was a price to pay for such service. Our guide is a 22-year-old man of the Yi minority with the peculiar name of *"Potato"*. The Yi do not use last names so his parents called him "Potato". A name he really likes. He is a minority - a very bright one. Potato worked to save money to attend the university in Kunming. Every night he went to the library to read books and newspapers. At the stroke of midnight, he listened to the VOA or BBC broadcasts to study English. A day spent with him invariably turned into an exciting one. There are always new things to be learned. On the second day while we were traveling on the river, Potato turned to me and asked if I knew of another name for the Mekong? Without waiting for a reply, he gleefully answered his own question: *"Danube of the East"*. He found it out the previous night at the library.

After Kunming, another surprise awaited us in the city of Jinghong. It was only during the last five years (since 1998) that the old Jinghong was razed to the ground to make room for a brand-new city complete with multi-story hotels, grocery stores, not to omit libraries and bookstores, asphalted wide streets lined with green trees and as usual a large group of Chinese Han coming from all parts of the country. In the following year (1999) The Shanghai Bridge and Road Construction Company put the final touch to the construction of the splendid Jinghong Bridge that looked like a dancing peacock with spread out wings. The bridge served as an important link in the transportation network of the Greater Mekong Subregion. An old bridge built by the Soviet in 1977, a second-class technological structure, is now only suitable for pedestrian and bicycle use.

In the early morning when the sun was still asleep, a motorboat was already waiting for us on the Mekong near the Jinghong Bridge.

Only three weeks ago, a torrential rain in Yunnan had caused flooding and the death of twelve persons. At the same time, my friend from Nong Khai, a town in the northeast of Thailand, right across from Vientiane informed me by email: *"evacuating due to the flood – the Mekong's water level rose to the edge of the road running along the river banks because for a whole week roaring water had been rushing down from Yunnan. Police cars crisscrossed the city sounding the alarm. Many shop owners stacked sand bags around the entrances to their stores or moved their goods to Udon Thani to seek refuge from the flood."*

The water had now subsided. Small and large rocks started to poke their heads out of the water along the riversides. Though the river was deep, to navigate it safely, one must be familiar with the route or risk having the boat collide with submerged rocks and break apart. Our motorboat moved north against the current toward the site of the future Jinghong Dam. The water of the river wore the red color of alluvium deposits. The current ran swift, causing areas of whirlpools to form. High mountains ran parallel to the riverbanks. Try as we did, we could not detect the faintest trace of the rainforests. Instead, we only saw the boundless lush green foliage of the rubber plantations. Fast growing industrial trees like rubber and eucalyptus were planted to take the place of the eradicated rainforests.

This reforestation effort was supposed to substitute one kind of forest for another. What it actually did was to transform the area where a natural forest once grew into an industrial monoculture tree plantation. The idea for the planting of industrial trees originated in Thailand. It was then duplicated in Yunnan, China. From there it quickly spread to Laos, Cambodia and Vietnam. In reality it is universally acknowledged now that these plantations of industrial trees could not in any way or manner replace the original forests because this unnatural ecology system also turns the water and land into a sterile, non-productive environment for the indigenous population.

Lumps of dried grass and plastic bags of all colors hanging on the branches of tall trees indicated to us that at one time the water level must have been at least 3 to 4 meters higher. Those plastic bags in various stages of disintegration bore the living proof that the Mekong was being used as a sewage system for industrial waste and domestic garbage. Its current continued to flow swiftly along sparsely populated high mountains. The stiff gorges it snaked through formed ideal topography for the building of many additional hydroelectric dams. The Jinghong Dam project dated back to the time of the Manwan Dam and its construction was scheduled for 2005. Considering the countless benefits, the dams would bring about and regardless of the point in time, sooner or later China will gradually complete the construction of the series of dams of the Mekong Cascades on the Mekong. No power on earth could stop them. That is a certainty.

It was right in the middle of the high-water season that a young Japanese lady named Mika undertook a journey of 4 days and 4 nights on board a big cargo ship with a crew of five male strangers to brave the Mekong current from North Thailand to Jinghong. This pretty and slightly built lady might look like a high school student but she actually held a doctorate degree and taught at the Centre of Southeast Asian Studies of a university in England. Undoubtedly, she must hail from an intrepid stock to dare embark on such a dangerous and difficult journey. Freighters are not allowed to carry passengers. However, through the good office of an acquaintance, she was accepted on board as a relative of a crewmember. At checkpoints, all of the five men were more than eager to volunteer themselves as her husband. They had to work hard on the freighter and were separated from their families for months at a stretch. Mika came to them as a fresh breeze and yet she felt safe because, without fail, they took it upon themselves to take her under their protective wings.

We first met Mika at a market meet of the Akai minority who came all decked out in their colorful traditional attires. They belonged to the Hani group. For them the market meet was not only a place to exchange goods but also an occasion to establish social contacts. The territory inhabited by the Akai encompassed the autonomous region of Xishuangbanna in addition to Northern Thailand, and Laos. Mika came to this place to conduct a research on the topic of *"Transnational Migration of the Ethnic Minority Akai"*. For these people national boundaries only exist as virtual borders. We had a lot to exchange with each other because we nurtured a common concern for minority peoples. We all concluded that the Montagnards of the Central Highlands in Vietnam would represent an interesting topic for Mika to study in the future.

That day Mika joined us on a research trip on the Mekong. The current gushed forward swiftly forming whirlpools and foaming at the crest of the waves around the reefs. Amazingly Mika started to show real fear. She could not imagine that after having undergone a voyage of four days and nights on this turbulent river she must once more sail against its tormented current.

It was not until then that we could follow with our own eyes the large cargo ships sailing past us from Simao all the way to Northern Thailand and Laos then down to Vientiane. In April 2001, China signed an accord for fluvial transportation on the Mekong with three nations: Laos, Myanmar, and Thailand. The accord called for the dredging of the riverbed; the use of mines and explosives to destroy the rock formations at the whirlpools, waterfalls, and the small islets in the current to widen the passageway and make it passable to the big ships with 500-700 tonnages. Ships could then navigate from Simao (Yunnan) down to Chiang Khong, Chiang Saen (Thailand) and straight to Vientiane, the capital of Laos. All the while, Cambodia and Vietnam, the two countries that lie at the southernmost part of the river and have to suffer from the direct consequences caused by that accord were unceremoniously brushed aside. It is too early to gauge the severity of those consequences. Nonetheless, one thing is certain: The natural rate of flow of the current will inevitably be disturbed entailing chain reaction effects on the ecological system of the Mekong. The blushing sun began to make its appearance on the top of the high mountain still shrouded by an early mist. Straining against the strong current, our boat had to slow down noticeably. Still, we were able to stop at all the reefs where the nets were set during the previous night.

In total twelve nets were placed along the banks of the river at the spots which were close to the future site of the Jinghong Dam. We did manage to pull up each and everyone of them with our own hands. There was fish in all of them. Albeit small ones. Smaller than those caught in the Vientiane River of Laos or the Tonle Sap Lake near Phnom Penh. We did find some of the nets heavy to pull up.

However, it was not because the catch was big but rather because the nets got caught in the reefs. In a word, the catch for that day was poor.

Even if we disregarded the disappearance of the rare and valuable fish like the Pla Beuk and Irrawaddy dolphins, my mind was still incessantly haunted by this troubling question: *"where have the other big and familiar fish of the Mekong gone?"* Being a die-hard optimist, I maintain that it is still too early to assert that they have all gone the way of the dinosaurs.

THE WAY TO SIMAO

Situated 165 kilometers from Jinghong to the northeast, Simao serves as a gateway to the Xishuangbanna autonomous region in the south. This mountain route is narrow but rather easy to use.

Potato was able to hire for us a Han driver in her early twenties and sporting a short haircut. She was an expert driver who knew the way too well to design slowing down even when entering a curve. Our car zoomed past green mountains, through valleys, along rivers and rivulets.

Midway on that one-lane route we came to a checkpoint set up by youthful Red Army soldiers on a mountain pass. They were disciplined and polite in sharp contrast to the extreme coldness and vigilance of their faces. They reminded me of the Red Army soldiers clutching their rifles on the Paracel Islands that used to belong to Vietnam 28 years ago.

The TV broadcasts run by the Chinese government always set aside a channel to show the military might and prowess of mainland China.

We all had to get off the car for them to check every single page of the passports. Though we were bearers of American passports, Potato introduced us as Vietnamese and Mika as Japanese on account of her Japanese passport. They asked for the permission to search our car from front to rear because we were on a road coming from the wild frontier town of Ruili which was located midway between southwest China and Myanmar. Unknowingly we were traveling on a favorite artery frequented by smugglers to transport opium from the Golden Triangle into Yunnan. Only God knows what would happen to us if those soldiers came upon just a trace of drug in the car. To our great relief they waived us off after finding nothing more compromising than several cardboard boxes of dried food in the trunk of our lady driver's vehicle.

Finally, we arrived at the town of Simao renowned for its teas from Yunnan. Simao sat astride two historical routes: the Southern Silk Road, a trade route dating back to Marco Polo's time if not all the way to Ancient Rome, and the Tea-Horse Road frequented by horse caravans transporting tea to Sichuan and even Tibet. A new 910-kilometer-long highway named the Yunnan-Myanmar Freeway was being built to connect Kunming to Ruili. It was an important link in the transportation network serving the port city of Simao on the bank of the Mekong River. The port itself was located almost 80 kilometers away from the city proper. It was getting late and the road was in bad condition so we decided to return to Jinghong after paying a short visit to Simao's main streets and savoring a few sips of the famous Pu'er tea. Back to Jinghong we had to stay an extra day there and spend most of the night at the airport because a huge storm was approaching the city.

DIAN LAKE – KUNMING AND THE RED RIVER

A succession of small and large lakes runs all the way to Hekou at the northern frontier of Vietnam and form the unique topography of the Yunnan plateau. Dian is the largest lake to the south of Kunming. Marco Polo visited the place on his trip to the capital city of Kunming in the 13th century and described it as *"a lake hundreds of lis long where the fishing is abundant"*. The lake measures 40 kilometers long and covers an area of 300 km^2 about half the size of the island nation of Singapore. It is sandwiched between mountain ranges to the west and lakes to the east. The land here is flat. There used to be a fishermen enclave in the area. Unfortunately, pollution from the industrial zones on the lake's southeast bank had almost killed off the fish population and brought the local fishing activities to a halt. The government found itself powerless when faced with the intractable problems caused by industrial waste water coupled with the ever-increasing pollution of Dian Lake. At one time Wu told us of a daring plan by the Yunnan government to construct an aqueduct at the cost of 2 billion yuans to dump the waste water of Dian Lake into the Red River and have this water run through Vietnam and ending in the East Sea. Afterwards the waters from the Yangtze will be used to replenish the emptied lake.

At this point in time, we were still unable to verify whether there is any grain of truth to this imaginative but nefarious plan of the *"project engineers of the great Han"*. How could anything be verified when plans are always kept under strict secrecy by the Chinese authorities? For sure Wu, the former high school teacher, does not possess an imagination rich enough to invent such a story. Using the

Red River as a sewage pipe for Lake Dian? Can anyone imagine the calamitous consequences that would befall the millions of Vietnamese inhabitants of the Red River Delta whose very existence depends on the river's water? Who will be the concerned party willing to assume the role of a watchdog over this issue? How much does the Vietnamese government know about the possibility that the Yunnan authorities may adopt such a cavalier and irresponsible approach to come up with a *"solution"* to their ecological problems?

It would not be right for me not to sound the alarm with all due reservation. The ball is now in the Hanoi government's court. It is incumbent on the government to try to shed some light on this issue. It is imperative that it conduct *"investigations and verifications"* to find out whether there exists any ground for concern. This task could be done with the cooperation of the domestic and foreign press corps as well as the ecology proponents or activists.

Should this turn out to be true - and I hope not - one could hardly anticipate how the Vietnamese who live in the Red River Delta will think and react. At the time, it seemed pointless for me to engage Wu in a discussion about the ecology. Besides, he is always extremely proud of the projects that bring prosperity to China, his country.

SOME PERSONAL NOTES

On our last day in Yunnan Wu insisted on taking his wife, young daughter and us to dinner at the Old House, a famous eatery about the size of a theater located next to the World Horti-Expo Garden. After more than two weeks of constant interaction the nature of our relationship had changed. It was no longer of a *"business"* character. Instead, Wu and his family have accepted us as their friends. In his late twenties, Wu can look forward to a bright future in front of him. Wu is not his real name. I use that name to protect his safety and that of his dear ones. For the same reason, I prefer not to reveal the name of my close friend and fellow traveler in this chapter, *"Report from Yunnan."* It goes without saying that we both shared memorable experiences during the entire trip – some really tense, and others more enjoyable, for sure. For the two of us, those are the days we are not about to forget any time soon.

That night, on the fourth floor of the Old House people celebrated big birthday parties complete with candle blowing. Hundreds of revelers stood up and sang the song *"Happy Birthday To You"* in English followed by a refrain in Chinese. In the eyes of optimists, this is a welcome sign of the "globalization" – to be understood as *"Americanization"* of China – while at the same time disregarding the *"Sinicization"* of America with its department stores from New York to San Francisco being flooded by the day with "made in China" goods.

ONLY ONE CHOICE: DEVELOPMENT

On the Boeing 777 that took off from Guangzhou, destination the United States, for no particular reason, an inconsequential picture suddenly came back to life in my mind: a huge billboard on the side of a peaceful country road in Yunnan. The road ran through the countryside between a village on one side and golden rice fields on the other. That billboard showed the picture of Dang Xiao Ping standing next to a slogan written in big letters: *"ONLY ONE*

CHOICE: DEVELOPMENT". It was the unambiguous message Chairman Dang Xiao Ping wished to convey to his people. For him simple development is not enough. It must be developed at a breakneck pace conjuring up the image of a China marching into the 21st century as a super power.

For older generations of Chinese, the rapid development of China made its debut on the day President Nixon came knocking at the tightly shut *"bamboo curtain"* to meet with Chairman Mao and introduced a new era for China.

One has to witness with one's own eyes the extraordinary change the entire backward southeast region of Yunnan went through to arrive at an accurate idea of its extent. The signs of development and construction are evident not only in the big cities but even in the *"in-between"* towns dotting the sides of the national highways. Lush green rice paddies basking under the sun, power lines reaching the most remote corners of the country could be seen everywhere one looks. Furthermore, one does not need to see a TV disc on a house's verandah to know that there is a TV set inside.

It could not be said that we were brainwashed or taken for a ride by the Chinese government because they only let us see what they wanted us to see. The simple reason is we did not travel using a tour route but freely chose the itineraries ourselves. My general impression is that from the cities to the countryside the Chinese people are well fed and well dressed. To provide the 1.2 billion Chinese with those basic necessities while at the same time implementing the nation's economic development is quite a feat in itself.

The reasons behind this remarkable achievement are:
- They possess the *"gray matter"* (Brain power)
- They have the high technology

- They have a studious, hard-working labor force
- They have the discipline (voluntary or not) of a totalitarian government
- They have pride and love for their country China.

Naturally, as is the case with any society, this country does not lack in deficiencies. Having gone through heart wrenching experiences that were drenched in blood and tears, the Chinese people of today are standing on their steady feet to march confidently toward the future.

Shifting the focus from China to Vietnam, a country smaller in size than Yunnan Province, which faces the threat of disintegration and the United States which is becoming increasingly isolated and losing its moral leadership role in the world in spite of its military might, we can fairly surmise that the 21st century belongs to the Chinese. At any given time, a people will have to espouse or be resigned to a destiny that befits their choice and their way of life.

Kunming – Manwan Jinghong – Simao – Dali
September 2002

Kunming: contrast between tradition and modernization

A quotation from Einstein in lieu of Mao Tse-tung's thought

Yunnan University: English as a second language

Shilin Stone forest: a natural wonder of Yunnan

South Gate of the ancient citadel of Dali

Drawing Chinese characters, another step toward Sinicization

The 9th century Dali Santa (Three Pagodas)

*Bai fisherman with
the cormorants on
Erhai Lake*

*Cormorants were hunting fish on the Erhai Lake mainly for the
entertainment of tourists.*

New "made in China" Jinghong bridge looking like a peacock with spread out wings

Old "made in Russia" Jinghong bridge - a second class technology construction

Manwan Dam: the first and historic dam in the Mekong Cascades

Yunxian District, Manwan City: construction site of the Manwan Hydroelectric Dam

LAOS_PDR.COM
COMING OUT FROM OBLIVION

*From being a "forgotten country" Laos strives
to become the "Kuwait of hydropower of Southeast Asia."*

REOPENING THE LAOS FILE
BEFORE DEPARTURE

Long known as the "forgotten country", Laos recently made a comeback in the news, thanks to its Ecotours that attract more than 600,000 visitors to this land annually. However, it was the reports in the foreign news media concerning this nation's political events that brought it under the world political spotlight again. Naturally this resurgence of political attention must have come from the overseas media since freedom of the press or more precisely free press activities were non-existent in Laos. Both the French weekly, Le Rénovateur (Renovation), and English biweekly, Vientiane Times, were government run and primarily aimed at foreign readership.

We were in December. The weather at this time of the year (from November to March) is most propitious to visit Laos. After that, it will turn extremely hot and dry before giving way to the Rainy Season. The good weather that greeted us did not preclude the forecast of disquieting political developments in view of the following breaking news:

- A series of bomb explosions from Vientiane to Pakse rocked the country. Vang Pao, a former Hmong general in the defunct Royal Lao Army, now living in exile, denied responsibility for those acts. (AFP 07/26/2000). During the Second World War, he fought the Japanese and was afterward recruited by the French to combat the Viet Minh. After the French's defeat in the First Indochina War, general Vang Pao served in the Royal Lao Army. As the Second Indochina War unfolded, he sided with the Americans and led the Hmong Secret Army trained and armed by the CIA in the fight against the Pathet Lao and North Vietnam's People Army. When the Pathet Lao gained the upper hand and seized power in 1975, Vang Pao fled to the United States. Recently, all eyes were turned on him again because of an alleged plot to overthrow the government of Laos in 2007.

- The armed uprising in the mountainous region of Muong Khoun, Laos was kept tightly under wrap (AFP 08/04/2000).

- Rumors that the Minister of Finance Mr. Khamsai, son of the Red Prince Souphanouvong, had sought political asylum were denied by the Laotian government (AFP08/05/2000).

Other news soon followed:

- Attacks along the Lao and Thai borders involving the flying of the Laotian Royal Family colors, disappearance of Lao American nationals on their way to Laos, burning of the market at Kilometer-52 on Route Nationale 13 to the north of Vientiane by the Hmong, convoys transporting the Communist Vietnamese military going through the capital city of Vientiane.

- The American Secretary of State Madeleine Albright, categorically declared that the US Government did not support the resistance movement in Laos. At the same time, the American Embassy issued a travel advisory for the region north of Vientiane.

- Then a long article on the Internet about political upheavals in Laos pointing to troubling uncertainties.

Such were the time and place or the political setting of my journey to Mae Nam Khong (the Lao-Thai name for the Mekong). I did not enter Laos as a participant in a guided tour or as a tourist. For companionship, I carried with me a large volume of data covering the *"two years and 24 days"* of the Mekong Expedition undertaken by the French explorers Doudart de Lagrée and Francis Garnier more than a century ago (1866-1868).

In America, right after Thanksgiving, people were still busy with the festivities and preparations for Christmas and New Year celebrations. We were in 2001, the first year of the 21st century. One day before departure, my friend, a reporter and an old hand of Laos, cautioned me to be careful once I got there.

FROM BANGKOK TO VIENTIANE

Thailand was immersed in the election season. The Thai people might be divided in their politics but as far as their veneration of their monarch is concerned, they were of one heart and mind. The whole country was jubilantly celebrating the 72nd birthday of His Majesty King Bhumibol. The bodies of all the planes of the Royal Thai International Airlines were painted with the proclamation: *"The King's 72nd Celebration"*, for all to see.

At two in the afternoon, our jetliner touched down at Bangkok's Don Mueang International Airport which was operating in full swing as usual.

The following morning, a Boeing 707 of the Royal Thai International with its crew of beautiful stewardesses acclaimed to be *"Smooth As Silk – First Time Every Time"* brought me to Vientiane. The flight was fully booked with foreign tourists and Lao expatriates from the U.S. or Australia returning to their homeland for the first time after 25 years of absence. A mere hour later, I disembarked at the large and pleasant looking Wattay International Airport that the Japanese finished building not long ago. No propaganda posters of the type *"Farmers, Workers, Soldiers Unite in The Defense of Socialism"* were in sight. Vientiane in the year 2000 was a far cry from the city depicted in the book "The Quiet American" Graham Greene authored in 1955.

In the 1930s, in order to improve the administrative system of Laos, the French protectorate rulers brought a large number of Vietnamese civil servants and their families to the country. Consequently, except for the old royal capital of Luang Prabang, the Vietnamese formed the majority of the populations of Vientiane, Savanakhet, Xieng Khouang, and Pakse. The Chinese made up the second largest immigrant groups.

The capital city of Vientiane had undergone some growth but managed to keep the charms of a small city with a vanishing number of French period villas hidden behind green trees. All that remained of the old Treasury Building were its four yellow walls and a roof standing in disrepair. They offered a sharp contrast with the majestic White House next door that served as the Presidential Palace of the Chairman of Laos.

However, on the green flat land of Vientiane. workers were busy with the construction of high-rises and buildings. Most noticeable among them were the 4-star, hundreds of rooms hotels overlooking the streets teeming with automobiles; Honda motorcycles; three-wheeled tuk-tuks; small cars; and taxis belonging to the Lavi company, a Lao Vietnamese joint venture. With the rapid advent of *"Renovation"*, like a sleeping beauty, Vientiane woke up from her slumber to greet the princes coming from Thailand.

The busiest place in town was the Nam Phou Circle where the water fountain only worked during the night. Tourists from the four corners of the world congregated here. The largest group came from France. The locals called those young hippies *"Western backpackers"* on account of the backpacks they carried on their shoulders.

MAE NAM KHONG – THE MOTHER RIVER THAT IS DRYING UP

We were in mid-December. The Rainy Season just drew to a close and we were still a long way from April or May, the peak of the Dry Season. Yet the section of the Mekong running through Vientiane was reduced to a trickle exposing the sand bars and stones patches in the riverbed. From the third floor of the Lane Xang hotel on the left bank, Laotian side, I could see the green foliage of the corn and banana fields extending all the way to one third of the river bed where the water line of the small current began. In the middle of the water meandered a sand bed separating the Laotian left current from the Thai right. Such was the sad state the Mekong was reduced to these days.

Could this really be the almighty Mekong, the third largest river of Asia and the 11th in the world, the lifeline of the people of Laos, Cambodia as well as the millions of Vietnamese inhabitants of the Mekong Delta?

Nang Ouane was born and grew up in Vientiane. An educated and knowledgeable person she could speak Vietnamese, French and English besides her native tongue. She held the high expert position at her bank and was among the rare intellectuals who chose to stay in the country when the Pathet Lao marched down from the caves of Sam Neua to take control of Vientiane. She led the normal life of a civil servant and saw her future in her seven sons and daughters who excelled at school. Four of them were studying abroad. The oldest daughter, a college graduate with a major in computer science from Australia, was the founder of a fast-growing Internet network in Laos.

This morning, leaving home for work at the Bank of Foreign Commerce not far from Fa Ngum Street, Nang Ouane wore a skirt woven in the traditional style of the Laotian women. She possessed a beauty best described as quiet and gentle, a voice soft and sweet. *"The Mekong only started to dry up in the last six or seven years. Before that, the current that ran through Vientiane was always full. Naturally the water level varies with the Rainy or Dry season but the river had never exposed her bed like now. All the while the amount of rainfall remains unchanged."*

She uttered those words in 1993, the year marking the completion of construction works on the 35-story high

Manwan Dam. It was also the first in the series of 14 dams to be built in the Mekong Cascades in China. By itself, the Manwan Dam produces 1,500 MW – enough electricity to supply the entire region of Yunnan and Guizhou. At the time, a sudden drop in the water level was registered downstream of the Mekong. It did not happen during the Dry Season either. Only then did the people find out that China had begun the process of diverting the waters of the Mekong into the Manwan's reservoirs.

What would happen to the flow of the Lower Mekong when all the 14 dams (initially only 7 were planned for) of the Mekong Cascades are built during the first two decades of the 21st century? The waters contained in their reservoirs will not only be used to run the turbines but also to irrigate that immense arid region of China.

Thong Dien, the Vietnamese Lao taxi driver, told me: *"I moved with my family from the 'liberated zone' of Xieng Khouang to live in Vientiane since 1976. Our house was located near the river so I went there to play with my buddies daily. I clearly remember that in those days the water level of the Mekong was very high even during the Dry Season - around the time of the Pimay Tet. Needless to say, one cannot imagine how fast the river flowed during the Rainy Season. But only for the last five or seven years or so did the river become that dry. We are only in November or December and the water level is already so low. The Dry and Rainy Seasons remain the same. I do not know where all the water has gone!"*

Pointing down to the corn and vegetable fields along Fa Ngum street which ran parallel to the dry riverbed, Thong Dien continued:

"Those lands used to be under water. There was no room for planting much fewer buildings like now."

Looking at the direction Thong Dien pointed to, I could see several thatch huts hiding under clusters of banana trees. He added:

"The alluvium soil is very rich. Using them for planting vegetables, corn or even banana is just 'vô tư'".

My knowledge of the Vietnamese vocabulary – if not extensive – could not be considered poor either. Nevertheless, the way the Vietnamese Laotian taxi driver used the word *"vô tư"* sounded quite new to me. The term "vô tư" as defined in the dictionary bears a positive connotation. It means *"to be impartial, neutral"*. Judging from the context Thong Dien used it in, I suspected that it must mean something very different. From now on Thong Dien to me would be known as the "Vô Tư" or "Easy Do" taxi driver.

The Laotians and even the Lao government seemed to remain almost unperturbed to the fact that the Mekong is drying up before their eyes. Throughout my stay in Laos, I had not heard anybody mention the existence of the dams in the Yunnan Cascades. Could a dying Mekong in one way or another continue to serve as the water source to the Tonle Sap and the Tiền Giang and Hậu Giang Rivers of the Mekong Delta in Vietnam?

In my mind, I visualized a completely different river: a gigantic Tiền Giang overflowing with silt and at places stretching over 3 kilometers in width. For centuries this large river has embraced and nurtured hundreds of small or large islets like the Cù Lao Rồng, Cù Lao Phụng, Cù Lao Quy and Cù Lao Thới Sơn as well as watered the houses and orchards in the countryside of the western part of the Delta...

One of these days when the source of silt and fresh water stops flowing to give way to the onslaught of salt water, we will witness the sunset of the *"Orchard Civilization"* of the Delta. Then we will also behold this scene on the Mekong:

Sông kia rày đã nên đồng
Chỗ làm nhà cửa chỗ trồng ngô khoai
Vẳng nghe tiếng ếch bên tai
Giật mình còn tưởng tiếng ai gọi đò...
(Tú Xương)

The old river is long gone
It has turned into an open land
On one side people build homes
On the other corn and yams, they plant.
Afar, a lonely frog is croaking
Startled I think somebody's calling
A boat for the traveler
To cross the long-gone river...

The author of the above poem is Trần Tế Xương, alias Tú Xương. He was born in Vị Xuyên village, North Vietnam during the transitionary period when the Vietnamese society was moving from a feudal to a colonial system under the French. Though very intelligent, he repeatedly failed to pass the court's mandarin examinations. This fact probably explained why he was very good at writing satirical poems that endeared him to the people of the late 19th century. He died at the premature age of 37, poor but well loved.

FISH ON THE SECTION OF THE MAIN RIVER

Throughout my stay in Vientiane, I took advantage of the cool weather in the early mornings to take my daily walks along Fa Ngum Street that ran along the bank of the Mekong, a street layout somewhat similar to those in Saigon.

A new leaf was turned after the construction of the Mittaphab or Friendship Bridge (1994) during the *"open door policy"* era. One could no longer witness the frenzied sight of people boarding the ferries on the Laotian side with empty baskets and containers in their arms only to return later from the riverbank of Nong Khai in Thailand with loads of goods in tow.

Now only small fishing boats plied the river. I kept a close watch on them from the early morning until the time they went back to port and discovered to my utter disappointment that the fish they brought in was no bigger than the palm of a hand. Even then, the fishermen could not afford the luxury of returning the smaller ones to the river with the expectation of having a bigger catch in the days to come. The fish they caught represented the sole source of protein for their families on that day.

With a resigned air the old fisherman whispered: *"The river continues to dry up and the harvest from the river grows scarcer and scarcer"*. The current still showed the red color of alluvium but its flow was reduced to a trickle. As a result, the river has ceased its normal activities like the building up or eroding of the riverbanks. Her only on-going activity was the non-stop baring of the riverbed along the banks. Incredibly that did not stop the authorities from bringing in bulldozers to build higher dikes. In so doing, did they really intend to suppress the last few breaths of fresh wind that still managed to blow from the current of an exhausted river that had lost almost all of its vigor and water?

THE NAM NGUM DAM THIRTY YEARS LATER

If the golden stupa of That Luang symbolizes Laos' historic past then the Nam Ngum Dam would represent the proud achievement of the Laotian people on their march toward progress and development. Pictures of the Nam Ngum Dam were shown on postcards, stamps, and 50-kip banknotes that were later withdrawn from circulation due to a galloping inflation.

It was the first dam to be built during the very early and stormy years of the Vietnam War with loans received from the World Bank and several other nations. The United States also provided additional funds to Laos to speed up the construction of the dam in order to ensure additional supply of electricity to the strategic air force base at Udon in the northeast region of Thailand which was at that time abuzz with activities.

In 1971, the first phase of the construction of the Nam Ngum Dam was completed marking a historical moment when the Laotian monarch, Savang Vatthana, and the Thai King, Bhumibol Adulyadej, met on a ferry luxuriously decorated with garlands and lanterns in the middle of the current on the Mekong's main tributary. They came to *"jointly press a button to start the flow of electricity and dollars going in opposite directions between the two nations of Laos and Thailand."*

One must travel the full 420 kilometers of land route between Vientiane and Luang Prabang – including the 170 kilometers of mountain pass road along tall mountains and deep ravines – to have a fair grasp of the multifaceted makeup of Lao minority groups [Lao Lum (Lowland Lao), Lao Theung (Highland Lao), Lao Soung (Mountain Lao)] and realize how far out into the countryside the electricity from Nam Ngum reached. That is to say to the most remote and secluded areas or mountain hamlets.

In the implementation of its electrification program, the Lao government wisely sought to balance the need for gradual and harmonious development with the concern for the conservation of the ecological system. To a certain degree, it became irrefutable that this two-pronged strategy had enabled the Laotian government to use the electricity generated by the dams to bring civilization to their people and render their life better.

The well-informed and progressive Laotians who fully realize the potentials of their country's natural resources have no desire to keep their nation in the permanent status of a "museum exhibiting the artifacts of the stone and bronze ages" for the enjoyment of the tourists.

The reservoir of Nam Ngum Dam covers an area of more than 250 km^2 (1/3 larger than the island nation of Singapore). Its majestic beauty lies in the natural setting of the surrounding mountains and its hundreds of big or small islands. Large animals no longer roam around but monkeys, all kinds of birds and water snakes still populate the area.

We were held spell bound by the odd-looking sight of myriads of tree tops, at times more than 50 meters tall, bristling out of the water. They were vestiges of a hastily submerged forest that was left untouched by logging. The trees not only tore up the fishing nets but also presented a collision risk to the boats navigating the lake.

The Thai lumber traders did not limit themselves to the destruction of the rainforests. They also hired divers to cut down the precious trees under the water of the lake with electric saws. Those hired hands told of seeing submerged buffalo drawn carts and house frames belonging to the people in Na Bon village who had to abandon everything behind to flee from the rushing water. Made of good wood, those objects will survive for hundreds of years. Nevertheless, they were sinking deeper and deeper as they were being buried under the deposits that were continually coming down from the mountains and islands. This unending natural process resulted in the gradual rising of the lake's bottom rendering it shallower as time goes by.

Nam Ngum was transformed into an attractive tourism spot with good restaurants and motorboats for water sports. On the south shore, Malaysian businessmen made plans for the construction of the Dansavanh Nam Ngum Resort, a four-star 200-room hotel offering artificial beaches, golf courses and an Eco-Casino. Another form of prostitution of the term *"ecology"* by the business people! No wonder, a professor from Stanford University on a tour of the country was led to remark: *"A day will come when the Laotian people will find themselves second-class citizens in their own land"*.

The fish in the lake represented a source of revenue for the near 4,000 local fishermen. The annual catch came to 850,000 tons in the good old days. Unfortunately, things have changed lately due to the new *"search and destroy"* fishing methods being introduced. This new way of fishing called for the catching of all fish regardless of their sizes as well as the adoption of any imaginable means to catch them be it air guns, electric currents or even dynamites.

To compensate for their losses, the people began to plant bananas trees on the islands: sweet-smelling and mouth-watering bananas in their bright golden skins being sold at a bargain not by the bunch but by the whole stem. In the early morning as the boats were leaving their berths to start a new day of fishing, others also set out from the islands to take their loads of bananas to the opposite shores.

Who could have imagined that since 1975, the "creative mind" of the Pathet Lao had led them to transform the two big islands in the lake into "reeducation camps" to incarcerate the social classes they considered *"trash of capitalism"*: *prostitutes, thieves, juvenile delinquents...* Whether political prisoners were also included in this group, no one could tell but the poor victims themselves.

For our own safety, (with the words "Safety first" Wu uttered still fresh in my mind) instead of a wooden boat, we chose a flimsily built metallic diesel craft to venture into the lake bristling with the tops of hardwood trees. The ride reminded me of the battle the Vietnamese king and freedom fighter Ngô Quyền once fought against the Southern Han troops on the Bạch Đằng River.

General Ngô Quyền lived during the Southern Han's occupation of Giao Châu (ancient name for Vietnam) in the Red River Delta. In 938, he soundly defeated the Chinese at the famous battle on the Bạch Đằng River putting an end to one thousand years of Chinese domination that dated back to 111 B.C. Afterward, Ngô Quyền ascended the throne and became the first ruler of an independent Vietnam.

Tenoi Laxami, our Laotian captain and also boat owner was gentle looking like his compatriots. In his early thirties, he was not born yet when the Japanese engineers came to carry out the initial studies for the construction of the Nam Ngum Dam. He did not come from the Na Bon village so did not know about the hamlets which lay deep under the lake's water. Nevertheless, he is quite familiar with the dam's area of his early childhood. Very much so!

Considering my newly acquired and rudimentary knowledge of the Lao language commonly displayed by a tourist, I was fortunate to benefit from the excellent translation service of Thong Dien, my Vietnamese Lao driver. Once the language barrier behind us, I was able to share with him and Laxami my views concerning the building of the Nam Ngum Dam.

At nine o'clock in the morning the west bank of the lake was still shrouded by a dense layer of fog. At this time of the day; probably the Western backpackers, those night owls, were still enjoying their sleep. The Nam Ngum Restaurant just opened its doors for business. Sabaidee! The Lao waitresses with their pitch-black hair rolled up into chignons revealing their ivory white necks had reported to work. Some were already busily going about their tasks like setting the kettles on the stove to boil water...

Thong Dien ordered a *"Kafeh hawn"* or "hot coffee with milk". As for me it would be *"Kafeh dam baw sai nam tan"* or "black coffee without sugar". The baguettes bread and *"café au lait"* or *"coffee with milk"* introduced by the French have proved very popular with the people of the three countries formerly known as French Indochina.

A two-story white pavilion was built right in the middle of the lake to let the tourists admire the panoramic view of the dam and take pictures.

"That pavilion used to be a three-story structure which was recently reduced to two due to the rising water level." Laxami remarked.

It suddenly dawned on me that for the last 30 years (since 1971) the bottom of the lake has been rising on account of the deposits coming down from the mountains and the need to store more water for the planned increase in the output of the Nam Ngum Dam from 30 to 150 MW.

Lurking at a distance were fishing boats. The fishermen have set out to work since early dawn. Laxami commented: *"The daily catch is getting meager and meager. Several years ago, princess Maha Chakri Sirindhorn of Thailand came to attend a ceremony freeing more than a hundred Pla Bleuks into the lake. So far no Laotian fisherman has been able to catch a single one of these Pla Beuks yet."*

I was glad to be reminded by Laxami that the Pla Beuks, those rare giant catfish unique to the Mekong, were being bred through artificial insemination by the Thai scientists to save them from extinction.

Those Pla Beuks of the deep currents and mighty flows are born well equipped for their annual swim of thousands of miles to spawn their eggs in the Upper Mekong. How many of them would survive if condemned to live in the confinement of a reservoir?

Our vessel reduced speed as it approached a small boat owned by an old fisherman couple. A dozen frail looking fish about the size of the palm of a hand lied belly up inside the boat. Laxami ventured that the fish would fetch about 7,000 Kip at the market. Less than one US dollar but enough to pay for the daily food of the couple which consisted of a pot of glutinous rice and a condiment of salt, hot pepper and preserved fish called Padaek.

"It is rumored that in a few months the government will issue a ban on fishing with small mesh nets and electrical shocks in order to preserve the fish population of the lake."

There still exists a huge gap between the enactment of a law and its implementation in Laos. To name a few: ban on opium, laws governing deforestation and fish preservation in the lakes...

In Laxami's mind anything that deals with the Nam Ngum Lake must have a history, an anecdote behind it. Pointing to a long mountain range covered with dark green trees running along the right bank Laxami intoned:

"That's Pu Mut – the dark mountain. So called because it looks constantly dark even on a bright sunny day. It serves as a weather forecast station to the fishermen on the lake. Winds and storms always visit the mountain first, long before they spread to the lake."

Laxami went on:

"On windy days, the waves could surge to a height of more than one meter – enough to capsize small boats. A short time ago, a Vietnamese fisherman named Trần lost his wife and child in such an event. Heart broken he left for Vientiane but occasionally returned to visit the lake."

Leaving the Dark Mountain behind, our boat passed small and large islands bearing romantic names like Pu Padang Nang Non (the sleeping young beauty), Pu Kao Nang (mountain of the nine ladies), Pu Eng (the curved mountain), and Pu Huot (the mountain of the glutinous rice pot) ...

Guests at the Santiphap / Peace Inn could stay in wooden bungalows built on the island. It was largely frequented by tourists who preferred to spend the night in seclusion amidst the immensity of the lake.

Laxami could not come up with romantic names for the two reeducation camps on the islands: Don Thao (island of the lad) and Don Nang (island of the lady). – A more appropriate name for those infamous camps manned by security forces would be *"Lao Sodom."*

"I heard that officials of the former renegade regime were also detained there?" I inquired.

Growing up in the Plain of Jars *"revolution"*, *"renegade regime"* ... were every day's words for Thong Dien. For his part, Laxami replied in a very compassionate voice: *"Renegade or not, if you are a good person it shouldn't make any difference!"* It was quite difficult for me to accept the thought that a gentle people like the Laotians could abolish their monarchy by sending their king, queen and crown prince to die in the caves of a reeducation camp in Sam Neua.

Talking about the Nam Ngum Dam, thirty years have gone by and I was wondering what the Laotian people thought of it.

As usual, Laxami was straightforward and fair in his assessment:

"There could be no joy in seeing the villagers of Na Bon lose their houses, rice paddies and ancestral lands. On the other hand, the people in the region do benefit from the amenities of electricity, the fish in the lake, and the money from the tourists. In addition, from our daily contacts with them, we can also keep abreast of progress and civilization."

But Laxami was also fully aware that sooner or later the lake will dry up on account of the deposits coming down from the mountains. He could not hide his fear when he confided in us:

"The older generations warned us that the building of the dam may offend the spirits and one of these days there would be retribution from them."

Laxami was alluding to a prediction in Lao mythology that an earthquake and ensuing great flood will devastate the villages and sweep away the inhabitants of the region.

Whether one believes it or not, reservoir-triggered seismicity still remains a scientifically proven possibility.

FROM THE NAM NGUM DAM
TO THE ELECTRIFICATION OF LAOS

According to the statistics compiled by Électricité du Laos (EDL), as we stand at the threshold of the 21st century, 19 of the country's 121 districts are still deprived of electricity. Those are the remote and inaccessible villages located close to the borders. Life of the villagers in those areas is still plunged in darkness because electricity remains unavailable to them even though Laos is a power-exporting nation.

Laos is a mountainous land. In addition to the mighty Mekong and its tributaries, this country is also endowed with a large number of smaller rivers. Consequently, EDL had envisioned the building of *"Pocket"* hydroelectric dams on them to bring the benefits of electricity to the people.

Since 1975 the government of Laos has been operating three hydroelectric dams: Nam Ngum, 30MW, in Vientiane Province; Nam Dong, 1MW, in Luang Prabang; and Selabam, 2MW, in Champasak. Those power sources were for the most part earmarked to satisfy the needs of the big cities.

The Laotian government relied on foreign loans to expand the capacity of the existing hydroelectric dams as well as build two new ones. As of the year 2000, EDL operated five hydroelectric dams with a combined total output of 270 MW. The outputs of the Nam Ngum and Selabam Dams were raised from 30 MW and 2 MW to 150 MW and 5 MW respectively. As for the Nam Dong Dam, its output of 1 MW remained unchanged. Two new hydroelectric dams were added to the list: Sexet with an output of 45 MW in the province of Savannakhet and the Nam Leuk Dam with 60 MW in Bolikhamsay. The country still maintained two thermoelectric plants running on gasoline: one in Vientiane with an 8 MW output and the other in Luang Prabang with 1 MW.

It goes without saying that Laos also had other power generating plants like Houay Ho, 150 MW; Nam Theun Hinboun, 210 MW... Those were either foreign owned or joint ventures with foreign partners under the BOOT (Build-Own-Operate-Transfer) formula.

In the last years, Laos has been exporting electricity to the neighboring countries of Thailand and Vietnam. However, it had to import 163 million KWH to provide electricity to the isolated regions along its borders where the topography of the land does not favor the installation of high-voltage cables for power distribution. As an illustration: The electricity used in Sam Neua came from the hydroelectric dam of Hòa Bình in Vietnam.

In a country known as *"the Kuwait of hydropower of Southeast Asia"*, the Laotian people are still encouraged to conserve electricity for export.

160 KILOMETERS BY ROAD TO VANG VIENG

Bidding farewell to the Nam Ngum Dam we traveled on road number 5 to get to Route Nationale 13. Along the riverbanks a lush green canopy of foliage stretched to the distant horizon. On the sides of the road, with money sent home from overseas, people built new brick houses here and there to replace their old stilt abodes.

Pointing to the water buffaloes swimming to the other side of the river Thong Dien wondered:

"How could those really fat water buffaloes float in the water? When I was a buffalo boy, I let them swim across the river with "vô tư" (without any qualms)..."

At this point in time the term *"vô tư"* bore another meaning – that of an adverb. A Vietnamese proverb says: *"Đi một ngày đàng học một sàng khôn"*. Its equivalent in English would be something like *"A day spent traveling, a basketful of learning"*. My Vietnamese vocabulary has certainly been enriched while on this trip to Laos.

A very familiar scene we encountered on the way to Vang Vieng was the sight of beautiful young Laotian girls riding Honda motorcycles in their skirts instead of jeans. Occasionally, we would meet a tractor taking a full load of passengers to the market. This innovative means of transportation was similar to the one we saw in Yunnan.

Pigs, chickens, ducks, geese and even turkeys with their bright red cockscombs were allowed to run free on the roads. Thong Dien commented:

"The cows and buffaloes here are fat and healthy. They do not have to work hard. Like the Laotian people they lead a leisurely life. Hay and grass are plentiful. They just eat "vô tư" (at their leisure)."

If the baguette bread and coffee with condensed milk are vestiges of the French influence; then turkeys, the offspring of those who survived the Thanksgiving meals at Kilometer Six (the American base called Six Clicks City), represent the only positive legacy the Americans left behind in contrast to the countless number of unexploded bombs they dropped all over the Laotian landscape.

On a sunny day and on a windy mountain pass road, we occasionally drove pass pretty young Hmong girls. In spite of their youth, they already became mothers and carried their babies in a cloth band on their back. In this harsh environment, if they survived past their fifth year, those undernourished youngsters would in no time turn into formidable jungle fighters. During the Vietnam War, those under aged, fearless guns served in the CIA supported Hmong forces commanded by general Vang Pao. Not a few of them had valiantly rushed forward to serve as cannon fodders to be at the end abandoned by the Americans. Their story was dramatically related in the book entitled *"Tragic Mountains"* by Jane Hamilton-Merritt.

At the foot of a mountain, several Laotian farmers were driving tractors to turn the furrows on a paddy strewn with uprooted rice stubbles. The hydroelectric dams paved the way for the electrification of the country which in turn ushered in the first phase of industrialization characterized by the building of cement plants, Pepsi Cola and Lao Beer (quite sought after) factories. Next came the mechanization of agriculture, the latest phase of development in Laos.

Nestled between the east bank of the Nam Song River and the massive mountain ranges looking like a fortress wall to the west, this small highland city of Vang Vieng had been turned into an attractive tourism spot to a growing number of visitors. The majority of the local inhabitants came from the Hmong and Yao minority groups. During the Vietnam War, it was a well-known military base with a STOL (Short Take-Off and Landing) runway. The CIA gave it the code name Lima Site 6 and conducted its active secret war in Laos from there. The airstrip, now deserted and littered with empty gas tanks, still lies at its usual spot.

This was the time of the year when tourists flocked to Vang Vieng. They came to climb the mountains, visit the Tham Chang Cave, bathe in the streams, swim in the river, go boating, even smoke opium which was sold freely at a bargain in the Hmong villages.

It is no longer a rare occurrence to see hippie type Laotian girls going out with Western backpackers. The inexpensive guesthouses charging one US dollar a night mushroomed around the market place. Nonetheless, luxury accommodations like the Vang Vieng Resort with English style bungalows catering to the businessmen from China, Taiwan, Hong Kong and Singapore also abounded. Business was brisk and the hotel owners were laughing contentedly on their way to the bank.

A stream with water as clear as crystal flowed leisurely from the foot of a stone mountain. An ideal place for you to soak yourself in and relax! At a distance, the Nam Song River looked ever blue and sparkling in the sunlight. Laos is about one third the size of Texas. Destructive deforestation, extensive hydroelectric exploitation and the projected annual influx of almost one million tourists in the coming decade will rapidly turn the once pristine streams, rivers, mountains and natural ecology of Laos into a thing of the past. Like in Vietnam, future generations of Laos will have to pay a very dear price for its *Đổi Mới* as far as ecology is concerned.

Like in Vientiane and Luang Prabang, even the Internet Cafés in this small town of Vang Vieng were constantly packed with foreign customers. As a rule, the young and dynamic Laotian managers of those shops could speak English.

Tim, the American from San Francisco, who was introduced to me as a writer and a part-time worker in an Internet Café, told me in these exact words:

"It's quite amazing to think that only two years ago, the Internet was still illegal. But now it is free to open everywhere." The prices charged by an Internet shop for going online were quite reasonable. They were cheaper

than in the United States. Handsome postcards, stamps, on-site mailboxes and T-Shirts printed with the phrase *"Laos_PDR.com"* were on display for the ready use of the customers. To top it all, the coffee was free. From now on the People Democratic Republic of Laos has an address in the virtual world to enter the 21st century: *The Century of "Globalization"*.

LUANG PRABANG – THE OLD ROYAL ROUTE

Heading north from Kasi, we took Route Nationale 13 and drove on a steep, narrow and winding mountain pass road for more than 170 kilometers – Long enough for us to view all the landscapes of high mountains and deep ravines the road had to offer.

In the early 1940's, the French started the construction of this road to connect Vientiane with the old capital city of Luang Prabang and named it the Old Royal Route. During the First Indochina War, it fell into total disrepair and was restored to usable condition by the Americans in the 1960's. After 1975, sections of the road again became unusable.

It was not until 1996, after much effort and hard work on the part of the Vietnamese, that the road became drivable again. This assistance from Vietnam also came at the cost of about twenty lives at the hands of armed insurgents. Work related casualties were not included in this figure.

Nowadays, provided that everything goes fine, driving time between Vientiane and Luang Prabang is reduced from three to one day only.

On the same Route Nationale 13, the Chinese corps of engineers were busy building the section of the route linking Luang Prabang with Kunming. The concept of *"leopard spots"* fit perfectly well in the case of Laos.

This country received aids coming from different nations but the major contributors were Vietnam, China, and Japan. To assess the fierceness of the competition for influence those two neighboring countries were engaged in against each other in Laos, one only needs to look at the scale of the huge Palace of Culture built by the Chinese in the center of Vientiane. As for the Vietnamese, they spent US$ 4 million in non-refundable money to erect the Kaysone Phomvihane Memorial Museum at *"Kilometer 6"*.

Probably it would be worthwhile for the readers to stop here and take a side trip to a location named *"Kilometer 6"* also known as *"Six Clicks City"* during the Vietnam War. It was a special enclave set aside for the Americans with all the amenities they were accustomed to like bungalows, housing units, schools, swimming pools, tennis courts, movie houses, restaurants, bars, not to omit steam houses. As expected, within the confines of forbidding barbed wires were to be found the offices of USAID dispensing aids, the US Embassy acting as a center of power, and the CIA bureau directing the secret war in Laos. The country, as noted by Bernard Fall, was no longer looked upon as a geographical, ethnic or social entity but rather merely as a political convenience.

After the Americans left in 1975, this complex was turned into the general headquarters of chairman Kaysone Phomvihane until the day he passed away in 1992. Now it serves as a museum.

Souphanouvong, the Red Prince, might be a better-known public figure but the person behind the scene who actually called the shots in the organization of the Communist Party was Kaysone Phomvihane. A 1942 graduate of the Hanoi Law School in Vietnam, he led the Pathet Lao with a masterful hand for more than four decades until the reunification of Laos in 1975. On December 13, 2000 - the inauguration of the museum bearing his name – the weekly Le Rénovateur proclaimed him *"The Soldier of the People whom the Laotians will never forget"*.

The national route built by the Vietnamese was up to standards but there was no way to vouch for the safety of the people traveling on it. Personnel working for the United Nations and foreign NGOs were advised to avoid using it because at some sections of the way they could run the risk of being robbed or even killed.

Not long ago, a curfew was imposed in Luang Prabang because an enraged Hmong officer went on a rampage killing policemen, government officials, and Vietnamese construction workers in an ambush.

There were understandably many theories concerning such an event. To the outsiders it looked like a sign of the growing strength of the anti-communist movement of which the Hmongs were the main proponents. The government, on the other hand, attempted to explain it away by claiming that this was simply an individual case of a discharged officer who became discontented with his meager pension. The authorities in Vientiane put yet another spin on the situation by blaming the *"bad guys"* for the whole thing. No matter what face you put on the incident, the fact remained that there was bloodshed - including the blood of Vietnamese.

Though that Hmong officer was eventually caught and sent to an unnamed reeducation camp, sporadic attacks on that route continued to be reported. According to some quarters of the public, it appeared that the instigators were Hmong fighters formerly armed and supported by the CIA during the Vietnam War.

Traveling on that Old Royal Route one must always be prepared for the unpredictable. One's heart is sure to skip a few beats when one gets stopped in the middle of a mountain pass road by a group of soldiers with skin burned black by the sun. They looked even more menacing with their disparate uniforms and brandished AK47 assault rifles or shotgun carbines. What do they want? Asking for cigarettes? Exacting a bribe? Or something worse? No matter what they might do to you, a cover up could be easily arranged in the form of a simulated accident to make it look like your car has gone off the cliff. Whether someone would find out about it is also hard to say.

Our car continued to coast down the road effortlessly. As it approached a curve with a huge stone blocking our sight, out of the blue several militiamen with AK47s and M16 automatic rifles slung on their shoulders appeared in front of us and waved for us to stop. With a big grin on his face, Mr. "Vô Tư", our driver, waved back then floored the gas pedal to speed away. Dead silence ensued. Not a single shot was heard. What would be the right course of action when facing such a situation? We could never get a clear answer to the question. My own inclination was to attribute everything to luck.

As if talking from experience, *"old hand"* Mr. "Vô Tư" explained: *"I forgot to buy cigarettes before we left. Even if I stopped, I would not have anything to give those guys."*

Clearly Mr. "Vô Tư" only wanted to reassure me that it was a simple case of those armed guys asking for cigarettes. Let's assume that it was so. However, I had no intention of becoming a second Bernard Fall meeting my maker, not on the *"Street Without Joy"* in Vietnam, but on this Old Royal Route in Laos during peacetime.

On our arrival in Luang Prabang, I learned that it was imprudent for us to drive on the mountain pass road at sunset when we could be easily detected by the lights of our car. Drawing from that experience we left very early on the return trip. Lo and behold, this time our car had to move down the mountainside at a snail speed with all lights turned on because a thick fog had reduced our visibility to no more than three meters ahead.

If the security situation were good, the Old Royal Route would prove to be an extremely picturesque scenic route, rivaling the Hải Vân pass between Đà Nẵng and Huế in Vietnam that Paul Theroux ranked number one in the world. This American novelist and travel writer is best known for his book *"The Great Railway Bazaar"* in which he told about a trip he made by train. Born in 1941, he joined the Peace Corps and taught at different universities. He currently lives in Hawaii.

VISIT LAOS – YEAR 2000

Laos is a land a large number of ethnic groups choose to call home. Besides a long history rich in culture and arts, Mother Nature has adorned her lovely landscapes with numerous mountains, streams and above all the mighty Mekong, her lifeline.

Ecotour proved to be an increasingly attractive business activity that needs to be developed into an industry to serve as a springboard for Laos' economic growth. In November of 1986, the Fourth Party Congress adopted a resolution to shelve the old *"closed door policy"* ushering in the dawn of a new economic era. The resolution stated: *"Tourism represents a source of income and a factor of capital importance in the development of the nation. It ranks among the eight top development plans of the country."* The National Tourism Authority of Laos is a member of the World Tourism Organization (WTO) and the Pacific Asia Tourism Association. It was established concurrently with the expansion of the nation's tourism infrastructures. Starting in the 1990's, a fund of more than US$ 180 million coming from the national budget and foreign entrepreneurs was set up to invest in the facilities that support tourism. More than 300 tour guides and tourism police officers have been trained. Of particular significance was the integration of tourism into the development plan being implemented in the Greater Mekong Subregion. It was reported that 5,500 hotel rooms were built and 11 ports opened to serve the tourists. Of these three could issue them visas on arrival.

In addition to the ancient city of Luang Prabang which was designated a World Heritage Site by UNESCO, the country is well endowed with scenic spots and historical vestiges. Tourists coming here could also enjoy boating tours on the Ou and Ngum rivers, or the highly popular cross jungle hiking trips at Sepien in Champasak Province.

Web pages advertising tourism in Laos had been introduced. Minority groups actively participated in the Year for Tourism in Laos by organizing traditional festivals with folk dances and colorful dresses: the Pimay water festival at the start of the year in Luang Prabang, the That Luang festival in Vientiane, the That Ing Hang festival in Savannakhet, the Wat Phou festival in Champasak and rocket festivals all across Laos...

Some impressive statistics about tourism in Laos:

In 1991 the number of tourists was recorded at a mere 37,000 bringing in US$ 2.25 million.

In 1999, that number grew almost 20 folds resulting in an inflow of approximately US$ 100 million – a significant source of foreign exchange to the Lao national budget that was perennially running in the red.

Going into the first decade of the 21st century, the number of tourists shows potentials for reaching the one million mark. If so, the attractiveness of Laos as *"the land with the most pristine nature in Southeast Asia"* would quickly lose its luster and turn into an empty slogan.

A PRIMITIVE HEALTH CARE SYSTEM IN LAOS

The imposing new building of the Health Department of Laos on Samsenthai Street and the profuse use of slogans could not obscure the fact that the nation's health system still remained at a very primitive state in spite of the 27 years of forward march by Socialism.

The infant mortality rate continued to be extremely high and the average life expectancy in Laos very low even when compared with those of the neighboring nations.

Mahosot, the main hospital in Vientiane, was outdated and poorly equipped. Sadly, no expected date of completion could be given for the Setthathirath hospital which was being built and equipped by the Japanese. The hospitals at the district and provincial levels fared even worse. Patients stricken with contagious diseases like tuberculosis had to share rooms with those afflicted with digestive conditions without anybody even raising an eyebrow.

The country could count on only 1,800 doctors to care for a population of almost five million. Even then, a very limited number of them were trained abroad. After seven years of training, a doctor earned about US$ 150 per year.

Just enough for him to spend on transportation if he was assigned to a hospital in a remote province or district.

When they fell sick, foreign businesspersons, tourists or wealthy Laotians traveled to Thailand for treatment. A Thai hospital in the province of Udon 50 kilometers across from the Mittaphab Bridge was superior to the hospital of the Mahosot University in Vientiane in every aspect.

Laos was striving to emulate Thailand in developing its tourism industry regardless of the cost: Going from Green Tourism (Ecotour) to Black Tourism (Opium and Sex tour). Venereal diseases were widespread in Laos with the number of HIV infected young Laotian girls in the countryside increasing by the day. The threat of an AIDS epidemic was real. Tourist manuals constantly reminded tourists to pack *"condoms"* with them before coming because those sold in Laos were made in Thailand and found to be sub-standard with a failure rate of more than 10 percent!

Due to inadequate means of detection, statistics concerning the spread of HIV did not reflect the real situation. According to a study done in 1993 when only 102,000 tourists per year were reported, already 0.8% of the blood donors were HIV infected. Going into 1999, with a six-fold increase in the number of tourists, including a considerable number of Western backpackers in search of opium and AIDS-free young Laotian girls, the spread of HIV could be expected to rise at an exponential rate.

The Infectious Diseases Department of the Mahosot hospital was sadly outdated and in dismal condition. A time worn sign still hung there with the French inscription: *"Service des Maladies Infectieuses et Médecine Tropicale"*. Laos was undeniably ill prepared to cope with the HIV/AIDS epidemic that young Laotian girls contracted – compliments of the Western backpackers.

MUONG LUONG WORLD HISTORIC SITE

Chuông chiều ngân trong gió Tháp núi ẩn màn sương
Lầu vua thu bóng nhỏ
Chùa bụt lạnh hơi sương
(Vân Đài 1942)

In the wind linger the evening bell's chimes
Behind the veil of fog, the mountaintop hides
In the upper chamber the king curls up for the night
In the pagoda the Buddha shivers with the mist.

In spite of the fact that UNESCO classified it as a World Heritage Site, the ancient capital of Luang Prabang (Muong Luong) was undergoing some very swift metamorphosis. Guesthouses and restaurants went up everywhere. Their menus were unfailingly accompanied by an English version and it did not surprise anybody when another popular joint added a Hebrew one.

We returned to pay a visit to the former Royal Palace on Phothisarat street. It had been converted into a National Museum with fewer and fewer things on display. Many of the gifts the world leaders presented to the king and formerly shown in the King's reception room had disappeared from sight. To name a few: a hunting rifle with an encrusted mother of pearl butt from Leonid Brezhnev, a tea set from Mao Tse-tung... Inquiries addressed to the guide were answered with a gentle smile. Only the mural done by the French artist Alix de Fautereau titled *"A Day in Luang Prabang"* painted in the Throne Hall was left intact because it could not be removed for sale.

Several 600 to 1,000-year-old bronze drums found in the north of Laos were added to the exhibition. Right at the center of the face of the drum, was depicted a sun with radiating rays while representations of fish, flowers and birds were shown inside concentric bands around it. Frog figurines, symbols of the Rainy Season, were placed at intervals on the rim of the drums. The entire artwork offered a harmonious portrayal of *"Life, Fertility and Prosperity"*.

Not far from the Royal Palace, to the north of Manthatoulat Street runs the Mekong. The Dry Season was still months away yet this river was already reduced to a shadow of itself. The vegetable lots on the riverbanks kept on expanding as the water level continued to drop. *"Life, Fertility and Prosperity"* one day will become distant memories and exist only on the face of the drums. Nobody paid any heed to the occluding river. As for me, I knew that several hundred miles to the north of here, the Manwan Dam, Dachaoshan Dam, the Jinghong Dam and the soon to come Xiaowan Mother-Dam... all of the eight mammoth dams in Yunnan had something to do with the lowering of the water level of the Mekong and preventing the silt from flowing downstream.

For thousands of years, the Mekong's current has been colored dark red by silt, that precious gift she received from Mother Nature. Lately, this color has turned a shade paler.

OF WESTERN BACKPACKERS AND HENRI MOUHOT (1826-1861)

Nowadays, Henri Mouhot has become an unfamiliar name to most Laotians. Though he was the first Frenchman to set foot in the capital city of Luang Prabang, he earned his fame for being the person who *"rediscovered"* the ruins of Angkor.

Mouhot was not the first Westerner to come to Angkor but his name was inextricably associated with the monument thanks to his exceedingly captivating and fascinating travel notes which were published three years after his death. His works inspired many artists and writers of his time as in the case of Anna Leonowens who penned the novel *"The English Governess at the Siamese Court"* in 1870.

Born a Frenchman, Mouhot was received with indifference by his compatriots and had to seek the help of the British to finance his expeditions. He was both an explorer and a naturalist. During his explorations, he managed to collect rare species of insects. In December of 1860 Mouhot departed from Bangkok on a second journey to Laos. This time he traveled to the northeast of Thailand to visit the minority tribes known as the *"Realms of the King of Fire"* in the present-day provinces of Korat and Loei. The indigenous inhabitants had never set their eyes on a Westerner before.

Youngsters in the north of Thailand and Laos soon became fond of that Westerner with a red beard and his faithful companion, a dog named Tin Tin. They would earnestly hunt for insects to give to Mouhot in exchange for bronze bracelets and cigarettes prompting him to observe: *"It seems to me that those kids learned to smoke since the day they were weaned from their mother's milk"*.

It took Mouhot more than seven months of arduous travel to reach the capital city of Luang Prabang which was as charming as Geneva. There he was received warmly by king Tiantha.

"After waiting for ten days I have at length been presented to the king with great pomp. The reception room was a shed such as they build in our villages on fête-days,

but larger and hung with every possible colour. His Majesty was enthroned at one end of the hall, lazily reclining on a divan, having on his right hand four guards squatting down, and each holding a sabre; behind were the princes all prostrated, and farther off the senators, with their back to the public and their face in the dust." [sic].

Using Luang Prabang as a staging base Mouhot led several expeditions to explore and observe the distant jungles and mountainous regions. Unfortunately, he succumbed to forest fever (probably malignant malaria) three months later. He passed away at the young age of 35 leaving behind these last words in his diary: *"Have pity on me, Oh my God!"*. His remains were buried on the bank of the Nam Khan River, a tributary of the Mekong, while Tin Tin, his ever-faithful dog, howled at the side of his shallow grave.

It was not until 1867, six years later, that the French Exploration Group reached Luang Prabang and located his grave. The head of the expedition, Doudart de Lagrée, erected for Mouhot his first tomb, one that he deemed befitting.

The Pha Nom hamlet is 5 kilometers away to the east of Luang Prabang. It consisted of more than 100 houses belonging to the Lu ethnic group from Yunnan. These people were famous for their woven fabrics that were offered as tribute to the royal court in the old days.

We followed a beaten road covered with red dirt. It was dusty and difficult to drive on since several sections of the road were under repair forcing us to take a detour. The travel guidebook indicated that the signs showing the direction had been taken down so in the end we had to solicit the help of two barefoot youngsters in the Pha Nom hamlet to lead us to Mouhot's tomb hidden under a dense foliage.

I let my mind wander back about 140 years in time when at this place the jungle was still dense and wild, and the current strong and rushing. I still could not imagine how lonely and courageous Mouhot must have been then.

The tidy and whitewashed tomb had already turned a mossy color. Two black, chipped and time worn tombstones (more than one hundred-year-old) read:

HENRI MOUHOT 1826-1861
Doudart de Lagrée built this tomb in 1867
Pavie, consul of France in Luang Prabang, rebuilt it in 1887

During the last work in 1990, a new plaque made of white stone was added to the tomb. It came from Montbéliard, the birthplace of Mouhot, and bore the simple but meaningful engraved inscription:

"La ville de Montbéliard fière de son enfant 1990"
(The town of Montbéliard, proud of her son 1990)

Mouhot was a fine representative of the educated and bright generation of French youth of the 19th century. It was a period of forbearance and stoicism. They were the precursors of the French soldiers who imposed French rule in the three countries of Indochina.

Following in Mouhot's footsteps almost 140 years later, hordes of Western backpackers descended into Laos from Thailand, not to hunt for rare species of insects but for the thick sap oozing out from the opium plant. Quite a few of them never returned to their homeland.

THE BUDDHA CAVE OF PAK OU

Not long ago, in the absence of a land route, the only way to get to the hamlet of Pak Ou from Luang Prabang was by a two-hour motorboat ride upstream the Mekong. Pak

Ou or *"the mouth of the Ou River"* is the juncture where its water clear and free of silt flows into the Mekong. At the other side of the river stands an imposing mountain. A ferry takes the travelers across.

Thanks to financial aids from Sweden, nowadays travelers can reach *Pak Ou* by a land route which runs through the hamlet of Shang Hay – very well known for making jars and distilling rice wine. One could expect the car ride to Pak Ou on the left bank of the Mekong to be smooth.

The "Pak Ou Caves" is the common name used for two Buddha caves: Tam Ting (the Lower Cave) and Tam Phum (the Upper Cave).

As unbelievable as it may seem, this place has caves large enough to house more than 4,000 statues of the Buddha of over 300 years old in all size and shape. It is equally extraordinary to think that the Laotian people had to row their boats in the thick of the night to hide them in those caves while their capital Luang Prabang was being invaded by foreign troops.

"The first illustrated description of the Buddha Cave of Pak Ou was found in the narration of the 1865-1867 exploration of the Mekong by Francis Garnier."

When monarchy was still in place, according to tradition, every year during the Pimay Tet the King visited the Buddha Cave then spent the night at the royal temple in the Pak Ou Hamlet. The people follow in his example and left Luang Prabang by boat in droves to go upstream the Mae Nam Khong to the Pak Ou cave on a pilgrimage. Once there, they used scented water to bathe the statues of Buddha. After climbing more than 200 steps I reached the Upper Cave. The place made me feel I had entered a completely different world. In the dim light of dusk, the humid and placid atmosphere was permeated with a light mossy scent. I felt as if time had come to a standstill.

From the inside of the cave looking out, I saw rows after rows of statues covered with the dust of time. They might show chips and cracks but placid and immovable remained the smile of the Buddha that appeared to radiate all the way to the Mekong below. The current of this river is still rich with silt even though it was inexorably drying up.

The Pak Ou cave is reputed to be a holy ground where you feel a natural urge to pray. *"I am not a Buddhist but I burnt incense and brought a fresh bouquet to offer to the Buddha along with a fervent prayer that the Mekong will be safe and remain forever the lifeline of the people who live in the seven countries along its banks..."*

However, as I stepped outside the cave, a quick glance at the alarmingly low water marks on the stone walls made me realize that my prayer will forever remain an *"impossible dream"*.

The sand bars appeared sooner than usual. The people living in the region rushed to the place earlier than expected to prospect for gold.

A GLIMPSE OF THAILAND – AT THE OTHER END OF THE MITTAPHAB BRIDGE

This bridge was built in 1994 by the Australians to provide Laos with a door to the outside world. Travelers crossing the bridge into Laos from Thailand could obtain an entry visa just like the way it is done at Wattay International Airport. At the other end of the bridge, they were greeted by a foreign exchange booth, a post office, and a duty-free shop. A story has it that with the help from Singapore; a very simple Vietnamese Laotian lady, a former gold trader, founded the chain of duty-free shops meeting international standards at all the entry points into Laos. She was at the time living in Pakse.

Standing on the bridge, I watched the current flow by leisurely below, a tiny section of the 4,661-kilometer-long course of the Mekong stretching from Tibet to the East Sea. Looking at its water, I could visualize its historic depth. Its surface mirrored past and present civilizations including the Văn Hóa Miệt Vườn, which – at barely 300 years old – is now facing the threat of extinction.

On the other side of the bridge lies Nong Khai, a small town located at the northernmost tip of the Isan plateau, formerly a dry and immense land surrounded by the Mekong. This seemingly natural frontier line was formerly part of Laos' territory that the French and British arbitrarily allocated to Thailand in 1941. Laotians made up one third of the population of Isan while the rest were Thais. They speak the same language and it becomes easily understandable why the entertainment shows and daily news reports on Thai television broadcasts are common staples to the wealthy families in Laos. We would be amiss if we fail to mention the presence of a significant number of Vietnamese expatriates who moved here for safety in the 1940's and 1950's as the resistance movements against the French spread to the three countries of Indochina.

Until the 1960's the Isan plateau was still an impoverished region. To deal with the growing intensity of the Vietnam War as well as to prevent communist infiltrations into Thailand, the Americans poured money into Isan to finance its development: expansion of modern highway networks, construction of four military strategic airports from which the jet planes took off on their bombing missions over North Vietnam, and the setting up of special teams to rescue the airmen should they be shot down. The U.S. also helped Thailand build hydroelectric dams on the Mekong tributaries like Nam Pond and Nam Pung to bring electricity to the countryside and improve the irrigation system resulting in an astronomical surge in agricultural production.

For ages, Nong Khai has always served as a gateway to Laos. It lost the charms of a little city on the riverbank the day the Mittaphab Bridge was constructed. Tourists who came by land disembark at this stop station before crossing the river into Laos.

Convenient guesthouses and 4-star hotels crowded the place including the eight-story, 200-room luxurious Holiday Inn Mekong Royal on Jomanee road overlooking the Mekong River.

Nong Khai was caught up in the middle of an electoral frenzy. The streets were flooded with posters proclaiming the campaign slogans of the candidates. My Thai taxi driver with smiling eyes and a gentle voice commented: *"We will vote for the richest candidates because they do not need money and are only out for fame. This way we can avoid corruption"*. I did not know since when the Thai people had become imbued with the American sense of practicality. This may explain why the Thai Rak Thai Party (TRT) meaning the *"The Thai loves the Thai"* of billionaire Thaksin Shinawatra won an easy victory clearing the way for him to form a new cabinet. Thaksin's education deserves some elaboration: *a graduate of Houston University in Texas, he became the richest man in Thailand thanks to his dealings in electronics. He was hailed as the "high-tech mogul" by the American press.*

Thaksin represents a new generation of leaders in the developing countries in their drive toward globalization – a synonym of *"Americanization"*. Like him, the leaders of Taiwan, Chile, Mexico, and soon to join the club Thailand and the Philippines were all trained in the U.S. and holders of American doctorate degrees.

Thailand was the only country in Southeast Asia to escape the yoke of French or British colonial rule in the 19th century. Not only was it spared half a century of warfare, it also benefited greatly from the Vietnam War. This windfall continued on even after the war ended as Thailand became the main supplier of rice, food, fruits and vegetables to the two million Vietnamese expatriates who left their country. It must be said that the 1980's was the golden age of economic development for Thailand.

As usual, the Thai people living in the countryside only gain notice during election time. Each vote has its set price paid in bath, the currency of Thailand. If money did not do the work then violence could be the next option. Money and violence form an inseparable *"Dangerous Duo"* of the Thai political scene. The words uttered by a professor of political science reflect that state of affairs: *"Why do you want to waste 30 million baths (more than half a million US Dollars) to buy a village chief when you can spend one tenth of that to buy the service of a hired gun to do the trick?"*

To put the people at ease, the chief of staff of the Thai armed forces promised that: *"there will not be a 'coup d'état' regardless of the election's results"* [sic]. But who could forget that changing his mind at any time was also within the general's prerogatives.

The Military Events of 1932 marked a turning point in the political life of Thailand. On June 24 of that year, a clique of generals and civilians staged a coup d'état while the king was vacationing at a seaside resort. This episode is later known as the Revolution of 1932. It ended absolute monarchy rule and replaced it with a constitutional monarchy form of government similar to that of Great Britain. The king and the royal family merely kept to a ceremonial role. Then things changed drastically during the reign of king Bhumibol. The monarch is revered as an arbitrator, a *"common denominator"* standing head and shoulder above all for the people to rally around.

When the king embodies the foundation on which rest the unity and stability of society for over half a century, a big question mark inevitably arises: *"Once king Bhumibol leaves the scene, who will step in his shoes to assume the duties of the throne when the crown prince is reputed to be a 'prodigal son', a poor reflection of his father?"* Considering that the monarch is now 72 years old, it has become a matter of grave concern to every Thai. Some have turned their eyes to princess Chakri Sirindhorn who may ascend the throne as the first queen in the country's eventful history as Thailand crosses the threshold of the 21st century.[1]

Coming to this frontier town I did not harbor much concern about the politics of Thailand. I went to a joint on the riverbank to seek the serenity of the Mekong. My mind was haunted by the image of the Pla Beuk / Pangasianodon gigas, those giant catfish weighing more than 300 kilograms. I could not help asking myself whether they were still swimming around the foot of Mitthaphab Bridge or not.

---

1 After his father passed away (October 13, 2016), Prince Maha
   Vajiralongkorn has ascended to the throne and has reigned until now

Pla Beuks have been around for thousands of years, long before they were mentioned in 1930 by the Western press. Furthermore, going back over half a century, the British explorer James McCarthy (1881-1893) in his book, *"Surveying and Exploring in Siam"*, gave rich details about the Pla Beuk when he wrote: *"... helping the fishermen pull aboard a Pla Beuk weighing 130 lbs, measuring 7 feet in length, and 4.2 feet in waist line. A fish without scales and teeth..."* McCarthy also mentioned the eggs of the Pla Beuk and compared them to the sturgeons' caviars. They were very tasty and sought after. So much so that Laotian kings sent them as gifts to the courts at Hue and Bangkok.

I paid a visit to the marketplace of Nong Khai to have a look at the fish which were caught from the Mekong. The place was not much different from a Vietnamese market in colors and tropical fruits. I never saw so much dry tamarind in my life – lots and lots of crates and bamboo baskets overflowing with the fruit arranged into circles on the stalls. Quite a few of the merchants I met were Vietnamese but they avoided speaking in their own tongue. The Thai people do not look at the Vietnamese with a kind eye and consider them a security risk because of their past affiliations with the Communist Party of Thailand. In fact, Vietnamese revolutionaries like Phan Bội Châu, Hồ Chí Minh had at times sought refuge and carried out their struggle in this country while being hunted down by the French.

THE VIETNAMESE IN THAILAND

Hoàng Văn Hoan (1905-1991), personal friend of Hồ Chí Minh, was a founding member of the Indochinese Communist Party and a member of the Vietnam Worker's Party politburo. He served as ambassador to Beijing from

1950 to 1957 and acted as a crucial link between the Democratic Republic of Vietnam and China. After Hồ Chí Minh's death, Hoan lost much of his influence. He eventually defected and surfaced in Beijing in 1979.

According to Hoàng Văn Hoan 's book, *"Giọt Nước Trong Biển Cả / A Water Drop in the Ocean"*, at the start of the resistance against the French in the mid 40's, the Vietnamese living in Thailand – coming mostly from Laos – numbered about 100,000. At first the Thai were well disposed toward the Vietnamese revolution. The people as well as their government not only accepted the presence of such a large number of Vietnamese on their land but also earnestly gave them assistance. Thailand became a safe haven and base of operation for the resistance against the French.

Though in exile, the Vietnamese expatriates found their lives so comfortable that they forgot they were living in a foreign land. So much so that they became subjective or arrogant in their thinking and careless or ostentatious in their behavior in total disregard for the customs and habits of the host country. They set up an agricultural cooperative and named it Việt Nam, organized fairs and festivals flying their flags all over the place while their militia walked around toting their guns in public... The inevitable came in the 1950's when the local Thai people openly voiced their complaints. The country's newspapers owned by the new rightwing government also joined in and mounted a public campaign against the Vietnamese.

Willingness to help gave way to animosity. The end result: the Vietnamese were being ostracized. Though not forced to repatriate, they were forbidden to travel outside of their area of residence. While the Chinese met easy acceptance and assimilation into Thai society, the Vietnamese in Thailand found themselves for a time relegated to the status of second-class citizens.

The situation has improved somewhat lately when after more than half a century, the Thai government finally allowed the Vietnamese who were longtime residents or born in the country to become naturalized citizens.

Most of the Vietnamese in Thailand are of the third generation and have lost touch with the real conditions of life in Vietnam. Nevertheless, they still identify with their homeland and the Communist regime in Hà Nội on account of the August Revolution and the Resistance Against the French of the old days. Older men of the first generation who are now in their eighties still hang pictures of Uncle Ho at an honored place in their homes.

At the fish market of Nong Khai I was overjoyed by the abundant display of fresh fish caught from the Mekong. On a fish stand, a big Papu fish weighing more than 50 kilograms was being cut up. Without any big expectation, I inquired with the stand's owner about the Pla Beuk. To my great surprise he walked to a freezer and brought back a big Pla Beuk head with the explanation:

"It is difficult to get hold of a Pla Beuk these days. You're lucky to come at the right time. This Pla Beuk caught in the Mekong only weighs 45 kilograms and was rather small. A regular size one could be more than 300 kilograms."

In the closing days of the year 2000, at the Nong Khai market, I was fortunate enough to have a look at the carcass of one of the last Pla Beuks living in the deep crevasses of the Mekong.

When in Nong Khai one must pay a visit to the Buddhist temple named Phrathat Klang Nam that has fallen into ruins since 1847. Submerged in the middle of the river, it is continuously sinking due to the pressure of the current and becomes visible only during the Dry Season. One hundred forty years ago, on his journey from Bangkok to Laos via the Isan plateau, Mouhot wrote in 1860 while sailing up the Mekong: *"The Buddhist temple was swept from the bank of the river by the current. Nowadays, only half of it remains above the water looking like a sunken boat."*

A mere 5 kilometers east of Nong Khai, a totally different landscape unfolded before my eyes: Wat Khaek. This group of colossal monuments built just recently in the 1970's, offers another facet of the varied cultures along the Mekong. The statue of the Sacred Seven Headed Naga Serpent which protected the Buddha during a violent storm as narrated in an old story stared down at me from at least 30 meters high. For me, Naga also reminds me of the rain forests that store the water of the Rainy Season and release it during the Dry one to regulate the flow of the Mekong. That way there would be fish for the fishermen and water for the farmers to work their rice fields during the two annual harvests.

UDON THANI REVISITED

Udon Thani lies 50 kilometers to the south of Nong Khai. An often-mentioned American strategic air base during the Vietnam War, it was swarming with young Thai girls from the countryside who came to work at the bars, massage parlors, hotels with air-conditioned rooms primarily built to cater to the American GIs stationed there. The electricity supplied from the Nam Ngum Dam located on the Laotian side of the Mekong had played a major role in the extraordinary development of Udon.

After 1975, although hostilities had ended, hundreds of American soldiers married to Thai women refused to repatriate and chose to stay in Udon. A quarter of a century later, no traces could be found of those military families. They had dispersed to the four corners of the world: some went back to the U.S., others accompanied their spouses and grown children to different locations to work and live. The "Fast Food T&J" serving hamburgers and French fries was the only store owned by an American veteran left standing. It was doing brisk business.

Today, unlike Bangkok, Udon is acclaimed as a beautiful city untouched by pollution. The Americans have departed but they left behind a very visible Americanized lifestyle noticeable in stores like Pizza Hut, Kentucky Fried Chicken and Mac Donald... dotting the shopping malls.

Thanks to the Mittaphab Bridge, Udon is chosen as an ideal destination for people from Vientiane to visit and shop during the weekends. The goods here are attractive and inexpensive. Besides, they also please the fashion taste of the Laotian girls of the X generation. My friend, a French trained Laotian doctor remarked:

"It will take a mere two or three weeks for the latest fashion styles shown in Paris, New York or Hong Kong to show up in the department stores of Udon."

Pointing to a huge sign on the sidewalk that proclaimed: *"We Care. Ask Udon International Hospital"*, the Laotian doctor added:

"Patients from the Mahosot Hospital in Vientiane who need emergency care are brought to The Udon International Hospital for treatment so that they don't have to be sent to Bangkok."

On the other side of the Mekong is Thailand, Laos' dynamic neighbor with whom it also shares the same language. Through the process of economic and cultural osmosis, silently but surely Laos is gradually being transformed into a mini-Thailand.

THE PREHISTORIC VILLAGE OF BAN CHIANG

Ban Chiang sits at the top of a triangle with Nong Khai and Udon Thani forming the two ends of its base on the Khorat plateau. Located 56 kilometers to the east of Udon Thani on route 22, it takes barely an hour to drive from one city to the other. To visit the excavation site of Ban Chiang is to travel back in time to the Bronze age because at this location was buried probably the oldest civilization of the Mekong. Ban Chiang is considered the most important archeological find in Southeast Asia after World War II. In 1992, UNESCO designated it a World Heritage Site.

Everything happened like in a fairy tale. In 1966, an archeology student from America was walking in the fields of Ban Chiang village when he tripped against the roots of a kapok tree and fell. Unwittingly, he landed face down on an archeological treasure as he found himself surrounded by a multitude of porcelain fragments sticking out from the ground. He picked a number of them to send to Bangkok before returning to the University of Pennsylvania to carry out additional research.

Those porcelain, glazed terra cotta fragments and human bones were no strangers to the villagers of Ban Chiang as they often struck at them while digging or shoveling in the fields. When rumors about the newly found *"prehistoric village"* reached their ears, the villagers rushed to the site. They unearthed those ancient objects and sold them to foreign collectors without any idea about the high prices they could command. Years later, a number of those artifacts were found to be illegally in the possession of several museums in California. As this fact comes to the attention of the public, it is expected that some of them will be eventually returned to Thailand.

It took four more years before the Thai and American archeologists began systematic excavations of the site. In two short years, they dug up eighteen tons of objects like bronze instruments, porcelain vases or pots, and even woven cloth and human remains in ancient tombs. Preliminary studies using the thermoluminescence technique indicated that these objects dated back to at least 3600 BC – which is 600 older than the oldest bronze objects from the Middle East. This discovery refutes the argument that the technology of bronze making originated in the *Land of Two Rivers* (Tigris and Euphrates) in the year 3000 BC. It concurrently disproves the theory purporting that bronze objects were imported into the southern regions from China because the oldest bronze objects found in that country were dated to around 2000 BC only. In another word, we can safely conclude that the technology for bronze making migrated from Southeast Asia into China instead of the other way around.

Traditionally, it was erroneously assumed that the civilization of Southeast Asia lagged far behind that of China. Curiously, no due importance has yet been given to those very artistically made bronze jewelry which spoke of a harmonious society possessing an advanced civilization not at all primitive compared to the Chinese one. The same holds true for agriculture. From C14 carbon radioactive dating in the study of rice husks found in Ban Chiang's porcelain vases, scientists were able to determine that agriculture took root in Southeast Asia at an earlier time than in China.

Using the Ban Chiang human skeletal remains currently kept at the Department of Anthropology of the University of Hawaii, anthropologists were able to reconstruct a prototype of this prehistoric man. He was endowed with a wide forehead, prominent cheekbones, and long feet. Our man was healthy, living an average life span of 30 years. His death was usually attributed to illnesses like malaria rather than violent causes. He probably came from the Hoabinhian stock (Vietnam) during the stone age and inhabited the region of Southeast Asia in the period between 12000 to 5000 BC. Joyce White suggested that the prehistoric villages of Ban Chiang succeeded in establishing a stable agriculture-based social system since 7500 BC while the earliest signs of rice cultivation upstream of the Yangtze River in China was dated at about 6500 to 5800 BC. Her finding was further supported by Peter Bellwood who argued that if you add the weather factor to the equation, then *"the first cradle of rice cultivation"* must be the tropical region of SEA Monsoon.

Suddenly as if things fell into a black hole, one is at a loss to explain why in the second century, for unexplainable reasons Ban Chiang was abandoned by its inhabitants and turned into a desolate place. For the moment, let's turn the page on the prehistoric origin of the Southeast Asian region that conventional textbooks dealing with the origins of world civilizations seemed to have practically ignored as they had done with the Plain of Jars, another civilization of the Mekong.

Upon my return to the U.S., my attention was caught by the news on the front page of the *Người Việt Daily*. It was about an explosion on the Mittaphab Bridge, the very place where only a few days ago I had stood to look down at the Mekong's current, in the hope of seeing a Pla Beuk.

BANGKOK (Kyodo News) - A bomb explosion on the Mittaphab Bridge at the border between Laos and Thailand injured 11 tourists coming from Thailand. Immediately afterward the traffic on the bridge was interrupted. The explosion took place at 4:05 in the afternoon Wednesday, 01/25/2001. Evidence found at the scene indicated that the bomb was detonated from a control point at the foot of the bridge on the Laotian side.

Vientiane - Luang Prabang - Nong Khai 12/2000

Lao PDR White House - Year 2000

Mittaphab Friendship Bridge - Vientiane, Nong Khai

Arc de Triomphe Patuxai - Vientiane

Cultural Pavillon - Made in China

The golden stupa of That Luang - A symbol of Laos' historic past

Old Royal Palace - Luang Prabang

Ban Phanom famous for their woven fabrics

Henri Mouhot Tomb hidden under a dense foliage

Year 2000 - Year for Tourism in Laos: Going from Green Tourism (Ecotour) to Black Tourism (Opium and Sex Tour)

Nam Ngum - first hydroelectric dam thirty years later

The Buddha Caves of Pak Ou

A view of the Mekong from Pak Ou Caves

THE RISE OF THE PHOENIX
WALKING THROUGH THE KILLING FIELDS

"The sufferings of the people are the sufferings of the monarchs"
Jayavarman VII

A "COME BACK TO SORRENTO" –
ANGKOR KHMER

After 30 years, a return visit to Cambodia still proves to be quite a unique experience in itself. I first went to this country in 1970. At that time the Vietnam War had crossed its national boundaries and its tentacles reached into this land. In other words, it had become a *"guerre sans frontières"*. Rockets and mortars rained down on the city of Krek that had the misfortune of being located near the Vietnamese border. In the aftermath, the Lon Nol government instigated several years of terror known as the *"decapitation"* campaign against the Vietnamese. It was to be replaced by the atrocities of *"ethnic cleansing"* under Pol Pot's rule.

Lon Nol was a soldier and politician. In 1970, as Prince Sihanouk was traveling on a diplomatic mission in Europe, General Lon Nol staged a coup d'état and proclaimed himself president of the new Khmer Republic. Frustrated with Prince Sihanouk's pseudo neutral policies, the United States threw its support behind Lon Nol's right wing government.

Prince Sihanouk was popular then. By overthrowing him and abolishing the monarchy, Lon Nol lost the support of the mass. As an ally of Washington, he was supposed to maintain friendly relations with Saigon. On the contrary, the general brutally mistreated the Vietnamese living in Cambodia. Thousands of Vietnamese including women and children were barbarously murdered. Their throats were cut and bodies thrown into the Mekong. All the while, with strong backing from China, his opponents, the Khmer Rouge, continued to expand their control in the countryside. By 1975, his government's authority was reduced to the limits of the capital city. Finally, before the fall of Phnom Penh on April 1, 1975, Lon Nol fled the country to go into exile, first in Hawaii then in California. He passed away in November of 1985. Lon Nol found his nemesis in the leader of the Khmer Rouge named Pol Pot (1925-1998), alias Brother Number One. Pol Pot's regime gained infamous notoriety for its grim determination to start a utopian society in the "Year Zero". To that end, Pol Pot directed the Khmer Rouge to enforce a version of agrarian collectivization calling for the compulsory relocation of city dwellers to the countryside to work in collective farms. Such a harsh policy of hard labor inevitably led to starvation, lack of medical care and mass executions resulting in the death of approximately 2 million persons.

The invasion by Vietnam in 1979 put an end to all that. Pol Pot had to flee to the jungles in northwest Cambodia where he was stripped of all power by his Khmer Rouge comrades. He breathed his last at the age of 73 while living under house arrest.

In 2001, I returned to this country with the memories of the nightmarish years of the Killing Fields still fresh in my mind. Peace was a new comer and the country still littered with unexploded mines and explosives – the unfortunate inheritance from a drawn out bloody civil war. Happily, like a phoenix, Cambodia rose from its ashes to take flight toward brighter skies.

In the travelers' eyes, Cambodia had reclaimed her place on the tourism map of Southeast Asia thanks to the magnificent temples of Angkor, a tourist attraction that is unrivaled in Asia.

A promising prospect could come knocking at the door in 2002 with the proposed introduction of the ACV (Air Cushion Vehicle) tour lasting 14 days from the 3rd to the 17th of November each year. The craft is supposed to run the round between two terminal points: the port of Cần Thơ in the Mekong Delta and Simao in the province of Yunnan. Sailing upstream the Mekong, the tourists would start the trip at Cần Thơ to head for Phnom Penh then continue on to Siem Reap and the Tonle Sap Lake in Cambodia. Leaving that country behind, they would enter Laos to visit the Khone waterfall before moving on to Pakse, Vientiane and Luang Prabang. Their next stops would be in Thailand, Myanmar and the Golden Triangle at the Chinese border. Afterward they would proceed to Jinghong and reach their final destination in Simao, China. The trip would not cover all the seven countries that border the Mekong because a section of the river that runs through the mountain gorges from Tibet to Yunnan is not navigable. Nevertheless, this 2,900 kilometer Ecotour through six countries still promises to be extremely appealing. Tourists could expect to catch the last glimpses of the Pla Beuks and the Irrawaddy Dolphins that inhabit the Mekong before they become extinct. But we are discussing here a thing that still belongs in the planning stage for the year 2002. (At the time of this writing, it was reported that this tour had been successfully offered to the tourists for the first time).

We were then in the first December of the 21st century. I did not come to this part of the Mekong for sightseeing but rather to conduct a field trip. This section of the current was once dyed red with blood and choked with headless bodies of Vietnamese, the victims of the *"decapitation"* campaign. For ages the Khmers and Vietnamese regard each other with animosity stemming from a past history of rancorous interactions.

Cao Xuân Huy, the author of *"Tháng Ba Gãy Súng / Broken Guns in March"*, asked me: *"Don't you fear decapitation? As a group, Laotians are without doubt gentler than the Khmers."* With those words, Huy wanted to compare my recent trip to Laos that went on smoothly to my upcoming journey to Cambodia. Huy had an interesting background. Born in North Vietnam in 1947, he joined the elite South Vietnamese Marines. After the fall of South Vietnam, he was imprisoned by the Communists and became one of the boat people who fled the country in 1982 to resettle in the United States a year later.

Another friend, Hoàng Khởi Phong, also jumped in with a similarly unfavorable comment: *"Your book is written. Why do you have to go to Cambodia? You still have time to change your mind"*. Though his remark was not in itself an outright dissuasion, it could not be taken as being an encouragement either. In addition to being a poet and writer, Phong also worked as a journalist. Four years older than Huy, he served as a former officer in the Armed Forces of the Republic of Vietnam. In early 1975, he sought refuge in America where he became the editor of Văn Học Magazine from 1989 to 1991. His works include: *"Ngày N+ / D Day"*, a memoir; and the novel *"Người Trăm Năm Cũ / Men of One Hundred Yesteryears."*

Dohamide, my Chăm friend from the time we were colleagues at the *Bách Khoa* / Encyclopedia magazine prior to 1975, was even more emphatic. He ventured that I should drop the idea altogether because we were so close to post 9/11. He turned more vehement when I told him of my intention to visit the Chăm Islam community of almost 500,000 living in the midst of eleven million Khmer Buddhists. Dohamide or Đỗ Hải Minh, his Vietnamese name, was born in 1934 in the city of Châu Đốc, Mekong Delta. A graduate of the National Institute of Administration in South Vietnam, he also earned an M.A. in Political Science from Kansas University. He was a contributor to Bách Khoa in Saigon and the magazine Thế Kỷ 21 / Twenty-First Century in California. In his later years in America, he founded the Vietnamese Islam Association as well as authored two research books: *"A Condensed History of the Chăm People"* and *"Bangsa Champa: In Search of a Remote Root"*.

My American colleagues at the hospital where I work – several of them former Green Berets and veterans of the war in Cambodia – also expressed their astonishment about my choice of *"vacation spot"*.

My eagerness to go on with the trip was somewhat dampened by an unexpected development when I learned that my travel companion, Nguyễn Kỳ Hùng, had to drop out at the last minute. An end of year project at Gateway, the electronic company where Hùng worked as a planning engineer, required his presence at the office. He is an accomplished young photographer / reporter who came along with me during our trip to the Mekong Delta two years back.

I fully realized that a reporter, even when not working in the battlefields, still has other fronts to face. The RWB (Reporters Without Borders / Reporters Sans Frontières) recorded that in 2001 there were thirty-one newsmen who lost their lives in the line of duty. This figure was equal to the one reported for the previous year and did not include those held in captivity.

Being aware of the danger does not mean in any form or shape refusing to accept one's responsibilities. Therefore, although one is naturally expected to face the uncertainties of one's profession whenever they arise, at a certain point down the road, one has to ask oneself whether one's death would serve a meaningful purpose or not. Consciously or not, each of us is facing that question in our daily life because death remains the final destination of our personal journey on this earth.

For me, coming to the Mekong is like responding to a siren's call: To go back, to come to the Tonle Sap Lake and other parts of the Mekong. Future generations may not be fortunate enough to behold the rich yet extremely fragile ecology of a river that may be called *"The River of the Past"* in a not-too-distant future.

RECENT NEWS BEFORE DEPARTING

President Bush removed Cambodia from the list of the world's major nations trafficking in drugs. Nevertheless, the watch list of the DEA / Drug Enforcement Agency still contains 23 countries – Among them: China, Laos, Myanmar, Thailand and Vietnam.

The mission of the DEA is to enforce the controlled substances laws or regulations of the United States and prosecute violators before the American courts. This Agency also recommends and supports non-enforcement programs aimed at reducing the availability of banned controlled substances on the domestic and international markets.

At the time of my visit, Cambodia was actively implementing a rather costly Demobilization Plan to return 30,000 servicepersons including officers and generals to civilian life by the end of 2002. The World Bank provided the lion's share of the fund earmarked for that Plan in the hope of reducing the quantity of weapons and ammunition that proliferated in Cambodia and secure the foundation for a lasting peace. A secondary objective of the planners was to improve *"human rights"* conditions while at the same time save US$ 10 million a year to be used for social and economic development projects. However, corruption still proved to be the most intractable impediment to the effective use of the US$ 42 million budgeted for that Plan.

Recently, prime minister Hun Sen signed a law calling for the closure of Karaoke parlors in order to eradicate social evils like: violent crimes, widespread prostitution, and a growing HIV epidemic in the countryside brought about by infected Karaoke waitresses as they returned to their villages. In the post 9/11 era, Cambodia's tourism industry was already experiencing a 20% drop in the number of visitors mainly from Europe and North America. The new law represented another serious *"hurdle"* to the tourism sector since the Asian vacationers who were expected to make up for the slack unfortunately enjoyed frequenting those banned Karaoke nightclubs.

The visit of Mr. Trần Đức Lương, President of Vietnam, coincided with huge fires that burned down a large number of thatch huts belonging mostly to the Vietnamese residents in two neighborhoods of Phnom Penh. Those two areas were part of a relocation plan that was previously adopted by the city government. At that time, diplomatic relations between the two countries were taking a turn for the worse due to a border dispute, a perennial curse that pervades their long history.

The people and government of Cambodia always maintain that the Mekong Delta and its millions of Khmer Vietnamese, also known as Khmer Krom, belonged to them. They lost that land to the Vietnamese during the latter's Southward March that began in the 17th and lasted until the early 19th century. In the initial phase, Vietnam laid claims to all the territories of the Kingdom of Champa, which for all practical purposes totally disappeared from the map of the world. In the ensuing years, the Vietnamese came face to face with another neighbor: The Khmer. As a result, the Mekong Delta changed from Khmer to Vietnamese hands. The Southward March came to an abrupt stop with the French conquest of Vietnam, Cambodia and Laos and the establishment of French Indochina. Without the arrival of the French, the Cambodians had every reason to believe that their homeland would eventually be swallowed up by both the Thai and Vietnamese.

THE ROAD TO SIEM REAP

During the Thai-French war of 1941, the Japanese forced the French to cede a part of Cambodia's territory to the Thai. However, in the aftermath of Japan's defeat in 1945, the Thai had to return it to the French. This was probably the reason why the name Siem Reap meaning the *"defeat of Siam"* was coined for a small city located in the countryside to the northwest of the Tonle Sap Lake. Its verdant landscape was dotted with coconut, areca and tamarind trees... just like in the Mekong Delta. The disposition of the surrounding hills gave the area a strategic importance that prompted successive Khmer kings to build there the temples of Angkor to serve as their capital from the 9th to the 13th century. During the last civil war, the opposing parties often confronted each other and settled their accounts at this location.

In the *"post-Khmer Rouge"* era, the sleepy city of Siem Reap began to stir and became the staging area for tourists who wished to visit the wonder of Angkor. The introduction of a direct flight between Bangkok and Siem Reap spared them a stopover at Phnom Penh. No wonder why the flights to Phnom Penh were emptying up while those to Siem Reap were getting fully booked causing its airport to become overcrowded. Construction works were under way to expand that facility.

Golf courses and hotels, including the five-star Sofitel, were rushed into construction. Malaysian entrepreneurs planned to set up a grand scale *"sound and light"* show at the Angkor Wat site. However, due to the most recent economic crisis in Asia, they had to shelve the project.

The post 9/11 years also witnessed a change in the make-up of the tourists in Cambodia. The country saw a sharp decrease in the number of visitors from North America and Europe. On the other hand, the gap was filled by a growing number of tourists from Asian countries like Japan, Taiwan, South Korea, China...

Visa on arrival – The airport police at Siem Reap was professional and organized to perform their tasks in a chain-work fashion. Robust Khmer men with curly hair and sun burnt skin looked neat in their well-pressed uniforms. In spite of my American passport, I was kept waiting there for a long while by the section head, a captain with a pair of bright but cold eyes. When he finally handed the passport back to me, he thanked me using the short Vietnamese words *"Cám ơn"* in a tone pregnant with insinuation. By his attitude I was to understand that in the land of Angkor Wat my identity is that of a Vietnamese national regardless of the type of passport I bear. I came to the Khmer and Chăm peoples carrying on my shoulders the burden of almost three hundred years of past animosities. Could the debt we owe these peoples ever be repaid?

MALRAUX AND ANGKOR

To see all the Angkor monuments that were built along a circumference of 35 kilometers, would require at least three days to a week. Unfortunately, I had only one day in my itinerary to spend with this splendid but defunct civilization along the Mekong.

I followed the same road André Malraux called the Royal Way to reach the temples of Angkor. Since the time I first read his book, *"La Voie Royale"*, I immediately took a liking to this man of adventure and action. For a long time, I only knew him as an accomplished writer and politician.

However, just recently by pure coincidence the American writer Walter Langlois through his book *"André Malraux: The Indochina Adventure"* (New York 1966) introduced me to a different Malraux.

More than 78 years ago (1923), this down-to-earth Malraux landed for the first time in Saigon at the young age of 23. Prior to that, he had gone to Hanoi to meet the members of the École Française d'Extrême-Orient and learned that the temples of Angkor were classified as protected monuments. Nevertheless, once in Saigon, he undertook a journey up the Mekong to Phnom Penh in the company of his wife, Clara, and friend, Louis Chevasson. From there the trio sailed upstream the Tonle Sap River to arrive at Siem Reap via the Tonle Sap Lake then transferred to a land route to reach Angkor.

With premeditation, he carefully planned his moves by renting ox driven carts and hiring Khmer hands. At Angkor, they went to the Banteay Srei temple area where Malraux provided his workers with stone saws to cut out a steal depicting a beautiful apsaras along with a number of smaller statues. They packed their bounty in crates mislabeled as *"chemical containers"* before transporting them by carts to the Tonle Sap Lake for shipment to Phnom Penh with Saigon as the final destination.

If everything had gone smoothly, those artworks would have fetched a fortune from New York collectors to the great satisfaction of the young Malraux who could in no way be described as well off at the time. Unbeknownst to Malraux, since the start, his group was put under surveillance every step of the way. The moment they set foot in Phnom Penh they were caught red handed with all the incriminating evidence. Except for Clara who was set free on account of her sex, her two male companions had to face trial. Malraux received a three-year jail sentence while Chevasson was given a shorter time of 18 months. Claiming that the Banteay Temples were not on the protected list the two appealed and were transferred to Saigon for a new trial. His reputation in the literary circles at the time brought his colleagues in Paris to his defense and the case took on cultural and political implications. The Saigon Court still found the pair guilty but reduced the lower court's verdict for Malraux to a suspended sentence of one year. Soon afterward Malraux returned to Paris.

The *"rich irony"* of all this (to borrow the terms used by Milton Osborne) is that the very person who was found guilty of committing *"cultural vandalism"* in French Indochina during colonial times later became the Minister of Cultural Affairs in the government of General De Gaulle for quite a long time.

Nguyễn Hiến Lê (1912-1985) was born in Hanoi, then moved to the South of Vietnam in 1935. A self-taught man, this scholar turned out to be a prolific writer with more than one hundred published books in his name. He was one of the main contributors to *Bách Khoa* / Encyclopedia magazine in Saigon prior to 1975. In 1943, at the age of 31, while on a mission for the Bureau of Public Works to Siem Reap, he had the opportunity to pay a visit to Angkor Wat and wrote an interesting short travel book about this place.

More than a half-century later, I also came to the massive stone blocks of Angkor. Though inanimate by nature, somehow, they were arranged in such an artistic way that they formed a harmonious architectural whole, whose beauty was enhanced by myriads of intricate carvings. In its totality, this is an imposing achievement by master architects and an army of gifted carvers with very keen eyes for the human anatomy. Countless quantities of ink and paper have been spent in the praise of Michelangelo of the Renaissance in the West. When standing in front of the temples at Angkor, one could only watch in silent admiration for those anonymous great artists and could not help wonder where they came from and where their souls have gone to now. Their works predated Michelangelo five long centuries.

Sunrise at Angkor is something beautiful to marvel at a quiet symphony lauding the communion between nature and human achievements. Five stupas stood out against a grayish sky that was blushing red as the sun rose over the horizon. Rows of sugar palm trees, the traditional symbol of Cambodia, cast their profiles on the reflecting surface of the lake as if to bear witness to the millenniums that had gone by. The lingering dewdrops from the previous night sparkled on the leaves and petals of the floating water lilies. Going up the steps leading to the temple and palace compound amidst towering and imposing stone statues, I walked by thousands of carvings. They reminded me that, like a history book, those stone tablets were the record keepers of actual life scenes in the past. Awed by the entire setting, I had the impression that time had come to a standstill. Then, overtaken by a moment of deep recollection, I pondered the ephemeral nature of dynasties and human existence. Raising my eyes to admire the compassionate look and enigmatic but serene smile of the Buddha statues I could not resist the temptation of comparing it to the much talked about smile of the *Mona Lisa*. For me, her smile could only rate a distant second to what I was looking at then.

As I was admiring dawn breaking out over the landscape, the ironic thought that I had before my eyes the vestiges of a civilization at its sunset came to my mind. No – actually of two civilizations: Angkor-Khmer and Champa. Meeting today's Khmers, for some unexplained reason, I entertained the same thought as Mouhot, the explorer who *"rediscovered"* the temples of Angkor more than a century ago. Like him I thought it would be difficult to believe that today's Khmer could actually be the descendants of or in any way related to the builders of the wonder of Angkor. In 2000, just one year ago, I came looking for Mouhot's tomb located in a deserted stretch of a tributary of the Mekong called Nam Khan River in Upper Laos and sat by its side.

I was overwhelmed by a strange and haunting feeling at the sight of several Catholic nuns sitting on a high stone platform of an ancient library that had fallen in ruins. They faced the rays of the rising sun singing a cheerful religious hymn as the wind carried their carefree, ethereal voice to faraway places.

FROM THE VIETNAMESE FLOATING VILLAGE

From Siem Reap we boarded a motorboat heading south toward Chong Khneas, also known as the Vietnamese Floating Village northwest of the Tonle Sap Lake. On arrival we were greeted by a group of people who prefer to live in the rich and varied eco-environment of a river.

Like a magnet, the abundant resources of the Tonle Sap Lake attracted different peoples from all over the place to come and establish floating villages in the floodplains or on the lake. Their lifestyle seemed to have remained untouched by time for hundreds of years. They were fishermen whose principal source of income was derived from their catch. Besides fishing they also engaged in running fish farms; raising crocodiles, snakes, and ducks; wood cutting; hunting birds and games; even harvesting water plants.

I came to this floating village in search of the beauty of a natural ecology of a wild marshland. These floating villages migrate with the changes in the seasons and water levels. Sunrises and sunsets count among the most beautiful sceneries the Tonle Sap Lake has to offer.

TO THE BIRD SANCTUARY
IN THE BIOSPHERE OF PREK TOAL

The motorboat was cruising at full speed for almost two hours on the Tonle Sap Lake. A strong wind, high waves and dark clouds gave me the impression I was sailing on the high sea. The water of the lake incessantly splashed on board. I did not mind getting soaked but had to struggle really hard to keep my Canon camera which was not waterproof from getting wet. Just a while back its lens got splashed when I was trying to take a picture of a rare bird that perched on a cluster of blooming purple water hyacinths. Probably the bird was tired and landed on the hyacinths for a short rest in the midst of that boundless body of water.

The boat crossed the width of the Tonle Sap Lake then veered south to berth at a floating village belonging to the Khmers named Prek Toal in the province of Battambang. The office of the Environmental Research Station for the Tonle Sap Biosphere Reserve was located there.

The Prek Toal ecology with its Bird Sanctuary is one of the three biosphere zones of the Tonle Sap Lake. It is the gathering point for a great number of rare birds. I could see in the distance flocks of waterfowl of all sizes and kinds hovering over the lake.

It's an amazing phenomenon to watch the area of the lake change with the seasons. During the Dry Season the lake dries up and measures only 2,500 km^2. Come the Rainy Season, starting in June or July, the water level of the Mekong rises forcing the Tonle Sap River to reverse its course and flow into the Tonle Sap Lake causing the water level to swell from 8 to 10 meters and overflow its banks. Consequently, the lake's area expands to almost five times its size or to 12,000 km^2. The Mekong and Tonle Sap Lake were once the cradle of the Angkor civilization.

The royal decree of November 1993 classified the Tonle Sap Lake as a Multiple Use Protected Area. In spite of the relentless efforts of Prince Sihanouk it was not until October of 1997 that UNESCO recognized it as a Biosphere Reserve. To better manage this Biosphere Reserve, the Tonle Sap Lake was divided into three categories: core, buffer and transition zones. The long-term objective is to protect the core and eventually turn it into a national park.

The three zones with a high degree of conservation efforts are:

- Prek Toal area: 31,282 ha
- Boeng Tonle Chhmar or Moat Kla area: 32,969 ha
- Stung Sen area: 6,586 ha

This trio forms an extremely varied ecology endowed with streams, lakes, marshlands and swamp vegetation. In addition, they also represent an aquatic system unique to the Tonle Sap Lake giving sanctuary to a limitless number of fish, waterfowls, reptiles, amphibians, mammals, water vegetations and micro- organisms.

During the high-water season, almost 2/3 the area of the marshlands in the Tonle Sap Lake is populated by an agglomeration of plants which consists of over 190 species. The flooded forest plays a vital role in the nurture and procreation of living organisms. It provides an environment for mutual symbiosis in the form of a giant food chain.

The Tonle Sap Lake is home for some 200 species of fish alone. Of those 70 are deemed of nutritional value and great commercial potentials. Consequently, the catch from Tonle Sap Lake accounts for floodplains than 60% of the fresh water fish harvest in Cambodia.

However, there was a growing concern that the quantity of fish caught is declining and that big fish are growing scarcer. As for birds, these waterfowls find an ideal sanctuary in the lake on account of its abundant food source and the varied ecology of its marshlands and flooded forest. Preliminary studies show that there exist in the lake hundreds of bird species including twelve which are classified as rare in the world.

The lake's ecological system also provides a friendly habitat for reptiles and mammals: 23 species of snakes; 13 turtles; crocodile, monkey, leopard, and otter.

To date not much is known about the multifaceted and changing nature of the Tonle Sap Lake. To fill this gap of knowledge, we propose that a project be conducted immediately to study, record and monitor the birds, fish, vegetation, water plants, and the changes in the water quality of the lake. In summary: an in depth and systematic study of the entire ecology of the place. Considering the present-day excessive rate of exploitation of its natural resources some species may become extinct before we even realize it. A case in point could be found at the Khone waterfall in southern Laos.

We were in the middle of December, the water level dropped to the one-meter mark on the trunk of a 10-meter-tall tree. Dried lumps of trash hanging on tall branches indicated that at the peak of the high-water season three months ago the water level must be 3 meters higher. Except for the low bushes that appeared to be floating on top of the waterline, we could not make out a single clear path in between the tree clusters ahead of us. Probably a sampan would be more suitable to navigate in that flooded forest. Considering its rather large size, the boat we rented must be meant for sailing in the Tonle Sap Lake.

I was the only Vietnamese riding on the boat with three Khmer companions in the immensity of the flooded forest. Every now and then the engine choked because the propeller got enmeshed in small bushes. Right away, the steersman or his aide jumped into the water and struggled with noisy splashing sounds to free the propeller. They looked angry and argued loudly with each other. Their faces betrayed the fierceness they felt inside. All the while the austere looking guide with a dark sunburn who went onboard at the Reserve Station was sitting motionless at the bow of the boat. At times he shook his head to show that his patience was wearing thin.

Under the scorching sunlight the birds were flying nonchalantly in the dense flooded forest. At that moment I was at a loss and did not know whether I should press ahead or turn back. I truly could not tell which choice would be the wiser. My imagination was wild enough to let me think that should anything happen to me in that remote, no man's land like place I would be utterly helpless. I also realized that human nature is like that of a fierce dormant beast and all visible signs of fear could wake it up. So, I just played it calm to the point of manifesting a "let go" attitude. In the end the motorboat did dock safely at the Bird Sanctuary Center.

A very young Meas Rithy was expecting me because he had been forewarned of my arrival by a telephone call from the Reserve Office. He could not imagine that it could take that long for a motorboat to complete the trip. Meas held a Bachelor Degree in Forestry from the Royal University of Phnom Penh. Upon graduation, he was assigned to the position of station chief at the Prek Toal – Tonle Sap Biosphere Reserve. Thanks to frequent contacts with UNESCO officials, Meas spoke fluent English. His experience working with foreign delegations and tourists allowed Meas to give me a complete yet concise briefing that helped me arrive at a better understanding of the Bird Sanctuary and the Reserve. I had done my homework prior to departure so what I heard allowed me to systemize the information I already had. Most importantly, Meas arranged for me to go with a guide on an on-the-site observation tour.

To put me to the test, Meas took me to a flimsy thatch box hanging down from a tall tree branch he called a watch station with a rope ladder providing the only access to it. With my years in the military and three years in the concentration camps this could hardly represent a formidable challenge for me. With agility I climbed up first. The place barely had enough room to accommodate a hammock and the floor was made of wooden planks tied together with ropes. This was probably the highest spot with a panoramic view of the Bird Sanctuary. From there, using a pair of binoculars I could make out each cluster of trees or flocks of birds of all sizes perching on the branches in the distance. Meas gave me a lecture on each species of birds and added that the Dry Season (January to March) would be the best time to visit the Bird Sanctuary. This time coincides with that of the Bird sanctuary at Tam Nông in the Đồng Tháp Mười Province of the Mekong Delta in Vietnam. During this time, the flooded forest was transformed into mud fields spotted with water puddles and shallow lakes teeming with fish and shrimps. This was also the appointed time for birds and beasts to converge to the place in flocks and hordes. That ecological scene must have surpassed by far the horror movie *"The Birds"* of the film director Alfred Hitchcock. It sure is an ecological wonder!

To make it here on time I missed both my breakfast and lunch. Out of compassion the steersman shared with me half a box of white rice and a slice of Chinese sausage soaked in fat. Each mouthful of rice tasted sweet and delicious on an empty stomach.

Next, Meas and I boarded a small sampan propelled by the *"arm-power"* of a rower to get closer to each tree cluster and flock of birds. The small craft glided effortlessly on the water in the midst of the wild and untouched beauty of the flooded forest. We stopped in stages for me to observe each species of birds including some classified as rare and included in the endangered list like the Spot-billed Pelican, Oriental Darter, Lesser Adjutant, Greater Adjutant, Black-Necked Stork, Painted Stork, Milky Stork, Glossy Ibis, Grey-headed Fish Eagle...

I was told very early that morning a group of French ornithologists had gone by small boats to the more distant spots to photograph and film the *White-winged Ducks* known to be an extremely rare species.

On the return trip I learned more about Meas' background. He earned a meager US$ 15 Dollars a month that prevented him from severing his financial umbilical cord with his parents. Nevertheless, he felt passionately devoted to his work to save the flooded forest and its birds and beasts. He did not have the slightest inkling about the series of dams in the gigantic Yunnan Cascades or the fact that should the water level in the Tonle Sap Lake drop by one meter the immediate result would be the disappearance of 2,000 km^2 of flooded forest and the entire Prek Toal Reserve as well.

Meas's world does not reach beyond the Bird Sanctuary. His modest desire was to meet the right people he called "connections" that would help him go and study abroad – especially in the United States. Before we left Prek Toal to return to Siem Reap, I bid my farewell to Meas without neglecting to leave a token contribution of US$ 20 toward the preservation works of the Reserve.

JAYAVARMAN VII SIEM REAP

I used my remaining time in Siem Reap to visit the children hospital Jayavarman VII that was inaugurated by Prince Sihanouk and prime minister Hun Sen during a ribbon cutting ceremony in 1999. This is the third hospital of its kind in Phnom Penh. The director of not one but all three is the legendary Dr. Beat Richner. A Swiss national, he worked as a pediatrician at a children's hospital in Phnom Penh from 1974 to 1975, the year the Khmer Rouge marched into the capital.

In 1991 Prince Sihanouk asked Dr. Richner to restore that children's hospital to its former state. The following year, the Kantha Bopha I hospital went back into operation.

Then in 1996 another hospital named Kantha Bopha II was inaugurated in Phnom Penh. Three years later came the turn of a third hospital this time in Siem Reap-Angkor: the Jayavarman VII hospital. That name was chosen because it conveys a deep historical connotation.

Jayavarman is the last hero king of the Khmer-Angkor dynasty in the 12th century. He was the ruler who expanded the kingdom's borders to its largest reaches. Besides being a builder of fabulous temple areas like the renowned Bayon, he also funded useful projects like the construction of roads, clinics and hospitals.

Medical treatment at the Jayavarman VII is up to standards and totally free to poor children of Cambodia. The hospital also houses teaching facilities for medical students and interns. To run the three hospitals requires an annual budget of US$ 9 million coming mainly from private donors in Switzerland. Doctor Richner observes a rigid work schedule: three days in Phnom Penh and the last three days of the week in Siem Reap. Besides being a pediatrician, he also plays the cello and excels in performing Bach's works. In spite of his busy workload Dr. Richner still finds time to do a Bach performance every Saturday night at the hospital. He personally executes Beatocello in Concert to raise funds for the hospital even though attendance at the event is free. The audience consists mostly of foreign tourists who are on sightseeing tours at the temples of Angkor.

In this small town, not very far from Angkor Wat and Angkor Thom, in the warm climate of the continental Asia Monsoon I immersed myself in the melody of J.S. Bach's music that found a new life in the vibrations of Dr. Richner's cello. At that moment I no longer believed there existed an irreconcilable divide between East and West as proclaimed by Rudyard Kipling in one of his famous sayings. On the contrary, I felt in my heart a sudden merging of the Mekong and Danube into a single harmonious current. That physician artist had introduced Bach's music, full of rhythm and intellect, into the temples of Asia. The musical notes from his program, *"Bach at the Pagoda"*, resounded to distant corners reaching the Killing Fields to soothe, console, and comfort the restless souls that still haunt the place.

Leaving the spacious and well-kept hospital at Siem Reap behind, I could not erase from my memory the image of Khmer mothers stepping confidently through its doors with their babies in their arms while the Buddha like bust of Jayavarman VII tinted crimson by the emerging sunrays looked down from the red roofs. Below it, a plaque bearing a meaningful message in French, probably chosen by Dr. Richner himself, reads: *"Les souffrances des peuples sont les souffrances des rois / The sufferings of the people are the sufferings of the monarchs"* Jayavarma VII. Could His Majesty Sihanouk the symbol of a declining epoch and His Majesty Hun Sen the symbol of an emerging era feel any of the pains of the Khmer survivors who are coming out of the Killing Fields?

Richner evokes the memory of Albert Schweitzer (1875-1965), the 1952 Nobel Peace Prize laureate, who came more than a century earlier to the Lambaréné hospital in Gabon to tend to those afflicted with leprosy in Africa. Interestingly enough, Schweitzer was also a gifted organist well versed in the music of Johann Sebastian Bach.

For the rest of the day, I visited a crocodile farm located 2 kilometers from the center of town. I could not see anything extraordinary or unusual about a crocodile farm.

But according to a story, the *"unbelievable but true"* did happen under Pol Pot's rule. I was told that soldiers of the Khmer Rouge had thrown people alive into the pit to be devoured by those reptiles. Nowadays, they are raised for export to Thailand where their leather fetches US$ 2,000 each. Gone is the sight of crocodiles feasting on human flesh, still, watching their weekly feeding on Fridays is enough to turn one's stomach.

PHNOM PENH –
THE FOREIGN CORRESPONDENTS' CLUB

During the war years, foreign correspondents were quite familiar with the FCCC (Foreign Correspondents' Club of Cambodia) located on Preah Sisowath Boulevard. It consisted of a complex of buildings constructed during French rule with rooms and balconies overlooking the Tonle Sap River. For foreign correspondents, this was the place to meet and socialize.

Three days prior to my arrival, I telephoned the Club from Siem Reap to reconfirm that a room was reserved for me and a car would pick me up at the airport. None of those things materialized on my arrival. The only option for me then was to take a taxi from the airport to the Club to discover that I could not book a room there either.

I did not let my imagination run wild when I forewarned myself that Phnom Penh was not a very safe place for foreign visitors. Taking a ride on a Honda motorcycle-for-hire or stepping into an unlicensed taxi without a commercial sign meant that you were embarking on a trip with unknown destinations. The reason? Armed robberies were commonplace here. Advisories were out that under no circumstances should tourists put up a fight. They should hold their hands up and surrender anything the robbers asked for be it money or valuable jewelry and all. Most of the time, the robbers would throw back the credit cards and passports to their poor victims before fleeing the scene. Rumors were ripe that a number of rogue Cambodian policemen worked in cahoots with those criminals.

A rapacious group of Honda motorcycle and unlicensed taxi drivers was waiting at the gate of the Club. Like a flock of vultures, they fought for customers with a total disregard for manners. One would grab the camera, another would pull at the luggage while at the same time noisily asking questions as if to size up their prey: *"You are Chinese?" "You are Thai?" "You are Japanese?"* No matter what interpretation you might draw of the situation, it is quite unwise to let them know that you are Vietnamese. Seeing a Café Internet next door to the FCCC, I told them I had already booked a room at the hotel and only needed to use the Internet. My intention was to get rid of them so that I could find a telephone and contact the taxi driver who picked me up at the Pochentong International Airport. In my view, it would be a safe bet to use a licensed taxicab driver who can speak some English. Besides, he also had a cellular phone for me to call whenever I needed his services.

Sok Thon, the taxi driver, immediately recognized my voice over the telephone line and with a brief reply: *"No Problem"* offered to come pick me up right away instead of driving to the airport to look for customers. I breathed a sigh of relief and went back to my cup of cappuccino in the air-conditioned room of the Café while trying to block from my mind the hustle bustle and sweltering heat of the street. I also took this opportunity to go on the Internet and send an email to my friend Khánh Trường to congratulate him on the 12th anniversary of his *Hợp Lưu* magazine as well as the painting exhibition showing more than 100 of his works.

Khánh Trường, pen name of Nguyễn Khánh Trường (1948, Quảng Nam), is an artist, painter and writer. He joined the Airborne Division of the Armed Forces of the Republic of Vietnam in 1968. Wounded in 1970 he was then discharged. In 1987 he escaped Vietnam by boat. One year later the publication of his poetry debut 'Đoản Thi Khánh Trường' promulgated him into the Vietnamese literary circles. He founded *Hợp Lưu* / The Confluence magazine, and became well known as an editor who supported the confluence of two Vietnamese literary streams: in and outside of Vietnam. His published works include: *Đoản Thi / Short Poems of Khánh Trường, Chung Cuộc / The End (a collection of short stories)*... A writer friend, Mai Thảo, gave Khánh Trường the nick name of *"The Sidewalk Artist of New York"*.

For his part, Mai Thảo – the pen name of Nguyễn Đăng Quý (1927-1998) is a celebrated writer, poet, and publisher in his own right. Born in Nam Định, North Vietnam, he sought refuge in the South when the country was partitioned in two in 1954. There he founded the avant-garde, influential literary movement named *Sáng Tạo / Creative Group*. After the Communist took over of the South in 1975, he went underground and fled by boat to Malaysia in 1978. He resettled in the U.S. and passed away in California in 1998. A short list of his works includes: *Đêm Giã Từ Hà Nội / Hanoi Farewell Night* (a collection of short stories, which shows him at his best), *Tháng Giêng Cỏ Non / Green Grass of January, Bản Chúc Thư Trên Ngọn Đỉnh Trời / The Testament on the Highest Peak*, his favorite story; and his last but not least publication: *Poems of Mai Thảo*.

THE TAXI DRIVER NAMED "NO PROBLEM"

Half an hour later Sok Thon showed up at the Café Internet and helped me carry my luggage to his cab, a 1988 air-conditioned Camry. Its second paint was still shiny. I suggested to him that I would like to look for a hotel comparable to the FCCC with a view of the river. Again, *"No problem"* came back to me – his usual, self-confident way of answering.

He took me to the Sunshine Hotel located on the same street that ran along the river and next to the Indochine Hotel. The owner of the place was Chinese. The window in my fourth-floor room overlooked the Tonle Sap River that flowed south to the Quatre Bras in front of the Royal Palace.

Quatre Bras / Four Arms in French or Chaktomuk / Four Faces in Khmer, is a confluence of four rivers: the Upper Mekong and the Tonle Sap Rivers join together at this place then split into The Lower Mekong and the Bassac. The last two flow side by side through southern Vietnam and are renamed Sông Tiền and Sông Hậu by the local inhabitants. They then form a network of nine tributaries or commonly called the *Nine Dragons* (Cửu Long in Vietnamese).

Quatres Bras is the site of the most spectacular festival in the Cambodian year: *Bon Om Touk* or the annual Water and Moon Festival (a Cambodian version of the Mardi Gras). It is the traditional way the people celebrate and pay homage to the Tonle Sap River as its current successfully defies the law of gravity and flows uphill into the Great Lake during the Rainy Season.

The incompetence of the FCCC staff proved to be a blessing in disguise for me since it allowed me to find the companion of travel I needed. Sok Thon, a full-fledged

Khmer, had worked as a taxi driver for ten years. He spoke English with a complete disregard for grammar but possessed a vocabulary large enough for the two of us to communicate with each other. Besides, he loved to speak foreign languages including a sprinkling of French words.

It was not until later that I learned Sok Thon had served in the military for eight years as an officer – probably in a junior rank. He had lived in Vietnam for two years so could speak some Vietnamese. On that point I made up my mind never to avail myself of his skill with the Vietnamese language.

The last afternoon before my departure, as we were leaving the *"Tuol Sleng"* Museum of Genocide, Sok Thon confided in me that his hometown is Kampong Chhnang. He added that his father was killed in 1974 by the Khmer Rouge because he was a village chief. His brother also met the same fate for being a teacher. Sok Thon only escaped death by pretending to be a peasant. An interesting detail here: two members of his family were able to make it to Thailand and later immigrated to the United States where the older sister found a home in Long Beach while the younger brother settled in Fresno. Both had returned to Cambodia for family visits.

Sok Thon and his wife had three children. His oldest son – 17 years old of the post-Khmer Rouge generation, was studying for his university entrance test. Sok Thon encouraged him to learn English and bought him a computer to help him in his studies. *"No Problem"* was optimistic about the future of his children and that thought was the joy of his life.

The check-in at the hotel done, I entered the elevator and came face to face with a Western backpacker in the company of a local young girl. He greeted me first and said he knew I came from Long Beach. My astonishment was total at this unexpected turn of events. It was true that I was living in Long Beach. However, I did not believe I had ever met or known that young man before. Puzzled, I asked how he could tell I came from that city? He replied that I left Phnom Penh 26 years ago and went back for a visit. Suddenly it dawned on me that I was dealing with a Western backpacker cum fast talker who tried to be smart. He knew that the largest community of Cambodian expatriates lived in Long Beach and assumed I must be one of them. He then proposed for us to meet that night at the Bar Indochine next door but I was too busy to afford the luxury of killing time with him at such a place.

After dumping my luggage in the room, I rushed downstairs to meet the driver who was waiting for me. I spent the entire afternoon of my first day in Phnom Penh at the bookstore named Monuments Books on Norodom boulevard to buy an updated map of the land of Angkor along with a detailed one of Phnom Penh and other newspapers like the *Phnom Penh Post*, the Cambodia Daily in English and the afternoon edition of the Cambodge Soir in French.

When reading the *Phnom Penh Post*, it would be hard for the reader's attention not to be drawn to the *"Police Blotter"* section that was full of news of violent deaths by stabbing and, especially, firearms:

- *November 11:* Kong Chak, 27, a motorcycle-for-hire driver, was found dead in the forest in Prey Sleuk village, Chbar Morn district, Kampong Speu. Police said that Chak had been killed several days earlier, and the suspected motive was robbery as his motorbike had been stolen. [sic]

- *November 12:* Khan Chlem, 30, a paratrooper, and Kong Mun, 31, a military policeman, were arrested on suspicion they shot to death William Tay, 48, the owner of Phnom Penh's Holiday Club, the previous week. The police alleged that a Taiwanese national named Lee Han Shin promised the men US$ 10,000 to kill Tay. [sic]

- *November 13:* Ouk Kimdoeun, 52, was knifed to death at 7:10 pm after stepping out of his tourist car in Seima village, Takeo Province. Police alleged Kimdoeun, who had emigrated to France, was visiting his sister-in-law when he was chopped eight times and had his throat cut by his nephew, Srey Lalin, 22... [sic]

The above list was followed by other horrific crimes including throat slitting, rapes... They occupied an entire page of the newspaper. Phnom Penh, the capital of Cambodia, seemed to project an image of the Wild West in Southeast Asia.

As soon as I finished getting my bearings on the map, I took the initiative to ask Sok Thon to take me to the notable locations in Phnom Penh about which I probably have done more research than him: the Chroy Changvar Bridge, the Vietnam-Cambodia Victory Monument built in the late 1970s to commemorate the Vietnamese invasion of Cambodia resulting in the demise of the Khmer Rouge, the Monivong Bridge, the Chăm and Vietnamese enclaves along the Bassac riverbanks and also the sites of the two recent fires... Enough for me to use up two rolls of film on the first leg of my journey. The information Sok Thon gave me concerning the history of those places did not add much to my existing knowledge about them.

THE CHROY CHANGVAR BRIDGE AND THE KILLING FIELDS

This bridge is also known by another name: The Japanese Friendship Bridge. Chroy Changvar was formerly a peninsula which lied in between the Mekong and Tonle Sap River near Phnom Penh. It is the area where the Chăm Islam community chose to make their home and it also bore witness to the slaughter and miseries they suffered at the hands of Pol Pot's henchmen. North east of Phnom Penh, this 700 meters long historic bridge connects the two banks of the Tonle Sap River. The distance from this bridge measured in kilometers to Kampong Cham is 144, Kampong Thom 165 and Siem Reap 311. From the bridge I could see two or three domes of the Muslim mosques.

This famous bridge was destroyed by mines during fierce combats in 1975. Nowadays it stands as a symbol of the devastations that were wrought on Cambodia. This country also served as the background for the movie *"The Killing Fields"* depicting the scene the Khmer Rouge entered Phnom Penh on April 17, 1975. It was at this place that Sydney Schanberg of the *New York Times*, the British journalist Jon Swain of the *Sunday Times* and three others were captured by the Khmer Rouge. They would have been shot on the spot were it not for the courage and quick-wittedness of Dith Pran, Schanberg's interpreter. This story full of suspense was later narrated in details by Jon Swain in his book *"River of Time"* first published in the United States in 1997. It took until 1997 for the bridge to be rebuilt by the Japanese at a total cost of US$ 23.2 million in non-refundable funds.

THE MONIVONG BRIDGE
AND TWO SUSPICIOUS FIRES

Also called the Vietnamese Bridge, it spans the Bassac River (named Hậu River after it crosses into Vietnam) and is located northeast of Phnom Penh. From this bridge we can take National Route 1 to Svay Rieng or to Saigon which are 110 and 220 kilometers away respectively. This is the second historic bridge which saw incessant shelling and vicious battles before the capital Phnom Penh fell into Khmer Rouge hands. Not far from the foot of the bridge you could see slums spreading out along the riverbanks. Most of their inhabitants were Vietnamese. Recently, the local newspapers had reported that this area was ravaged by two big fires.

Tens of thousands of the most destitute residents in Phnom Penh – the majority of them Vietnamese – saw their properties go up in smoke in two successive fires on the 26th and 27th of November, 2001. The first fire which destroyed more than 2,200 houses started in the vicinity of the Bassac Theater also known as the Building area. The following night, a second fire which took place in the Chbar Ampov neighborhood at the other side of the Monivong Bridge's riverbank burned more than 1,000 homes to ashes and caused the death of one person. The headline in large type on the front page of the Phnom Penh Post ran: *"Suspicious Fires Raze Slums"*.

The above event occurred at the same time President Trần Đức Lương of Vietnam arrived on a state visit. According to the AFP dispatch of December 6th, Western diplomats viewed the two fires as an *"unequivocal message sent to Hanoi"*. A number of the victims of the fire on Chbar Ampov were convinced that it was started deliberately. On the other hand, the Vice Chief of Police of Phnom Penh asserted that both fires were accidental and the second one resulted from a gas tank explosion.

An eye witness who wished to remain anonymous told a Phnom Penh Post reporter: *"In the dark of the night I saw with my own eyes a burning torch being thrown from a speeding motorboat toward the bank. It hit the hut that belongs to Mr. Thanh and set it on fire."* Thanh was the person who burned to death. *"The explanation that a gas tank exploded at Mr. Thanh's place could not stand on its feet because he is very poor and sick. He does not have enough food to eat and has to rely on the neighbors' largesse to live. How could he own a gas tank?"* Another victim added: *"We only use coal or firewood. Nobody here can afford to buy gas tanks. Moreover, when the firemen arrived at the scene, they demanded bribes from the victims before turning on the water hoses to put down the fire."*

On my visit to the sites of the two fires I could still detect the smell of burning. Debris and broken bricks or mortars were scattered all over the place along with smoldering beams, a few corrugated tiles blackened by the fire and bent by the heat. The once green coconut trees now stood with their scorched trunks barren of leaves. The victims and their families were herded into trucks to be transported to the city outskirts. Amidst such desolation and despair the only living creatures were a couple of wild dogs roaming around to scavenge for food. But what food was there to be found in the ashes and burning coals of the place? Who could imagine that those two small areas could at one time provide shelters around the clock to almost 20,000 souls for God knows how many years.

"Accidental or intentional" all this is now fait accompli. The task of coming to the aid of the victims however was

assumed by international organizations: Urban Poverty Reduction Group, Department of International Development, and the UNDP / United Nations Development Plan.

Mark Mallalieu, the president of the Department of International Development South-East Asia, stated that his organization will be guided by the desire to help the poor in its reviews of the data it collected *"... Naturally we want to know what did actually happen and the underlying motives behind these incidents so that we could take appropriate actions."*

Based on initial estimates, 16,500 individuals were rendered homeless by the two fires. The government immediately moved all the victims of the first fire and half of the second one out of the capital city. This decision drew quick criticism from non-governmental organizations (NGOs) as they believed that the government acted too hastily when it relocated these people to an environment devoid of any facilities that were indispensable for day-to-day living.

A great number of people adamantly maintained that both fires were the work of arsonists not withstanding a denial from Phnom Penh's mayor, Mr. Chea Sophara. He went so far as threatening to prosecute those who were caught spreading such rumor. I beg the reader to forgive my audacity to pen a Confucius-style saying of my own: *"He who starts a fire then confesses his crime, doesn't exist in life"*.

For a long time, the government made it plain it wanted to get rid of the chaotic and unsanitary residential neighborhoods of the capital city it deemed an impediment to the development of the tourism industry. The fire areas in question were part of the slums running along the Bassac River all the way to the south of the Monivong Bridge. The dwellers of those thatch huts were mostly poor Vietnamese who were traditionally looked down upon as illegal squatters.

Moreover, according to the same Phnom Penh Post reporter, in the immediate aftermath of the fire, the Phnom Penh administrators barred international non-governmental organizations from getting access to the sites to aid the victims. They were only permitted to do their work at the relocation centers outside the city limits. In spite of the relentless intercessions from foreign embassies and the endless telephone calls back and forth by the non-governmental organizations (NGOs) the end result still remained to be desired: during the night of the 3rd of December more than 500 families that stayed on at the two sites were put in a convoy and evacuated to different relocation camps outside of the capital. Owners of the houses spared by the flames received orders to tear them down and vacate the place within two weeks time.

The families of the victims were taken to two sites on the city's outskirts: Anlong Kngah (154 ha) and the somewhat smaller Anlong Gong. Both were located in the floodplains and devoid of roads or access ways. Foreign aid experts unanimously agreed that the locations were utterly unsuitable for relocation purposes and required at least 6 months of repair or maintenance works before those people could move in. They pointed to the fact that those two places were wastelands lacking all means of communication, marketplaces, schools, medical stations and job opportunities for the victims.

Peter Swan, technical advisor for the Phnom Penh Urban Poverty Reduction Group, observed that when the victims could not find employment at their place of relocation, sooner or later they will find ways to move on. He cited the experience with the May 2001 fire which devastated the village of Bassac forcing 500 families to lose their homes. They were resettled in Chung Ruk, an area not amenable for normal living: far from the cities, no facilities, no employments... End result? More than half of them decided to move on to brighter horizons.

The forced relocation of this group of poor people to wasteland areas outside of Phnom Penh ran the risk of creating slums that eventually would form a belt encircling the capital city. A more viable alternative would be to provide temporary shelters for the victims at the site of the fire enabling them to keep their jobs and their children to continue with their schooling.

The authorities in Phnom Penh had created a new vicious circle that helped perpetuate poverty and they were forcing it on this destitute group of about 20,000 predominantly Vietnamese victims of the recent fires.

Throughout the ups and downs of Cambodia's history, the Vietnamese expatriates have been relegated to the status of *"second-class"* citizens in the land of Angkor. Regrettably, they could not detect the faintest signs of welcome or succor from Vietnam, their far away homeland.

THE VIETNAM-CAMBODIA
VICTORY MONUMENT

In 1979 more than 100,000 Vietnamese troops invaded Cambodia to defeat the Khmer Rouge and occupy that country.

In 1989, after more than 10 years of occupation, international pressure and considerable losses compelled the Vietnamese to withdraw. They left behind a so-called friendly government headed by Hun Sen. Meanwhile in their hideout at Pailin in the southwest of the country, the Khmer Rouge started on a path of decline and disintegration: Ieng Sary, the number two man, surrendered to government troops; Son Sen was executed on Pol Pot's orders then Pol Pot himself was put under house arrest and subsequently died of illness.

Following an election supervised by the United Nations, Hun Sen emerged as the strongman who confidently and gradually distanced himself from Hanoi's influence.

Ten years later, from a deployment of 100,000 troops, the Vietnamese presence in Phnom Penh was reduced to its Embassy compound and the Vietnam-Cambodia Victory Monument on Norodom Sihanouk square. How long the monument will continue to stand there remains an open question.

The date of 'January 7th, 1979' was chosen to commemorate the defeat of the Khmer Rouge rule by the Vietnamese. At first it was celebrated as the Independence Day of Cambodia. However, starting in 1993 the Phnom Penh government renamed it the Victory Day Over the Genocidal Regime. The Minister of Information of the Hun Sen administration severely admonished the owner of the luxury hotel Cambodiana, a joint venture with Singapore, for distorting the history of Cambodia when he allowed the phrase *"The seventh of January is the day the Vietnamese liberated Cambodia"* to be printed on the 2002 calendar of the hotel.

In all fairness, even the most ardent anti-Vietnamese Khmers must admit that no one could tell what could have happened to their people after those ten years if the Vietnamese had not *"invaded Cambodia"* and overthrown the Khmer Rouge. This *"love hate"* relationship with the

Vietnamese is also the ambivalence the Khmer survivors had to bear when they walked out of the Killing Fields.

At the present time, as it is the case with Laos, the Phnom Penh government is not only distancing itself from but also adopting a defiant stance toward Hanoi thus finding itself increasingly falling into China's orbit.

LATEST NEWS: 02 AUGUST 2007

Occasionally, the Vietnam-Cambodia Victory Monument became a political issue.

On August 30, 1998, several Khmers climbed the monument with hammers, poured gasoline on it and set it on fire. The damage was later repaired by the authorities.

Again, on July 29, 2007, unknown party(ies) planted several kilograms of TNT in an attempt to topple this massive Vietnam-Cambodia Victory Monument. Some Khmers hate this monument and called it useless, others *"believe the Yuon (a derogatory name for Vietnamese) themselves planted the TNT and then blamed it on the Khmer Krom people – it is old tactics the Vietnamese use to look for a pretext to destroy our Khmer Krom brothers."* [sic]

THE VIETNAMESE ON THE LAND OF NO "MILK AND HONEY"

The Vietnamese have lived in Cambodia for many generations along the banks of the Mekong, Tonle Sap River and the Great Lake. Unlike the Chinese, they find it difficult to assimilate into the main stream because they are looked at with suspicion if not hatred. The Khmer people contemptuously call them *"the Yuon"* which means "those from the north". The Thai do not particularly like the

Vietnamese but show no such open hostility and animosity toward them. *"Decapitation"* is the term used to refer to the campaigns the Khmers engaged in to massacre or behead the Vietnamese not only in Cambodia but also in the Mekong Delta in Vietnam during the *"Mùa Thổ Dậy / the Uprising Season of the Khmer Krom"*. Those were terrifying and bloody times that anybody who had the misfortune to live through would not soon forget.

At the peak of the Vietnam War, though Cambodia and Vietnam were presumed allies, the pro-American government of Lon Nol engaged in an atrocious nationwide drive to capture and decapitate the Vietnamese. When the Khmer Rouge took over the reins of power, they replaced it with what was known as *"ethnic cleansing"*. Once more the Vietnamese had to live through the same nightmare albeit with a different name. There are no statistics that give an accurate figure of the Vietnamese who survived and still lived in Cambodia. The number ranging from 200,000 to one million of them in a population of 11 million is at best an estimate.

"Against the Vietnamese" rightly or wrongly always proves to be a popular and vote getting campaign slogan in Cambodia. It is rare to meet a local person who has something good to say about the Vietnamese. A member of the Human Rights Organization once told a reporter of the Far Eastern Economic Review (1994): "Given a choice, the majority of people in this country would expel every single Vietnamese." [sic]

In cases of murders or violent brawls even when all the parties involved are Khmers this animosity against the Vietnamese again shows its ugly face with the guilty perpetrators being depicted as those with *"Khmer bodies and Viet souls."*

The anti-Vietnamese bias of the Khmers predated the arrival of the French in Indochina. It took root at the time Cambodia was mercilessly torn apart by her two larger neighbors: Thailand and Vietnam. Under the expansionist policy of emperor Minh Mạng, Vietnam established a protectorate rule over the land of Angkor. This policy was not only harsh but also presumptuous and high handed as exemplified by these words uttered by the Vietnamese emperor: *"Those primitive Cambodians are now children of the realm. We must teach and help them understand as well as appreciate our customs"*. The mandarins of the Nguyễn court from Trương Minh Giảng to *"proconsul"* Thoại Ngọc Hầu administered the land with an iron fist enforcing a policy at best described as draconian. The wrongs those mandarins inflicted on the Khmer people had accumulated over time and led to a *"historic hatred"* which is further intensified by a constant fear that the Vietnamese will continue to expand at their expense.

The policy of *"divide and rule"* during the French colonial rule only helped deepen the existing hatred. It is worth mentioning that the Mekong Delta which was integrated into Vietnam during the Vietnamese Southward March is still claimed by the Khmer as part of their territory. In the eyes of the Khmer and Chăm people, the Vietnamese Southward March in essence is nothing more than an expansionist invasion or land grab on the part of the Vietnamese.

In general, life for the Vietnamese in Cambodia is neither easy nor prosperous. Most earn their living as fishermen, small business owners, and hired hands. If they live in Vietnam their life could not be harder. More than 70% of the prostitutes (including the under-age) practicing the oldest trade of the world in Cambodia are Vietnamese. Recently not a few under-age girls are bought in the Mekong Delta and taken across the border to Cambodia, a fact that surprises and saddens those who proudly call themselves the offspring of the pioneers of the Vietnamese Southward March.

FROM THE UNIVERSITY OF PHNOM PENH TO THE UNIVERSITY OF HANOI

Despite the tribulations and sorrows that pervaded this entire land, the palm trees still bloom and give juicy fruits and sweet honey. Like those palm trees, the post-Khmer Rouge youth though born in the ashes of war and a far from perfect society have taken roots, blossomed and grown tall under the blue sky. Within the premises of their campuses, they have courageously voiced their concerns and discontent about the inequities and corruption they saw around them. The issues they raised closely affected their future. At the same time, it demonstrated their willingness to go beyond their selfish interests and fight for the greater good of their country. Numerous were the demonstrations demanding democracy and the return of their land from Vietnam.

What a stark and sad contrast when one turns one's attention to the young generations in Vietnam. Twenty-seven long years have gone by since the unification of Vietnam in 1975. Yet one could only hear the dead silence of a deep slumber pervading the campuses of the state universities from Hanoi to Huế, Saigon and Cần Thơ. It's enough to make one shudder in disbelief and despair.

ROUTE NUMBER 5 – THE INDUSTRIAL ZONE OF TONLE SAP

For centuries rice and fish formed the backbone of Cambodia's economy. After the restoration of peace, the dream of industrialization became the trumpet call to all Cambodians. Industrial zones were set up along the banks of the Tonle Sap River and they never ceased to expand: chemical plants, alcohol distilleries, saw mills, cotton factories, clothing manufacturers... Sok Thon explained that the plants were built along the river because they needed a constant supply of water. But it is left for me to further understand that like in the case of the export zones located along the banks of the Lancang Jiang in Yunnan, the Tonle Sap River, albeit at a smaller scale, will inexorably be turned into a sewage pipe for industrial waste to be discharged either into the Great Lake during the Rainy Season or the Mekong Delta via the Sông Tiền and Sông Hậu Rivers during the Dry one. Fish can still swim downstream from the Great Lake to the Mekong Delta as long as the pollution level of the Tonle Sap River stays below the "lethal threshold". However, they will arrive in smaller numbers and no longer be "clean fish" for tainted they have become from pollution!

A perfect example of another *"unlearned lesson"* of history: *development of industrial zones along the riverbank, dumping of harmful waste, and destruction of the ecology.*

To this day people still cannot forget the most calamitous ecological disaster which befell Thailand in March of 1992 when 9,000 tons of decaying molasses from the Khon Kaen plant were dumped into the Nam Pong River which flows into the two tributaries of the Mekong: Chi and Mun. This catastrophic incident caused the complete disappearance of the fish in those tributaries. The effects of all this on the Mekong Delta still remained to be seen.

At the close of 1998, a second disaster – this time *"made in Taiwan"* – struck Sihanoukville. Cambodian customs officers on the take turned a blind eye and allowed a Taiwanese industrial firm to release tanks of industrial waste with extremely toxic mercury contents into the area close to Sihanoukville resulting in the death of a number of workers at the local harbor. Though the guilty party, Formosa Plastics, subsequently accepted responsibilities and removed the harmful materials, the ensuing bad publicity caused the tourism industry in Sihanoukville to register a drop in its business.

Numerous similar *"scandals"* – the dumping of toxic substances into the sea, rivers and even on land – still go unreported. Unfortunately, the Mekong Delta invariably serves as the final depository for all this waste.

The latest news on the Nation - Thailand, December 14, 2001:

> The local authorities advised people to abstain from eating the contaminated fish in the Lopburi, an affluent of the Chao Phraya which is the second largest river in Thailand after the Mekong. The chemicals in the water used to extinguish a market fire ran into the Lopburi River and killed many species of fish. These toxic materials will eventually dilute when they flow into the currents of the main rivers. However, government officials feared that greedy local merchants would still offer the contaminated fish for sale to the public. Preliminary tests of water samples showed that their oxygen content was reduced by half.

A day will come when the oxygen content of the Tonle Sap current will dip below 50% before it reaches the Quatre Bras. Then, not a single fish from the Tonle Sap Lake will be able to survive this *"fatal ecological threshold"* to arrive at the Mekong Delta.

Chiều chiều quạ nói với diều
Cù lao Ông Chưởng có nhiều cá tôm

In the afternoon the raven reminds the migrating kite
On the island of Mr. Chưởng fish and shrimps thrive
(Vietnamese proverb)

There will be a time when nowhere can an abundance of shrimps and fish be found. The Mekong Delta will cease to be a hospitable place for the birds to visit.

THE WAY TO KAMPONG CHHNANG – TO THE TONLE SAP LAKE

In April of 1975 on Route Number 5, people were ordered in droves to leave Phnom Penh empty handed and march to the Killing Fields. This was one of the main national routes that ran south along the Tonle Sap River to the city of Kampong Chhnang, up to the Tonle Sap Lake then to Chhnok Tru, the floating fisherman village where a large number of Vietnamese lived.

We left the capital city in the morning before the early rush hour. Approaching from the opposite direction were motorcycle-trailers, a type of motorcycle pulling four-wheeled trailers resembling long wooden boxes that can carry 25 to 30 passengers. The local people preferred this means of transportation because it was inexpensive. Tightly packed on those boxes were very young female workers at the clothing factories in the export and industrial zones on the Tonle Sap riverbanks. Sharing the ride with them were boys and girls on their way to school.

The road was narrow, full of potholes and sorely needed repairs. However, it did not prevent cars small and large from going really fast. Our driver, Sok Thon, revealed to me that accidents and car rollovers often happened on this road. Last year almost a whole load of 20 passengers in a motorcycle-trailer lost their lives in one single accident.

Probably we should pause here to consider the case of the tens of thousands of female workers in the garment industry. They flocked from the countryside to look for employment in the cities where dangerous temptations abounded. A good number of them quit their low paying jobs to work as bar girls or prostitutes. Once they did that, they reached a point of no return and had to stay the course until they became too sick to work. Back to their villages, they became ticking bombs and began to spread the HIV virus around. After Thailand, other countries like Cambodia, Laos and Vietnam came to the realization that HIV epidemics were too high a price to pay for the development of their tourism industry.

Convoys after convoys of eighteen-wheelers loaded with gigantic logs from the rainforests of Kampong Thom crossed the ferry to roll on Route Number 5 toward the sawmill grounds, a joint venture between Japan and Cambodia. This country's suicidal deforestation – legal or not – proceeded at a dizzying pace with no sign of abating. The Japanese were not alone in this game. Fabulously rich log developers from Thailand, Malaysia, and Indonesia joined in the fray. They worked in cahoots with corrupt generals and local government officials in Cambodia to cut down its precious rainforests at a fast pace in complete disregard for the existing laws which specifically banned such practices.

In the 1960s, 75% of Cambodia's area was covered by rainforest. Going into the 1990s this figure took a nosedive to 50%. Incredibly, if anything the rate of illegal deforestation during the coming years would pick up speed. This state of affairs led environmentalists like William Shawcross to lament: *"Illegal deforestation probably represents the most devastating aspect of corruption in the government"*. With the forests gone, rainwater will erode the hills and mountains, carrying the soil down into the Tonle Sap Lake to render it shallower. Besides, we should not forget the mammoth dams in far away Yunnan which are lowering the water levels in the affected rivers. This dreadful combination of events could prevent the Tonle Sap River from reversing course and flow into the Tonle Sap Lake. This would result in an ecological disaster to both Cambodia and Vietnam. The Tonle Sap Lake is the largest fresh water lake in Southeast Asia. It may one day turn into a dead lake like the Aral Lake in Central Asia.

On that day the Camry and its passengers really took a beating from the extremely poor road condition of Route Number 5: loose rocks, potholes, and muddy broken road surfaces everywhere you go. The big holes on the road surface according to Sok Thon were old shell craters left intact from the fighting with the Khmer Rouge in recent past. In the beginning they were temporarily filled with earth. With the passing of heavy-duty trucks, they grew bigger and deeper. The situation worsened as traffic increased with time. Route Number 5 was not unique in the category of bad roads. Statistics released by The Ministry of Public Works showed that before the war there were 35,000 kilometers of asphalted roads in Cambodia. Now only 350 kilometers of them were useable. The degradation of the road condition in this country was simply unimaginable. The French began to develop the road network during the 1930s but in the following decades it began to deteriorate due to flooding, wars, mines, and shelling.

The word *"Chhnang"* means pottery and glazed earthenware. Kampong Chhnang is the city located near the harbor on the Tonle Sap River where these objects were produced. True to its name; all kinds of jars, basins, pots and pans were displayed for sale along the roads. Further back from the road we could see houses on stilts being fenced in by rows of coconut trees, mango trees, longan trees, tamarind trees... and rice fields stretching to the far horizons with their ever-present palm trees soaring into the vast blue sky. The trunks of those trees still bore in them shrapnel or bullets, relics of past hostilities. Some had their tops cut off leaving only trunks burned into a black gray color. It is a common scene to encounter men, women, and children walking with clutches on the roads leading to and from villages. The vast majority of them were victims of unexploded mines which lied scattered all over Cambodia.

It is worth noting here that the United States, the number one superpower in the world, armed with nuclear weapons and intercontinental ballistic missiles had refused to join the other signatories of the Ottawa Convention to observe the Ban on Anti-Personnel Landmines (APL). Also known as The Mine Ban, it outlaws the use of that type of weapons whose victims were mostly innocent civilians. Going one step further, the Bush administration quickly walked out of The Kyoto Protocol which represented a worldwide effort to curb the effects of global warming caused mainly by the industrialized countries. An increase of one degree Celsius in the temperature of the atmosphere is enough to melt the ice on the earth poles causing a rise in the sea level. The Mekong Delta, always lower than the sea level, is suffering from a dwindling supply of fresh water due to the construction of the mammoth dams of the Yunnan Cascades. Now, were the sea level in the East Sea to rise by 1 meter, the Paracels / Hoàng Sa and Spratlys / Trường Sa archipelagos would disappear under the water and there would be no longer a bone of contention for the countries of the region to fight over territorial rights. It would also mean the disappearance of the *"Civilization of Orchard / Văn Minh Miệt Vườn"*.

What we just surmised is not the work of an unbridled imagination but could actually take place in the real world as reported in this AP report of 3/24/10. The case in point was the tiny New Moore Island in the Bay of Bengal. For nearly 30 years, India and Bangladesh both claimed this island as their own. According to the scientists at the School of Oceanographic Studies at Jadavpur University in Calcutta, sea levels had been rising annually. As a result, this disputed island was completely submerged by rising sea levels leading the oceanographer named Sugata Hazra to observe: *"What these two countries could not achieve from years of talking, has been resolved by global warming."*

Driving on this bad road, we were made fully aware of the heavy price that had to be paid. On the way we passed several vehicles left stranded on the roadside because their tires blew up on sharp edged rocks. Our rickety Camry did not fare any better. A rear tire blew up as we crossed the city limits of Kampong Chhnang. The cut was too large to be patched but it only took ten minutes for Sok Thon, our agile driver, to replace it with a spare tire.

Our journey barely started, yet we were reduced to driving on four worn out tires with no spare left. *What would befall us on this country road covered with potholes and loose rocks if another tire blew up?* I voiced my concern to our driver to be met with his customary reply: *"No Problem."*

There is certainly *"No Problem"* for Sok Thon because he is a Khmer. However, being a Vietnamese, I had no intention of finding myself forced to spend the night in a remote and isolated Khmer village.

As if nothing had happened, he drove on straight ahead on the road covered with rocks and red dirt. Sok Thon behaved like an officer in the operation room. He assiduously put himself to the task brushing aside all distractions so that he could achieve the operation plan I set for him. I was the one who had to hold him back. I reminded him that the Camry was not a Jeep. It was built for city driving and he should not drive it so recklessly. Nevertheless, he always insisted that everything was OK. I realized that the money I paid him was not sufficient to compensate him for the days of "mistreatment" he put his "bread earning" car through.

From Chhnok Tru we drove 36 kilometers on a smaller stone road to reach Kampong Chhnang. It was a floating village located at the junction where the Tonle Sap Lake and Tonle Sap River meet. The inhabitants earned their living from fishing. This mixed community was made up of people from different ethnic origins with the Vietnamese representing the largest group followed by the Chăm then Khmer. They were easily distinguishable by their facial features and dresses. The Vietnamese women kept to their traditional short blouses, *"áo bà ba"*. They talked to each other in the Vietnamese southern dialect from one boat to another. Their loud voices resounded over the river and canals.

The skipper of the boat we hired that morning was a thirteen-year-old Khmer lad. He masterfully guided the motorized boat to take Sok Thon and me through a maze of floating houses. I could not help but wonder what circumstances had forced those young boys to mature so early in life. More than half of the fiercest and most ruthless of the Khmer Rouge killers were between the age of 12 and 14. They were not much taller than their AK47 automatic rifles and yet their fingers were extremely fast on the triggers. At Tuol Sleng, the most ruthless torturers and jail keepers who were ready at a moment's notice to break the skulls of their victims with a swing of an ax also belonged to this age group. Not to forget the 13-year-old mischievous group of peddlers in the Angkor area. Even the prostitutes who so expertly handled their customers could not be more than 15 years old. Those *"virtuosos"* could in no way be the products of the splendid Angkor-Khmer civilization of more than eight centuries ago.

Probably thanks to the abundant supply of fish in the Tonle Sap Lake, the Vietnamese at this place enjoyed a markedly higher standard of living than their compatriots who dwelled in the slums of Phnom Penh. Their spacious floating houses boasted bristling TV antennas on the roofs like in the Năm Căn region of the Mekong Delta. The front doors of several houses were adorned with pots of red pergolas or yellow chrysanthemum. Outside the house, the owners raised fish, fowls and dogs. Different religions were practiced here: the floating church of St. Anthony and the *Quan Thế Âm* pagoda were frequented by the Vietnamese. The place was teeming with businesses operated by them: barbershop, watch repair, variety store and gas stations... The local Vietnamese residents appeared to be self-confident and proud of their identity even though they were no strangers to the calamities and losses that befell them under the Lon Nol and Pol Pot rules.

On our return trip, a truck broke its axle on the wooden bridge causing a huge traffic jam in both directions. How to handle the problem seemed to be the concern of everyone and the responsibility of no one. Breaking out of the line of waiting cars, Sok Thon found a detour on the dry rice fields for us to continue on our way.

Where in the world could they find such large quantities of logs? Back on Route Number 5 several lumber trucks transporting giant logs were heading in the direction of the industrial zone of Tonle Sap. On that same route, soldiers wearing the uniforms of the Cambodian Corps of Engineers were handling heavy equipment like rollers to compact the aggregate base in preparation for the laying of asphalt on a section of the route. With the cessation of hostilities and the ensuing demobilization plan, Hun Sen was using the Army for peacetime construction projects.

KAMPONG CHAM – THE JAPANESE BRIDGE

I have come to different bridges built across the Mekong: The Mittaphab Bridge linking Vientiane and Nong Khai (04/94), the Mỹ Thuận Bridge astride the Tiền River (05/2000), and the Laos-Nippon / Champasak Bridge (08/2000).

Before arriving in Phnom Penh, I was aware that Japan was helping build the country's first bridge across the Mekong in the city of Kampong Cham. The bridge measured 1.4 kilometer in length and cost US$ 56 million in non-refundable funds. Thanks to it, the north and northeast regions of Cambodia will become more easily accessible. Besides it will serve as an important link in the super highway connecting Bangkok, Phnom Penh and Saigon.

The project started in 1998 and lasted more than three years.

The Mekong Hotel, the largest one in Kampong Cham, was reserved for the use of the Japanese experts working in the construction of the bridge. I was told that immediately in their wake came from nowhere large groups of Vietnamese girls to service them in Karaoke bars and massage parlors used as a front for prostitution. Prime minister Hun Sen attended the bridge's inauguration on December 4, 2001.

On this trip I had the opportunity to admire the splendid brand-new Kampong Cham Japanese Bridge. I was not alone in my enthusiasm to have a look of the new bridge. Sok Thon, our driver, for one also shared that feeling.

We departed from Phnom Penh in the early morning. Route Number 7 from Skun to Kampong Cham, probably the best asphalted road in Cambodia, was also built with the assistance of the Japanese. Kampong Cham ranked as the country's third largest port city after Phnom Penh and Battambang. Its abundant resources consisted of rubber, rice and fruits. The land here was rich and fertile. Along the road, vast rice fields covered with ripe golden rice stalks were ready for the harvest. Several groups of harvesters scattered around in the fields. Short and tall sugar palm trees stood against the blue sky adding a colorful touch peculiar to the Angkor countryside. Occasionally, I would see in the middle of the rice fields a lotus pond showing off its green leaves and red blossoms.

The stilt houses in the villages were built using an architecture that is suitable to the volume of water that fell down profusely during the Rainy Season. Every house had at least a big jar to contain rainwater.

Like in the Mekong Delta, even though water could be seen everywhere around their houses during the Rainy

Season, people still show a need for these jars. This fact led engineer Nguyễn Hữu Chung of the Friends of the Cửu Long Group to describe it as the *'Civilization of Jars'* which is characteristic of the people living downstream the Mekong.

It was impossible for travelers not to notice the signs on the offices of political parties that sprang up almost in all parts of the country: on the streets of Siem Reap, Phnom Penh, along Route Number 5 leading to Kampong Chhnang, Route Number 7 to Kampong Cham. Everywhere you turned you could see them. They might be erected just for show nevertheless they were the welcome indications of a budding democracy. The most numerous signs belonged to the CPP (Cambodian People's Party), the government party of Prime Minister Hun Sen. The FUNCINPEC (Front Uni National pour un Cambodge Indépendant, Neutre, Pacifique et Coopératif), the opposition party led by Norodom Ranariddh, Prince Sihanouk's son, came in second place. Only very seldom would one encounter a sign of the KNP / Khmer National Party belonging to Sam Rainsy.

With a grin our driver, Sok Thon, remarked that there were not 3 but 32 political parties. I realized that, like in America, money and power are the two sine qua non ingredients to develop a political party's infrastructure. A number of Cambodians who became naturalized American citizens have returned with their money to try their luck in the local elections. They carried out campaigns *"à la Américaine"* but so far not one of them succeeded. On the other hand, quite a few of them with dual American and Cambodian citizenship were invited to hold important positions in the government on account of their scientific or technical know-how. This represents a bold move on the part of the Phnom Penh government in stark contrast to their Laotian or Vietnamese counterparts who still show signs of being over cautious and secretive.

There was no freedom of press in Cambodia considering the bloody liquidations, assassinations of newspersons or grenades thrown at the offices of opposition newspapers. Customarily, the party in power always wanted to keep the press and communication media under their thumb. Whether one loves or hates Hun Sen is not the issue. A former battalion commander of the Khmer Rouge, he was accused of being a stooge of Hanoi. Now as prime minister he clearly proved to be his own man and earned the grudging respect of Sihanouk who had shown a dislike for him at first. In addition, the diplomatic corps also recognizes in him a de facto strongman who plays a crucial, stabilizing role in Cambodia.

Rising to the azure sky and hovering over the sugar palm trees were the roofs of the Khmer pagodas whose architecture is very different from those in Vietnam. In a land where Theravada Buddhism was recognized as the state religion, pagodas were ever present. From the king down to the common subjects, every man had to enter the monastery to have his head shaven and become a monk before he was deemed mature for normal life in society. Sihanouk went through that process. In the 1930s even Pol Pot entered the Wat Botum Vaddei pagoda to lead a monk's existence for many months.

However, by the time the Khmer Rouge came to power the situation changed drastically. In the wild expectation to achieve a primitive communist society where everybody had to work, the monks were looked down on as parasites and utterly useless as a group. *"Buddhism is at the root of the decline of the Cambodian nation"*. The population was prohibited from rendering service to the monks and religious classes. Pol Pot was determined to institute a government imbued with nationalist extremism and sustain a population growing fast enough to allow him to retake the Mekong Delta which was formerly part of Cambodia and the border area to the west of Surin, Buriram in Thailand whose inhabitants still speak Khmer. After 44 months of Khmer Rouge rule, from a high of 60,000 monks only 1,000 were left to return to their run-down pagodas in January of 1979. Prior to that, those religious places had been turned into warehouses, prisons and even execution grounds.

After the long period of devastation and desolation that followed *"Year Zero"*, Cambodia rose from her ashes to come out of the Killing Fields. For the surviving Khmers, to return to the merciful shadow of the Buddha is to find a closure to their nightmarish past, rediscover a source of comfort for this life and find hope for deliverance in the next ones.

We had no choice but to park the car far away from the head of the bridge. Under the steaming heat of the noontime sun, Sok Thon and I walked to the bridge. The traffic including motorcycles and bicycles was still light. Greed driven, the operators of commercial vehicles invariably overloaded their cars with passengers and freight. They sped by at terrifying speed at times crossing lanes or driving in the middle of the bridge with complete disregard for the safety of the passengers. We stood on the bridge to admire the majestic panorama of the Tonle Thom River, the Cambodian name for the Mekong. Before our eyes ferry boats crisscrossed up, down and across the current in all directions. On the side of Kampong Cham city, river boats were docked at the port waiting to take travelers to Phnom Penh or to northern cities like Kratié, Sambor... Nearby were small markets on the riverbank where sellers carried wicker baskets plying golden baguettes, a vestige the French left behind in all the three countries of Indochina. As we almost reached the other end of the bridge a scene made me stop dead on my track: rising from the green foliage was an ancient military outpost covered with moss. But new were the numerous bullet holes of all sizes that pock marked its walls. Some of them were made so deep by the spinning bullets that they revealed the dark red color inside the bricks making them look like bleeding wounds that had not healed. They were kept intact to serve as testimonies to the devastation of the war in contrast to the huge peacetime reconstruction efforts that were going on in the land.

We returned to the car to continue on with our journey across the bridge. Sok Thon was overcome with joy. It was the first time for him to drive on a new bridge spanning the Mekong in his country. The drive on the segment of Route Number 7 going north turned uncomfortable again due to numerous potholes, loose rocks and red dust. Choosing the land route to go to Kratié was a bad idea because it brought self-inflicted pains to the body and could be dangerous on account of frequent highway robberies. It would be many more years before the Japanese could help build a new segment of this route going north to Kratié then all the way to Stung Treng near the Southern Laos border. Until then, the river route also known as the *"brown highway"* would prove to be a more convenient and safer bet.

ON THE TONLE SAP RIVER – THE CHĂM ISLAM COMMUNITY

In the first half of the 18th century, the year 1720 marked the time the kingdom of Champa was erased from the map as a result of the Vietnamese Southern March. Those Chăm who were fortunate to escape the bloody massacre ordered by emperor Minh Mạng fled to Cambodia. The vast majority of them resettled in the cities of Kampong Cham and Kampong Chhnang while the rest chose to live in scattered areas along the Tonle Sap River or Tonle Sap Lake. They earned their living from fishing, rice cultivation, butchering cows, making medicine and a few by practicing witchcraft. In the beginning only a very small number of the Chăm practiced Islam. However, through contacts with merchants from Malaysia, Indonesia... they quickly converted to the new faith out of a desire to preserve their ethnic and cultural identity while living in a Khmer society that chose Buddhism as its official religion.

Since they do not share the same religion, spoken and written language, or history with their host country, the Chăm tend to band with the Vietnamese and form an opposing or countervailing force in regard to the Khmer.

Actually, the origin of that odd union could be traced back to the Vĩnh Tế Canal. In the middle of the 18th century, the Vietnamese Southern March ran out of steam as it reached the city of Châu Đốc to the west of the Mekong Delta. This city sat on the border with Cambodia thus posing a high risk of confrontation involving the two neighboring countries. To deal with the new situation, the Nguyễn emperors, from Gia Long down to Minh Mạng, implemented the aggressive *"đinh điền"* strategy using peasant-soldiers to settle and defend the new territories. To achieve that goal the Vietnamese imperial court nominated *"proconsul"* Thoại Ngọc Hầu to build the *Vĩnh Tế Canal* linking Châu Đốc to Hà Tiên. He enlisted thousands of Khmer laborers to work day and night to do the job under the harsh supervision of the Chăm soldiers. This system of hard labor entailed immense sufferings and the loss of thousands of lives. It is no wonder that the Khmer people hate the "*Yuon*", a derogatory term they use to call the Vietnamese and their vicious allies the Chăm.

For the above reason the Chăm became the second ethnic group after the Vietnamese to be targeted by Pol Pot in his ethnic cleansing campaign. According to an estimate about half of the Chăm population were murdered by the Khmer Rouge along with the destruction of their mosques and schools. A number of survivors fled on the Mekong to Laos. In contrast, the Chăm Islam communities in the southern part of Thailand and Malaysia enjoyed a more tranquil and comfortable life. During the post-Khmer Rouge era, the Muslim mosques and schools in Cambodia were rebuilt with funds provided by Muslim countries like Malaysia, Saudi Arabia, Kuwait...

Social customs of the Chăm Islam were not as strict as those in the fundamentalist Muslim communities in the world. Women were not required to wear burqas, dresses that cover the entire body from head to toes with veils that hide the face except for the eyes, like in Afghanistan.

It is common to meet young Chăm girls of the X generation wearing short skirts showing their legs and T-shirts bearing parts of their breasts. Though strict religious rules forbade sexual relationship outside of marriage, a small number of Chăm men and women still fell victims to the HIV epidemic that was ravaging the cities or countryside of the entire land.

After the 9/11 attacks on New York and Washington D.C. to be followed by the American counterattack in Afghanistan, the Chăm Islam community in Cambodia understandably experienced difficulties in their dealings with the outside world. They soon discovered that foreign financial support for purely educational, social and religious developments were to be adversely affected. A case in point was a recent law promulgated by the Ministry of Cults and Religious Affairs of the Hun Sen government stipulating limitations on religious activities that clearly targeted the Chăm Islam communities.

Haji Yusuf, the respected leader of the Chăm Islam community in Phnom Penh, in an interview with a reporter of the Phnom Penh Post, voiced his disagreement with the massive bombings the Americans carried out in Afghanistan resulting in casualties among the civilian population. As he saw it, in the war on terror, a conciliatory approach would prove more effective than the hot war being pursued at the present time. He used this suggestive allegory *"While hot waters run shallow, cold waters run deep"* to advise the Americans to show patience and act with a clear mind instead of out of anger like now.

I came to visit the Chăm who inhabited along the banks of the Tonle Sap River. They lived in houses built on stilts, floating houses or even boats. They could not be poorer and it appeared as if the sole purpose of their existence was for procreation and their faith. I was able to take photographs of the Chăm Islam people prostrating in prayer on their boats on the Tonle Sap River during the fast of Ramadan.

From a moored boat, a Chăm woman was lowering a net a little larger than a plank bed that appeared really heavy each time she heaved it out of the water. Wriggling in the net were several silvery fish not larger than three fingers. Sometimes the net came out of the water empty. The way it looked, by the afternoon, she would be lucky if she could catch a pot full of fish to feed her family at dinnertime.

Several fishermen took their boats to the middle of the current to throw their nets. Their catch was larger but no big fish were caught.

Our boat continued to sail along the banks of the Tonle Sap to reach the foot of the Chroy Changvar Bridge. On the other side of the bridge was the river port used by passenger ships servicing Siem Reap or the northern cities of Kampong Cham, Kratié...

Our boat took a detour to go to Quatre Bras (Chaktomuk), the place where four rivers congregate. At this site people celebrate the Bon Om Touk water festival on the first day of November marking the end of the Rainy Season and the start of the Dry one. It is also the time when the Tonle Sap River reverses course to flow from the Tonle Sap Lake to Quatre Bras then to the Mekong Delta via the Tiền and Hậu Rivers.

Bon Om Touk is the biggest annual water festival celebrated at Quatre Bras. The king and queen traditionally come to take part in the rituals of fireworks and the royal barge race marking the start of the fishing and sowing season.

Not far from the royal palace, a big casino ship christened Naga was berthed at the riverbank. This *"Las Vegas"* in Phnom Penh was financed by Malaysian entrepreneurs and reserved exclusively for foreigners. It was similar to the Eco-Casino on the lake where the hydroelectric dam of Nam Ngum was built in Laos.

We went ashore to go back to the dyke road. I was deeply moved and felt for the skinny Chăm boy and girl I held in my arms. Those children were born under an unlucky star. They went barefoot and their bright and intelligent eyes only decried the fact that most of them did not have the chance to go to school. *How could we ever pay our spiritual debt to the Chăm people?*

THE SUGAR PALM TREES BY THE LOTUS POND

Before bidding farewell to Phnom Penh, I spent my remaining time to visit the Olympic Stadium and the Tuol Sleng Museum of Genocidal Crime. The Stadium was located near two boulevards: Preah Sihanouk and Monireth. In the 1970s the Lon Nol government used it as the gathering place for huge demonstrations to launch its nationwide campaign against the Vietnamese. Under the Khmer Rouge rule, it was turned into an execution ground for many of their victims. Among them were Prince Sirik Matak and Prime Minister Long Boret who by their dignified refusal to leave with the Americans during the last hours of their government had shown that they were deserving leaders of the Khmer people. As for Lon Nol, he was quick to take to his heels and absconded to Hawaii with millions of US Dollars in tow. Now the stadium stood empty as it was being renovated and expanded to Olympic standards for the use of tourists.

In the eyes of the world the Tuol Sleng Museum was a reminder of the genocidal crime committed by the Khmer Rouge. According to the Khmer dictionary this fateful name means *"The Hill of Poisonous Medicine"*. The building was originally the site of a harmless school in the south of Phnom Penh. In May of 1976 it was converted into a prison named S-21 where those suspected of opposing Angkar, another name for the Khmer Rouge, were tortured. Two iron fences and rows of barbed wires electrified with high voltage currents surrounded S-21 to prevent the prisoners from escaping. Inside, classrooms were transformed into jail cells with their windows reinforced with iron bars and barbed wires woven into them. The rooms upstairs were used for common holding areas. Each classroom on the first floor was divided into smaller cells (measuring 0.8 meter by 2 meters) reserved for solitary confinement.

The warden of S-21, Kang Kek Iew, also known as Comrade Duch, formerly worked as a mathematics teacher in the 1950's. He saw life in the city of Kampong Thom and graduated from the French Lycée Sisowath. In 1965, his activities as a Communist agitator landed him in jail. Upon release he rejoined the resistance to carry on with his works.

The prison guards were boys and girls aged from 12 to 15. The Khmer Rouge enlisted those innocent and uneducated youngsters to train and brainwash them into the cruelest of fanatics. The victims at Tuol Sleng came from all social backgrounds. They arrived from every corner of the country and were of different nationalities: Vietnamese, Laotian, Thai, British, American, Canadian, Australian... However, most were Khmers of the educated class: intellectuals, doctors, engineers, lawyers, teachers... At a later date, Khmer Rouge accused of being traitors were also incarcerated there.

Instruments of torture were not lacking and living accommodations at S-21 pitiful. Besides being beaten female inmates were often raped. There were instances where an entire family was arrested then killed including newly born babies. The incredible thing was how diligent and thorough the guards at Tuol Sleng were in keeping the records of the jail: the victims were fingerprinted, photographed and required to write a detailed personal history from birth to the time of arrest before they were stripped naked and had all their personal belongings confiscated. Afterwards, with their feet in shackles, they were thrown into cells and left to sleep on the floor without any mosquito nets and blankets. From

1975 to 1978, at Tuol Sleng alone more than 10,000 people underwent torture and execution. That figure did not include children. Countless photographs were taken of victims with their arms tied behind their back. Their faces looked swollen from torture and their eyes showing indescribable fright. Other pictures depicted corpses lying in different positions in pools of blood. It seemed as if I could still smell the terrifying odor of blood, hear the screams echoing from some unknown corner in that cold and empty prison where time was transported back to a primitive and prehistoric past.

The jigsaw map of Cambodia during those four years of Khmer Rouge rule was constructed with Mounds of Skulls and Rivers of Blood.

Seeing that the Tuol Sleng Museum possessed an uncommon appeal to the tourists, in a stroke of imaginative creativity, Hun Sen wanted to capitalize on the idea. He was considering a project to convert Pol Pot's last hideout and the mass graves in the Southwest area of Pailin near the border with Thailand into a second tourism attraction. For Hun Sen the two million souls who perished under the genocidal rule of Pol Pot did not die in vain. Even in death they were contributing their share to the recovery of the country's economy, devastated by the years of hostilities.

Going through the gate of Tuol Sleng, I felt my heart and legs as heavy as lead. I told myself had I come to that place on my first day in Phnom Penh I probably would not have stayed a day longer in Cambodia. I wanted to forget Tuol Sleng, the gate to hell for tens of thousands of human beings; to leave behind me the Olympic Stadium; to wipe from my memory those frightful months and years when human bones piled up as high as mountains and blood flowed as deep as rivers; to erase from my mind the savagery of prehistoric time; the monstrous reign of evil; the betrayals and paradoxically not a few noble acts of sacrifice. But how could one ever ignore the most ignoble drama in human history of the *"second half of the 20th Century"* as one was about to step into the threshold of a new millennium.

On the plane taking off from the Pochentong International Airport I looked down at the city of Phnom Penh and the Mekong River at the Quatre Bras junction in front of the Royal Palace. The last image I wanted to retain in my mind of the land of Angkor was that of the rows of sugar palm trees growing by the ponds of fragrant white and pink lotuses. Their trunks may be pock marked by bullets yet they were still standing tall to reach toward the blue sky.

The sun will continue to rise and set on the Mekong, the magnificent beauty of the sky and earth will still be around despite all the upheaval and wars brought about by the dark side of the human heart. The trip only reinforces my fear that the Mekong is on the decline. Lest I forget I would like to say to my Khmer travel companion, Sok Thon: *"Thank you and let's meet again when I have the chance to return for a visit to the land of Angkor."*

Siem Reap – Prek Toal – Phnom Penh – Kampong Cham –
Kampong Chhnang – Chhnok Tru 12/2001

Siem Reap Air to Angkor with Visa on Arrival

Angkor Wat at sunrise

Post-Khmer Rouge Angkor Dance revival

Apsara showing gun-shot-wound (GSW) by AK47 or M16

Chăm on Tonle Sap River near Phnom Penh

Ramadan in the ninth month of the Islamic calendar: Chăm Islam praying on Tonle Sap River

Crossing the Tonle Sap Lake on the way to the Bird Sanctuary of Prek Toal

FCCC (Foreign Correspondents' Club of Cambodia) in Phnom Penh

Olympic Stadium: the gathering place for mass demonstrations against the Vietnamese

The Vietnamese in the land of no "milk and honey"

*Vietnam-Cambodia Victory
Monument in Norodom
Sihanouk square*

Tuol Sleng Museum: Mounds of skulls and River of bloods

Poor Chăm youngsters going barefoot

Kampong Cham-The Japanese Bridge across the Mekong

FROM THE MỸ THUẬN BRIDGE 2000 TO THE CẦN THƠ BRIDGE 2008

"From mountains to the sea, wetlands at work for us"
World Wetlands Day 02/02/2004

TO TAM NÔNG –
THE BIRDLESS BIRD SANCTUARY

We left Saigon in the early morning to avoid its traffic jams and cacophony of noises. Heading southwest on National Route 1A, we drove through the provinces of Long An and Tiền Giang via the district of Cái Bè before switching to Provincial Road Number 30 to arrive at Đồng Tháp Mười. The bad condition of the road coupled with the fear of being gunned for speeding by the traffic police acted as a big inducement for our driver to slow down at certain sections of the way. It took us more than six hours to cover 200 kilometers. Bus drivers coming from the opposite direction constantly stuck their hands out of the window to greet us with a friendly wave.

I soon learned that a downturn hand signified that the road ahead of us was clear of police giving the green light to our driver to accelerate and disregard the speed limit. Any traffic violation would result not only in a hefty fine but also a hole being punched on the driver license. Three holes meant an automatic suspension of the license... This measure proved to be quite a deterrent to the most daring drivers who liked to think of themselves as *"top notch"*.

To visit Đồng Tháp Mười is to come to a vast area of depressed land. There is an interesting theory purporting that *"probably in the old days the Cửu Long Giang, the Vietnamese name of the Mekong, used to run through this place and for some unknown natural reason it changed course to its present location. The huge natural depressions of Đồng Tháp Mười (Plain of Reeds) and Đồng Cà Mau (Plain of Cà Mau) are the two reservoirs where the Mekong stores its water during the high-water season."* (Trần Ngươn Phiêu – Đồng Tháp Mười 2006).

From the village of Cao Lãnh in the Đồng Tháp Mười Province, we drove up to the Thanh Bình District. From there we switched to Provincial Road Number 30 going northwest. At a three-way intersection instead of heading toward Hồng Ngự we followed a sign and turned right to drive an additional 17 kilometers on a narrow and rather bumpy asphalted road before reaching our final destination: the Tam Nông Bird Sanctuary.

Along the road new and old houses were jostling for space – a sure sign that rapid population growth was posing a real threat to the Bird Sanctuary. Further back from the roadside, we noticed a tomb built not on ground level but on a dry cement platform raised higher than the surface of the road. The whole structure stood in a flooded rice field indicating that Tam Nông used to be a marshland area.

The Tam Nông Bird Sanctuary lies within a quadrangle of canals that dissects the Mekong Delta. Its *"vital"* statistics show it has a quasi-equatorial monsoon climate with an average temperature of 27 degrees centigrade and a variation of 3 to 5 degrees a year. Rainfall measures a rather low of 1,500mm/year and the Rainy Season extends from May to November. (Phùng Trung Ngân, Garrulax 6:3-5, 1989).

During the war, countless bloody battles were fought in Đồng Tháp Mười. The area proved to be extremely unresponsive to the South Vietnamese government's pacification efforts. The Americans did not fare any better. They had repeatedly attempted to destroy the Vietcong's safe haven to no avail by either draining the marshlands or using a combination of Agent Orange and napalm bombs in their defoliation efforts.

After the war, rapid population growth brought about severe scarcity of land. It then became indispensable for the people to embark on a continuous effort to drain the marshlands through a complex system of canals to come up with new arable land.

In 1985 soon after the Eastern Sarus Cranes were first spotted in the wetlands of Đồng Tháp Mười, world scientists convened an International Conference on Cranes in Kunming, the capital of Yunnan province. In attendance were representatives of various organizations like World Wildlife Fund (WWF), International Union for Conservation of Nature (IUCN), International Crane Foundation (ICF)... They met to arrive at measures to conserve and turn the Bird Sanctuary of Tam Nông into a prototype *"eco-tourism"* site for Southeast Asia. Consequently, the Tam Nông Bird Sanctuary was transformed into an important preserve for scientists to study the life and habits of migratory birds.

This sanctuary is located within a large depression on the left bank of the River Tiền and covers an area of 7,588 hectares. Depicted as a *"scaled down model of the Đồng Tháp Mười landscape"*, it is the habitat for 130 kinds of plants, 120 species of fresh water fish, 40 kinds of amphibian reptiles, over 200 species of birds including 16 considered rare and precious. The Eastern Sarus Cranes or Grus antigone sharpii – also named Red-headed Cranes – were listed in the World's Red List because they were threatened with extinction. Carvings of *"dancing cranes"* found on the bas-reliefs in the Bayon, the famed temple built in Angkor by Jayavarman VII in late twelfth century, testify to the fact that those birds form an integral part of the life of not only the now extinct and most glorious civilization of the Mekong but also of the area itself. Eight years ago (December 29, 1998), the Tam Nông Bird Sanctuary in the Đồng Tháp Mười region was officially designated the Tràm Chim National Park (TCNP).

The Bird Sanctuary consisted primarily of wetlands where Melaleuca woods coexist with wet grasslands. The Rainy Season lasts from August to November peaking in September. The water averages 2.50 meter in depth. Since the Bird Sanctuary is located in the lowlands it stays submerged even during the Dry Season.

From marker no. 17 on the road, it was almost impossible to make out the office of the Tam Nông Bird Sanctuary. But that did not prevent us from finding it in the end. Our guide who had a very simple name Nguyễn Thị Được (meaning the OK or acceptable daughter of the Nguyễn family) went on board to accompany us. Since we visited the Tam Nông Bird Sanctuary in the middle of the Rainy Season we found ourselves surrounded by an immense body of water. We could distinguish, here and there, clumps of Cajuput, tufts of grass, water lilies and an occasional bird.

It was not until February or March, in the Dry Season, that the Bird Sanctuary came alive with food sources like shrimps, fish, clams, snails. This is the time for the migratory birds to flock to this place from faraway lands to feed and procreate. Among them, in addition to the Eastern Sarus Cranes we could also count other rare water fowls like the Oriental Darter, Lesser Adjutant Stork, Painted Stork, Asian Golden Weaver and numerous other bird species.

In recent days, a recurrence of the H5N1 epidemic threatened to spread to all the four corners of the earth prompting epidemiologists at the World Health Organization (WHO) to caution the public that migratory birds might be its carriers. The H5N1 epidemic held the Mekong Delta under its sway at one time in the past. Though it was subsequently brought under control, another outbreak cannot be ruled out.

Animals and birds were not alone in being endangered. In the plant world, we discovered that of the 130 species of plants growing in the area, the wild rice species known as Oryza rufipogon was also threatened with extinction. In an article about Đồng Tháp Mười, Dr. Trần Ngươn Phiêu mentioned that this special type of rice was another peculiar find in this area. He wrote: *"Like the other floating rice species, this wild rice grows tall and rises above the water level. Poor people use small and shallow bottom boats to negotiate their way through the swamp areas where this wild rice grows. They use long bamboo poles to beat the stalks until the grains fall into their boats. Harvesting wild rice in such a way represents a source of income for the poor people who have no fields of their own to till."*

In his well-researched book about the vegetation of Vietnam (*Cây Cỏ Việt Nam* 1991, III-2 page 776) Professor Phạm Hoàng Hộ wrote: *"Wild rice is of the floating species. Its stem measures 1.5 to 4 meter in length, internodes 10 cm in length, leaf limbs 20cm in length and 1cm in width... it used to grow in deep fields all over the land but most abundantly in Đồng Tháp".*

On the other hand, Professor Võ Tòng Xuân added: *"The 'ghost' or wild rice Oryza rufipogon (OR) grows in the wild in marshlands and along the canals or ditches of Đồng Tháp Mười as well as in wetlands of average depth in the provinces of Cần Thơ, Vĩnh Long and Tiền Giang. Another species named Oryza nivara (ON) also grows side by side with the OR in those regions. Their yield is very low: A mere 0.2 to 0.4 ton per hectare. Now that the fields of Đồng Tháp Mười are blanketed with the High Yield Variety / HYV rice, the OR and ON appear to be heading the way of oblivion."* Professor VTX informed us that he has sent specimens of those two wild rice species to the International Rice Research Institute (IRRI) at Los Baños, 60 kilometers south of Manila for safekeeping. This institute is the largest and oldest international research center on rice in Asia.

In my eyes, the ponds of lotuses or water lilies in the Tam Nông area are placed there by Mother Nature to add to the beauty of the landscape in the Bird Sanctuary.

Moreover, it would be unforgivable not to mention an *"undesirable"* plant that is invading the ecology of the Tam Nông Bird Sanctuary: the *"mimosa pigra"*. A native of tropical South America, this plant was spreading fast in the Bird Reserve wreaking havoc on its ecology and ecological diversity.

According to Professor Phạm Hoàng Hộ *"Mimosa pigra or pointed Virgin is a sturdy plant of 2 to 3 meter tall. Its leaves also fold up at the touch but at a slower pace than that of the shy Virgin (Mimosa pudica). Along the spine of the leaf grows a vertical thorn of 1.5 cm in height separating the leaf into a pair of leaflets. The tips of the petals of the Mimosa pigra look yellow like those of the shy Virgin. Mature seed pods have reddish hairs, 10-12 cm x 1.3-1.6 cm. They fall off by segments except the two rims. This plant comes from Latin America and grows in the marshlands of Sài Gòn, Trị An, and Mộc Hóa"* (Cây Cỏ Việt Nam 1991 I-2, page 1029).

In Professor Võ Tòng Xuân's view *"Mimosa pigra is also named Mai Dương or Ngưu Ma Vương. It poses a headache for the peasants of the wetlands. This plant spreads very fast and proves extremely difficult to eradicate. International studies undertaken to control them have so far proved inconclusive. Does it mean that the national park of Tam Nông Bird Sanctuary, a preserve set up and financed by the International Crane Foundation (ICF) to save the rare and precious Eastern Sarus Cranes, is being suffocated by Mai Dương?"*

For this reason; the four nations that border the Lower Mekong: Cambodia, Laos, Thailand and Vietnam; have chosen this motto for the commemoration of the *"World Wetlands Day"* on February 02, 2004: *"From the mountains to the sea, wetlands at work for us"*.

In the particular case of Vietnam, the Tam Nông Bird Sanctuary was chosen as a test site. Besides the usual celebrations on a festival day like boat racing, soccer games, theater shows... the most noteworthy activity on this occasion was the launching of a campaign to *"search and destroy the Mai Dương, Ngưu Ma Vương or the Pointed Virgin plant"*. It became imperative to sound this alarm to remind the local people that the Mimosa pigra must be viewed as a formidable enemy that must be pursued and destroyed through a sustained campaign in order to safeguard the balance and diversity of the ecology in the Tràm Chim National Park at Tam Nông.

At the time the Bird Sanctuary was designated a national natural preserve, it received an initial allocation of 4 billion đồng from the Vietnamese government. Subsequently, generous donations began to flow in from Denmark, Germany and Japan... to fund the conservation and development projects of the Crane area and buffer zone in the Bird Sanctuary.

In 1995 the International Crane Foundation (ICF) adopted a plan limited to the study of the nesting places of the Eastern Sarus Cranes. Starting in March of 1998 ornithologists introduced the use of electronic tracking rings to expand the scope of the researches to include the total ecological system and activities of this migratory bird. This project which was financed by the Japanese government, also called for the participation of Japanese, American and Vietnamese scientists.

Miss Được, our guide at the Bird Sanctuary, revealed that *due to the nefarious effects that succeeded one after another, the number of Eastern Sarus Cranes as well as other rare and precious birds that flocked to the Bird Sanctuary during the Dry Season continued to dwindle over the last few years. This is a disconcerting fact that conservationists need to take note of. During the last 20 years the number of Eastern Sarus Cranes that returned to the Bird Sanctuary followed a steady downward curb: from 1,052 in 1988 it dropped to 631 in 1996 then to 154 in 2004 and to a record low of 90 in 2006* (Source: VNN).

The reasons leading to this deplorable state of affairs were many:
1. deterioration of the ecological conditions in the Bird Sanctuary caused by the digging of new canals,
2. abnormal rains resulting from the effects of evaporation of large bodies of water stored in the reservoirs of the series of dams being built upstream of the Mekong in Yunnan,
3. pressure from population growth in the surrounding areas evidenced by the construction of numerous local housing projects,
4. infringement on the lands surrounding the buffer zones,
5. need to divert the waters from the Bird Sanctuary,
6. seeping of chemicals from fertilizers used in the rice fields adjoining the Bird Sanctuary... All these factors had a hand in the long-term degradation of the preserve.

To make matters worse, a project was being implemented to build a beltway around the Tam Nông Bird Sanctuary to develop *"eco-tourism"*. With an ever-shrinking land area, it would not be farfetched to conclude that in a not-too-distant future the days of the rich ecological system of the Tam Nông Bird Sanctuary are inexorably numbered.

Officially hunting is banned in the Bird Sanctuary. However, it is in practice a common occurrence resulting in the killing of many species of rare birds including the cranes.

Conservationists have good reasons to classify the Eastern Sarus Cranes as a flagship species. To protect those cranes means to protect more than 120 other species of birds at the same time. Carrying it a step further, it also involves the conservation of the wholeness of the entire ecological system of the Mekong Delta and the Mekong River... of which the Tam Nông Bird Sanctuary is a living symbol.

On the way to Đồng Tháp Mười one has to pass through the district of Lấp Vò. Several years back, fishermen in the district caught *"a giant ray fish"* which measured more than 4 meters in length, 2 meters in width and weighed 270 kilograms in the Tiền River. When we inquired, nobody seemed to know about it or more precisely have a recollection of it. In the same vein, not many people could imagine that only over thirty years ago, the Mekong Delta was still teeming with fish and shrimps. Nowadays, that food supply has been exhausted and not many people even bothered to ask why. Leaving Thailand aside, the people of Laos and Cambodia (the two nations which cannot be classified as more advanced than Vietnam) seemed to be more concerned about the Mekong and better informed about the mammoth dams spanning the Mekong in Yunnan than the Vietnamese. It is mind boggling to notice that the address for the Vietnam National Mekong Committee is at: "23 Phố Hàng Tre, Hanoi" in the North. A more appropriate location would be the University of Cần Thơ or the University of An Giang in the Mekong Delta.

Over 10,000 years ago – a short time span on the geological clock – the Mekong Delta still lied submerged on the ocean floor and extended all the way to the Sunda continental shelf. With the passing of time, the pyrite in the Mekong current combined with the iron and sulfur of the seawater to produce deposits that formed an area known as the Mekong Delta we see today. This explains why the low depressions of the Đồng Tháp Mười and Cà Mau Deltas at places are only half a meter above sea level.

Miraculously a new civilization took root and flourished on this new land. In the 1930's, while working on the Ba Thê canal project in the Óc Eo area, district of Thoại Sơn, province of An Giang, workers unearthed an ancient port city. According to some archeologists, nineteen centuries ago there existed in the Mekong Delta a Kingdom called Funan which possessed a highly advanced maritime civilization and a large commercial fleet. This kingdom sat at the crossroad where the Indian culture from the west and the Chinese one from the north met. It was the Indian culture which left the deepest marks as evidenced by the practice of Brahmanism and the Theravada branch of Buddhism in the region. Vestiges of a system of canals serving the dual purpose of irrigation and transportation could still be seen in the Óc Eo area – An undeniable proof that the Funan Society had attained a high level of organization as well as division of labor.

The French archaeologist Louis Malleret directed the major excavation works at the Óc Eo site. He maintained that the "Óc Eo Civilization" which existed between the first and seventh century was actually the precursor of the Khmer-Angkor Civilization. Artifacts found at the site included: Roman coins bearing the image of emperor Marcus Aurelius (121-180), Persian coins, statues of Brahman gods and even of Buddha.

Traveling in North Vietnam, where Chinese influence is strong one usually finds statues carved out of wood. As one moves further south Indian influence becomes more pronounced and stone replaces wood as the preferred material used by the sculptors. During the French colonial rule, Louis Mallaret was appointed curator of the Museum of History located in the Saigon's Botanical Garden and Zoo. This institution was reputed for its collection of Funanese artifacts: earthenware, musical instruments, bronze utensils, jewelry made of gold and precious stones displaying intricate workmanship.

So far, nobody has yet come up with a definitive and plausible explanation for the rise and fall of the Óc Eo civilization. The current theory suggests that a catastrophic natural disaster might have brought about the sudden demise of such a resplendent civilization on such a fertile land, where did the Funanese come from? When did they migrate to this area of wild and unstable swamplands hundreds of years prior to the Vietnamese Southward March?... Those questions concerning the Kingdom of Funan are still begging for answers. Likewise, the enigma surrounding the civilizations bordering the Mekong River like the jars in the Plain of Jars in Laos and the bronze artifacts at the Ban Chiang site in northeast Thailand remains unsolved. Surely archeologists will find them interesting topics for research in the coming days.

Going into the 7th century, the Mekong Delta was part of the Kingdom of Chenla but still remained sparsely populated by the Khmers. Those people led a contented life in their hamlets and relied on primitive farming techniques for their subsistence. This went on for many centuries until the day they came in contact with the Vietnamese who migrated from the north at the close of the 16th century. At that time Vietnam was ruled by rival *"Shoguns"* named Trịnh and Nguyễn. The ranks of Vietnamese pioneers continued to swell as the days went by. Though they were not formally organized into a colonizing expeditionary force, their desire to seek a better life in a new land drove them to transform a vast region of swampland into the fertile delta of present day

South Vietnam. Before reaching their final destination, those *"pioneers"* had to pass through the kingdom of Champa in the central part of Vietnam where they encountered stiff resistance from the local people resulting in years of bloody confrontations. This is somewhat comparable to the situation where the white settlers and American Indians were pitched against each other.

With the Khmers it was completely different. These indigenous people were used to a secluded lifestyle. In the face of the Vietnamese influx, they instinctively withdrew to the highlands and consequently became a minority in their own land.

Nowadays, these Khmer Kroms number about 900,000 living among twenty million inhabitants in the western region of the Mekong Delta. They are called *"Thổ"* meaning indigenous people by the Vietnamese. During the *"Mùa Thổ Dậy / the Uprising Season of the Khmer Krom"* they sowed constant fear in the heart of the Vietnamese as they went on a rampage and decapitated the unlucky victims who happened to cross their path.

While most Vietnamese adhere to the Great Vehicle or Mahayana Branch of Buddhism, the vast majority of Khmer Krom practices Theravada Buddhism with an emphasis on self-reliance to attain enlightenment through the exclusive worship of the Buddha. The largest conglomerates of Khmer Krom are found in the region of Trà Vinh, Sóc Trăng, and Châu Đốc. They live in isolated *"sóc"* or hamlets and villages organized into *"phums"* of ten households each. Their simple dwellings with thatch roofs stand in sharp contrast to the nearby imposing and magnificent golden pagodas run by the monks, their spiritual leaders. In the vicinity, one can find stupas which contain the ashes of the cremated deceased. It is for this very reason that in the hamlets inhabited by the Khmer no cemeteries can be found.

Like in Laos and Cambodia, it is a familiar scene in the Mekong Delta where large groups of Khmers live to see the bonzes file out of the pagodas in brilliant yellow robes to start on their morning walk to beg for food.

With the advent of the *"Renovation"* era, gone is the sight of a monk holding his own bowl. Nowadays, more often than not he is followed in close step by a novice carrying a shining aluminum container with multiple compartments to store the food donated by the believers in one hand while holding on the other an umbrella to protect his teacher from the burning sun. The monk is allowed to eat any kind of food the believers donate be it vegetarian or meat. This practice is frowned upon by the Great Vehicle branch of the North that sticks to a strict vegetarian diet.

CHĂM ISLAM IN CHÂU ĐỐC / CHĂM BHRÂU

The local Vietnamese used to call them *"Chà Châu Giang"*. They live in houses on stilts with wooden walls and brick roofs along the banks of the Hậu River. Actually, they are of Chăm origin but on account of their close contacts with the Muslim Malaysians, the Vietnamese mistook them for being Malaysians and called them *"Chà"*.

Turning back the pages of history one can discern two waves of Chăm who immigrated to this area.

In 1755 after he succeeded in repulsing attacks by the Khmers, the court mandarin Nguyễn Cư Trinh submitted to the Nguyễn "Shogun" the "silk worm" strategy proposing the use of the Chăm to hold the Khmer in check. This idea was approved and a number of Chăm who have sought asylum in Cambodia were allowed to return to Vietnam. They were inducted into the *"Côn Man"* forces and entrusted with the mission to protect the region of Tân Châu, Hồng Ngự, and Châu Giang. In return they were given the right to settle in the land.

When the Chăm threw their support behind a failed uprising led by Lê Văn Khôi against the court in 1833, Emperor Minh Mạng ordered an atrocious massacre of the Chăm throughout Central Vietnam. Those who survived either fled to Cambodia or sought refuge among their compatriots living in Châu Đốc.

From Châu Đốc I boarded a motorboat on the Vĩnh Tế Canal to head in the direction of Hà Tiên. Looking back from the canal toward Châu Đốc I could see the verdant Sam Mountain standing tall against the crystal-clear sky. This mountain is one of the seven that form the Seven Mountains area. From the distance it resembles a horseshoe crab shell (Limulidae / Sam) with a protruding tail in the form of a small mountain range. Emperor Minh Mạng named it the Vĩnh Tế Mountain. However, the local people have the habit of calling the mounts and hills of their region by their shape. Consequently, we have names like the Parrot Mountain, the Long Mountain, the Elephant Range, the Cô Tô Mountain, the Bà Om Peak... Thất Sơn is a land rich in myths and dotted with caves and grottos where legendary Monks or Shamans could establish colonies for their disciples and followers.

The craft glided effortlessly on this historical canal that runs straight ahead toward the distant horizon. Fresh water colored red by alluvium flowed in between two rows of green trees. We were not in the high-water season but the Hậu River still flowed into the canal bringing with it lumps of blooming purple hyacinths resting amidst their green leaves.

HISTORICAL BACKGROUND

Since the time of the Funan Kingdom (circa 5th century) there already existed a system of canals serving as waterways to connect the ancient capitals to the cities like in the case of Angkor Borei (Phnom Penh), Óc Eo (Long Xuyên), Thị Trấn Trăm Đường (Kiên Giang).

To keep the Southern March going and relentlessly expand the boundaries southward, the Nguyễn emperors found it expedient to adhere to the *"silk worm"* strategy proposed by Nguyễn Cư Trinh in the preceding century. However, this time the conquest and settlement of new lands by the Vietnamese pioneers also went hand in hand with canal digging and road construction.

Under the reign of Emperor Gia Long the first canal named Tam Khê was built. Nevertheless, it was not until the Vĩnh Tế Canal was completed that the Vietnamese inherited from their forefathers a truly monumental construction work. It would be unforgivable not to mention the name of Thoại Ngọc Hầu in any reference to the pacification of the Hậu Giang region and the building of the almost 100-kilometer long Vĩnh Tế Canal.

Researches done by Nguyễn Văn Hầu showed that Thoại Ngọc Hầu was born in Quảng Nam with the given name Nguyễn Văn Thoại. He was intelligent but short tempered. Unfortunately, the rival *"shoguns"* Trịnh and Nguyễn and later the Nguyễn and Tây Sơn often chose his birthplace as their favorite battleground. The ensuing devastation forced his family to seek refuge on the island Cù Lao Dài on the Cổ Chiên River in the South. He enlisted at a very young age to serve under the banner of "shogun" Nguyễn Ánh. In the beginning, he had to endure long days of hardship and deprivation as well as the perils of warfare. After the dark clouds of hostilities had cleared, he ended up an esteemed court official and keeper of the *"pro-consul"* seal of Chenla cum defender of the Vĩnh Thanh region extending from the cities of Châu Đốc to Hà Tiên. His reputation as a strict and fair official earned him the love and respect of the military and civilians who served under him. In 1818 upon completion of the Tam Khê canal, the emperor bestowed on him the title *"Thoại Hà"* and the nearby mountain was renamed *"Thoại Sơn"* in his honor.

Right afterward, he received the order from the court to take the citizen-soldiers under his command from Gia Định Thành to Châu Đốc to dig a huge canal linking Châu Đốc to Hà Tiên. Knowing that it was a large scale and challenging project emperor Gia Long sent him these comforting words: *"The construction of this canal is extremely arduous but indispensable for the defense of the country. Its importance cannot be overlooked. You, my subjects, presently have to endure hardship but your sacrifice will benefit countless generations to come"*.

This canal built in the new territory started on the left bank of the Hậu River in Châu Đốc and continued on to Hà Tiên where it connected with the Giang Thành River before running into the Gulf of Siam. Right from the beginning Thoại Ngọc Hầu had to mobilize 5,000 Vietnamese citizen-soldiers in addition to a number of Chăm and an additional 5,000 Khmer hired hands to start the work. Very soon afterward a drought followed by a flood and opposition from the labor force brought the whole effort to an abrupt stop.

To clear such a vast wilderness the workers had to rely on sheer human power and primitive self-made tools like hoes, spades, pestles, and mallets... while measurements were all done by hand. To ensure that the digging was done in a straight line the workers must first clear the reeds and bushes then wait for nightfall to light torches attached to tall poles. A monitor standing on high grounds would flag the workers to position the burning poles in the correct positions for the digging to be done. For that reason, there is this lullaby: *"Đèn nào cao bằng đèn Châu Đốc, Gió nào độc bằng gió Gò Công / What lanterns could be as tall as those in Châu Đốc, what wind could be as lethal as that in Gò Công."*

Working round the clock while subsisting merely on rice and salt, the workers could not even fully quench their thirst because water was strictly rationed. Add to that a harsh climate of freezing cold at nights and scorching heat during the days, on top of an inhospitable environment and lack of medical services then we have an unenviable formula for disaster resulting in illnesses and deaths.

The project had to be interrupted on numerous occasions on account of seemingly insurmountable obstacles. Not much progress was gained after three years of hard work. Emperor Minh Mạng was left with no other alternative but to order Marshal Lê Văn Duyệt to bring in a reinforcement of 39,000 Vietnamese citizen-soldiers and 16,000 Khmer hired hands. This labor force was organized into three shifts and worked through the night in the deep jungle teaming with mosquitoes, leeches, venomous snakes and wild beasts. Workers or soldiers who wanted to flee could hardly find an escape route. Those who made it to the jungle would face starvation or fall prey to tigers and panthers. Should they choose to swim across the Vàm Nao crocodiles would be lying in wait for them. The Vàm Nao River connects the Tiền to the Hậu Rivers forming the boundary between Châu Đốc and Long Xuyên.

The project lasted five years (1819-1824) under the harsh supervision of *"pro-consul"* Thoại. He always devoted himself totally to the task on hand and usually achieved the desired goals. Nonetheless his authoritarian and single-minded style of leadership did not endear him to the population and caused high losses of life including those of the soldiers who ably took part in his numerous expeditionary campaigns.

To this day, the elders in the Hậu Giang region still remember and talk about the tribulations their forefathers had to face and endure. Great or small, all monuments or man-made wonders be it the Pyramids, the Great Wall of China, Angkor Wat, the Vĩnh Tế canal... always bear a hefty price tag paid for with the lives and miseries of the masses.

The canal project was eventually completed to the great satisfaction of the entire court in Huế. Thoại Ngọc Hầu's wife was reputed to be an upright person and a devoted as well as supportive wife throughout his years of service to the court. Unfortunately, she passed away two years before the works on the canal ended. In her memory, the emperor gave her name: Vĩnh Tế to the canal and the Sam mountain which runs along its banks.

In appreciation of the Chăm's contribution to the project, the emperor allotted them lands to set up seven villages known as *"Puk"* in the Chăm language. Nowadays, those who live in those villages are called Chăm Châu Giang.

To honor those who lost their lives while working in the Vĩnh Tế canal project, Emperor Minh Mạng decreed that a fleet be organized to retrieve their bones for reburial. They were granted the status of soldiers who gave their life in combat. Thoại Ngọc Hầu presided over the mass burial ceremony to erect memorial stelae on the Sam Mountain and read in person the *"Odes to the Lost Souls of Vĩnh Tế"*:

Trời xanh thẳm mồ hoang lớp lớp
Trăng soi nhòa mấy lớp bia tàn...

The deep blue sky, rows and rows of abandoned tombs
The moon shed her hazy light on the stelae of old ...

The Vietnamese history book, *Đại Nam Nhất Thống Chí,* noted that in the 17th year of the reign of Minh Mạng, the Emperor ordered the casting of nine gigantic incense burners (Cửu Đỉnh) weighing 4,000 Vietnamese pounds individually. On each was inscribed the memorable deeds of his predecessors. These burners were considered national treasures and displayed in front of the Thế Miếu in the Đại Nội of the old imperial city at Huế. At this place all the Nguyễn Emperors from Gia Long, the founder of the dynasty, down were worshiped. Smaller shrines erected on the left and right sides of the courtyard were reserved for the worship of deserving high court officials. Each burner bore a specific name of the royal family: *Cao, Nhơn, Chương, Anh, Nghị, Thuần, Tuyên, Dụ, Huyền.* The nine burners were arranged in straight rows. The burner called "Cao" bearing Gia Long's name recorded the digging of the Vĩnh Tế Canal. It was placed by itself in the front row. The characters denoting the Vĩnh Tế Canal were engraved on the side of the burner along with its picture at the foot of the Sam River. The whole thing was artistically done to commemorate one of the most significant achievements of the Nguyễn Dysnasty.

This canal of almost 100 kilometers in length runs along the Vietnamese and Cambodian border. In addition to its strategic importance, it also serves as a useful waterway for the movement of goods and people. On top of that, the canal plays a vital ecological role by bringing fresh water from the Mekong to an immense region washing away its salt and alluvium thus rendering the land more arable and productive. With the passing of time, an intricate system of canals was developed around the Vĩnh Tế Canal. In total it measures more than 2,000 kilometers long – almost equal to half the length of the main current of the Mekong itself.

Recently, Dutch irrigation experts expressed their admiration for the building of the Vĩnh Tế Canal by the Vietnamese of old, especially for the efficient conduit of freshets from the delta into the gulf of Siam. They also suggested digging a new canal from the Hậu River south of Long Xuyên to Rạch Giá, including another section linking the Tiền and Hậu Rivers similar to the present day Vàm Nao River. An additional advantage of this proposed project is that the waters from these canals will prevent seawater from invading the land bordering the ocean like it is now the case with the city of Rạch Giá.

Like other peoples, the Chăm have an origin, a culture and a history steeped in struggle. Just several hundred years ago the glorious Kingdom of Champa was reduced to a footnote of history. Unrelenting calamities had wrought destruction to everything including the Chăm people...

J. Y. Cousteau once remarked: *"If death did not exist, no one can tell how precious life is"*. I fully agree with him. From the death of a human being, he extrapolates and discusses that of a nation and its civilization. The powerful Kingdom of Champa of the past is nowhere to be found in today's world map.

It was not by accident that I recently reminded my young fellow members of the Friends of the Mekong group that the Mekong River they hold so dear to their heart and show so much concern for, courses through seven countries not six because they omitted the small country of Tibet in their count. Regrettably that nation is facing the abysmal prospect of losing its identity as well as sovereignty.

More than once I have visited the Chăm Islam villages in Châu Đốc, Thất Sơn. During the last days of the 20th century, international newspapers repeatedly mentioned a new trend in human consciousness. A seemingly innocuous but consequential column in an inside page of the New York Times caught my attention. It read: *"At the threshold of the 21ˢᵗ century the world will see the emergence of many small new nations arising from the insistence of minorities and even religious groups for self-rule"*. Recently the French newspaper Le Monde mentioned *"The Dreams for Independence in Asia"*. People began to notice the budding movements for independence of the minority groups and Muslims in Asia. They may be small in numbers but quite active. In his book *"Rebels With a Cause"* Nicholas N. Kittrie warned of a worldwide political prospect in which *"Religious extremism shows a potential to explode in full force. The most ominous source of conflict in the future will come from political-religious extremism."* Undeniably religion is a positive force. However, when coupled with politics it could become a *"Lethal Duo"* resulting in extremism.

One could not help recalling a meeting in San Francisco in preparation for the Conference of the Minority Groups of Indochina a while back. It was tittering on the brink of collapse in the face of determined and uncompromising demands from the representatives of the FULRO (Front Unifié de Lutte des Races Opprimées), a French acronym meaning the United Front for the Struggle of the Oppressed Races. They resolutely declared that the conference could not be held if the Vietnamese members were allowed to attend. Those Vietnamese Americans in question were included in the guest lists on account of the research they did on the history of Southeast Asia at the University of California at Berkeley. In the end the conference went ahead with the participation of an international panel minus the Vietnamese members.

The crux of the argument offered by the protesters was: *"The root cause for the collapse of the Kingdom of Champa could be attributed to the Southern March of the Vietnamese which in essence is expansionary as well as aggressive"*. The more tolerant Chăm researchers offered a very different view: *"Throughout history from the 11th to the 19th centuries there existed a constant schism among the Chăm people. It was this internal division which led to the demise of their Kingdom"*. Ironically, one cannot refute the historical tragedy that the Chăm were also victims of the civil war which was unfolding in neighboring Vietnam. At that time, the rivalry between the Trịnh and Nguyễn "shoguns" threatened to tear that country apart. To ease the constant pressure exerted by the Trịnh "shogun" in the north, the Nguyễn Hoàng "shogun" had no choice but to expand southward at the expense of the Chăm. When Nguyễn Ánh fought against the Tây Sơn, the Kingdom of Champa was once again turned into a battleground. Then, during the Lê Văn Khôi uprising against the Huế court, the Chăm got inextricably caught in this political maelstrom and ended up the hapless victims of merciless retributions at the hands of emperor Minh Mạng (1820-1841). One can say that in 1832 the Kingdom of Champa was *"wiped off the map."*

A new leaf has turned for the Chăm people after 1975. Along with over two million Vietnamese, about 25,000 Chăm left Vietnam to seek refuge abroad. Malaysia welcomed them with outstretched arms. The rest resettled in third countries like the United States, France, Australia, Canada... with the largest group going to California. Though the overseas Chăm communities do not represent the majority of the Chăm population, their leaders are graduates of European and

American universities. They form a new generation of Chăm who can look beyond the feeling of grief and regret that casts a shadow over their history.

> *"Còn đâu nữa những ngày oai hùng cũ Khi tháp Chàm ủ rũ dưới màn sương"*
> *"Where are the glorious days of old Now that the mournful Chăm stupas Are covered by the fog's folds?"*

At first the Chăm lived in disparate Chăm communities without kings or leaders. Though speaking the same language, they were unable to come to a common understanding with each other. Now that they have grown into a force full of vigor and new ideas, at long last they can muster their full potentials to restore the Chăm civilization. Hopefully, the study of Chăm history and the invigorating sense of solidarity for each other will enable the Chăm communities living in the four corners of the world to eventually achieve their much sought-after political unification. Most importantly, they were able to establish a working relationship with and receive support from rich Muslim states like Saudi Arabia, Egypt and nearby Malaysia. With such formidable backing, the idea of restoring a Chăm nation could not be very far from the mind of the militant Chăm leaders.

Using an oar-propelled craft we negotiated our way among the floating houses and fish farms on the Hậu River to berth at the Chăm village called *Koh Ka Boaak* (Silk Island) across from the provincial city. By a fluke of history, a historical transplant, there are about 12,000 Chăm living in Châu Đốc. The local inhabitants call them *"Chà"* because like the Malaysians they are followers of the Orthodox branch of Islam. They live in clean and elevated stilt houses in near isolation from their surroundings. The women do not wear veils to cover their faces but use scarves to adorn their heads. They rarely venture out of their homes and are engaged in the handicraft production of silk weaving destined mostly for export to Malaysia. In every Chăm Village one will find a new mosque with tall and imposing minarets. The interiors are spacious and brightly lit, devoid of altars, images or statues. The elders of the village told us that the new mosque was built in 1992 with funds provided by the Overseas Chăm Communities that received active support from Muslim countries particularly Malaysia.

On that day, in the Đa Phước Village rich in historical relics, the elders treated me to a meal in a stilt house decorated with Arab style designs. It was also the first time I was introduced to the tasty Chăm dish named *"tung lamo"*. It was a sausage stuffed with marinated beef, spices, rice and left to ferment under the sun. The sausages smelled delicious while they were being grilled over red burning charcoals. We ate them with fresh vegetables, star fruits and green bananas. The dish was not only exotic but above all quite delectable. That afternoon before bidding farewell to the Đa Phước village I held three-year-old Karem in my arms. The baby's face looked gentle and bright. She belonged to the 21st century Chăm generation, the Globalization era. I asked myself if I were a Chăm who still holds dear to his root what dreams and aspirations would then abide in my heart? Truly the answer to that question was not easy to arrive at!

One thing I am certain of is that baby Karem has to survive to keep the dream alive in an open and tolerant heart. In that way, the griefs of past history could be forgiven and the hatred or doubts of the present neutralized to smooth the way for a harmonious and prosperous life in a clean natural environment. Her generation deserves to inherit such a future. Nevertheless, that promising prospect does not come easily by itself when there still exists a small but very active minority who stubbornly relies on the assistance from outside powers to establish a "self-rule" or autonomous nation within *"the context of a Vietnam which is fragmenting into pieces."*

At this time, I only find it within my power to silently pray that she will not be drawn into bloody adventures and crushed by conflicts motivated by racial or religious hatred. May this thorny road not be hers to walk. May she enjoy as a Chăm the absolute bliss of living in an era dominated by a Culture of Peace.

Bidding farewell to the 20th century also means to forsake the Culture of War and espouse a fundamental transformation in the thoughts and behaviors of each and every man on this planet. Imaginative nonviolence will take the place of oppression. Cultural creativity and constructive dialogues will take over from mutually destructive conflicts. Baby Karem must live and grow to keep alive that dream of a harmonious coexistence between the many ethnic groups on this land of destiny which only over eight thousand years ago was the cradle of the civilization of humankind.

I fervently wish that one day, when Vietnam is blessed with a government firmly rooted in the soil of democracy and observant of humanistic values, the Vietnamese head of state will step forward to openly apologize to the Chăm people and all the other minorities for the pain and loss our forefathers visited upon them during our Southern March. Such an act does not mean to step back and make a revision of history because it is not in anybody's ability to change the past. It is rather to look ahead into the future so that we can learn from the lessons of the past and prevent history from repeating itself in the form of tragedies under different names and shapes. From its inception the expansion of Vietnam has gone through successive stages in the country's Southern March. Some people claim that there is no need to revisit this 'fait accompli' in our history. However, I am convinced that it is imperative that we view it from a standpoint of a new world order where *"fairness to the minorities"* requires respect for their sacred rights to life, growth and happiness. The tears and hopelessness of the Chăm and Montagnards should be enough to awaken our conscience to the injustice they have suffered and force us to contemplate a future in which all the ethnic groups in Vietnam can march in lockstep toward a common tomorrow.

A VISIT TO THE UNIVERSITY OF AN GIANG – SIX- YEAR-OLD

We returned to Cao Lãnh to continue with our trip to Long Xuyên, the capital city of An Giang Province where the Óc Eo archeological site of the Funan Kingdom in the 1st to the 6th century is located. I had an appointment with my friend Võ Tòng Xuân at the An Giang University's campus. An unexpected change occurred when my travel companion, Nguyễn Kỳ Hùng, who also went along with me in an eventful trip seven years ago had to return to Saigon for personal reasons. It's a pity that in the coming days I could no longer enjoy the exquisite pictures of the Mekong Delta taken through this artist's lens. Another lonely journey like the one to Laos and Cambodia awaited me in the days ahead.

Being no stranger to Long Xuyên, I returned this time to be astonished at all the changes and developments that had taken place.

In 1970 when Professor Đỗ Bá Khê delivered his speech to the first graduating class of the University of Cần Thơ, the city of Long Xuyên could only claim a Teacher Training College consisting of four classes and 260 students. Three decades later, the number of high school graduates in the Mekong Delta soared to 40,000 per year. As a result, the University of Cần Thơ became hopelessly overwhelmed by the situation and the authorization to build the University of An Giang was arrived at in December of 1999. With a budget of over US\$ 35 million, actual construction on a 40 hectares lot began in January of 2001, the first year of the 21st century. Though the University of An Giang was totally funded by local sources, it was put under the academic supervision of the Ministry of Education and Central Training.

Following in the footsteps of the University of Cần Thơ which was established in the 1960's, the University of An Giang became the second and also the youngest state institution for higher learning in the Mekong Delta.

The helmsman who so ably steers the university since its conceptual stage is Professor Võ Tòng Xuân himself – a familiar and beloved figure to the farmers of the Mekong Delta. He once held the position of Chief of the Department of Agronomy and Vice-Rector at the University of Cần Thơ and prior to 1975 was better known as one of the discoverers of the Miracle Rice HYV (High Yield Variety), a rice species with short stalks and very high yield. The introduction of the Miracle Rice into the Mekong Delta was hailed as a trailblazer in the fight against hunger and poverty. The International Rice Research Institute (IRRI) praised it as the Green Revolution in Rice Cultivation. With such leadership it was to nobody's surprise that the University of An Giang was developing along the path designed to combine conventional teaching with applied science to serve the public good. This same concept of R&D (Research and Development) is widely applied at American universities.

Before meeting Võ Tòng Xuân, I took a walk to have a look at the installations: auditoriums, libraries and naturally meeting and conversing with a few students. They were very young, unassuming in manners and simple in their dresses. Their talks were sincere and direct while displaying extreme politeness toward the visitors to their campus. Could this be one of the beauties or charms of the *Văn Minh Miệt Vườn* / Civilization of the Orchard? It is safe to assume that they were not the children of the *"Big Shots"* or *"High Cadres"*. Should such be the case, their parents would have enrolled them at the University of Saigon or paid their way to study at foreign institutions in the West especially in the United States.

These students belonged to a disadvantaged generation. In spite of being born after the war and growing up in the granary of the Mekong Delta, they were educated by an elementary and high school system rated as the most backward in the country due to a penury of classrooms and teachers... In the eyes of the nation's educators this system even lagged behind that of the Central Highlands. Graduating from such an inadequate system, they obviously were ill prepared to enter colleges. Only an intense love for learning could help them bridge the immense gap between the two school levels.

The University of An Giang fits the category of a Community City College on the way of development. Piles of bricks and sand from unfinished construction works scattered around the campus. The two-storied library looked pretty elegant and was considered the symbol of the University. It was neat, well-kept and organized in the

American way with a whole array of PCs for the students to use. Coeds and male students stood in an orderly line in front of counters to check out or return books. The library's collection of books – either new or in English – was still limited but the students could go on the Internet to obtain the information they needed.

That morning I walked into a large auditorium crowded with students from various departments. From the podium, Professor Võ Tòng Xuân was delivering his lecture on the basic topic: *"Scientific Methods and Research Stages"*. Even though I entered from the back, the room was packed and I was not able to find a vacant chair. A male student immediately stood up to offer me his seat. I later found out from him that he was a senior and about to graduate.

The lecture was clear, concise and intended to help the students write their dissertation (a short thesis) to meet the requirement for graduation. The dissertation represents a personal attempt on the part of the student to address the practical issues concerning the economic and social development of the Mekong Delta. Personally, I found that the most interesting part of the lecture that morning was about the research on "rice" Võ Tòng Xuân, the agronomist, was pursuing.

After class, Xuân and I met. Though this was our first face-to- face meeting, I have read about him and kept track of his works and career for a while. He was the source of inspiration for one of the *"characters"* in my previous book about the Mekong, *"Cửu Long Cạn Dòng"*. On the spot we had already something in common to start the conversation with. His demeanor was easy going, devoid of any formalities. Xuân personally prepared tea for us to enjoy in his principal's office that I had the habit of referring to as the rector's office. The room was rather small. The numerous stacks of books lying around the place made it even more so. Among them I saw the first edition of *"Cửu Long Cạn Dòng"* published by *"Văn Nghệ"* in California in 2000 – the birth year of the University of An Giang.

At noon on the same day, instead of using a car, I rode a Honda-for-hire with Võ Tòng Xuân to go downtown and have lunch with several of his young colleagues. We enjoyed a hearty meal consisting of local dishes and delicacies of the Mekong Delta like catfish sour soup, fish simmered with brine in an earthen pot, salad with shrimps and lotus roots.

After lunch, Xuân had to go back and take care of his busy schedule. He left it up to me to choose the activities I wish to participate in. One of them was the presentation of a thesis by a lecturer at the University of An Giang before the top-level judging committee chaired by Xuân. The thesis on that day embodied statistical data compiled by the candidate. The committee commented on the deficiencies in the methodology used to compile the data and their interpretation. The candidate was given time to defend his work. At the end, the scores were added showing that the candidate only earned 52% of the total and his thesis was rejected. While all this was going on, in another lecture room a US trained Vietnamese American engineer from Florida was making a laptop and power point presentation about an "economy" rice roasting machine he invented. That afternoon, two delegations – one from the University of Southern California – paid a visit to the school. Both of them wanted to meet with Professor Võ Tòng Xuân.

Xuân had young colleagues working with him. They were trained in various foreign countries, able and full of enthusiasm. However not one of them was yet ready to fill Xuân's shoes. They joined Xuân and the University of An Giang because they knew that's where the future lies. With their expertise and command of a foreign language they could easily find employment with foreign private companies, i.e., from Taiwan or Korea and command much higher salaries. The lady director of the Office of International Relations held a PhD. in education from the University of Southern California (USC). The person responsible for organizing the University's library and website was an engineer who graduated with an MSc. in computer science from an American university on the East coast even though his main duty was to teach Information Science. We were told he had been admitted to a doctoral program at a university in Australia for the following academic year. A reporter named HV who used to work with the Tuổi Trẻ Daily News decided on her own to come and work with the University of An Giang. The author of numerous chronicles and captivating photographs, she was encouraged to further her studies in journalism at Columbia University in New York...

In addition to its indigenous teaching staff the University could also rely on the collaboration of the Voluntary Faculty consisting of foreign visiting professors who volunteered their services. Xuân confided in me that although these educators came to teach gratis, the University always sought to offer them honorarium it deemed proper. An anecdote that the staff here was fond of telling concerned a visiting professor who came by himself but left with his *"better half"* leaving the University with a reduced staff of one *"collateral damage"*.

The University of Cần Thơ and University of An Giang were entrusted with the mission to train the manpower as well as talents to meet the needs of the economic and social development of the Mekong Delta. As Vietnam was about to be officially admitted into the World Trade Organization (WTO), the need to *"reinforce the ability to cooperate, compete, and integrate with the world market"* became more pressing than ever.

As things stand now, the An Giang Province in particular and the entire Mekong Delta as well are suffering from a dire shortage of experts at the college and post college levels in various fields, be it in economics or social sciences. There also exists a critical demand for an army of skilled technical workers in the seafood and agricultural produce processing industries, eco-technology and tourism development.

Based on current progression curbs, by the year 2010 the projected student body for a four-year training program will reach 10,000 in the fields of teacher training, agriculture, sea food processing industry, eco-technology, information industry, computer science, environment engineering, rural business management... The objective of the academic programs was tailored to meet the practical needs of the various sectors of the economy. The training therefore was designed not merely to train graduates to become civil servants but also to prepare them to perform well at the *"address – location"* or firms in the private sectors.

It must be admitted that the faculty of the university still remains very wanting. Out of a total number of 600, only 50% hold master degrees and a much smaller percentage has PhDs. From my conversations with the students, I learned that Xuân relentlessly urged the young lecturers of the University to go study abroad. He was also constantly seeking out opportunities to help them do so in order to raise the quality as well as quantity of the teaching staff. Moreover, the University was pursuing an active *"search and attract"* campaign for new *"gray matter"*. A promising and at the same time challenging prospect indeed for such a young University!

Performing the duties of university rector was only one of the numerous hats that Xuân wore. On the side, he was simultaneously carrying out these on-going projects:

1. Discover a gene for a new species of rice which could adapt to the *"sweetened water"* caused by the drying up of the Mekong and salt intrusion from the sea,

2. Convince the farmers of the Mekong Delta to implement the *"Three Less Three More"* program. One of the *"Three Less"* is to reduce the use of insecticide in order to lower the level of toxicity which was nearing a critical point deemed harmful to the ecosystem;

3. Set up a *"Rice Museum"* of the Mekong Delta exhibiting the farming implements our forefathers used to clear this wasteland. The list could go on ad infinitum.

Xuân kept a close watch on the development of the dams of the Yunnan Cascades along with the diversion projects of the Mekong water in Thailand and their combined impacts on the Mekong Delta. As far as he was concerned Vietnam did not have much say on these issues. Facing those *"adversities"* he was trying his best to turn them into *"opportunities"* like the development of shrimp farming, sea crabs farming in the "sweetened water" zones to replace rice cultivation and at the same time augment the farmers' income. Another of his pet projects was to study the possibility of applying the technology of rotation watering of the rice plant without a reduction in yield to prepare for the day the Mekong dries up... It seems as if a 24-hour day is just too short for Xuân. Being a Southerner, he is unabashedly optimistic seeing that the glass is always half full instead of half empty...

A Vietnamese proverb says *"Tre già măng mọc"* meaning when the bamboo tree becomes old, the shoot will grow to replace it. Xuân is relentless in nurturing the younger generations to take over after him.

"So long! University of An Giang". The next time I come back to the Mekong Delta I look forward to visiting the *"Rice Museum"* Xuân holds so dear to his heart.

POLLUTION ON THE BROWN HIGHWAYS

At the first light of day, I boarded the boat at the Ninh Kiều Berth. A fresh breeze ran over the vastness of the Hậu River. Our motorboat roared at full speed against the current so that we could arrive at the peak hours of the two floating markets at Phong Điền and Cái Răng. Once there, we were met by the all too familiar scene of boats of different sizes loaded with fruits or vegetables from the local orchards sailing on the canals and converging on the floating markets to ply their wares to the merchants. The boat owners still hung cauliflowers, cabbages, bananas, and coconuts... on high poles to advertise their wares. To my eyes, without any doubt, the place had lost some of its hustle and bustle and signs of prosperity that I saw during my last visit seven years ago. The goods on display were poorer in variety as well as quantity.

In place of a full breakfast, I got by with a cup of hot coffee flavored with condensed milk purchased from a small boat that snaked its way through the maze of the floating market.

By 9 o'clock in the morning, the place was abuzz with the sounds of people talking and boats moving. It got even noisier with the arrival of the vessels ferrying tourists along the riverbanks and heading our way. Oar propelled crafts were becoming a rarity now. Even small dinghies were equipped with gas engines. Large boats and barges bulging with sand and construction materials were powered by diesel engines. Black smoke billowing from their stacks lingered over the water and released a strong smell of burning in the air. No wonder not only in Saigon but also on the ferries sailing the rivers of the Western Region, many young girls in the Mekong had to wear gauze masks to protect them from the polluted air.

Even if we ignored the toxic chemicals which had completely diluted in the water and no longer were visible, the sight of lumps of dry grass and plastic bags of all colors in various stages of disintegration floating amidst the water lilies was evidence enough to convince us that the Mekong was being used as a sewage system for industrial waste and domestic garbage. This scene was repeated everywhere we went: right on the Saigon river, the waste and trash from a floating restaurant were unceremoniously dumped into the current. It was not uncommon then to see a watercraft suddenly come to a dead stop because its propeller got caught in trash or waste forcing the steersman to dive into the water to untangle the mess. I saw it at least twice in a half morning boat ride up the Hậu River.

On land as well as along the riverbanks, billboards often appeared pointing to a nearby Cultural Village or Hamlet. Ironically right next to it were also signs of defecation and littering. The people who lived in the vicinity still used that water to bathe, wash vegetables, or cook – in brief the whole thing is unsanitary and unconscionable. As the sun continued to rise in the sky, I could feel the heat of the tropics as my back was getting wet with sweat.

We found refuge from the midday heat at the Phong Điền Fruit Orchards right on the riverbank. The owner was an exceptionally robust looking, retired school-teacher in his seventies. A widower, he lived with his son and grandchild. One of his children resided in Canada. The event leading to his becoming a widower was heartbreaking. Except for her arthritis, his late wife was quite healthy. To treat her, an incompetent doctor from the North gave her an injection in the spine leading to her untimely death while she was still in her fifties. Stricken by panic, the doctor's wife pleaded with him to forgive her husband and desist from taking him to court. That was what our owner eventually did. It happened 20 years ago and the doctor from Hanoi also had passed away. We found out that our retired teacher was the pioneer who opened the first Fruit Orchard in the region, giving birth to an entirely new industry called *"eco-tourism"* in the Mekong Delta. In his garden, visitors could go fishing at a meandering rivulet, just relax on hammocks strung under the green foliage of fruit trees or stay inside thatch huts and taste the fresh fruits that were in season. The owner took me to his home to show me the family altar which consisted of a table, a cabinet and an almost three hundred years old pair of *câu đối* (wood panels inscribed with parallel matching verses). Before we took leave, he asked me to write a few words in the guest book. A glance at its pages told me that people from the four corners of the world came here and left words of commendation in their native tongues.

On the way back, I asked the steersman to stop at the Lê Bình Market by the riverbank, not far from the Cái Răng Floating Market. Walking over to the fish section, I found it so small and in no way comparable to its Thai counterpart in Nong Khai. Before my eyes were baskets of small fish: tilapias / anabas; eels; frogs; and basa or Pangasius fish, a catfish native to the Mekong River in Vietnam but sought after by international consumers. Most of the fare displayed was raised on farms. It was quite a disheartening scene.

On this trip, I noticed that restaurant goers worthy of the appellation *"connoisseurs"* developed a new habit when entering an establishment serving specialty dishes. The first question that came out of their lips was: *"Do you serve river or farmed fish?"*. This phenomenon was only a few years old and seldom failed to surprise foreign visitors. Conventional wisdom dictated that fish caught in the wild taste better than those raised on farms. For the same reason, free-range chickens were preferred to raised ones. The industry of farming aquatic animals be it of the sea or freshwater variety was developed in preparation for the day Mother Earth can no longer adequately provide for the growing demand of her children. Several restaurants have introduced a novelty food: horse meat. Assuredly, it does not come from horses raised in the Mekong Delta but rather imported from Australia, the land from Down Under.

During this trip, thanks to the observance of a strict diet I was luckily spared the common intestinal ailments contracted by tourists. I made it a point to stay away from uncooked vegetable or ice cubes, while sticking to bottled water and unpeeled fruits... (just like I did on my journeys to Yunnan, Laos, Cambodia and Thailand). Throughout my stay in Vietnam, the H5N1 epidemic was raging and prompted me to give up fowl meat as well. The meals my driver and I shared together consisted mainly of hot dishes like sour fish soups, (red snapper cooked with sesbania javanica flowers), catfish simmered with brine, fried small prawns or pork cooked in coconut juice. And how can I forget the special concoction of pergularia buds fried with garlic I ordered that day for the first time that so delighted and surprised my taste buds? The delicacy is hailed as an "Exotic Dish of the South / *Món Lạ Miền Nam*" by the famous Vietnamese writer Vũ Bằng. As for that most delicious and attractively arranged dish of deep-fried puff fish I tasted seven years back on the bank of the River, it had disappeared from the menu.

It is an indisputable fact that the sources for natural sea and fresh water food are being exhausted. This confirmed once more the statement Professor Võ Tòng Xuân made a year ago in an interview (10/10/2005) with an RFI reporter named Ánh Nguyệt:

"Generally speaking, the food source coming from the Mekong is on the decline both in quantity and variety. However, at the present time the fresh water food source comes mostly from farming while that from fishing in nature has greatly diminished. This state of affairs is very different from 1975 when peace was just reestablished. We can safely assert that the harvests of shrimps and fish caught from the rivers were quite abundant then. Nowadays, it is farming that provides the lion's share of the fresh water food supply. Based on the export statistics of Vietnam, seafood harvested from the ocean accounts for half of the exported quantity while the remainder comes from farmed aquatic food source. The catches from the rivers prove to be statistically insignificant. At the present time, river fishing is an activity practiced only by farmers and their families living along the riverbanks. It represents an additional source of food for them – That's all..."

Nowadays, it is quite safe to assert that the flow of the Mekong current is getting weaker at many sections especially during the Dry Season. A case in point: the flow rate recorded for the Mekong at Phnom Penh showed a drop from 2,000 m³/second to 1,600 m³/second. That rate will surely be further reduced as the river enters the Mekong Delta. The weaker water flow may account for the appearance of sand banks at certain sections of the river.

The local people told us that a sand bank was being formed in the middle of the current right across from the Hoa Sứ Restaurant built on the bank of the Hậu River. Though it was not yet high enough to be seen above the water level, passing boat must exercise extreme caution if they do not want to run aground. The people simply accepted it as a natural phenomenon. But could it be man caused? Nobody seemed to care or wanted to think it through.

The inhabitants on the riverbanks appeared to be overtaken by a new self-perpetuating frenzy: they competed to build embankments in front of their houses not to prevent the land from caving in but to enlarge the front area of their properties. An embankment of reinforced cement that the people called *"kè"* was built in front of the Hoa Sứ Restaurant extending it an extra 5 meters into the current. Who issued the building permits and had the needed money to pay for such large-scale projects if not the *"big shots"* or *"high cadres"*? Such blatant practices occurred daily and in plain view of the public. Do we need a new law to safeguard and save the river in the face of such abuses?

THE CẦN THƠ BRIDGE AND CONTRACT PACKAGE III FROM CHINA

On September 25, 2004 prime minister Phan Văn Khải attended the ground-breaking ceremony of the Cần Thơ Bridge project spanning the Hậu River. When completed it will be the longest suspended bridge in Southeast Asia. This is one of the two largest projects in the Mekong Delta – the other being the Cà Mau Gas-Electricity-Fertilizer Complex.

The first bridge of its kind, the Mỹ Thuận Bridge strides the Tiền River with a span measuring 1,535 meters. Built in 2000, it connects the two provinces of Vĩnh Long and Tiền Giang.

The expected time for completion of the Cần Thơ Bridge was set for 2008. It would also mark the end to the operation of the barge system serving the cities of Vĩnh Long and Hậu Giang on National Route 1A. The Cần Thơ Bridge is 2.75 kilometers long, 26 meters wide and has four lanes running in both directions. It claims a clearance of 39 meters allowing big ships with 15,000 tons displacements to navigate through. If the access ways at both ends of the bridge were included in the computation, the total length of the construction works would be 15.85 kilometers. The bridge will replace the Cần Thơ Barge System which ferries a daily load of 20,000 vehicles and 87,000 passengers. Consequently, the Cần Thơ Bridge will play a vital role in the economic development of the Mekong Delta and raise the standard of living for its 20 million inhabitants. Moreover, it is expected to act as a catalyst to attract foreign and domestic investments into the macro economic development plan of Tây Đô until the year 2010.

The consortium in charge of the implementation of the project included the following construction companies: Taisei, Kajima, Nippon Steel Co., the China State Construction Engineering Corporation. They worked under the overall supervision of the consulting firm Nippon Koei & Chodai. The whole undertaking bore a price tag of US$ 342.6 million, the highest of its kind in the country.

This is also the longest bridge in Vietnam. In the ground breaking ceremony, the Japanese Consul General in Saigon, Mr. Osamu Shiozaki, revealed that since 1992 Japan's ODA (Official Development Assistance) has provided a total of US$ 7.4 billion in aid to Vietnam to build 70 bridges on National Route 1A.

According to the Vietnam News ["vnagency.com.vn" 07/09/2004] the Cần Thơ Bridge will be the third one to span the Lower Mekong – The first two being the Friendship Mittaphab Bridge linking Vientiane and Nong Khai, Thailand; and the Mỹ Thuận Bridge connecting the two provinces of Tiền Giang and Vĩnh Long, Vietnam. However, the author believes that the above information is inaccurate. In his opinion, the Cần Thơ Bridge (2008) would actually be the "fifth" one. The other four are: (1) Mittaphab Bridge (Laos and Thailand 04/1994), (2) Lao-Nippon Bridge/Champasak Bridge (Laos and Thailand 08/2000), (3) the Kampong Cham – Japanese Bridge (Cambodia 12/2001), and the Mỹ Thuận Bridge (Vietnam 05/2000).

The progress in the building of the Cần Thơ Bridge is rated as *"somewhat slow"* leading to the suspicion that its projected completion date of 2008 would not be attained.

The project for the Cần Thơ Bridge called for three contract packages: The construction of the access ways to the bridge from Vĩnh Long will be assumed by local Vietnamese contractors

- Package 1: (Thăng Long, Cienco 6, Cienco 8) reported the slowest rate of progress, while the works on the bridge proper
- Package 2: (Japanese) and the access ways to the bridge from Cần Thơ
- Package 3: (Chinese) showed a satisfactory rate of progress.

Package 3 is named: *"Construction Project Detour QL1 / National Route 1A Cần Thơ Bridge"*. The China State Construction Engineering Corporation was entrusted with the building of a highway 7,690 meters long, 24.1 meters wide with 4 lanes of circulation and 9 secondary bridges having a total length of 1,165 meters. Intersection no. 3 had a flyover at National Route 91B, a 10-gate toll station and a service area of 21,000 m². Actual work began on 02/25/2005 with an estimated duration of 1,365 days or a projected completion date of 11/21/2008.

The roads leading to the construction sites of the Cần Thơ Bridge were closed to the general public. To reach their giant steel frames and towering cranes that sprang up to the blue sky, I had to use the river route. To my surprise, I found in the middle of the current a small dredging boat securely moored to a recently built foot of the bridge. A woman and her small son were the sole occupants on the boat. Upon close inquiry I learned that her husband was diving under the rushing water of the brown highway to scavenge for discarded steel bars. There was no way to tell how many bars he could retrieve and how much he would earn per day but obviously this was a very perilous new way to make a living.

As in the case of the Mỹ Thuận Barge, the Cần Thơ Barge System will close down in 2008. Then the Mandarin Route will run in one uninterrupted stretch from the northernmost Nam Quan pass to the southernmost point of Cà Mau. However, from a larger perspective, the Mandarin Route does not stop there, because deep in their heart every Vietnamese believes that it will continue on to the Paracels and Spratlys islands. Seven years ago, I conveyed this very same thought to the composer of the ode cum musical piece *"Con Đường Cái Quan / The Mandarin Route"*. He may no longer remember the conversation we had together at his cozy home in Midway City, California. That night Phạm Duy, the composer, autographed for me a picture of him pouring wine on the tomb of Văn Cao on his first return to Vietnam.

Văn Cao, the friend who was offered a drink in such an unusual way, is in no uncertain term an accomplished artist gifted in many disciplines like poetry, painting, soldiering and music. A proponent of modern Vietnamese music, he composed in 1944 the song *"Tiến Quân Ca / The Forward March Song"*. One year later, the government led by Hồ Chí Minh declared independence from France, and chose that song as the country's National Anthem. When the *"Nhân Văn Giai Phẩm"* affair unfolded in the late 1950's Văn Cao was implicated in it. The term "Nhân Văn Giai Phẩm" is an amalgamation of the name of the "Nhân Văn" and "Giai Phẩm" periodicals that advocated for the democracy and freedom of expression in art and literature during the peace time that came in the wake of the first Indochina War.

The reactions of the Communist party were swift and merciless. It shut down the independent press, suppressed the movement by arresting its participants, executed some and sent the rest to concentration camps for long periods of internment. Văn Cao was among those unlucky souls. A number of those intellectuals were rehabilitated during the *"Renovation"* era of the late 1980's. Unfortunately, it came too late. They were then too old or sick for any creative work. In the first decade of 2000, the government gave some of them posthumous awards. As for Văn Cao he passed away at the age of 72 heart broken and in abject poverty.

Again, at the age of 85, Phạm Duy returned to the homeland to embark with his children on a journey along the Mandarin Route. During this trip he found the inspiration to compose the aforementioned musical piece. At the time of this writing that region in Asia is beset with political uncertainties. As tumultuous events are rumbling from an *"East Sea In Turmoil"*, I wish to remind Phạm Duy of this well-known phrase *"tam bách dư niên hậu"* penned by Nguyễn Du, the beloved poet of the Vietnamese people. With those few words the poet wished to express his doubts whether three hundred years hence the people would still remember him. Nevertheless, I for one hold to an unshakable conviction that no matter how long it takes the archipelagos of Paracels / Hoàng Sa and Spratlys / Trường Sa will one day revert to our national patrimony.

THE GENERAL HOSPITAL OF CẦN THƠ THIRTY YEARS AGO

Even though the purported goal of my field trips was to carry out *"ecological research"*, I frequently made observation stops at hospitals and schools during the times I spent in the provinces of An Giang, Hậu Giang, and Tiền Giang. We can conclude that there exists *"a common denominator in the condition of public health and education"* in the Mekong Delta of which the General Hospital of Cần Thơ was a typical example.

Known as a large hospital in Tây Đô, the facility was nevertheless crowded and old. Three decades after the so-called *"liberation day"*, a lack of upkeep caused the hospital to fall into a state of disrepair and its equipment or machinery were either outdated or no longer in working condition. It was not an exaggeration to compare it to an old bus designed to hold 40 passengers but was instead used to carry hundreds. In another word, on top of being excessively *"overloaded"* the vehicle was also being driven on a bumpy road. Taking a ride on such a bus surely means to put one's life at risk. However, when one falls sick and needs medical care one is left with not many options.

End of August 2006, on a day like any other, the afternoon was drawing to a close yet the outpatient ward was still swarming with patients waiting for their medicine or for their turn to see the doctor. On any single day, it's not unusual for the hospital to accept more than 500 patients and for a doctor to see from 70 to 100. The latters might be very sick and exhausted but somehow there was always that air of resignation that permeated their demeanor. The signs posted in the Emergency Room did not look different from those at any other hospital but its equipment appeared rather rudimentary. A heartrending scene struck me profoundly. The smell of damp earth coming up from the ground filled the air after a sudden downpour of a tropical shower. Family members hurriedly carried a man on a stretcher from the ER to the patient's ward without any protection against the drenching rain.

Up in the patient rooms the situation turned even more tragic when one was confronted with the ratio between patients and hospital beds. Two persons had to share a mat covered metal bed lying head to toe alongside each other. When the need for patient's space became more pressing, two beds would be put side by side to accommodate five instead of four patients. Even then it is still preferable to having to lie on the floor. An overnight stay at the hospital under such conditions would make a healthy person sick. To make matters worse, short cuts in treatments were routinely taken and hospital stays reduced to the minimum to make room for incoming patients. Anywhere you go, be it the waiting area, the examination room, the ER or the recovery ward... this medical institution was operating under a constant threat of being overwhelmed with no sign of relief in sight. By profession I am quite used to the working conditions at hospitals. Nevertheless, I had to admit I was left totally unprepared for the stifling atmosphere of this place and its indescribable *"hospital odor"* which pointed to a poor and inadequate level of maintenance.

As I walked over to the Hemodialysis Unit, I was greeted by the humming of the outdated equipment that was struggling strenuously to service the fully occupied stations. The head of the unit, a young physician, was sitting at his desk next to a huge stack of files. He introduced me to a middle age colleague who appeared to be a man of few words. Since the tight budget did not allow for the purchase of new equipment, he must rely on his ingenuity to fix and keep the existing pieces in working order so that the patients could receive their dialysis. No wonder why the head of the unit referred to him as the *"irreplaceable person"*. In Vietnam, the two principal causes leading to terminal renal disease were diabetes and high blood pressure. Those stricken with such a condition have to receive hemodialysis three times a week else their chances to survive were nil. Besides the head physician of the unit, not many people knew about our unsung hero. With more than three decades working in the medical profession, the image of nurses in white uniforms and cheerful, quiet orderlies caring for their indigent patients always arouse in me a sense of hope and admiration.

A common excuse cited to explain away the poor condition of the hospitals and public health system in the country was a penury of funds. To say that the country is still poor amounts to an insult to the intelligence of the listeners. The crux of the problem here is how you set your priorities. The funds to finance construction works were readily available. For proofs, one only needs to point to the imposing and brightly lit public buildings in the Mekong Delta like the Office of the People's Committee of the Province which is in itself a smaller replica of the Independence Palace in Saigon, the Headquarter of the People's Army, of the Security Force and so on...

At the end of 1999, during a visit to the Mekong Delta, this author wrote: *"The post offices, banks, hotels were some of the new constructions in the Mekong Delta. Only the schools and hospitals remain backward and in decrepitude during the 'Renovation' era."* Alas! This is still the case on my return visit to the Mekong Delta seven years later.

Bidding farewell to the General Hospital of Cần Thơ we drove to the district of Ninh Kiều to visit a new hospital under construction at the outskirt of the downtown area. From the outside, the structure looked rather large and modern for a hospital. Right in front stood a big billboard showing the construction plan of the General Hospital of Tây Đô. A motto in bright red letters proclaimed: *"Come to Tây Đô – Come to where trust is."*

The sick people, doctors and entire personnel of the General Hospital of Cần Thơ were anxiously counting the days toward the completion of the project that called for a general hospital with 700 beds. Actual construction started on 12/19/2004 and the date of operation was scheduled for the beginning of 2006. More precisely February 3 of that year. When that targeted date could not be met it was postponed to August of 2006. Further delays in construction once more caused that date to be moved probably to December of 2006. Unfortunately, based on what we saw of the work progress at the end of August, it would be highly doubtful that this third deadline could be met considering that bare iron pillars and steel frames still lined the outside walls of the structure. The city of An Giang would have to wait until 2010 before it could start building a general hospital similar to the one in Cần Thơ.

An interesting statement on that large board caught our eyes. It announced a policy statement concerning the future activities of the General Hospital of Tây Đô: *"treatment on demand with high standard services, courteous staff, conscientious services, clean and fresh ventilated environment."* [sic]. *"High standard services"* here referred to those being offered to the *"big shots, high cadres, or the wealthy loaded with money"*. I wondered what percentage of the hospital's future activities would be devoted for the treatment of the poor who made up 95% of the inhabitants in the Mekong Delta.

The type of health system or hospitals in Saigon geared to the *"market economy"* has been transplanted to the provinces. It meant that regardless of how small and underequipped a hospital might be, it always operated a *"shining island"* where special treatment was provided to a minority of privileged and wealthy patients. Their rooms were fully furnished with modern amenities like TVs, refrigerators, private bathrooms and restrooms, and naturally 24/24 air-conditioning. With *"high standard"* treatments the patients upon request could avail themselves of all kinds of tests, diagnostic machines and imported medicine. Of course, they had to be willing to pay astronomical prices to be admitted into the "shining island".

Personally, I believe that *"after having adequately satisfied the basic health and social needs of the majority of the people, it would not be wrong (for the government or public health system) to set up those special units with high standard services"*. However, it would be heartless if not insensitive for the authorities to give high priority to the establishment of the "shining islands" in its drive toward development.

As if in a flashback, I recalled my trip to Siem Reap to visit Angkor in 2001. On that occasion I went to the Jayavarman VII hospital that was inaugurated by Hun Sen in 1999. The name Jayavarman VII bears a rich historical connotation because he was the last king of the Khmer-Angkor dynasty in the 12th century. His achievements did not stop at enlarging the borders of his kingdom or building magnificent palaces. To show his concern for the public good, he expanded the road networks, constructed countless hospitals and sanitarium for the poor.

The Jayavarman VII was a small but clean and pleasant looking provincial hospital. Somehow in my mind that place remains forever associated with the image of Khmer mothers stepping confidently through its doors with their babies in their arms while the Buddha-like bust of Jayavarman VII kept watch over them in the rising sun rays. Below it a plaque bearing a meaningful message attributed to the monarch himself reads: *"Les souffrances des peuples sont les souffrances des rois / The sufferings of the peoples are the sufferings of the monarchs."*

From the Mekong Delta, this author wishes to convey to the Vietnamese authorities that, in this day and age, this very same message still retains its full meaning of eight centuries ago.

CROSSING THE MỸ THUẬN BRIDGE – REMEMBERING THE MỸ THUẬN BARGE

On this visit to the provinces in the Western Region, on several occasions I had the chance to use these barges: the Cao Lãnh and An Hòa barges to go to Long Xuyên, the Sông Hậu Barge to cross from Vĩnh Long to Cần Thơ, the Rạch Miễu Barge to travel from Mỹ Tho to Bến Tre... One must give high marks to the barge system in the Mekong Delta which operated in an extremely efficient and orderly manner. Thanks to the addition of a number of new barges the *"turn around"* time was very short. Cars no longer needed to line up in long exasperating lines to wait for their turn to embark. Depending on the width of the river, we only had to wait from 15 to 30 minutes to be ferried across and continue on with our trip.

The memory of the Mỹ Thuận Barge as a cultural feature of the good old days is always alive and well in my mind: Years back, on a barge that took me across the Tiền River during one of its late trips of the day I look at the distance toward the location of the future Mỹ Thuận Bridge before it metamorphosed into an ultramodern one in May, 1999... Seven years have passed since that time, much water has flowed under the bridge and millions of tons of silt have been dumped into the Biển Đông / East Sea.

From Cần Thơ I boarded the Hậu River ferry to go to Vĩnh Long then drove to the province of Tiền Giang. This was the first time for me to drive on the Mỹ Thuận Bridge after its inauguration. One must have endured the hassles of having to spend *"whole days waiting for the barges"* to fully appreciate the conveniences the bridge has to offer. The bridges spanning the Mekong always possess some kind of magical attraction to me. Whenever the opportunity arises, I never fail to take a walk on them. The only exception for me is the Lao-Nippon /Champasak Bridge. It was completed in August, 2000 and sat astride the Mekong in the South of Laos. As for the other bridges: from the Jinghong suspended bridge in Yunnan down to the Mittaphab Friendship Bridge in Vientiane then the Kampong Cham Bridge in Cambodia and now the Mỹ Thuận Bridge on the River Tiền... We have met, got acquainted and became no longer strangers to each other. It must be said that each and every one of them represents an architectural work of art, a jade or diamond bracelet built to adorn the current it embraces...

I think it would be interesting to jot down on this page an observation I found heartwarming. Even though my visits with my colleagues in white gowns were mostly unannounced and between complete strangers, they always greeted me with wide open arms, warmth and sympathy. My visit to the General Hospital of Tiền Giang (Mỹ Tho) brought me the added joy of meeting the coeds I taught Physical Therapy to more than two decades ago. They still looked young and happy in what they were doing. Their patients adoringly called them the *"five dragon princesses"* in appreciation for the loving care they received from these professionals. It was also uplifting to learn that from Saigon to the provinces, Physical Therapy units were still operating full steam and to good effects in general hospitals as the *"third step"* of medicine after the *"preventive"* and *"curative"* ones.

THE VIỆT ĐAN BARGE AND RẠCH MIỄU BRIDGE

From Mỹ Tho we took the Việt Đan (Vietnamese Denmark) Barge to cross the branches of the Rạch Miễu River then drive straight ahead toward the city of Bến Tre. On the way we passed the Cồn Phụng (Phoenix Island) made famous by the *Coconut Monk*. The people called him *"Ông Đạo Dừa"* or the "Coconut Monk" because he subsisted mainly on coconut pulp and milk for years.

Born Nguyễn Thành Nam in 1909 in the city of Bến Tre, he was known under different names and one of them was *Cậu Hai* / Uncle Hai. He led an extraordinarily colorful life. After he finished his training as a Chemical Engineer in France, he returned to Vietnam, got married and had a daughter.

At the close of World War II, he unexpectedly left his family to pursue a monastic life. Then in 1963 he built a floating pagoda on a big barge in the symbolic shape of a unified Vietnam minus the Bến Hải River which was at that time a political demarcation line separating the North from the South. By the same token, he expressed his wish for the harmonious coexistence between the two largest religions in the country: Buddhism and Christianism. The floating pagoda was given the Buddhist name: *"Con Thuyền Bát Nhã"* or the *"Prajna Boat"*, a Sanskrit word signifying the *"Noble Eight Paths"* believed to help mankind escape the Sea of Sorrow and attain Nirvana through enlightenment. It was moored at the Phoenix Island on a branch of the Mekong River. His followers clad in brown attires numbered in the thousands. They regarded him as a holy man while some non-believers derided him as a mad shaman.

The emergence of the Monks or Shamans dates back to the days of the Southward March in Vietnam. In those *"Wild West"* times, they were the products of faith mixed with a large dose of superstition. When human knowledge was at a loss to explain the occurrence of every natural disaster or calamity, a belief in ghosts and supernatural powers or even groundless prophecies could at the least bring some sort of reassurance and comfort to the bewildered.

In his work *"Thần, Người và Đất Việt"* the author Tạ Chí Đại Trường wrote: *"Each Monk assumes the mantle of a 'pope', a religious leader in the making as long as he demonstrates the ability to assemble a group of followers... He takes on a greater than life image as they attribute to him the undefined common "consciousness" of their time."*

In other words, the Monks at times merely acted as a reflection, a crystallization of the hopes and dreams of their contemporaries. As late as the middle of the 20th century, the age of advanced science, the Monks still acted as a pole of attraction to the people even though the influence of superstition and belief in supernatural powers have greatly diminished. What prevailed afterward was a religious sense mixed with worldly concerns occasionally intermingled with a touch of political ideology.

The Coconut Monk was truly a typical representative of this new generation of Monks as the Southward March drew to a close.

During the Vietnam War the Coconut Monk gained notoriety for his conviction that he could end the war and reunify the North and South of Vietnam by peaceful means. To that end, he sent out invitations to leaders of the North and South as well as the world to a *"Peace Conference"* on his Phoenix Island. Nobody took him up on the offer. All sides to the conflict looked at him with a suspicious eye.

Of light build and stooped back, he nevertheless possessed an extremely sharp mind. A huge and ever-present key dangled in front of his belly symbolizing the key of peace. Three times a day he climbed into his watchtower. From there he could look to all the four corners and pray for the peace of the land and the welfare of the people. Though the war might be raging all across the country, the Phoenix Island on the Mekong, between the cities of Mỹ

Tho and Bến Tre, remained an Island of Peace, an Oriental Disneyland. At that place, no weapons and curfews existed. While the laughter of children and the sound of prayers or chants were resounding through the air, they were occasionally interrupted by the thumping of artillery shells or explosion of bombs in the distance. Only half a kilometer from the island, scenes of fighting and death still marred the riverbanks of the Mekong.

During the Tết Offensive, the city of Bến Tre was ravaged by the Việt Cộng, as well as the Americans with their proclaimed strategy of *"We destroy to save"!* Appalled by the devastation, he grew even more convinced that he was divinely entrusted with the mission to bring about peace to the nation. In a desperate effort, the Coconut Monk sent a petition to the Saigon government to let him lead a delegation to Hanoi and arrange for a Peace conference with the assurance that should he fail, he would volunteer to stand on the front line and be shot at by both sides. Nonetheless, the War Government headed by Nguyễn Cao Kỳ resolutely turned down the Coconut Monk's request.

The inevitable happened in April of 1975: the Americans left and South Vietnam fell. The Coconut Monk was immediately arrested by the Communists and imprisoned at the Cần Thơ Jail where he passed away fifteen years later. His followers dispersed to wherever they chose. As for the *"Prajna Boat"* the local authorities had it towed not to the *"Berth of Enlightenment"* but to the *"Berth of Enjoyment"* instead. It was *"prostituted"* into a floating restaurant run by the city government's Tourism Company for the organization of weddings, meetings, parties including nightly dancing and karaoke sing alongs under the glare of bright lights and to the blare of loud music.

Since 1963, his floating pagoda was known as the "peace island" throughout the fiercest years of the Vietnam War and different tongues from the Tower of Babel have been used to name it. The government of South Vietnam regarded the island as a *"den of draft dodgers"* because many of the Monk's disciples grew long beards or hairs and refused to serve in the nation's Armed Forces. In the Vietcong's eye it was an *"operation base of the CIA"* due the presence of American war protesters who joined the sect. Those foreign disciples of the Coconut Monk wore dark brown robes and went barefoot like the rest of the group. As for the American advisers they called it a Vietcong's *"R & R / Rest and Recreation area"*. Clearly at that time, there was no room left for the uncommitted who chose to stay out of this internecine free for all. They would either be treated as deserters and sent to hard labor at the correctional camps in Thất Sơn or thrown into the all-consuming carnage of the hopeless war.

Where is the truth?

The verifiable truth is: The Coconut Monk has passed on to the other world and the Phoenix Island has become a tourist attraction.

Bến Tre, a coastal city in the Mekong Delta, lies in between two branches of the Tiền River. To this day, in the absence of bridges, the only way to get to Bến Tre is by barge. For that reason, the project to build the 2.8 kilometer long Rạch Miễu Bridge linking Tiền Giang and Bến Tre is strategically important in the development of these two cities. Regrettably, this project had created endless controversies and scandals. Its construction started in 2002 with a scheduled completion date of June 2006. Since then, it was plagued by regrettable incidents that continued to this day.

Midway into the project the contractors quit claiming shortages of funds and rising prices of construction materials like cement, steel, iron and gas. Coming to their rescue, the government raised the financing of the project from 696 billion Vietnamese đồng (US$ 43.7 million) to 988 billion Vietnamese đồng (US$ 62.1 million) to allow the works to resume. But the story did not end there.

Next came the scandal involving the *"extraction"* theft of more than 10 tons of steel at the very site of the construction. The mastermind behind it was none other than the assistant manager of the project. He was a 29 years old engineer born after the fall of Saigon in 1975. The security force caught red-handed his divers with the tools of the trade like diving suits, modern electric cutters, generators, and an intricate work schedule based on the movements of the tide to avoid detection. Inexplicably, the whole case was dropped two weeks later. According to the rumor mill, the young engineer was then transferred to a construction project in the northern part of the country. It was reported in the newspaper Thanh Niên issue of 4/19/06 that this cover up was so outrageous that it created an uproar forcing the government to reopen the case for further investigation.

However, the most serious and disconcerting problem was the poor quality of the construction works disclosed in newspapers' reports. The works were not finished and yet there were pillars or *"mố"* which already showed signs of cracking or sinking. A typical example: cracks were found in *"pillar 58"*. The problem was "fixed" by pumping anti-absorbent liquid into the cracks then closing them with glue! The director of the Rạch Miễu Bridge project defended this "practice" as totally safe and sound meeting high safety standards.

The same director also revealed another earthshaking news. He confessed that initially the Vietnamese government intended to *"self-plan and self-implement"* the building of the suspended Rạch Miễu Bridge (the Vietnamese called it the *"dây văng / thrown cable"* bridge project). When it was finally recognized that the whole endeavor went beyond the technical capabilities of the local engineers and Vietnamese contractors, the government and the Ministry of Communication and Transportation had to turn to more qualified foreign companies (possibly French or Swiss) to do the "suspension" part of the work. [www.bentre.gov.vn]

With so many generals in charge of operation "Rạch Miễu Bridge", it is feared that once this much prayed for structure sees the light of day in a fragile state of health it may not live out its expected lifespan. Who will then be held accountable for the long-term wellbeing of the inhabitants of the two provinces of Bến Tre and Tiền Giang or to a larger degree of the Mekong Delta?

Unlike the case of the Cần Thơ Bridge, this time I could use the land route from the city of Mỹ Tho to get close to the construction teams at the head of the Rạch Miễu Bridge. I arrived at lunchtime and the workers were either milling around or sitting on their Honda motorcycles. They all wore orange uniforms, and safety work helmets. The local people were carrying on with their usual activities near the construction site. I was able to take many lively pictures at the foot of that Rạch Miễu Bridge.

Standing on the Việt Đan Barge heading toward Bến Tre I saw a long row of tall and slender pillars made of reinforced cement that looked like a platoon of soldiers manning their positions across a branch of the Tiền River. The barge was not very far from the Phoenix Island and I was reminded of the film *"Platoon"* directed by Oliver Stone. In the film a platoon of soldiers was thrown into the battle even though it was ill-trained for its assigned mission. Now, similarly this "platoon" of substandard cement pillars was thrown into the raging current of the large body of brown water to face an uncertain future. Nobody could predict with certainty how long it would last at its position. Should anything go awry, the people who had to suffer any long run consequences would be the poor inhabitants of the Mekong Delta.

The Rạch Miễu Bridge could be considered a typical example of a poorly planned, irresponsible and extremely wasteful construction project which was being duplicated all over Vietnam now.

The moment the Việt Đan Barge docked, we went ashore then drove past the Châu Thành District to enter the city of Bến Tre. With a population of about 1,3 million, it was a rather poor agricultural city compared to the others in the Mekong Delta. In August of 2006, the province was threatened by an outbreak of the H5N1 epidemic that started in the Thạnh Phú and Tân Hưng Districts. The *"brackish water / nước lợ"* in Bến Tre is not suitable for rice growing leading the people to grow coconut trees instead. Capitalizing on this product, the local entrepreneurs developed the much-acclaimed manufacturing of coconut candies and fritters destined for export. Contrary to what many people believe, it is not the Siamese coconut "dừa xiêm" but rather the red one "dừa đỏ" which tastes the best thanks to its sweet milk and aromatic pulp.

Under a burning sun we stopped at a roadside store to quench our thirst with fresh red coconut drinks. The very attractive young lady who tended the place looked like a schoolgirl. With a big smile she split open the coconut fruit with three skillful cuts of the knife. She graciously accepted the payment for the drinks but straightforwardly refused the tip we offered her. All we, the driver and I, could say to the proud lady was we owed her a humble apology. We also bought two red coconuts with the intention of drinking them instead of the bottled water on our return trip.

In lieu of a conclusion for this chapter I have this simple thought: there would be no lasting economic development if it does not march in tandem with development in education and public health.

Mekong Delta, September 2006

Life on water in the Mekong Delta

Civilization of Jars, water everywhere yet people still show a need for these jars

Mỹ Thuận Bridge near completion

Pagoda on the bank of the Tiền River

Children going barefoot to school in Cà Mau

Timid little boy in Năm Căn

Chăm Islam temple in Châu Đốc

Tam Nông Bird Sanctuary in Đồng Tháp Mười

Back to the floating village Such means of transportation is not uncommon

Such means of transportation is not uncommon

Construction site of the Cần Thơ Bridge on the Hậu River

East Sea fishing fleet resting at port during the full moon

MEKONG
THE TALE OF A RIVER

Extinction is forever
Endangered means we still have time
(Sea World San Diego)

INTRODUCTION

China has built and will continue to build mammoth hydroelectric dams. It will also blast the Mekong's current to widen the waterway and render it navigable for ships with 700 tons displacement to transport Chinese made goods from the river port of Simao to Vientiane.... On top of that, Thailand is considering plans to divert the waters of the Mekong even during the Dry Season. To date, none of those projects has been fully implemented. However, the immediate effects resulting from the existing ones are already being felt by the nations located downstream the river: abnormal flooding during the Rainy Season, diminishing fresh water or intrusion of salt water during the Dry one, and alarming reductions in the quantity as well as variety of fish and shrimps. What can the 18 million inhabitants of the Mekong Delta do to adapt and survive in this changed environment?

The above paragraph gives a summary of the article written by Dr. Ngô Thế Vinh, the author of "Cửu Long Cạn Dòng, Biển Đông Dậy Sóng / The Nine Dragons Drained Dry, East Sea in Turmoil". In years past, through numerous articles the author along with the members of the Friends of the Mekong Group had sounded the alarm concerning the catastrophes that may befall the Mekong River and its delta. He also went on several observation trips to the Upper Mekong and did an on-site report of the Manwan Dam, the first of the 14 giant hydroelectric dams to be built on the Lancang Jiang (Upper Mekong) in China.

[www.vietecology.org]

*

AN UNREALIZED DREAM

Since the 1940's, American dam builders have paid considerable attention to the potentials for hydroelectric production of the Mekong. In 1957, in the midst of the cold war, the Mekong River Committee was established under the auspices of the United Nations. It maintained a permanent office in Bangkok and was comprised of four member nations: Cambodia, Laos, Thailand and Vietnam. During the planning stage, in its development projects the United Nations divided the Greater Mekong Subregion (GMS) into two basins:

The Upper Basin encompasses the province of Yunnan in China and the Lower Basin the four nations along the Lower Mekong. The two Basins are separated by the Golden Triangle that borders Laos, Myanmar and Thailand.

The development plan for the Lower Basin of the Mekong represents an ambitious *"Great Dream"* of the United Nations to improve the lives of all the people who live along the river's current. Even though half of the Mekong's current meanders through Yunnan Province, China at that time was a closed society which went undetected on the radar screen of the world.

Then the Vietnam War spread to the three countries of Indochina for over thirty years. Although the fighting did not take place in Thailand, this nation nonetheless provided logistical bases to the American war efforts. For this reason, the building of large hydroelectric dams like Pamong, Sambor, Khemarat on the main Mekong current and other development projects were put on hold allowing the Mekong to retain her pristine state for some more time.

Thus, the "Great Dream" had changed into a *"Missed Dream"* in a region still drenched in blood and where peace proved elusive.

IN THE HEART OF THE KILLING FIELDS

Though the Vietnam War ended in 1975, in the neighboring land of Angkor the Khmer Rouge had consolidated their authority and launched their atrocious genocidal campaign. The moribund Mekong Interim Committee was established in 1978 without the participation of Cambodia. During that time, Thailand introduced a plan to divert a significant amount of the Mekong's water to irrigate the Northeastern part of the country which was suffering from prolonged drought. This plan was met with tenacious opposition from Vietnam. As a result, Thailand claimed that the organization no longer remained relevant to the changed political, economic and social conditions of the region and refused to acknowledge its legal authority. Facing such dissension, the Mekong Interim Committee fell into a state of near paralysis.

METAMORPHOSIS AND DEGRADATION

Immediately following the restoration of peace, the six nations in the Greater Mekong Subregion (GMS) turned their focus to the exploitation of the Mekong River. These countries may run along the same river's course but harbor conflicting interests as well as different priorities in their development outlook. Consequently, the creation of a multinational coordinating institution similar to the Mekong River Committee became the first order of the day.

On April 5, 1995, the four original nations of the Mekong River Committee met in Chiang Rai, northern Thailand, to sign *"The Agreement on the Cooperation for the Sustainable Development of the Mekong River Basin"* and changed its name to the Mekong River Commission. A fundamental modification was introduced into this Agreement: In the past, members of the defunct Mekong River Committee could veto any project they deemed detrimental to the main current of the Mekong. The new by-laws removed that veto power and the language used for the approval of projects were deliberately left vague so that for all practical purpose member countries were only required to inform and consult with each other.

The Mekong River Commission headquartered in Vientiane consisted of three permanent bodies: the Council, the Joint Committee (JC) and the Secretariat. The office of the National Mekong River Commission of Vietnam is located at 23 Hàng Tre Street, Hanoi in the Red River Delta.

It could be said that the Mekong River Commission is a *"poor and downgraded version"* of the former Mekong River Committee. In contrast to the original ambitious goal of exploiting the Mekong River's potentials for the long-run prosperity of the whole region, the Mekong River Commission only sets for itself much more modest objectives in both scale and scope.

After ten years in operation (1995-2005), the Mekong River Commission was able to show some early achievements like reaching an agreement for information sharing among the four member nations; setting up an *"internet website"* for the forecasting of flood and monitoring of the current's flow during the dry seasons; reaching in April, 2002 an agreement of historical import on the exchange of hydrological data between China and the Mekong River Commission.

STRANGULATION OF THE LIFE LINE – CHINA BLOCKED THE FLOW OF THE RIVER

The strategic plan for the building of the 14 dams in the Yunnan Cascades dated all the way back to the 1970's. It is tantamount to striking a fatal blow to the lifeline of the river.

Over the last three decades, China has been vigorously exploiting the Lancang Jiang (the Chinese name for the Mekong) with the construction of giant hydroelectric dams blocking the main current of this river. In so doing, it is creating havoc to the integrity of the environment and the source of water, fish, alluvium in the regions located downstream.

At this moment, of the 14 dams in the Yunnan Cascades only two: Manwan (1,500 MW) and Dachaoshan (1,350

MW) were completed while two others: Xiaowan (4,200 MW) and Jinghong (1,350 MW) were under construction. Yet the water of the Mekong had never reached such low levels during the Dry Season.

At several sections, the river practically dried up showing its bare bed. Fishing and agricultural activities were directly affected. All those phenomena could not be singly attributed to "lack" of rainfalls. The fact that the Mekong current dropped to an unusual low in 1993 even though it did not happen during the Dry Season but rather during the time China was diverting the river's waters to fill the Manwan's reservoir, the first hydroelectric dam in Yunnan, speaks volume about this point.

To have enough water to operate the two hydroelectric dams of Manwan and Dachaoshan, China frequently closes their gates causing the water level of the river to dip to its lowest levels.

During the month of March of 2004, tourism agencies in Laos had to cancel ten sightseeing tours because several sections of the river were too shallow to navigate. In the North of Thailand, the 38-year-old boat skipper at the Chiang Khong berth named Odd Boutha sighed: *"If China continues to build dams like this, the Mekong will turn into a stream"*.

Chainarong Sretthachau, Director of the Southeast Asia Rivers Network, opined: *"China really has the power to control the current of the Mekong"*.

Due to its fast-growing economy, China now faces the formidable task of maintaining a 5 to 6% annual growth in her electricity production. At the same time, things do not get any easier with the prospect of depleting oil supplies. To tackle the problem, China was pressing ahead with the building of one to two nuclear reactors a year regardless of the consequences *(National Geographic, August 2005)*.

Recently, were it not for the vehement objection of American lawmakers, the China National Offshore Oil Corp. (CNOOC) would have bought Unocal, the second largest US oil company, stock, lock and barrel for the sum of US\$ 18.5 billion. Had the deal gone through, China would own a strategic oil source and by the same token dominate the exploitation rights of the oil pockets in the entire East Sea *(New York Times, August 3, 2005)*.

With an unquenchable thirst for energy supplies, it is quite obvious that China will not stop at or slow down for anything in her quest to harness the rich potentials for hydropower the Mekong River has to offer.

Commenting on the Chinese plans to exploit the Mekong, Tyson Roberts, a Ph.D. from Stanford, who studied Mekong fishing since 1970 at the Smithsonian Tropical Research Institute (USA), remarked: *"The construction of hydroelectric dams, use of the river as a navigation channel, and heavy commercial shipping will eventually asphyxiate the Mekong River. The exploitation steps China undertook will result in the degradation of the ecology and catastrophic pollution causing the Mekong to die a gradual death as it is the case with the Yangtze and other big rivers of China."*

In the case of Cambodia, the plain and simple truth is that her heart, the Tonle Sap Lake, can only keep beating as long as the Tonle Sap River succeeds in alternating the direction of its current. During the Rainy Season the Mekong River must reverse course and flow into the lake. This is of vital importance to the supply of fish and rice cultivation in the Land of Angkor. Unfortunately, there is no assurance that things will remain that way in the future. During a ceremony to release breeding fish into a lake in the eastern part of Cambodia, Prime Minister Hun Sen expressed his satisfaction with the current way the Mekong River was being exploited, particularly in regards to big brother China, when he declared: *"There is no cause for concern".*

Before boarding the plane to attend the Summit Meeting in Kunming, Mr. Hun Sen publicly voiced his almost unconditional support for China's exploitation plan of the Mekong River in spite of desperate warnings from alarmed expert environmentalists. Outdoing himself, Mr. Hun Sen added: *"Critics raised these issues merely to show they pay attention to the environment. At times, they use their objections to impede the cooperation the six countries should offer each other"* (Phnom Penh, AFP, 6/29/05). Due to shortsightedness and consideration for immediate gain, Hun Sen was willing to sacrifice the Mekong River and the Tonle Sap Lake that serve as the lifeline and heart of the Cambodian nation (Prior to his trip, Beijing has extended to Cambodia a US$ 30 million loan in addition to another US$ 70 million fund to be used for the improvement of the national highway system).

Brushing aside all criticism, Beijing confidently walks on the path it had chosen for itself. The second Kunming Summit Meeting of the six nations in the Greater Mekong Subregion was held on the 4th and 5th of July in 2005 under the glare of the light bulbs powered by the Manwan hydroelectric company. On this occasion, Chinese Prime Minister Wen Jiabao delivered this frank statement: *"the region should not become overly dependent on China while China principally relies on her own for her development.*

Despite China's impressive economic growth, we must be sober enough to recognize that China's per capita GDP ranks below the 100ᵗʰ mark in the world due to her huge population. We have all reached a critical development stage." (Beijing, AFP, 07/04/06).

Preservation of the ecology, whenever mentioned during the Summit, only sounded like empty *"mottos"* in the face of unending construction by China of a series of hydroelectric dams across the main current of the Mekong. Those activities raised considerable criticism on the part of expert environmentalists. They voiced their concern for the detrimental effects that befell the Lower Mekong even though it is still too early to assess fully the extent of the damages.

DRAWING BLOOD FROM THE EARTH – THAILAND DIVERTS THE CURRENT

Very early in the 1990's, Thailand considered two bold plans to divert the waters of the Mekong.

- Project Number One: KONG-CHI-MUN

Since 1992, the Thai government had revealed the existence of a large-scale plan requiring a total investment cost of US$ 4 billion to save the Northeastern area of the country from prolonged drought.

Named the Kong-Chi-Mun-Irrigation Project (KCM), it was poorly planned though generously funded. Its goal is clearly defined with the political slogan *"Promote irrigation, continue the Kong-Chi-Mun project for the fertility of Isaan lands"*. The project called for the use of a 200-kilometer-long network of giant aqueducts to redirect the Mekong's waters near Nong Khai to a series of dams sitting astride the Chi and Mun Rivers. The waters will then be used to irrigate the rice fields in those rivers' basins.

Initially, the water diversion was to be carried out during the Rainy Season solely. Subsequently, Thailand decided to do it during the Dry Season as well at a flow rate of 300m³ per second. (compared to the present flow rate of 1,600m³/second/Dry season of the Mekong Delta).

Phase I of the KCM project was approved even though a team of Thai experts had maintained that the environmental impact analysis (EIA) was still incomplete and the investment costs too high. The implementation of Phase I of the KCM project brought about at its onset the destruction of flooded forests, rise in the level of salt content in the waters of cultivated areas in the northeastern part of Thailand and direct changes to the way of life of the local inhabitants.

Evidently, the KCM project posed imminent and serious threats to the Mekong River. Hence, early in 1992, the reaction from the Vietnamese government was swift and immediate. It officially launched a protest requesting Thailand to renege on the project because it would aggravate the intrusion of salt water into the Mekong Delta especially during the Dry Season. Even Laos could not refrain from voicing her fear that with the planned water diversion of 300m³/second, the water level of the Mekong would drop creating grave navigation problems on this *"brown highway"*, the lifeline of the Lao people.

Cambodia's Minister of Ecology, Dr. Mok Mareth, also joined in to sound the alarm concerning the ominous effects from the slower flow rate of the Lower Mekong emanating from Thailand's diversion project. Nevertheless, according to the bylaws of the Mekong River Commission, member states are precluded from exercising their veto power leaving Thailand free to proceed with her plan despite the protestations raised by the neighboring nations of Cambodia, Laos and Vietnam.

Greater Mekong Subregion I GMS (source MRC 2000)

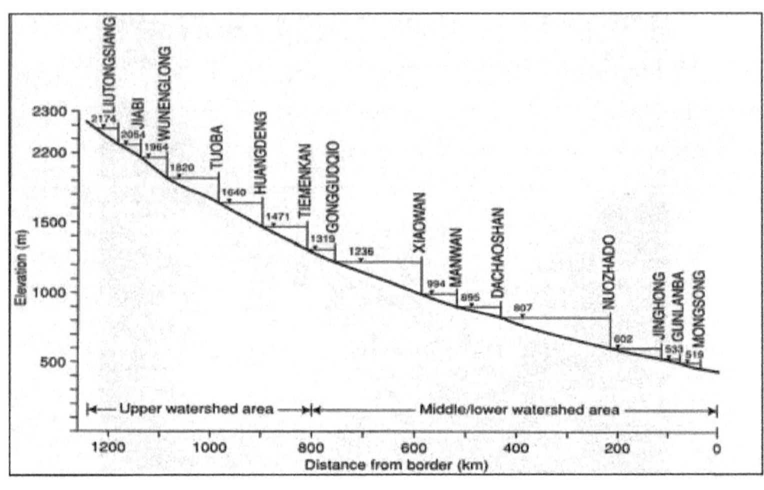

The 14 hydroelectric dams of the Mekong Cascades in Yunnan
(source: Yunnan Provincial Government 1995)

Author at Manwan Dam 2002: the first and historic dam in the Mekong Cascades

China has built several dams on the upper reaches of the Mekong. NGO organizations have long blamed China for shrinking the Mekong. But China denies responsibility. [AP, April 01,2010]

Kong-Chi-Mun Project (source: Watershed Vol. 6 No. 3)

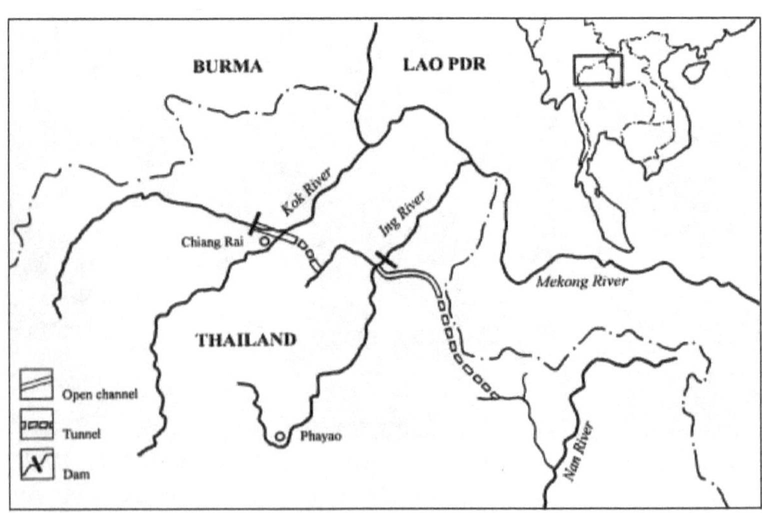

Kok-Ing-Nan Diversion Project (Watershed Vol. 2 No. 3)

Professor Võ Tòng Xuân, Rector of Vietnam's An Giang University, worries that the building of big dams and their huge reservoirs in China coupled with Thailand's large-scale water diversion would increase the risk of saltwater intrusion into the rice growing areas of the Mekong Delta. In his opinion: *"That will exacerbate conflicts and trans-boundary competition for water supply in the years to come – particularly when the water flow in the Mekong River Basin becomes naturally low. The question we should raise is how to use the Mekong's waters wisely and how to keep the delta green".*

- Project Number Two: KOK-ING-NAN

Two years had barely passed before the Thai government announced in 1994 a second big project named Kok-Ing-Nan to divert waters from the Mekong's two major tributaries in the vicinity of Chiang Rai in northern Thailand. The two rivers in question are: Kok and Ing.

The Japan International Cooperation Agency (JICA) provided the fund and human expertise to perform the project's feasibility study that was finished in November of 1999.

One must admit that this is quite an audacious undertaking with an ambitious scope to match. The total cost of the project amounted to US$ 1.5 billion to pay for the construction of mammoth tunnels stretching for a distance of 100 kilometers to channel the waters from the two tributaries of the Mekong named Kok and Ing into the Nan River, an affluent of the Chao Phraya River.

The Phraya River, long a lifeline of the Thai people, is now drying up and suffering from the intrusion of salt water. Waters diverted from the Mekong's two tributaries will be fed into the reservoir of a huge dam named after Queen Sirikit that was in constant dire need of water. This water will then be used for dual purposes. First, it will irrigate the immense fields in the Chao Phraya Delta which was suffering from prolonged drought. Secondly, it will satisfy the demand for water from the expanding industrial zones and the 10 million residents of the capital city of Bangkok.

Considering that both the Kok and Ing Rivers lie within the territorial borders of Thailand, this country's government is expected to retain full control over the implementation of this project.

Once the project becomes fully operational, Thailand will be in a position if she so wishes to divert a water mass of 2,200 MCM (Million Cubic Meters) from the Mekong River.

GIVING A HELPING HAND
TO THE FORCE OF NATURAL DISASTERS

To block a river's flow by building dams or to divert a river's current in order to tap its water will bring about *"man-made disasters"* whose impacts could not yet be fully foreseen. Nevertheless, we cannot turn a blind eye to "natural disasters" whose destructive force is amplified many folds with the complicity of human hands.

It is a known fact that the Upper Mekong Basin is the home of numerous volcanoes and frequent earthquakes. In 1990, a magnitude 6 earthquake was registered in the vicinity of the projected site of the Xiaowan Dam which will be also the highest dam on the main current of the Lancang Jiang.

Hiroshi Hori, a renowned Japanese expert on the Mekong, had worked with the United Nations' Mekong River Committee and also served as Chairman of the Japan International Cooperation Agency (JICA)'s Committee for the Environmental Study on the Mekong River Basin. He authored a book entitled *"The Mekong: Environment and Development"* (United Nations University Press, Tokyo 2000).

Mr. Hori made the following remark: *"The Upper Mekong Basin is located in an earthquake zone. The area near the borders with Myanmar is known for frequent earth crust movements. It is feared that earthquakes will become more prone to occur if dams are built in the Upper Mekong Basin."*

In their studies of big dams, geologists noticed that the weight of the gigantic mass of water constantly stored in the dams' reservoirs could create an imbalance in the topography causing faults to appear in the earth layers underneath the bottom of the dams. This in turn may bring about a rupture in the dams' structure resulting in a phenomenon called reservoir-triggered seismicity.

If an earthquake ever happened within the Yunnan Cascades, the damages would be amplified manifolds because the houses and installations in the neighboring areas are not built to meet earthquake proof standards.

Due to his vanity, greed and shortsightedness man has become impervious to the dangers posed by natural disasters. Besides, he also loses control of his science and technology. In the event of a Reservoir Triggered "Big Flood", who would be able to predict accurately the number of cities and the tens of thousands of souls that would be lost in the countries downstream the river?

The safety of the dams built in an unstable geological setting surely does not rank as a top priority in the mind of the project engineers of the Great Han when they designed the series of 14 dams in the Yunnan Cascades.

THE COLLATERAL DAMAGES
OF DEVELOPMENT

In April of 2001 a project named *"Navigation Channel Improvement Project on the Upper Mekong River"* was signed by the four countries of China, Laos, Myanmar and Thailand. Its main purpose was to facilitate the use of cargo ships with 500-to-700-ton displacements to transport Chinese made surplus goods from the river port of Simao, Yunnan to the Thai cities of Chiang Khong and Chiang Saen then further south to Luang Prabang and the capital city of Vientiane in Laos. On their return trip, those ships will bring back minerals and raw materials to satisfy China's industrial development needs that were growing by leaps and bounds.

The two countries of Cambodia and Vietnam that lie downstream were totally ignored in the process even though they were destined to suffer from the direct and lasting effects of those actions.

According to plan, 21 sections of the Mekong River from Yunnan to Laos where rapids and islets were found will be made wider and deeper with the use of dynamites. Hundreds of tons of rock will be pulverized then used to fill deep cavities in the riverbed by a fleet of backhoe boats. The many species of fish that live in these cavities will be deprived of their natural habitat. People and fishermen in Laos and Northeast Thailand believed the giant Mekong catfish, Pla Beuk or Pangasianodon gigas, that live in deep pools during the dry season will be severely threatened with extinction. Meanwhile, fishermen will also lose their fishing grounds during that period.

Right from the start, it is recognized that the reconfiguration of the Mekong's rapids with dynamites will bring about grave imbalances for the region's hydrology. The current flow will course faster and more turbulently causing the riverbanks to cave in and the destruction of the crops planted along the river's path. The nefarious impacts wrought upon the ecology and the lives of the people of Laos, Myanmar, and Thailand will be instantaneous. Not to mention the chain reaction effects that will alter the way of life of the people in Cambodia and Vietnam who live further down the river.

It is noteworthy to recall that Hanoi and Phnom Penh failed to voice their objection against this project. Surprisingly enough, it was left to the small organizations of Burmese indigenous peoples who live without any freedom under the Burmese military junta to do so. They fought for the right to exist of their two far away neighbors by insisting that *"The plan to widen the Mekong must receive the approval of all the nations the river runs through including Cambodia and Vietnam."*

When will the people of Cambodia and Vietnam be given the right to be fully informed of – or better still – consulted on the ominous potential disasters that are hovering over their heads?

A MATTER OF SURVIVAL

The pressing question one must confront is: What should the 18 million inhabitants of the Mekong Delta do, now or in the days ahead, to adapt and survive in that situation?

Professor Võ Tòng Xuân, Rector of the University of An Giang, is a well-known figure prior to 1975 for being the inventor of the Miracle Rice HYV (High Yield Variety), a rice species with short stalks and exceptionally high yields.

During an interview in December 2004 with an RFI reporter named Ánh Nguyệt, Professor Võ Tòng Xuân was asked about the critical issue concerning the increasing scarcity of fresh water and encroaching salt water in the Mekong Delta that took place following the relentless construction of the huge dams in Yunnan, China and the diversion of the Mekong's water by Thailand. He responded that prior to 1975, the year Vietnam was reunified, the Mekong Delta's aquatic food products were quite abundant. Unfortunately, the situation had changed. Currently, the harvests of shrimps and fish showed a reduction in both quantity and variety. The fish caught from the rivers became negligible to the point where it was only looked upon as an adequate source of protein to the families of the poor local farmers. As for the export of fish and shrimp, the lion's share came not from natural sources but rather from basa fish and shrimps raised in *"sweetened water"* farms. The remainder was made up with fish caught from the East Sea.

Professor Xuân continued on:

"The peasants of the Mekong Delta possess the ability to adapt quickly. They could change their farming method overnight: abandoning completely the cultivation of traditional rice and switch to the Miracle High Yield variety in order to overcome the problems posed by flood and drought. In areas threatened by salt and "brackish water / nước lợ", instead of growing rice people could plant other kinds of tree or go into raising shrimps that could survive in

"brackish water". Then we must not forget seawater crabs farming which is much in vogue nowadays. The farmers can use seawater to raise seafood with a higher return than in the case of rice cultivation. At the present time, the Rice Institute of the Mekong Delta is mobilizing its pool of biological know-how to isolate the "genes" which are compatible to salinity in order to cross breed species of high-yield rice and come up with a variety which can grow in water containing a milder level of salinity than pure salt water. Furthermore, Vietnam is working hand in hand with the MEREM Group (Mekong Resources Economic Management) financed by Japan to study the changes in marine environment and the varied ecology of the Mekong. The knowledge thus acquired will allow it to advise the governments in the region on safer utilizations of water resources."

With the above optimistic assessments and expectations in mind, professor Võ Tòng Xuân also asserted that any protestation launched by Vietnam would only fall on deaf ears. China or Thailand will carry on with their plans to exploit the Mekong.

THE CHALLENGES OF THE 21ST CENTURY

At the threshold of the 21st century, high technologies driven by greed could easily allow man to kill a river or entirely annihilate the rich but equally very fragile ecology of this planet.

Though the six nations bordering the Mekong are driven by the same urgent need to exploit the Mekong in their drive toward development, they operate under different political, social and cultural circumstances. Conflicts of interest and disagreements are bound to arise when they all depend on the same waterway whose resources are in no way limitless.

On one hand, it would practically be easy for those nations to agree on a number of general principles like *"to achieve sustainable development, for social and economic development consistent with the needs for environmental protection and maintenance of ecological balance, cooperation and mutual benefits, basin wide management and equitable use."* On the other, as the saying goes *"the devil is in the details"*. An ocean size gap separates principles from actual facts. Faced with different set of circumstances, different countries will arrive at different interpretations of those principles and adopt different courses of action to deal with different actual facts.

Who will be in charge of ensuring a *"minimum flow"* of the Mekong to prevent seawater of the East Sea from encroaching further inland deep inside the Mekong Delta during the Dry Season? Likewise, how can one make certain that the current will be strong enough to allow the Tonle Sap River to reverse course and flow into the Tonle Sap Lake during the Rainy Season so that the *"heart"* of Cambodia will keep on beating? So far, nobody is able to offer a plausible solution to those predicaments.

In a not-too-distant future, the Mekong – that Danube of the East – will turn into a dead river so that hydroelectricity could be generated. It will also be reduced to a waterway used for transportation purposes – or worse – as a sewage line to dump industrial waste from factories in Yunnan.

Turning our eyes to Vietnam, the image of a Mekong Delta over half a century ago with rice fields stretching to the far horizon and fish or shrimps teeming in the streams has become now a thing of the past. It's enough to bring tears to one's eyes. During a recent return visit, all that I could see is a more impoverished Mekong Delta heading the way of continual decline. One hundred years from now, will there still be a Mekong Delta and a *Văn Minh Miệt Vườn* / Civilization of Orchard?

Mekong Delta - California
11/11/2005 – 03/01/2008

MEKONG RIVER
DELTA

SOS
Đồng bằng Sông Cửu Long

In Lieu of Epilogue
THE MEKONG AND MISSISSIPPI
SISTER-RIVER PARTNERSHIP
Similarities and Differences

*"At the time of printing, we were informed of this heartening
development that we would like to share with the readers in
order to show that major efforts are being made to save the
Mekong after all."*

Much attention was given to the meeting on
7/23/2009 between the American Secretary of
State Hillary Clinton and her counterparts from
the four nations of the Lower Mekong region: Cambodia,
Laos, Thailand and Vietnam. They met in a sideline meeting
to the ASEAN conference held in Phuket, Thailand. For
the first time, the U.S. and the countries of that region sat
together to discuss cooperation covering various areas.

The meeting took place in extraordinary circumstances
with China showing complete disregard to the objections
from the scientific communities as it pressed on with the

construction of the series of hydroelectric dams over the Upper Mekong. This country was also setting the stage to put into operation the Xiaowan Dam, the fourth dam which is many times larger than the existing Manwan, Jinghong and Dachaoshan Dams. In view of China's behavior and her tendency to consider the Mekong as her personal property, the news about the upcoming partnership between the commissions of the two rivers following the meeting of the five foreign ministers from the U.S., Cambodia, Laos, Thailand and Vietnam is greeted as a positive step which can usher in a brighter era to the gloomy prospects of the Lower Mekong.

On the occasion of the "partnership" between the two rivers; Ngô Thế Vinh, the author who devoted his works and research in the later years to the Mekong, has completed an analysis of the similarities and differences between those two large rivers as well as the prospects for future cooperation.

A MEETING WITHOUT ANTECEDENT

Last July (7/23/2009) on the occasion of the ASEAN conference, responding to the request from the United States, the foreign ministers from five countries met in a sideline meeting in Phuket, South Thailand. The participants included Mrs. Hillary Rodham Clinton of the U.S. and her counterparts from the four countries in the Lower Mekong Basin: Cambodia, Laos, Thailand and Vietnam. Representing Vietnam was Mr. Phạm Gia Khiêm, Deputy Prime Minister and Minister of Foreign Affairs. An unprecedented declaration was issued covering the issues of common concern especially in the areas of Environment, Health, Education, and Infrastructure Development in the region.

The American Secretary of State stressed the importance her country holds toward the Lower Mekong Basin and each of the countries in question. At the same time, she also reconfirmed the commitment of the United States to work toward the peace and prosperity of the ASEAN region as a whole. The four foreign ministers of Cambodia, Laos, Thailand, and Vietnam welcomed the closer cooperation of the United States with the four countries of the Lower Mekong in the areas of mutual concern in order to secure a lasting development for the region.

The foreign ministers reviewed the common efforts underway and agreed to open up new areas for cooperation. They particularly applauded the initiative *"The Mekong River Commission and Mississippi River Commission Sister-River Partnership"* which allowed for the sharing of technical experience and know-how in areas such as the following: adaptation to climate change, coping with floods and droughts, development and impact evaluation of hydroelectricity, management of water resources, and provision for food safety.

The foreign ministers also agreed to let the group of experts carry on with their detailed discussions on each of the areas of cooperation and monitor the ensuing results.

A fact sheet was also issued by the American Department of State. In the year 2009, the United States will provide assistance to the Lower Mekong Basin in the areas that still remain deficient: Environment, Health and Education.

1/ Environment: The U.S will spend more than $7 million in 2009 on environmental programs in the Mekong Region. Programs in this area include: *Development of "Forecast Mekong", a predictive modeling tool to illustrate the impact of climate change and other challenges to the sustainable development of the Mekong River Basin. An agreement between the Mekong River Commission and the*

Mississippi River Commission to pursue a "sister-river" partnership to improve the management of trans-boundary water resources. Support for projects that promote the sustainable use of forest and water resources, preserve the tremendous biodiversity of the Mekong Basin, and increase access to safe drinking water. The US is seeking Congressional approval for an additional $15 million in 2010 for assistance related to improving food security in the Mekong Countries.

2/ Health: US assistance to the Mekong countries in the health field will total over $138 million in 2009, and focus on the following areas: HIV/AIDS – working in partnership with Mekong countries, ongoing US assistance has contributed to the 50% reduction in HIV/AIDS infection rate in Cambodia, and provide treatment and prevention services to over 2 million people across the region. Pandemic influenza – the US has provided $95 million since 2006 to support ongoing *programs in Mekong countries to prepare for, and respond to threats from outbreaks of pandemic influenza. Malaria and tuberculosis – US assistance support the tracking, identification and treatment of multi-drug resistant malaria and TB in Mekong region. Plans to hold a "US-Mekong Conference on Integrated Approaches to Infectious Disease" in the next 6-9 months.*

3/ Education: U.S assistance in the area of education for 2009 totals $16 million, including: support for more than 500 student and scholarly exchanges with the *Mekong countries each year through the Fulbright Program and other educational programs. Support for increasing basic education enrollment and expanding broadband Internet connectivity in rural communities. Plans to hold a "US-Mekong Forum on the Internet, Education and Development" to promote best practices and regional collaboration on the use of Internet connectivity to foster development.* [1]

For a start, the total amount of funds involved is not sizable in itself. However, it conveys a vital commitment signaling the reengagement of the United States in Southeast Asia at a time when China is exerting worrisome pressure on the region, especially on Vietnam. Once Vietnam becomes overwhelmed and under control, a Domino effect will inevitably occur causing the remaining countries in the Mekong River Basin to successively fall to Chinese expansionism.

THE TWO RIVERS ENTERING A SISTER-RIVER PARTNERSHIP

On July 29, 2009, a preliminary meeting between the Mekong and Mississippi Commissions was held in Vientiane, the capital of Laos, immediately following the meeting at the ministerial level between the American Secretary of State and the four foreign ministers of the countries of the Lower Mekong Basin. The Commissions expressed their intention to cooperate on the issues pertaining to the use of water resources in the two basins as well as exchange technical cooperation and know-how to determine the optimal way to adapt to climate change as it affects the ecology of the two rivers. The two Commissions also commit themselves to work together to promote a sustained policy for hydroelectric development, cope with floods and droughts, coordinate the utilization of water resources, address the issue of food safety, and improve the navigation of inland waterways as well as expand riverine trade.[2] Mr. Michael J. Walsh, President of the Mississippi River Commission, remarked: *"While the Mekong and Mississippi Rivers are experiencing challenges, their respective Commissions also have considerable institutional and professional expertise in dealing with these challenges. Both organizations will profit from a closer partnership and the sharing of best practices ... "*

Mr. Jeremy Bird, CEO of the Mekong River Commission Secretariat, commented: *"The Mekong River Commission and the Mississippi River Commission are very similar in terms of their principles and mandates. Both organizations strive to sustainably manage water resources against challenges related to climate change, extreme floods, hydropower development, increasing demand for water, improving navigation and trade, and involving people in the basin more on decisions that affect their lives. Both organizations are therefore well-placed to benefit each other through technical exchanges and learn how to best manage their respective complex trans-boundary rivers."* The two Commissions are working in tandem to reach a common future action plan.

THE HISTORY OF THE TWO COMMISSIONS

- *The Mississippi River Commission:* was established more than 130 years ago on 06-28-1879. It was entrusted by the U.S. Congress with the duty to improve the navigation on the waterways, expand commerce and trade, and prevent destructive floods on the Mississippi. With its headquarter located in Vicksburg in the state of Mississippi, the Commission is responsible to advise, monitor and report on the improvement programs of the Mississippi in order to consult with the Government, Congress and Armed Forces on issues pertaining to a basin that covers 41% of the area of the United States.[4] The president of the Mississippi River Commission, Mr. Michael J. Walsh, has a very interesting background. He graduated from the Polytechnic Institute in New York with a bachelor's degree in civil engineering and a master's degree in construction management from the University of Florida. He returned from the Iraq war with the rank of Brigadier General of the US Army corps of engineers. Since February 20, 2008 he served as Commander of the Mississippi Valley Division and President of the Mississippi River Commission. Mr. Walsh manages a construction program with a budget of US$ 7.5 billion encompassing a basin that comprises 10 states reaching all the way to the Gulf of Mexico. He also serves as Commander of Task Force Hope, in support of the FEMA / Federal Emergency Management Agency's response to the devastating Hurricane Katrina in 2005. To this day the region has not fully recovered from it.

*- **The Mekong River Commission:*** is a relatively young inter-government organization that consists of four nations: Cambodia, Laos, Thailand, and Vietnam. Established in 1995, it is a reincarnation of the 1957 Mekong River Committee. Its mission is to cooperate in the development of the Mekong River Basin in the areas of: fishery, agriculture, sustained development of hydroelectricity, maintenance of the navigation of the waterways, prevention of floods and preservation of the Mekong River Ecosystem. One must also add to that list: management of the impacts of climate change like unusual big floods and prolonged droughts including rises in the sea level. The Commission has the duty to provide advices, facilitate and expand communication between governments, private organizations and civil societies in order to cope with the existing challenges.[5]

Mr. Jeremy Bird, a leader who is a newcomer to the scene, was appointed CEO of the Mekong River

Commission Secretariat in March, 2008 with a three-year term at a time when the prestige of the institution was at its rock bottom. Mr. Bird, a British national, is a Chartered Engineer with postgraduate qualification in water law and policy and has over 25 years of international   experience in the field of water resource management. In addition to 15 years working with the *Mekong River Commission* on the area of water exploitation, he is an old-time member of the *United Nations Environment Programme* (UNEP) and *World Commission on Dams* (WCD). It is important to note that Mr. Bird's long-time association with the WCD provides him with an exhaustive understanding about the extent of the threats posed by the big hydroelectric dams to the entire ecosystem and the life of the communities that live along the river's banks.

THE GEOGRAPHY OF TWO RIVERS

1. Countries: (a) Mekong runs through 7 countries: Tibet, China, Myanmar, Thailand, Laos, Cambodia, Vietnam; (b) Mississippi runs through one country /10 states.
2. Length: (a) Mekong 4,880 km; (b) Mississippi 3,734 km.
3. Basin: (a) Mekong 795,000 km²; (b) Mississippi 2,981,076 km².
4. Source: (a) Mekong: Mount Guozhongmucha, Tibet Qinghai; (b) Mississippi: Lake Itasca, Minnesota.
5. Mouth: (a) Mekong: Mekong River Delta, Eastern Sea; (b) Mississippi: Louisiana / Gulf of Mexico.
6. Elevation: (a) Mekong 5,224 m; (b) Mississippi 450 m.
7. Average Discharge: (a) Mekong 16,000 m³/sec; (b) Mississippi 12,743 m³/sec In fact, the Mississippi is part of the "Missouri-Mississippi" river system,

the largest in North America. Its total length comes to 6,300 km and has an average discharge of 16,200 m^3/sec. It ranks fourth in length after the Nile/ Egypt, Amazon / Brazil and Yangtze / China.

SIMILARITIES AND DIFFERENCES

The similarities are apparent. On the other hand, one can point to striking differences between the two rivers. For example, the Mekong's elevation is 12 times higher than that of the Mississippi. This indicates that the Mekong possesses an extremely rich potential for hydroelectricity generation that is unavailable to the Mississippi. Presently, there are only four dams built on the main Mekong current. In dimensions and height, the Xiaowan Dam records a height of 293 m. The existing 40 dams that were mostly built in the 1930's on the Mississippi do not have anything to match that figure. In addition, the Mekong's ecology system ranks second only to that of the Amazon. What is unique in the world: only the Mekong can flow in both directions when during the high season, its tributary, the Tonle Sap River, reverses its course and runs into the Tonle Sap lake. This is considered a wonder in the world.

On the other hand, while the Mekong has the misfortune of meandering through many countries, the Mississippi only flows within the boundaries of the United States and bears the name *"Misi-ziibi"*, meaning *"the Great River"*, given to it by the Ojibwe Indian tribe. The people living along its banks speak only one common language: English, and possess a high level of consciousness for the ecology. As for the Mekong, it courses through seven countries – with Tibet now being reduced to an autonomous region of China. Consequently, it is called by different names: Dza

Chu / Tibet, Lancang Jiang / China, Mae Nam Khong / Laos and Thailand, Tonle Thom / Cambodia, and Cửu Long / Vietnam. The people who live along its current hail from various ethnic groups, speak different languages and belong to diverse cultures. But, perhaps the most significant difference is that the Mekong has yet to run through a *"land weathered by Freedom and Democracy"*. The Mekong continues to be exploited and abused even under the motto *"to destroy in the name of construction"*. Meanwhile, the voice raised by the communities living along its current continues to be ignored.

The Mississippi has entered the literature of America and the world. It served as the set for the works written by Mark Twain (1835-1910) like *"Life on the Mississippi"* and for William Faulkner (Nobel prize 1949) like *"the Bear"*, one of his three most popular short stories. Moreover, it is the inspiration for *"Moon River"*, the theme song of the 1961 film *"Breakfast at Tiffany's"* played by Audrey Hepburn.

There is not yet a literary work about the Mekong which is significant enough to be considered of a world-class category, besides the travelogue *"Voyage dans les Royaumes de Siam, de Cambodge, de Laos et Autres Parties Centrales de l'Indochine"* (1883) written by the French explorer Henri Mouhot (1826-1861), this French author was credited for the *"rediscovery"* of the Angkor Wat with its vibrant Khmer culture of the 13th century. The Angkor Wat is always regarded as a "wonder" of the Mekong. One must also note the diaries written by the French members of the *"Expédition du Mékong 1866-1868"* like Francis Garnier and Doudart de Lagrée as they were exploring for a trade route with China.

GETTING READY FOR ACTION

With a fresh breath of vigor and opportunity knocking at the door, one wonders whether Vietnam's Mekong Commission is ready to join this new era. It would be unacceptable if its personnel operate like ordinary government employees. On the contrary, they must possess a high dose of *"gray matter"* including an ability to foresee far into the future as well as a heart devoted to the survival of the Mekong. They need a vision to project hundreds of years into the future and it is not too early now to think of investing into the training and improvement for the next generation of experts. As planned, each year 500 Fulbright scholarships will be allocated to the four countries of the Lower Mekong. If this number is divided equally among them, Vietnam will be awarded 125 recipients. A small number of them will be experts in their field while the lion's share of them will consist of Vietnamese students who graduated from local universities. They are chosen to study or do researches in the United States for a period of one year or longer.

It is useful to recall that the Fulbright program started more than 60 years ago – in 1946. It is sponsored by the U.S. Department of State. To this date, 183,000 students and scholars from more than 150 nations have participated in this program. The criteria used in the selection of the recipients are: *"outstanding scholarship and ability to lead"*. Besides fulfilling the requirements of the study program, attending classes and doing research; the participants are also given opportunities to exchange their ideas and work together in the search for solutions to international problems. On a practical note, in the particular case of Vietnam this would be to find solutions to settle regional conflicts. The ideal place to recruit the participants to this program is nowhere else but the universities of Cần Thơ and An Giang whose student bodies are born and nurtured by the alluvia and the perfumed rice stalks of the Mekong River. It should be recognized that the number of scholarships is still modest in view of the requirements of the tasks to be accomplished in the future. There should be a ten-fold increase in the number of Fulbright scholarships per year. The government must put forward an appropriate investment project in this area.

Recently, when referring to the *"river being strangulated"* by the series of hydroelectric dams built in China, many authors of newspaper articles in Vietnam, mentioned the slogan *"we have to save ourselves"*. Yes, but how? One cannot fail to pay attention to the proposals from a professor holding a doctorate degree to build dams to contain fresh water or keep in check the encroachment of sea water in the Mekong Delta[6]. This is a commendable effort on the professor's part that will require decades of implementation not to mention the *"extremely high cost and low feasibility levels"* because the Mekong Delta is still a relatively young and unstable land.

A 'THINK TANK' FROM THE CẦN THƠ UNIVERSITY

It is evident that there is no way to prevent China from implementing her gigantic and ambitious electrification plan. Likewise, under the tremendous pressure exerted by the conglomerate of dam builders, the eleven dams planned for the Lower Mekong will without fail be constructed in successive steps. However, at a certain point *"the drawbacks and safety risks of each dam-building project must be made known to be monitored and rectified".*

The time has never been more urgent and critical for the University of Cần Thơ and its Mekong River Department to assume their role of *"intellectual lighthouse"*. It is our hope that the future main center dealing with the issues pertaining to the Mekong River will be located not at the Mekong River Commission in Vientiane but rather at the University of Cần Thơ. The University will serve as a *"think tank"* of international stature where researches as well as training courses will be conducted to provide the needed "gray matter" to the entire region.

This is the proposal the author would like to submit in this article. It is the same proposal that the author has expounded seven years back including the concrete steps for implementation[7]. At that time, we called for the building of a specialized library containing all the books and materials pertaining to the subject matter of the Mekong. As of today, to take into account the new situation, the Mississippi should be added as the second subject matter.

Moreover, we propose the establishment of a teaching staff which consists of the university's regular academic body working hand in hand with experts from the Mekong River Commission and also those from the Mississippi River Commission.[2] One should not forget the international expert advisors from the United Nations Environment Programme (UNEP), the World Commission on Dams (WCD), and the International Rivers Network (IRN)... They should be invited to teach at the Mekong River Department as visiting professors. The materials used in their lectures will provide invaluable information gathered from actual work experience.

Candidates to the program will come from a select group of students fluent in a foreign language and meeting the Fulbright criteria for selection: *"outstanding scholarship and ability to lead"*. Scholarships offered by the University should not be limited to Vietnamese students but should also be extended to those from the countries adjoining the Mekong's current like Thailand; Laos; Cambodia; Yunnan, China; and Myanmar. The fund for training will come from the government's budget. The academic program aims at the training of experts in ecology. Hand in hand with theoretical teachings, students will be given the opportunity to face real world situations through field trips at the dams and important sections on the River. Furthermore, the students will spend a period working as interns at the Mekong River and Mississippi River Commissions. To graduate they must complete a small thesis on the conservation of the Mekong River's ecology.

With such an academic baggage and a sense of mutual dependency as well as responsibility, this group of international students will represent a valuable source of *"gray matter"* to the Mekong River Commission and the governments in the region that are suffering from a severe penury of trained personnel. This young and dynamic group of experts will form a common core ushering in a new era of stable cooperation for the seven countries along the Mekong current.[7]

The University of Cần Thơ in the Mekong Delta will be the site hosting international conferences and workshops about the Mekong. Looking forward to the • year 2010 when Vietnam will assume the chairmanship of ASEAN, it will then have the responsibility to organize and chair many important conferences throughout the year including the meeting of the foreign ministers of the ASEAN countries.

Could there be a better time than this to organize a second *"Phuket style"* sideline meeting in the Mekong Delta itself, the place which is now becoming the most unforgiving *"ecology battlefield"* resulting from self-destructive exploitations by the gigantic hydroelectric dams in the Upper Mekong in China. On a more practical note, 2010 would also be an opportune time to review the achievements of the first year of cooperation between the Mekong River and Mississippi River Commissions.

As for the government, it is imperative that a network of *"attachés for ecology"* be established at its embassies and consulates in the countries of the region: the Vietnamese Consulate in Kunming, Yunnan and the four Vietnamese embassies in Cambodia, Laos, Myanmar and Thailand. They will act as eyes and ears, human observation posts for the Mekong River Department and the Ministry for the Protection of the Ecology.

This must be considered a long-term investment of great import to the *"Spirit of the Mekong"* that affects all the cooperation and development plans of the region. Naturally, there is a high but well justified price to be paid if one wishes to save the Mekong and the preservation of life in the Mekong Delta for future generations. We should remind ourselves of this mantra from Sea World San Diego: *"Extinction is forever, Endangered means we still have time."*

California, 09/09/2009

References:

1/ US – Lower Mekong Countries Meeting: Press Release, US Department of State, July 23, 2009.

2/ USA – Mekong Basin Cooperation follows ASEAN Meeting, Vientiane, Laos PDR, July 30, 2009, www.*mrcmekong.org*.

3/ Changing Currents: Navigating The Mekong's Past, *Present and Future Watershed, Vol. 12 No 3, November* 2008.

4/ Mississippi River_http://en.wikipedia.org/wiki/*Mississippi River.*

5/ Mekong River_http://en.wikipedia.org/wiki/Mekong *River.*

6/ Trung Quốc khai thác Sông Mekong và nguy cơ giết chết Đồng Bằng Sông Cửu Long_htpp://vietnamweek.net 06/21/2009

7/ Cần Thơ University, Mekong Delta and the Mekong River _Ngô Thế Vinh_ Đi Tới Magazine, Montréal, Canada, No. 59 & 60, Jul-Aug, 2002

ADVANCE TESTIMONIALS FOR "MEKONG - THE OCCLUDING RIVER"

Aviva Imhof
Witoon Permpongsacharoen
Michael Walsh
Phạm Phan Long
Nguyễn Đức Hiệp
Trần Ngươn Phiêu
Võ Tòng Xuân
Lê Xuân Khoa
Ánh Nguyệt
Nguyễn Xuân Hoàng
Phan Nhật Nam
Hoàng Khởi Phong
Đặng Văn Chất
Phạm Phú Minh

AVIVA IMHOF
Campaigns Director, International Rivers, Berkeley, California.

"Dr. Vinh's love of the Mekong River and the life it supports comes through on every page of this book. Part travelogue, part history, part autobiography, Dr. Vinh weaves a compelling story about his travels through the countries sharing the Mekong River and gives the reader a frightening picture of what dam construction in China is doing, and could do, to his beloved river."

WITOON PERMPONGSACHAROEN
Publisher Watershed, People's Forum on Ecology, TERRA

It's really great to know that someone tries to do something on his/her capacity to protect the Mekong. It's really true that the Mekong and her people are facing a serious situation of *"prosperity or destruction"?* We need more people like you working to *"Save the Mekong for our future generations"* by helping to *"Stop destructive developments for the Mekong's sustainability."*

MICHAEL WALSH
President Mississippi River Commission

Thank you for your book *"Mekong - The Occluding River."* As you know the Mississippi River Commission signed a letter of intent with the Mekong River Commission in July 2009. We are exploring ways to communicate lessons learned and river science. A current thought is to try to facilitate a link between river research centers and universities in both countries. These centers help provide people a view of the past, the current state of the watershed, and some thoughts and ideas on how to manage for the future.

We are currently developing stronger relationships with these river research centers in the United States and plan to encourage them to have exchange scientists from the Mekong and to the Mekong. I have enclosed a 200-year Vision the Mississippi River Commission signed on August 20, 2009. Please provide a feedback on this "working" vision. We applaud your great work.

PHẠM PHAN LONG, PE
Chairman, Viet Ecology Foundation

Dr. Ngô Thế Vinh seems to find himself in the midst of one big battle after another through every phase of his life. As a medical doctor, he is destined to be engaged in the fight to save lives and care for his patients one at a time. However, his intellectual sensibility has forced him to be deeply involved with the wider issues in the life of the people he treats.

His conscience and courage take him on daring investigative missions in order to write and expose the plight of the Thượng, the minority groups in Central Vietnam, and the American involvement in the corruption of the Saigon government during the Vietnam War.

In the last 15 years, Dr. Vinh has intensely focused his attention on the Lancang-Mekong countries. This combat physician took notes of the beneficial economic progress but also took on the governments and destructive developments in the region. Page after page, *"Mekong - the Occluding River – The River's Tale"*, becomes his current combat operating theater.

To write this book, Dr. Vinh investigated and traveled to the most forbidding reaches: from the high mountains in Yunnan to the dam reservoirs in Laos, to mystic

Cambodia and the seasonally inundated Mekong Delta in Vietnam because he wanted to learn firsthand of the changes that were occurring in the life of the people on the ground. Readers will benefit greatly from his travel diary, the wealth of facts concerning the cultural and historical backgrounds, and the richness of his observations and perspectives.

Dr. Vinh seeks to protect the cultural heritage and livelihood of the 65 million Chinese, Burmese, Laotian, Thai, Cambodian and Vietnamese fishermen and farmers living along the banks of this mighty river as well as the future of their children. Dr. Vinh personifies the courage of an independent Vietnamese writer and a Vietnamese-American intellectual of our time.

Dr. NGUYỄN ĐỨC HIỆP, Ph.D.
from the University of Sydney in biomedical engineering, senior scientist for the Department of Environment and Climate Change, NSW, Australia

This is an excellent book on the Mekong River, its ecology, the threat posed by dams and the economic, social, historical context of its influences on the lives of the people who lived in the basin of this great river and many of its tributaries.

The Mekong River has its source in Tibet. It flows through China, Myanmar, Laos, Thailand, Cambodia and finally reaches Vietnam where it forms a fertile delta before it meets the sea. Dr. Ngô Thế Vinh gives us a panorama of cultural diversities of the people who live along the river and its tributaries and their tumultuous histories. This book combines the author's wide knowledge, his attachment to the river and the people with his personal observation and experiences in an interesting journey through Yunnan (China), Laos, Thailand, Cambodia and Vietnam. More than just a focus solely on the environment and hydrological aspects of the river, Dr. Vinh also paints a human dimension brush which gives us an essential background to understand this river and its entwining connection to the economic, social and cultural history of the region. And hence we can see a grim future for the people in Laos, Thailand, Cambodia and Vietnam caused by the construction of many giant dams on the upper reaches of the river in Yunnan. Some of these dams have already been in operation and their effects are deleterious to the river system: bank erosion, loss of livelihood due to lack of fish and lack of water during the Dry Season, some species in danger of extinction, salinity penetration from sea water in the Mekong Delta...

I thoroughly enjoyed reading this book from the beginning to the end and learned many things from it as I did with another great book on the Mekong by Dr. Milton Osborne. However, in the end the book makes me think deeply concern about the future of the Mekong River. The future will be worse when more new dams will be put into operation. There is an urgent need for an awareness of the environmental damages caused by these dams and deforestation in the Mekong basin and actions to be taken to mitigate or prevent the looming disaster. The first step is for China to cooperate, consult and be transparent to the MRC countries in its plan and operation of the dams as the author has pointed out. And this is what we can only hope for China to do the right thing.

Dr. TRẦN NGƯƠN PHIÊU
Former Minister of the Department of Social Services of the Republic of Vietnam, author of "Phan Văn Hùm – A Biography"

Born in the Southern part of Vietnam, during the summer vacations of my student years, I enjoyed rowing a small boat stacked with a jar of rice, a coal stove, and condiments like salted fish, salt, sugar... to visit the villages in the region. All that it took was a straw mat to help me sleep comfortably through the night and bring me warmth and protection against mosquitoes or flies. Memories of the rice fields, orchards and the Mekong River are indelibly carved in the heart and mind of the young men of the South like me.

Later in life, I had the honor of befriending Ngô Thế Vinh, a comrade in arms, a colleague and at the same time an author. Though not a native of the South, he is emotionally attached to this river that uncharacteristically has two currents and nine estuaries. His literary career took a new turn when he used his pen to write about this life-giving river in the Southern Delta. With his book: *"Cửu Long Cạn Dòng, Biển Đông Dậy Sóng / The Nine Dragons Drained Dry, East Sea in Turmoil"*, he was first among the Friends of the Mekong Group to awaken public opinion to this immediate issue which undoubtedly will remain to be so for many decades to come.

For millennia, China has exerted considerable influence on the thoughts and way of life of its neighbors' intelligentsia. However, with its relentless drive toward material gains and economic development coupled with its efforts to Sinicize Tibet, the Uyghurs and other minorities this country is now facing increasing protestation from the world community. The natural resources we inherit from our forebears are limited. More than two thousand years ago, Lao Tzu, this great man of China, preached that we should learn to live in harmony with nature. Nowadays, in addition to the four hydroelectric dams it already built, China insists on the construction of fourteen more on the Upper Mekong regardless of the damaging impacts they may inflict on the ecosystem and the livelihood of the people living downstream.

Ngô Thế Vinh authored *"Mekong, The Occluding River"* in an apparent attempt to sound the alarm on the dangers facing the Mekong and the East Sea. Those two areas will undoubtedly play a crucial role in the political future of Southeast Asia.

Prof. VÕ TÒNG XUÂN
Rector Emeritus, An Giang University, Vietnam The Man Who Shouts "SOS" For The Mekong

Dr. Ngô Thế Vinh is deeply interested in measures that protect the ecosystem of the Mekong and the Mekong Delta. He has collected a wealth of precious data concerning the more than 4,000-kilometer-long Mekong current flowing from Tibet to the East Sea. Many of his articles written with a heartfelt style have been published to provide readers in Vietnam as well as overseas with useful information concerning not only the early construction stages of the dams in the Mekong Cascades of Yunnan but also about the calamities that the 14 dams in this Cascades may wreak on that river's ecology affecting the tens of millions of people who inhabit its banks. Dr. Vinh is fully aware of the extremely ominous prospects the ecology of the Mekong Delta is facing due to the construction of gigantic hydroelectric dams upstream the river like the Xiaowan Dam, the world tallest, which has been recently completed. Therefore, in his articles he never tires of drawing the attention of the Vietnamese as well as international public opinion to this issue. To add urgency to it, he recently authored a travelogue named *"Mekong Dòng Sông Nghẽn Mạch / Mekong – The Occluding River"* to record his experience during his travels along the Mekong's current. Dr. Vinh does not live in Vietnam. Nevertheless, his heart and mind are inextricably anchored to the bed of his river.

Prof. LÊ XUÂN KHOA
President emeritus, Southeast Asia Resource Action Center
Former Adjunct Professor, SAIS, Johns Hopkins University

Dr. Ngô Thế Vinh is not only a medical doctor who cares for his patients, he is also an ecologist deeply committed to the welfare of the people at large. While continuing his medical career, he has never lost his interest in environmental issues with a special concern over the future of the Mekong River. In his 650-page book *Cửu Long Cạn Dòng, Biển Đông Dậy Sóng* / The Nine Dragons Drained Dry, East Sea in Turmoil published in 2000, he already alarmed the world of the disastrous consequences of the gigantic hydroelectric dams being built in the Upper Mekong by China. The lives of tens of millions of people in Burma, Thailand, Laos, Cambodia and Vietnam who make their living in the basin of this river will be seriously affected. To further his research, Dr. Vinh made several fact-finding trips to China and four countries in the Lower Mekong and, in 2007, finished another book entitled *Mekong, Dòng Sông Nghẽn Mạch* / Mekong, the Occluding River, an English version, is expected to be in circulation in July, 2010.

Dr. Vinh's foresight in his first book and the findings in his second book concur with important observations by renowned international experts. As he wrote in the Foreword, *"Destructive exploitations of the Mekong have brought about a chain of reaction of harmful phenomena such as ecological devastation, depletion of natural resources, and environmental pollution. All those disastrous outcomes are taking place sooner and at a more alarming rate than expected."*

Political leaders in the U.S. and Southeast Asia are well aware of this grave situation and are trying to work with China towards effective ways to protect the environment, the culture and livelihood of some sixty million people in the affected areas.

A group of non-governmental organizations representing North American citizens with roots in Southeast Asia, in a letter to the 2010 ASEAN Summit to be convened in Hanoi on April 8, 2010, addressed the Mekong issue, emphasizing that: *"The four large hydroelectric dams already built and operated by China have caused adverse impacts along the 2500 km river valley in Myanmar, Laos, Thailand, Cambodia and Vietnam. Yet there seems to be little determination as to the causes and how to bring about transnational environmental and economic justice. We urge you to lead and partake in efforts to engage China and riparian countries to arrive at a comprehensive impacts mitigation that is just for the affected people."*

The voice of the Southeast Asian people has been raised. To this effect, Dr. Ngô Thế Vinh has made no small contribution.

ÁNH NGUYỆT
Former RFI Reporter Mekong –
The Occluding River From Prediction to Realization

Never before news media in Southeast Asia and environmental organizations have given such vigorous coverage of the Mekong being drained dry or received such extraordinary support from their Western colleagues. Almost daily, we are being bombarded with reports about the catastrophic impacts resulting from the Mekong's water reaching record low levels, the salinization of the Mekong Delta, and the accumulative effects that incessantly reshape the lives of the tens of millions of inhabitants in the countries bordering that river's banks.

A noteworthy point: until recently, in Vietnam, any mention of the arrogant behaviour of China concerning the exploitation of the Mekong has been looked upon as sensitive if not taboo in the public forum. However, nowadays, Vietnamese newspapers have begun to forcefully and openly confront this issue. On the other hand, Ngô Thế Vinh, the author, had addressed this very issue since the first decade of this millennium: first in his book *"Cửu Long Cạn Dòng, Biển Đông Dậy Sóng* /The Nine Dragons Drained Dry, East Sea in Turmoil"* and subsequently in his writings about his field trips along the Mekong beginning in Yunnan then continuing southward to Laos, Thailand, Cambodia, and the Mekong Delta. Early on, Ngô Thế Vinh set foot in the Manwan hydroelectric dam. Very soon afterward he saw with his own eyes the sections where the Mekong bared its bed in Laos and the dwindling population of fish and shrimps in the Tonle Sap Lake as well as in the Southern part of Vietnam. All those events were summarized in the Vietnamese version of his book, *"Mekong Dòng Sông Nghẽn*

Mạch / Mekong-The Occluding River", which was initially published in March 2007 to be followed by a second edition along with an audio book at the end of the same year. The book has raised heated debates or even invited attempts to refute any Chinese responsibility for the nefarious impacts that may result from that country's plan to construct a series of dams in the Cascade of Yunnan.

We are in the year 2010, the English version of the *"Mekong Dòng Sông Nghẽn Mạch / Mekong – The Occluding River"* will soon reach the bookstores at the time the Mekong is drying up and its ecosystem gradually degraded. Those geological phenomena are no longer predictions but have become undisputed facts that sadly verify Ngô Thế Vinh's forewarnings. He is an author who lives with his time and yet sees well ahead of it.

NGUYỄN XUÂN HOÀNG
Author of "The Nonconformist"
Reading "The Tale of a River" by Ngô Thế Vinh

The book *"The Tale of a River"* I have in front of me is a captivating and fascinating travelogue written by Ngô Thế Vinh. Captivating and fascinating not only because it is full of informative news supported by research materials, statistics, real persons and real events but also because it is written by a pen imbued with love of humanity, of life, and of country.

Ngô Thế Vinh's beloved Mekong has overwhelmed me with her powerful current leaving me totally defenseless. For many days, I have read the book or listened, again and again, to the audio book read by Ánh Nguyệt with her southern accent.

This is the work of Ngô Thế Vinh depicting his travels to the source of the Mekong in Yunnan, then onward to Laos,

Thailand, Cambodia and all the way to the Mekong Delta. The author paints a tragic picture of the gradual degradation of this river that is and continues to be worsening at a faster rate than anticipated by many. The cause of all this could be attributed to the hydroelectric dams in the colossal Cascades in Yunnan which are blocking the flow of the Mekong's main current.

Ngô Thế Vinh wrote about a character who will continue to leave a deep impact on the readers: *Prof. Võ Tòng Xuân, a person who is identified intimately with the southern part of the country; its rice stalks, river, rice bowl and hard-working people. In addition, this professor also occupies an irreplaceable place in the hearts of the Mekong Delta farmers.* A real person in life, he appears however like a personage that comes straight out from a novel. From the *"The Green Belt"* to the *"Mekong - The Occluding River"* Ngô Thế Vinh not only manages to keep intact his humanism and cultured literary style but succeeds to accomplish extraordinary feats.

Looking for the first time at Ngô Thế Vinh's book title *"The Tale of a River"* I was instantly reminded of Hermann Hesse's *"The Tale of a River"* that Phùng Khánh and Phùng Thăng translated into Vietnamese from the story of Siddhartha of the Weg nach Innen. It's not my intention here to compare the two literary works. Ngô Thế Vinh's *"The Tale of a River"* is somewhat different. It tells me that even though my heart is "occluding", not only is this world still worth living in, it also awakens me to this realization.

PHAN NHẬT NAM

Author of "On The War Trails" It is time for the river to dry and the stone to be worn out As one reads "Mekong - the Occluding River"

The writer is left with no other recourse than his prophetic vision. Ngô Thế Vinh wrote *"Cửu Long Cạn Dòng, Biển Đông Dậy Sóng / The Nine Dragons Drained Dry, East Sea in Turmoil"* in the later part of the 20th century.

Nowadays, the threat of Chinese hegemony no longer needs to be imposed through the hooves of the horses or at the points of the lances like during the feudal dynasties. Neither is it necessary to use the "human waves" tactic of the Korean War in the first half of the 20th century or more recently the Sino-Vietnamese border conflict in 1979. Instead, the Chinese threat these days is found in the massive quantities of goods labeled "made in China' which are flooding the daily life of the world population. Meanwhile, as the system of hydroelectric dams in Yunnan has gone into operating mode, the diversion of massive quantities of water of this sacred river has begun in the Upper Mekong in preparation for the generation of electricity. The river will also be used as a waterway to reach South Asia. The inevitable consequence is: the Mekong current will no longer be able to maintain a minimum flow during the Dry Season to prevent salt water of the East Sea from encroaching into the Mekong Delta. Worst of all, this life line of the people of Southeast Asia will be turned into a drainpipe to transport the waste from the industrial zones of Yunnan. When that time comes, the Pla Beuk will surely become extinct and the 100 million people living in the Lower Mekong will also suffer.

HOÀNG KHỞI PHONG
Author of "Men of One Hundred Yesteryears"

Ngô Thế Vinh the Pulse Taker of the Rivers I cannot tell what motivated Ngô Thế Vinh, to show such deep concern for the Mekong Delta. The only thing I know was in 1999, with his voluminous work named *"Cửu Long Cạn Dòng, Biển Đông Dậy Sóng / The Nine Dragons Drained Dry, East Sea in Turmoil"* he voiced his misgivings about the well-being of the Mekong. More than ten years have passed, supposedly his distress signals have so far failed to reach his homeland, he issued an even more passionate call in his next work: *"Mekong – The Occluding River"*. In order to see and hear for himself to write this book, the author traveled several times to the very source of the Mekong. In order to personally observe the dams upstream in Yunnan, he trod his way to the foot of the Manwan Dam whose existence some local people do not even know of or are forbidden to go near. Those dams are and will continue to be hot or sensitive issues for China. Water from the river's current is being diverted into gigantic reservoirs. Consequently, downstream, the area of the Tonle Sap Lake dwindles while in the Mekong Delta, the sea water level at times stands higher than that of the river allowing sea water to flow inland and causing the eco-system of that region to become contaminated by salt.

As early as seven years ago, he had the foresight to call for the establishment of a Department of the Mekong at the University of Cần Thơ. Just recently, in the 08/30/2009 issue of the publication "Tuổi Trẻ Weekend" he renewed that call with his article *"There is a need for a Department of the Mekong at the University of Cần Thơ."*

In my eyes, Ngô Thế Vinh, the writer, is not merely a medical doctor who cares for his patients. More than that, he is a *"pulse taker of rivers"* exploring for ways to mobilize public opinion to rally to the protection of the rivers' natural flow. A case in point is the Mekong that represents the *"life line"* of over 60 million souls who inhabit her banks. At this very moment, sections of this river are occluding on account of historical circumstances and narrow considerations aiming only for short-term gains.

Prof. ĐẶNG VĂN CHẤT
UCLA and Charles Drew University, Los Angeles, California
Editor, The Vietnamese Mayflowers of 1975

"The Nine Dragons Drained Dry / East Sea in Turmoil" published in 2000, is a well-researched yet prophetic book about the Mekong River. A decade has passed. The impacts of poorly planned and uncoordinated exploitation of the Mekong River are becoming more and more obvious. A physician, a writer, and most importantly a humanist, Dr. Ngô Thế Vinh is sounding again the call for a socially and ecologically responsible management of the resources of the life-giving river. I find in *"Mekong – the Occluding River"* a skillfully penned book by Dr. Ngô Thế Vinh for all of us to share and enjoy.

PHẠM PHÚ MINH
Editor 21st Century Magazine, author of "Hanoi in my eye"

In May 2009, I had the opportunity to sail on the Mekong in the Golden Triangle Area. Throughout that journey, looking at the vast and unfamiliar landscapes, the person who was constantly in my thought was Dr. Ngô Thế Vinh.

The simple reason was: before I came to this place to have a look at the Mekong's turbulent current, I have read many of his travelogues and studies about this river that stretches from Yunnan all the way to the Southern Delta in Vietnam.

I came to know Ngô Thế Vinh, not as a childhood friend, but rather through the relationship between a magazine editor and its contributor over the past fifteen years or so. Each time I decided to publish one of his articles or studies, I could tell the depth of his concern for the vicissitudes the Mekong has gone through during the last several decades and their effects on the people and country of Vietnam. He nurtures a profound love for his people and fatherland. This love expresses itself not merely as felt emotions, but also through his intellect, deliberations, steady influence which commands international credence, and books published at regular intervals. He did all this for the sole purpose of saving his river and at the same time sparing the livelihood of the Vietnamese living in the Mekong Delta in the face of the selfish behavior of China as this country continues to build a series of dams upstream mindless of the enormous damages it visits upon the countries lying downstream – especially Vietnam.

When the reactions from the governments downstream turned muted, the voice raised by Ngô Thế Vinh and the "Friends of the Mekong Group" offers the most significant, objective forum because it is free of any self-serving regional interests. When *21ˢᵗ Century Magazine* (Thế Kỷ 21) made public their views, I feel myself totally immersed in the common chorus of intellectuals and people who are fully aware of their responsibility toward their country. In particular, together, we came to an understanding of the workings of today's world in regards to the interactions between large and small nations, between small nations themselves, and moving beyond that, of the unpredictable nature of global climate changes.

During the time we worked with each other, we were fellow travelers walking in close step on the same road. Vinh, myself, all members of the "Friends of the Mekong Group", the Mekong Delta with the Tiền and Hậu Rivers and its gentle inhabitants – we are all inextricably fused into a common body to undergo helplessly the unending agony of watching a man-made disaster unfolding before our eyes. At this time, *"Mekong – the Occluding River"* has joined the rank of publications, written articles, and research data that appeared in the past on this topic. Together, they represent a relentless, impassioned effort to uphold the right to exist of the ecology and of the human species. Moreover, they will remain a tribute to the struggle of the human mind and soul against the calamities emanating from greed and selfishness.

INDEX